திருக்குறள்
THIRUKKURAL

உரை - மொழிபெயர்ப்பு - ஒலிபெயர்ப்பு
S. B. சக்ரபோர்த்தி இ.வ.ப. @ சோமன்

Explanatory Notes - Translation - Transliteration
S.B. Chakraborthy IRS @ Soman

இயல்புரை: Dr.மருதூர் அரங்கராசன்
A Lucid Commentary: Dr. Marudur Arangarasan

அணிந்துரை: திருமதி R. இளவரசி இ.வ.ப.
Foreword: Smt. R. Ilavarasi, IRS

டிஸ்கவரி பப்ளிகேஷன்ஸ்
எண்: 9, பிளாட் எண்: 1080A, ரோஹிணி பிளாட்ஸ்
முனுசாமி சாலை, கே.கே.நகர் மேற்கு,
சென்னை - 600 078. பேச: 99404 46650

வெளியீட்டு எண்: 0219

திருக்குறள் (செய்யுள்),
உரை - மொழிபெயர்ப்பு: S.B. சக்ரபோர்த்தி இ.வ.ப @ சோமன் ©
Thirukkural (literature),
Explanatory Notes - Translation: S.B. Chakraborthy @ Soman, IRS©
First Edition: Dec - 2022
ISBN: 978-93-95285-27-8
Pages: 504
Rs.500

Publisher • Sales Rights

Discovery Publications
No. 9, Plot,1080A, Rohini Flats,
Munusamy Salai,
K.K.Nagar West, Chennai - 78.
Tamilnadu, India.
Mobile: +91 99404 46650

Discovery Book Palace (P) Ltd
No. 1055-B, Munusamy Salai,
K.K.Nagar West,
Chennai-600 078.
Ph: (044) 4855 7525
Mobile: +91 87545 07070

discoverybookpalace@gmail.com / www.discoverybookpalace.com

இந்த நூலில் பிரசுரமாகியுள்ள எந்த ஒரு பகுதியையும் எழுத்துபூர்வமான முன்அனுமதி பெறாமல் எடுத்தாள்வதோ, மறுபிரசுரம் செய்வதோ, மொழியாக்கம் செய்வதோ, ஊடகங்களில் மறுபதிப்பு செய்வதோ, காப்புரிமைச் சட்டப்படி தடை செய்யப்பட்டுள்ளது. இந்த நூலிலிருந்து சில பகுதிகளை மேற்கோள்காட்டி நூல்அறிமுகம் செய்யலாம்.

உங்கள் மொபைல் போனிலிருந்து ஸ்கேன் செய்து 'டிஸ்கவரி புக் பேலஸ்' மொபைல் ஆப்பை டவுன்லோடு செய்து, புத்தகங்களை வாங்குங்கள்.

Dr. மருதூர் அரங்கராசன்
Ph.D (Tamil), M.A.M.Phil (Tamil), B.Sc. (Zoo), Dip.in Sanskrit M.Ed.M.H.Ed D.S.M

திருக்குறள் இயல்புரை

திருமிகு சௌமேந்திர பூஷன் சக்ரபோர்த்தி IRS அவர்கள் வங்காளத்தைத் தாய்மொழியாகக் கொண்டவர்; அதே நேரத்தில், தமிழ் மொழியின்பாலும் குன்றாக் காதல் கொண்டவர். சென்னைப் புரசைப்பாக்கத்திலுள்ள சர். மு.சித.முத்தையா செட்டியார் மேனிலைப்பள்ளியில் அவர் பயிலுங்கால் - அங்கு சமஸ்கிருதம், இந்தி போன்ற மொழிகளை முதன்மொழியாகத் தேர்ந்தெடுத்துப் பயில்வதற்கு வாய்ப்பும் வசதியும் இருந்துங்கூட, தமிழையே முதன்மொழியாகக் கொண்டு சிறப்பாகப் படித்தவர். வங்காளம், தமிழ், ஆங்கிலம், இந்தி, சமஸ்கிருதம் போன்ற பலமொழிகளில் புலமைப் பெற்றவர். படிக்கும் காலத்திலிருந்தே குறும்புத்தனத்துடன் சுட்டியாகச் செயல்பட்டு வருபவர்; மனத்துணிவு உடையவர்; செயலாற்றல் மிக்கவும்; இல்லாதார்க்கு உதவுவதிலும், இயலாதார்க்குக் கைகொடுப்பதிலும் மகிழ்ச்சி அடைபவர். உண்மை, உழைப்பு, நேர்மை என்னும் சொற்களுக்கு இலக்கணமாகவும் இலக்கியமாகவும் ஆகி நிற்பவர்; அகமும் புறமும் தூய்மையானவர்; குறள்வழி நடப்பவர்; வருமானவரித்துறையில் உயரதிகாரியாய்ப் பணியாற்றும் நிலையிலும் எல்லோரிடத்தும் இயல்பாகப் பழகக்கூடியவர். இத்தகைய சிறப்புகளுக்குரிய திருமிகு எஸ்.பி.சக்ரபோர்த்தி என்னுடைய மாணவர் என்பதும், இன்றளவும் என் நலனில் அக்கறை கொண்ட - உற்ற நண்பராய்த் தொடர்கிறார் என்பதுமே எனக்குப் பெருமை; பேறு.

பன்மொழிப் புலமையும், பல்துறை அறிவும், தகைசால் பண்பும் ஒருங்கே வாய்க்கப்பெற்ற திரு எஸ்.பி.சக்ரபோர்த்திக்குத் திருக்குறளின்பால் ஈடில்லா ஈர்ப்பு இயல்பாகவே ஏற்பட்டது. அதன் காரணமாகவே, தம் மாமாவோடு சேர்ந்து, வங்காள மொழியில் திருக்குறளை மொழிபெயர்த்தார்; அதுவும் செய்யுள்

நடையிலேயே. திருக்குறளுடனான அவருடைய பயணம் அத்துடன் நிறைவடைந்துவிடவில்லை. இயல்பான -எளிமையான - திருவள்ளுவரின் உள்ளத்தை வெளிக்காட்டக்கூடிய - தம் சொந்தக் கருத்தைத் திணிக்காத ஒரு நல்ல உரையைத் தமிழில் தர வேண்டும் என்னும் அவருடைய நெடுநாள் வேணவா இப்போது கைகூடி, நம் கைகளில் தவழ்கிறது. இது ஓர் உரைநூல் மட்டுமன்று; மொழிபெயர்ப்பு நூலும்கூட; ஆம், குறள்களுக்கு எளிய, தவறில்லாத ஆங்கிலத்தில் சிறந்த மொழிபெயர்ப்பையும் தந்துள்ளார்; குறளை ஒலிபெயர்ப்பாகத் (Transliteration) தந்துள்ளது இந்நூலின் தனித்தன்மை; கூடுதல் சிறப்பு. காட்டாக ஒரு குறளைக் கீழே காணலாம்:

திருக்குறள்,

341. யாதனின் யாதனின் நீங்கியான் நோதல்
அதனின் அதனின் இலன்.

ஒலி பெயர்ப்பு:

yaathanin yaathanin neengkiyaan noathal
athanin athanin ilan.

உரையாக்கம்:

ஒருவன் எந்த எந்தப் பொருளிலிருந்து கொஞ்சம் கொஞ்சமாக ஆசையை விடுத்து வாழ்கின்றானோ, அவன் அந்தந்தப் பொருள்களால் நேரும் துன்பத்தினில் இருந்து மீள்வான்.

மொழிபெயர்ப்பு:

one who leads life detaching from desire over material things, gradually; will relieve himself from the pain caused by such desire, completely.

நண்பர் திருமிகு எஸ்.பி.சக்ரபோர்த்தி IRS அவர்கள் தமது பணிப்பளுவுக்கு இடையே, இத்தகையதோர் அரிய உரைநூலை சிறந்த மொழிபெயர்ப்பு நூலை ஆக்கியுள்ளார் என்பதிலிருந்தே, தமிழ்மொழியின்பாலும், திருக்குறளிடத்தும் அவர் கொண்டுள்ள ஆழமான மற்றும், குறைவிலாக் காதலும் முதற்றெனப் புலனாகி நிற்கின்றன. அவர் இதுபோலும் பற்பல நூல்களை ஆக்கி, தமிழன்னைக்குத் தொண்டாற்ற வேண்டுமாய் அன்புடன் வேண்டுவன்.

வாழ்க வளமுடன்.

அன்பகலா
- மருதூர் அரங்கராசன்

சென்னை - 100
18-11-2022

(English translation page 489)

திருமதி.R.இளவரசி இ.வ.ப.

அணிந்துரை

'உலகப் பொதுமறை' என்று போற்றப்படும் திருக்குறள், ஆங்கிலம் உள்ளிட்ட 40-க்கும் மேற்பட்ட மொழிகளில் இதுவரை மொழிபெயர்க்கப்பட்டுள்ளது. 1886-ஆம் ஆண்டில் ஆங்கில மொழிபெயர்ப்பு செய்த ஜி.யு.போப் முதல் இன்றுவரை பல்வேறு அறிஞர்களாலும்,தமிழ் ஆர்வலர்களாலும் ஆங்கிலமொழிபெயர்ப்பு தொடர்ந்து செய்யப்பட்டு வருகிறது. சுமார் 2500 ஆண்டுகட்கு முன்பு இயற்றப்பட்ட திருக்குறள், கற்பவர்களின் சிந்தையை கவர்வதாகவும், அறிவையும் ஆற்றலையும் மேம்படுத்துவதாகவும் வாழ்வியல் நெறிமுறைகளை போதிப்பதாகவும் விளங்குகிறது. உலகின் எந்த நாட்டில் வாழ்பவராக இருந்தாலும் எந்த மொழி பேசுபவராக இருந்தாலும், எந்த கலாச்சாரத்தை பின்பற்றுபவராக இருந்தாலும் எக்காலத்திலும் அனைவருக்கும் பொதுவானதாக, ஏற்புடையதாக இருப்பதுதான் திருக்குறளின் தனிச்சிறப்பு.

இத்தகைய பெருமைகள் பலவற்றை தன்னகத்தே கொண்ட திருக்குறளை ஆங்கிலத்தில் மொழிபெயர்ப்பு செய்துள்ளார், வருமானவரி உதவி ஆணையர் திரு.S.B.சக்ரபோர்த்தி. இவரின் தாய்மொழி வங்காளம், தமிழகத்தில் பிறந்து, வளர்ந்த இவர், தமிழ்மொழியின் மீது கொண்ட தீராத காதலினாலும் திருக்குறள் மீதுள்ள அளவற்ற பற்றினாலும் அதனை மொழிபெயர்க்கும் பெரும் பணியை மேற்கொண்டு, ஒரு செம்மையான படைப்பாகத் தந்துள்ளார். ஒரு "தமிழ் மாணவனின்" சிறப்பான தமிழ்த்தொண்டாக இந்நூல் சிறந்து விளங்குகிறது. எளிமையான ஆங்கிலத்தில், குறளின் பொருளை நேரடியாக எடுத்துரைக்கும் பாங்குடனும் தெளிவான சிந்தனை ஓட்டத்துடனும் அமைந்துள்ளது, இந்த மொழிபெயர்ப்பு நூல்.

தமிழ் மொழியை பயிலாதவரும் கூட திருக்குறளின் சிறப்பை உணர்ந்திடும் வகையில், எளிய ஆங்கில நடையில் இந்நூலை இயற்றியுள்ளார். நூலை வாசிப்போர் குறள் கூறும் பொருளின் மேன்மையை, குறையில்லாமல் - அப்படியே அள்ளிப் பருகும் வகையில் - தெளிவான நடையில் மொழிபெயர்ப்பு செய்துள்ளார். மொழிபெயர்ப்பின் போது, மூல பாடலின் பொருள் சுவை குன்றாமலும் மொழியின் சிறப்பை வெளிக்கொணரும் வகையிலும் ஆங்கில மொழியின் சந்த - ஓசை நயங்களின் அழகு மிளிரும் வகையிலும் குறள்களை மொழிபெயர்த்துள்ளார்.

எடுத்துக்காட்டாக, 'மக்கட்பேறு' எனும் அதிகாரத்தில் "குழலினிது..." என்று தொடங்கும் குறளை எளிமையாக மொழிபெயர்த்துள்ளார்.

"Parents who claim, music of the flute and harp sweet to their ears;
Must be those who have never heard their tiny tots babble, near."

மழலை மொழியின் இனிமையை மொழிபெயர்த்தவர், படைவீரனின் செருக்கையும் தன் ஆங்கில புலமை கொண்டு, நம் கண்முன்னே நிறுத்துகிறார்.

"Bravely holding a spear which just missed an elephant, with dare;
Is better than an arrow held, which never misses to hit a wild hare."

(Kural - 772)

மழலைச் சொல்லையும், வீரனின் திறத்தையும் சொன்னவர்,

"Love, the soul of life, makes the body move outside;
If one lacks love and yet lives, the body is a
dump of bones covered with hide."

(Kural - 80)

என்று "அன்பின் வழியது..." என்ற குறள் வழி, அன்பின் உயர்வையும் எடுத்துச் சொல்கிறார். இவ்வாறு பல சான்றுகளை அடுக்கிச் செல்லலாம்.

ஒரு மொழி பேசும் மக்களின் சமூக - கலாச்சார அடையாளங்களையும் அவர்களின் வாழ்வியலையும் அயல்மொழி பேசும் மக்களிடையே கொண்டு செல்லும் முக்கிய காரணியாக மொழிபெயர்ப்பு விளங்குகிறது. தமிழின் படைப்பிலக்கியங்களை மற்ற மொழிகளுக்கு, குறிப்பாக ஆங்கில மொழிக்கு கொண்டு செல்லும்போது, தமிழ்மொழியின் சிறப்பையும் இத்தொல்குடியின்

அறம் சார்ந்த வாழ்வியல் விழுமியங்களையும் உலகு உணரச் செய்ய முடியும். அத்தகைய அரும்பெரும் பணியை, இந்நூலின் ஆசிரியர் திறம்பட நிறைவேற்றியுள்ளார்.

மேலும், இன்றைய காலச்சூழலில் தமிழர்கள், கல்வி, வேலைவாய்ப்பு போன்ற பல காரணங்களால் இந்தியாவின் பிற மாநிலங்களிலும், அயல் தேசங்களிலும் தங்கள் வாழ்க்கையைத் தகவமைத்துக் கொண்டுள்ளனர். இவர்களின் பிள்ளைகள் ஆங்கிலம் மற்றும் பிற அயல்மொழிகளில் கல்வி பயில்கின்றனர். தமிழ்நாட்டிலேயே, பல்வேறு காரணங்களால் அடுத்த தலைமுறை மாணவர்கள் ஆங்கில வழிக் கல்வி பயில்கின்றனர். இந்தச் சூழலில், இன்றைய இளம் தலைமுறையினர்க்கு தமிழ்மொழியின் தலை சிறந்த படைப்பிலக்கியங்களில் ஒன்றான திருக்குறளை நேரடியாக தமிழில் படிப்பது சற்றே கடினமானதுதான். இந்நிலையில், திருக்குறளின் இந்த ஆங்கில மொழிபெயர்ப்பு நூல், திருவள்ளுவரை வாசிக்கவும் புரிந்து கொள்ளவும் வாய்ப்பளிக்கிறது.

இந்திய திருநாட்டின் மிகச்சிறந்த மாநிலங்களுள் ஒன்றான தமிழகத்தில், கல்வி, மருத்துவம் மற்றும் தொழில்துறையில் ஏற்பட்டுள்ள எழுச்சியின் பயனாக, வேலை மற்றும் தொழில் செய்யும் வாய்ப்பிற்காக, வேறு மொழி பேசக்கூடிய பிற மாநிலத்தவர் பலர் தமிழ்நாட்டில் வசிக்கின்றனர். அவர்களும் திருக்குறளின் மேன்மையையும் அது சொல்லும் அற வாழ்வியல் முறைகளையும் அறிந்துகொள்ள இந்த நூல் பேருதவி புரியும் என்பது திண்ணம். இந்நூலில் ஆசிரியர், குறளை முதலில் தமிழிலும், பின்னர் ஒலி-பெயர்ப்பிலும் (Trans-literation) அடுத்ததாக தமிழில் குறளின் பொருளையும், இறுதியாக எளிய ஆங்கிலத்தில் குறளின் மொழிபெயர்ப்பையும் வடிவமைத்துள்ளார். இந்த முறையில் தமிழ்மொழியைப் பயின்றவர்கள் மட்டுமல்லாது அதைப் பயிலாதவர்களுக்கும் இந்நூல் ஒருசேர பயனுள்ளதாக அமைகிறது.

ஆங்கிலேயர் இந்திய மண்ணில் கால்பதித்த காலந்தொட்டு, திருக்குறளை ஆங்கில மொழியில் மொழிபெயர்க்கும் முயற்சிகள் தொடர்கின்றன. திருக்குறள் ஒவ்வொரு காலகட்டத்திலும் மீண்டும் மீண்டும் மொழிபெயர்க்கப்படுவது ஏன் என்ற கேள்வி நம் மனதில் தோன்றுவது இயல்பு. அதேபோல், பல ஆங்கில மொழிபெயர்ப்புகள் தோன்றிய பின்னும் திரு.S.B.சக்ரபோர்த்தியை மற்றுமொரு முறை இம்முயற்சியை மேற்கொள்ளத் தூண்டியது எது?

திருக்குறள் // TIRUKKURRAL

9

இந்த நூற்றாண்டின் தொடக்கத்தில் ஏற்பட்ட தொழில்நுட்ப வளர்ச்சி மற்றும் சமூக ஊடகங்களில் தாக்கம் இளைஞர்களின் வாசிப்புப் பழக்கத்தில் பெரும் மாற்றத்தை ஏற்படுத்தியுள்ளது. இளைஞர்கள் தங்களை எளிதாகக் கவரக்கூடிய தகவல்களையே பெரிதும் விரும்புகின்றனர். குறைந்த நேரமே செலவிட்டு, பெரிதும் கடினமான பொருண்மைகளை எளிதில் புரிந்துகொள்ளவே விழைகின்றனர். இந்த உளவியலைச் சரியாகப் புரிந்துகொண்டு, புதிய தலைமுறை இளைஞர்களைக் கவரும் வகையில், ஒவ்வொரு திருக்குறளின் மையக்கருத்தையும், எளிய ஆங்கிலத்தில் சுருக்கமாக விளக்கி, புதியதோர் நடையில் கொடுத்துள்ள வகையில், திரு.S.B.சக்ரபோர்த்தியினுடைய இந்த முயற்சி முக்கியத்துவம் பெறுகிறது.

வருமான வரித்துறையில் முக்கிய பணி வகித்துக்கொண்டு, பெரும் உழைப்பினைக் கோரும் இந்த மகத்தான பணியினை முழு முனைப்புடன் ஏற்று, அதைப் பல வருடங்களாக தன்னகத்தே ஒரு "அக்னிக் குஞ்சை" அடைக்காப்பதைப் போல் காத்து, இந்த ஆங்கில மொழிபெயர்ப்பு நூலை வெளியிட்டுள்ளார். அவரின் சீரிய முயற்சி வெற்றி பெற என் மனமார்ந்த வாழ்த்துக்கள். அவர் திருக்குறள் மொழிபெயர்ப்புடன் நிறுத்திவிடாமல் மற்ற தமிழ் பேரிலக்கியங்களையும் ஆங்கிலத்தில் மொழிபெயர்த்து, தமிழ்மொழியின் சிறப்பை உலகெங்கும் பரவும் வகை செய்யவேண்டும் என்று விழைகிறேன்.

திருமதி.R.இளவரசி இ.வ.ப.
Additional Director General of Income Tax,
NADT-RC
Bengaluru.

(English translation page 491)

ஆசிரியரின் குறிப்பு

சங்ககால தமிழ் இலக்கியத்தின் முக்கிய படைப்பாக விளங்குவது திருக்குறள். இது 1330 குறள்களை 7 சொற்களால் ஒன்றே முக்கால் அடியில் எழுதப்பட்டுள்ளது. முதல் அடியில் 4 சொற்களும் இரண்டாம் அடியில் 3 சொற்களும் அடங்கும். 2500 ஆண்டுகளுக்கு முன் இதனை எழுதியவர், மாமுனிவர் திருவள்ளுவர் ஆவார். இது இன்றும் எல்லோரும் போற்றும் காலத்தால் அழிக்க முடியாத ஒரு சிறந்த படைப்பாகும்.

உலகப் பொதுமறை என்றும் அழைக்கப்படும் இந்நூல் மக்களுக்கு அறநெறிகளை பின்பற்றி வாழ்க்கை நடத்த அறிவுறுத்துகிறது. 133 அதிகாரங்களை கொண்டதும், ஒவ்வொரு அதிகாரத்தில் 10 குறள்களும் உள்ளன. மேலும், இதனை முப்பாலாகவும் பிரித்துள்ளார் ஆசிரியர்.

அறத்துப்பால் (அதிகாரங்கள் 1-38 மற்றும் 380 குறள்கள்),

பொருட்பால் (அதிகாரங்கள் 39-108 மற்றும் 700 குறள்கள்),

காமத்துப்பால் (அதிகாரங்கள் 109-133 மற்றும் 250 குறள்கள்),

ஆக பிரித்துச் சொல்லப்பட்டுள்ளது. அறத்துப்பால் சாதாரண மக்களுக்காகவும், பொருட்பால் அரசனுக்கும், அரசுப் பணியில் உள்ளோருக்கும் மற்றும் அனைத்து தரப்பினர்க்கும் மற்றும் காமத்துப்பால் காதலும் பிரிதலைப் பற்றியது ஆகும். திருக்குறள் அனைத்து மனிதச் சமுதாயத்திற்கும் இருள் நீக்கி ஒளி பரவக்கூடிய சிறப்புப் பெற்றுள்ளது. குறள் வழி மக்களுக்கு அனுபவத்தை கலங்கரை விளக்காக பரப்புகிறது.

இந்நூலில் கடவுளைப் பற்றிய குறிப்புகள் இருப்பினும், மனித குலத்தின் நன்மையைக் கருதி, உயர்ந்த சிந்தனையை

அளிக்கும் விதமாக, ஆசிரியர் தன் கருத்துக்களை மதத்திலிருந்து சற்று விலகியே அளித்துள்ளார். திரு M.S.பூர்ணலிங்கம் பிள்ளை அவர்கள் 1939 ஆம் ஆண்டு புத்தகத்தில் திருக்குறளைப் பற்றிக் கூறியது, “திருக்குறள் நூலில், ஒவ்வொரு குறளும், குறைந்த வார்த்தைகளில் ஆழமான கருத்தை எடுத்துரைத்து, வாசகரை அறநெறிப் பாதையில் நடக்க வழி வகுத்தி வகையில், மனதிற்கும், செவிக்கும் இனிமையான, நாவிற்கு இன்பச்சுவை ஊட்டுவதாகவும், நோய் தீர்க்கும் குணம் உள்ளதாகவும், எப்போதும் இயல்பாகவும் எளிமையாகவும் கண்ணுக்கும் மனதிற்கும் மகிழ்ச்சி ஊட்டுவதாகவும் உள்ளதால் திருக்குறள் உலகத்தின் ஒரு தலைச்சிறந்த புத்தகமாகக் கருதப்படுகிறது.

என் பெற்றோர் மேற்கு வங்காளத்தினிலிருந்து தமிழ்நாட்டிற்கு குடியேறினர். ஆதலால், சென்னையில் பிறந்து, அயன்புரத்தில் வளர்ந்தேன். என் தந்தையார் பெயர் காலஞ்சென்ற திரு B.B.சக்ரபோர்த்தி என் அன்னையின் பெயர் திருமதி ஆஷா பூர்ணா சக்ரபோர்த்தி. எனது சிறு வயது முதல் தமிழ் மொழி மீது எனக்கு ஒரு தீவிர பற்று ஏற்பட்டது. பள்ளி பருவம் முதல் திருக்குறளில் உள்ள மனப்பாடச் செய்யுள் எனது ஆர்வத்தை மேலும் தூண்டியது. பிறகு நான் திருக்குறளின் மொழிப் பெயர்ப்புகளைப் படிக்கும்போது, திருக்குறளை ஆங்கிலத்தில் மொழி பெயர்க்க வேண்டும் என்ற எண்ணம் எழுந்தது. சிலர் இன்னுமொரு மொழி பெயர்ப்பு எதற்கு? என்றும் ஐயம் எழுப்பினர். ஆனால், தமிழ் மொழிப் பற்றினால் இந்தப் பணியை மேற்கொண்டேன். ஏனெனில், சில மொழிப் பெயர்ப்புகளைப் படித்து புரிந்து கொள்வதில் மிகவும் சிரமமப்பட்டேன். மேலும், ஆசிரியரின் கருத்தியலுக்கு ஏற்ப மொழி பெயர்க்கப்பட்டுள்ளதை அறிய முடிந்தது. இது சில உரைநூல்களுக்கும் பொருந்தும். இப்படி ஒரு எண்ணம் எழுந்தபோது என் அன்புக்கும் மரியாதைக்கும் உரிய திரு மருதூர் இரங்கராசனார் @ Dr. S. அரங்காராசன், எனது பள்ளியின் தமிழாசிரியரின், சற்றே எதிர்பார்க்காத நேரம் தொடர்பு கிடைத்தது.

நான் Sir M.Ct.M. உயர்நிலைப் பள்ளி, புரசைவாக்கம் சென்னையில் 1978 முதல் 1985 வரை (6ஆம் வகுப்பு முதல் 12 ஆம் வகுப்பு வரை) படித்தேன். அப்போது அரங்கராசன் ஐயா எங்களுக்கு தமிழாசிரியர் தமிழ்ப் பாடம் 9ஆம் வகுப்பு முதல் 12ஆம் வகுப்பு வரை கற்றுத் தந்தார். மிகவும் எளிய நடையில் வகுப்பு நடத்துவார். நான் ஒரு வங்க மொழி பேசுபவனாக இருந்தும் தமிழ் மொழியின் மீது தீராத பற்று அதிகரிக்கச் செய்தார்.

பள்ளிப் படிப்பிற்கும் பிறகு அவரின் தொடர்பு துண்டித்துப் போயிற்று. ஆனால், அவர் என்றுமே என் சிந்தனையில் இருந்துகொண்டே இருந்தார். 2007ஆம் ஆண்டு எனக்கு வயது சுமார் 40 இருக்கும். எனது அலுவலக நண்பர்களுடன் கிரிக்கெட் ஆடிவிட்டு, வீட்டிற்குச் சென்று தொலைக்காட்சிப் பெட்டியைத் திறந்தேன், அப்போது சுகி சிவன் ஐயா, சன் டி.வி.யில் 'இந்த நாள் ஒரு இனிய நாள்' என்ற ஒரு நிகழ்ச்சியில் பேசிக்கொண்டிருந்தார். அப்போது அதில் அவர் தன் நண்பர் மருதூர் அரங்கராசனாரைப் பற்றிக் குறிப்பிட்டார். எனக்கு ஓர் இன்ப அதிர்ச்சியும் மகிழ்ச்சியும் ஏற்பட்டது. அதுவே எனக்குள் தீப்பொறியைப் பற்ற வைக்க போதுமானதாக இருந்தது. அவரின் உதவியுடன் என் தமிழாசிரியருடன் தொடர்பு கொண்டேன். அவரைத் தேடிச் சென்றேன். அப்போது அவர் நெய்வேலியில் உள்ள ஜவஹர் அறிவியல் கல்லூரியின் முதல்வராக இருந்தார்.

கைப்பேசி காலத்தில் அவருடன் சில நிமிடங்கள் பேசிய வாய்ப்பிற்காக, என் மகிழ்ச்சிக்கு எல்லையே இல்லை. பின்னர், அவரை நேரில் சந்தித்து திருக்குறள் மொழி பெயர்ப்பில் எனக்குள்ள ஆர்வத்தைத் தெரிவித்தேன். அவரின் வார்த்தைகள் எனக்கு ஊக்கமளித்தது. அவர் எனக்கு நிறைய திருக்குறள் புத்தகங்களை அன்பளிப்பாகக் கொடுத்தார். எனக்கு வழிகாட்டியாக இருந்து வருகிறார். அவர், என்னை முதலில் உன் தாய்மொழியான வங்காள மொழியில் மொழிபெயர்க்க வேண்டும் என்று கட்டளை யிட்டார்.

இந்த கட்டளையை நிறைவேற்ற, மேற்குவங்க மாநிலம், ஹீக்ளி மாவட்டம், மாக்லா கிராமத்தில் வசிக்கும் என் தாய்மாமன் திரு அமுல்யா பூஷன் சக்ரபோர்த்தியிடம் சென்று, அவரிடம் சரணடைந்தேன். அப்போது அவருக்கு சுமார் 80 வயது, என்னுடைய திருக்குறளின் ஆங்கில அவசர வரைவு மொழி பெயர்ப்பைக் கையில் கொடுத்து இம்முயற்சியில் உதவுமாறு கேட்டேன். அவருடைய வங்க மொழியின் புலமை மீது எனக்கு திடமான நம்பிக்கை இருந்தது. அவர் திருமதி பொானனி நாக் மற்றும் அவரின் மகன் திரு சாத்திக் சக்ரபோர்த்தியின் உதவியுடன் மூன்று ஆண்டுகளில் இப்பணியை முடித்துக் கொடுத்தார். அவரின் ஆற்றல் மற்றும் உற்சாகம் என்னை பிரமிக்கச் செய்தது. அவர் தட்டச்சு செய்த உரையின் இறுதி படிவத்தை தானே திருத்தினார். ஆனால், என்னை அவரது மரணம் மிகவும் துன்பத்தில் ஆழ்த்தியது. அவரின் நினைவாக வங்க மொழியில் திருக்குறளை வெளியிட்டேன்.

மேற்படி ஆசிரியரின் கட்டளையை நிறைவேற்றிய பிறகு, நான் மொழி பெயர்ப்பு என் பணியைச் செம்மைப்படுத்த முற்பட்டேன். என் ஆசிரியர் என்னிடம், திருக்குறள் தமிழ்நாட்டின் பாமர மக்களுக்கு இன்னமும் சென்றடையவில்லை என்று வருத்தத்துடன் கூறினார். இது என் காதில் ஒலித்தது. ஏன் நாம் இதனையும் சேர்த்துச் செய்யக்கூடாது. அவ்வாறே, மொழிபெயர்ப்புடன் திருக்குறளை எல்லா தரப்பு தமிழ் மக்களுக்கும், தமிழ் தெரியாதவர்களுக்கும் எடுத்துச்செல்ல, தமிழ் உரையும் திருக்குறளையும் எளிய நடையில் எழுத முயற்சி செய்துள்ளேன்.

ஆசிரியர் என்னை, "பேராசிரியர் சாரங்கபாணியின் புத்தகம் உன் கையில் இருந்தால் நன்றாக இருக்கும்" என்றார். எப்படி முயற்சி செய்தும் இந்தப் புத்தகம் என் கைக்கு கிடைக்கவில்லை. ஆனால், என்னை ஆச்சரியப்படுத்தும் வகையில், ஒரு நாள், என் நண்பர், திரு G.கண்ணன் IRS அவரின் அலுவலகத்திற்கு நான் சென்றபோது அவரின் மேசையின் மேல், அந்த சிறிய புத்தகம் இருந்ததைப் பார்த்தேன். உடனே, அவரிடம் அப்புத்தகத்தை எனக்குப் பரிசாகக் கொடுத்துவிடும்படி வேண்டினேன். அதை அவரும் மகிழ்ச்சியுடன் அன்பளிப்பாக கொடுத்துவிட்டார்.

மிகவும் கடினமான கொரோனா தொற்றுநோய் காலத்தில், நான் என் பணியை மனதாலும் ஆன்மாவாலும் முழு மூச்சில் ஈடுபட்டுமனதுடன் முடிக்கநினைத்தேன். அதன் காரணமாகத்தான் திருக்குறளின் எளிய வடிவம், தமிழில் எளிய உரை மற்றும் பிழையில்லாமல் ஆங்கிலத்தில் மொழி பெயர்ப்பும் செய்து வெளியிட்டுள்ளேன். இறுதியாக, இந்த பண்டைய சங்க கால தமிழ் இலக்கியத்தின் ஒரு தலைச்சிறந்த படைப்புக்கு என்னால் இயன்ற வரை என் பணியை செவ்வனே செய்துள்ளேன் என்ற நம்பிக்கை என்னுள் வந்துள்ளது. திருக்குறள் பணியை மேற்கொள்ள வைத்த எண்ணங்களை இங்கே எதையும் விவரிக்காமல், வாசகரின் மதிப்பீட்டிற்கும் விமர்சனத்திற்கும் என் பணியைச் சமர்ப்பிக்கிறேன். சிறு வயதிலிருந்து என்னைக் கவர்ந்த எண்ணற்ற குறள்களைப் பற்றியும் குறிப்பிடாமல் விட்டுவிடுகிறேன். இன்னும் என் தொகுப்பில் சேர்த்துக் கொள்கிறேன். மண்ணின் மைந்தனான நான், தமிழைக் கற்ற பின், தமிழ் மொழியின் பற்றுக் காரணமாக எடுத்துள்ள இந்த சேவை, இந்தியாவிலும், உலகெங்கிலும் உள்ள திருக்குறள் படிக்க விரும்புவோரிடம் சென்றடையும் என்று நம்புகிறேன். இந்த மகத்தான பணியில், நான் படித்துக் குறிப்பெடுத்த புத்தகங்களை அட்டவணையில்

பட்டியலிடப்பட்டுள்ளன. அதன் ஒவ்வொரு ஆசிரியருக்கும் எனது நன்றியை தெரிவிக்கிறேன்.

எனது இந்த தமிழ்ப் பயணத்தில் என் முயற்சிக்கு பல நண்பர்கள், உறவினர்கள் மற்றும் என் நலம் விரும்புவோர் எனக்கு உறுதுணையாக இருந்தனர். அதில் குறிப்பாக, எனது தாயார் திருமதி ஆஷா பூர்ணா சக்ரபோர்த்தி மற்றும் எனது காலஞ்சென்ற தந்தை திரு பி.பி. சக்ரபோர்த்தியின் அன்பும் அருளும், எனது மதிப்பிற்கும் மரியாதைக்கும் உரிய எனது தமிழாசிரியர் திரு மருதூர் அரங்கராசனாரின் வாழ்த்தும் வழிகாட்டுதலும்தான் இப்பணியை முடிக்க உதவிய முக்கிய கருவி ஆகும். இவர்களுக்கு நான் என்றும் கடமைப் பட்டிருக்கிறேன். Dr. AR அபிராமி உதவிப் பேராசிரியை, தமிழ்த்துறை, Soda Ikeda கல்லூரி, சென்னை முதற்கட்ட திருத்தமும், Dr. N. கவிதா, உதவிப் பேராசிரியை, தமிழ்த்துறை, எத்திராஜ் கல்லூரி, சென்னை அவர்களின் முழுப்பணித் திருத்தம் இப்புத்தகத்தை தற்போதைய வடிவத்தில் கொண்டுவர உதவி புரிந்தது.

என் பள்ளித் தோழர் திரு. பிரதாப் அவர்களை இப்புத்தகத்தை தட்டச்சு செய்ததற்கு நன்றி தெரிவித்துக் கொள்கிறேன். திருமதி. R. இளவரசி, IRS, வருமான வரித்துறையில் கூடுதல் இயக்குநர் ஜெனரல், NADT-RC, பெங்களூரு அவர்களுக்கு இந்த புத்தகத்தின் அணிந்துரையை, தனது அரசுப் பணியின் சுமைக்கிடையே எழுத ஒப்புக்கொண்டு எழுதிக் கொடுத்ததற்கு நன்றி சொல்ல கடமைப்பட்டிருக்கிறேன். என் அன்புத் தமிழாசிரியரின் இயல்புரை வரிகள் என்னை மிகவும் பணிய வைத்துள்ளது. நான் அவரின் தாள் வணங்கி என் பணியை சமர்ப்பிக்கிறேன். இன்றுவரை நேரடியாக ஒரே ஒரு முறை நான் சந்தித்த நண்பர், திரு ஐயப்ப வேலாயுதன் நாயர், வருமான வரி அதிகாரி, அமதாபாத், குஜராத், இந்தப் புத்தகத்தின் மேல் அட்டையை சிறப்பாக வடிவமைத்துள்ளார். மேலும், இதுவரை நான் நேரில் சந்திக்காத ஒரு நண்பர், திருமதி. லதா மேனன், வருமான வரி அதிகாரி, அமதாபாத், குஜராத். திருக்குறளின் அதிகாரங்களுக்கு ஏற்ப தன் கையால் ஓவியங்களை வரைந்து தொகுப்பாக தந்துள்ளார். இருவருக்கும் என் பணிவான நன்றியைத் தெரிவித்துக்கொள்கிறேன். இவர்களுக்குத் தமிழ் மொழி எழுதவோ படிக்கவோ தெரியாது. ஆனால், அவர்களின் இந்தப் பணியால் திருக்குறளின் பொதுத் தன்மையின் உண்மையான சாரத்தையும் உணர்வையும் வெளிப்படுத்துகிறது.

எனது முதல் புத்தகத்தை வெளியிடும் டிஸ்கவரி பதிப்பகத்தின் மு.வேடியப்பன் அவர்களுக்கும் அவரின் உதவியாளர்களுக்கும் எனது மனமார்ந்த நன்றியைத் தெரிவித்துக் கொள்கிறேன்.

திரு S.ஸ்ரீராம், IRS, திருமதி சங்கீதா IRS; அவர்களின் வழிகாட்டுதலுக்கும் குறைகளைச் சுட்டிக்காட்டியதற்கும் எனது நன்றி. எனது ICF நர்சரி பள்ளி, Sir M.Ct.M உயர்நிலைப்பள்ளி, D.G. வைஷ்ணவ் கல்லூரி நண்பர்கள், மற்றும் வருமான வரி அலுவலகத்தில் உள்ள உயர் அதிகாரிகள் மற்றும் என் தோழர்கள், எனது எண்ணற்ற நண்பர்கள், என் நெருங்கிய உறவினர்கள் அவர்களின் உதவியும், வாழ்த்துக்களும் எனது நீண்ட பயணத்தில் துணையாக இருந்ததற்கு எனது மனமார்ந்த நன்றியைத் தெரிவித்துக் கொள்கிறேன். என் அன்பு மனைவி, திருமதி ஸ்வப்னா என் அருமை மகள் அந்தரா, எனது இந்த முயற்சியில் தங்கள் முழு ஆதரவை நல்கிய இருவருக்கும் நன்றி.

இந்தப் புத்தகத்தை எனது அன்பு தமிழாசிரியர், மருதூர் அரங்கராசனார் ஐயா அவர்களுக்கு சமர்ப்பிக்கிறேன். இப்புத்தகத்தில் ஏதேனும் குறையிருப்பின் அல்லது தவறு நடந்திருப்பின் என்னை அருள் கூர்ந்து மன்னிக்குமாறு வேண்டிக்கொள்கிறேன். இப்புத்தகத்திலிருந்து கிடைக்கும் வருவாய் அனைத்தையும் பொதுத் தொண்டுக்கே செலவிடப்படும் என்பதையும் இங்கே கூறிக் கொள்கிறேன்.

S.B.சக்ரபோர்த்தி இ.வ.ப. (அ) சோமன்
24.11.2022

உள்ளே

I. அறத்துப்பால் (Arratthuppaal)
(PART ON VIRTUES)
(i) பாயிரம் (paayiram) (INTRODUCTION)
1. கடவுள் வாழ்த்து (KadavuL Vaazhltthu)
(Praise the Lord)

1.	கடவுள் வாழ்த்து	Praise the Lord	23
2.	வான்சிறப்பு	Rain's Glory	26
3.	நீத்தார் பெருமை	Greatness of Ascetics	29
4.	அறன் வலியுறுத்தல்	Emphasis on Virtues	32

II. இல்லறவியல் (Illarraviyal)
(VIRTUES OF DOMESTIC LIFE)
5. இல்வாழ்க்கை (Illvaazhlkkai) (Family Life)

5.	இல்வாழ்க்கை	Family Life	35
6.	வாழ்க்கைத் துணைநலம்	Life's Noble Partner, or the Wife	38
7.	மக்கட்பேறு	Children – The Reasons	41
8.	அன்புடைமை	Caring Love	44
9.	விருந்தோம்பல்	Hospitable Manner	47
10.	இனியவை கூறல்	Speaking Gently	50
11.	செய்ந்நன்றி அறிதல்	Remembering a kind act done by other person to him, Gratitude	53
12.	நடுவு நிலைமை	Equitability of the mind	56
13.	அடக்கமுடைமை	Showing Self-Control	59
14.	ஒழுக்கமுடைமை	Righteous Behaviour	62
15.	பிறனில் விழையாமை	Not Desiring Another Man's Wife	65
16.	பொறையுடைமை	Exhibiting Patience	68
17.	அழுக்காறாமை	Avoiding Envy	71
18.	வெ:காமை	Avoiding Covetousness	74
19.	புறங்கூறாமை	Avoiding Backbiting	77
20.	பயனில சொல்லாமை	Avoiding Speaking Useless Words	80
21.	தீவினையச்சம்	Fear of Doing Evil Deeds	83

No.	Tamil	English	Page
22.	ஒப்புரவறிதல்	Understanding Cooperation to Society	86
23.	ஈகை	Liberally Donating One's Property for the Poor and Needy	89
24.	புகழ்	Good Reputation	93
25.	அருளுடைமை	showing Mercy	96
26.	புலால் மறுத்தல்	Give Up Meat-Eating	99
27.	தவம்	Asceticism	102
28.	கூடா ஒழுக்கம்	Improper Conduct	106
29.	கள்ளாமை	Not Intending to Take Other's Property by Defrauding	110
30.	வாய்மை	Truthfulness of the Mind	113
31.	வெகுளாமை	Controlling Anger	116
32.	இன்னா செய்யாமை	Not Causing Harm	119
33.	கொல்லாமை	Not to Kill Other Living Beings	122
		ஞானம் (njnaanam) (Wisdom)	
34.	நிலையாமை	Impact of Change	125
35.	துறவு	Sagehood	128
36.	மெய்யுணர்தல்	Self Realisation of Truth	132
37.	அவா அறுத்தல்	Stoppage of Desire	135
38.	ஊழ்	Fate, a pre-determined or an unavoidable Destiny	138
		II. பொருட்பால் (Porutpaal) (CATEGORY ON MATERIALISTIC VALUES) (a) அரசியல் (Arasiyal) (Principles of Governance)	
39.	இறைமாட்சி	The King's Greatness	141
40.	கல்வி	Learning	145
41.	கல்லாமை	Illiteracy	148
42.	கேள்வி	Art of keen listening to the learned	151
43.	அறிவுடைமை	Possessing Wisdom	154
44.	குற்றங்கடிதல்	Avoiding Faulty Behaviour	157
45.	பெரியாரைத் துணைக்கோடல்	Soliciting the Advice of Wise Men	160
46.	சிற்றினம் சேராை	Avoiding Company of Mean	163

47.	தெரிந்து செயல்வகை	Thinking before action	166
48.	வலியறிதல்	Assessing Strength	169
49.	காலம் அறிதல்	Understanding the right time	172
50.	இடன் அறிதல்	Understanding the right place	175
51.	தெரிந்து தெளிதல்	Tested Trust	178
52.	தெரிந்து வினையாடல்	Understanding role and acting Responsibly	181
53.	சுற்றந்தழால்	Taking care of relatives	184
54.	பொச்சாவாமை	Non-Forgetfulness	187
55.	செங்கோன்மை	Good Governance	190
56.	கொடுங்கோன்மை	Misgovernance	193
57.	வெருவந்த செய்யாமை	Not Terrorising the Citizens	196
58.	கண்ணோட்டம்	Compassionate Approach	199
59.	ஒற்றாடல்	Management of Espionage Activity	202
60.	ஊக்கம் உடைமை	Possessing Enthusiasm	206
61.	மடியின்மை	Avoid Laziness	209
63.	இடுக்கண் அழியாமை	Not getting mentally disturbed when faced with difficulty	215
	(b) அங்கவியல் (angaviyal) **(Administration or Government)**		
64.	அமைச்சு	A Minister's Quality	218
65.	சொல்வன்மை	Skillful Speech	222
66.	வினைத் தூய்மை	Purity in Deeds	225
67.	வினைத்திட்பம்	Purity in Deeds	000
68.	வினை செயல்வகை	Methods of Action	228
69.	தூது	Envoy and Diplomacy	235
70.	மன்னரை சேர்ந்தொழுகல்	Correct behaviour in the company of a King	239
71.	குறிப்பறிதல்	Power of Face and Mind Reading	243
72.	அவை அறிதல்	Understanding the quality of audience	247
73.	அவை அஞ்சாமை	Shedding Stagefright	250

		அரண் இயல் Country and its Security	
74.	நாடு	Country	254
75.	அரண்	Fort	258
		பொருள் இயல் Economics	
	பொருள் செயல் வகை	Mode of Acquiring Wealth	262
		படை இயல் Defence Forces Management	
77.	படைமாட்சி	Merits of a Good Army	265
78.	படைச்செருக்கு	Soldier's Pride	269
		நட்பு இயல் Art of Friendship	
79.	நட்பு	Friendship	273
80.	நட்பு ஆராய்தல்	Prior Enquiry of Friends	277
81.	பழைமை	Long-Standing Friendship	281
82.	தீ நட்பு	Morally Corrupt Friendship	284
83.	கூடா நட்பு	Unholy Friendship	287
84.	பேதைமை	Foolishness	291
85.	புல்லறிவாண்மை	Doltishness or Ignorance	295
86.	இகல்	Animosity	298
87.	பகை மாட்சி	Enemy Traits	302
88.	பகைத்திறன் தெரிதல்	Evaluating Enemy's Strength	306
89.	உட்பகை	Traitor	310
90.	பெரியாரைப் பிழையாமை	No Disrespect of Honourable Men	314
91.	பெண் வழிச் சேரல்	Submission to Dominance by Women	318
92.	வரைவின் மகளிர்	Women who know no bounds to sell themselves	322
93.	கள்ளுண்ணாமை	Abstinence from Toddy-Drinking	326
94.	சூது	Gambling	330
95.	மருந்து	Medicine	334
		g. ஒழிபியல் Miscellaneous	
96.	குடிமை	Nobility	338
97.	மானம்	Self-Respect	342
98.	பெருமை	Greatness	346

99.	சான்றாண்மை	Perfectionism	350
100.	பண்புடைமை	Courteous Behaviour	354
101.	நன்றியில் செல்வம்	Unbeneficial Wealth	358
102.	நாணுடைமை	Possessing Coyness	362
103.	குடிசெயல் வகை	Steps to improve family honour	366
104.	உழவு	Agriculture	370
105.	நல்குரவு	Impoverishedness	374
106.	இரவு	Seeking Alms	378
107.	இரவச்சம்	Fear of Begging	382
108.	கயமை	Ignobility	386
	III. காமத்துப்பால் (kaamatthuppaal) (A) கலவியல் (kaLaviyal)		
109.	தகையணங்குறுத்தல்	Fascinated by Her Beauty	390
110.	குறிப்பறிதல்	Reading the sign language of her heart	394
111.	புணர்ச்சி மகிழ்தல்	Joy of Togetherness	398
112.	நலம் புனைந்துரைத்தல்	In praise of the beauty of his lady love	402
113.	காதல் சிறப்புரைத்தல்	Expression of love-in-excess	406
114.	நாணுத் துறவுரைத்தல்	Disclosing the Relationship Unashamed	410
115.	அலரறிவுறுத்தல்	Disclosing Rumours about their Love	414
	III. (B) கற்பியல் (karrpiyal) (Chastity)		
116.	பிரிவாற்றாமை	Unbearable Separation	418
117.	படர்மெலிந்து இரங்கல்	Lamentation of sorrowfulness on account of separation	422
118.	கண் விதுப்பழிதல்	Suffering of the yearning eyes	426
119.	பசப்புறு பருவரல்	Expression of suffering due to change of skin complexion into sallow	430
120.	தனிப்படர் மிகுதி	Excessive Suffering from Loneliness	434
121.	நினைந்தவர் புலம்பல்	Lamenting Nostalgic Moments	438
122.	கனவு நிலை உரைத்தல்	Dreamy Narrative	441

123.	பொழுது கண்டிரங்கல்	Sorrowfulness at the Sight of Twilight	445
124.	உறுப்பு நலனழிதல்	Weakness of the Limbs	449
125.	நெஞ்சொடு கிளத்தல்	Complaining to her own mind	453
126.	நிறையழிதல்	Loss of Self-Control of One's Mind	457
127.	அவர்வயின் விதும்பல்	Lover's Passionate Yearning	461
128.	குறிப்பறிவுறுத்தல்	Tell Tale Feelings	465
129.	புணர்ச்சி விதும்பல்	Yearning for Togetherness	469
130.	நெஞ்சொடு புலத்தல்	Angry with the Heart in Love	473
131.	புலவி	Feigned Sulkiness	477
132.	புலவி நுணுக்கம்	Art of Feigned Anger	481
133.	ஊடலுவகை	Pleasure through Feigned Anger	485

I. அறத்துப்பால் (Arratthuppaal)

(PART ON VIRTUES)

(i) பாயிரம் (paayiram) (INTRODUCTION)

1. கடவுள் வாழ்த்து (KadavuL Vaazhltthu)

(Praise the Lord)

1. **அகர முதல எழுத்துஎல்லாம் ஆதி**
பகவன் முதற்றே உலகு.

agara muthala ezhlutthu-ellaam aathi
bagavan muthatre ulagu.

எழுத்துகளுள் அகரம் முதலானாது. அதே போல், இவ்வுலகத்திற்குக் கடவுள் முதன்மை ஆவார்.

"*a*" is the alphabet at the front;
For this Universe, Lord, the Creator is the foremost.

2. **கற்றதனால் ஆய பயன்என்கொல் வாலறிவன்**
நற்றாள் தொழாஅர் எனின்.

katrathanaal aaya payan-en-kol vaalarrivan
NatraaL thozhlaa-ar enin.

மெய்யுணர்வுடையவனாகிய கடவுளின் தூய பாதங்களைத் தொட்டு வணங்கவில்லை எனில், எல்லா நூல்களையும் கற்றறிந்தும் அதனால் ஒருவனுக்கு எந்தப் பயனும் விளையாது.

What use is of one's knowledge gained through education;
If he does not totally surrender at the feet of the Truthful One.

3. **மலர்மிசை ஏகினான் மாணடி சேர்ந்தார்**
நிலமிசை நீடுவாழ் வார்.

malarmisai aeginaan maaNadi saerNthaar
Nilamisai Needu-vaazhlvaar.

மலர் நெஞ்சத்தை உடையவனின் பெருமை பொருந்திய அடிகளைத் தேடிச் சேருவோர், உலகில் புகழுடன் நீண்ட காலம் வாழ்வர்.

One who seeks the footsteps of the God with floral soft heart;
Lives long with sure fame, in this heavenly earth.

4. வேண்டுதல் வேண்டாமை இலான்அடி சோர்ந்தார்க்கு
யாண்டும் இடும்பை இல.

vaeNduthal vaeNdaamai ilaan-adi saerNthaarkku
yaanNdum idumbai ila.

விருப்பு வெறுப்பு இல்லாதவனாகிய கடவுளின் தூய அடியை நாடியவர், எக்காலத்திலும் எவ்விதப் பிறவித் துன்பங்களையும் அடைய மாட்டார்கள்.

Bowing in total surrender at the feet of the God, who likes or dislikes any or none;
Will ensure the misery of one's human births gone.

5. இருள்சேர் இருவினையும் சேரா இறைவன்
பொருள்சேர் புகழ்புரிந்தார் மாட்டு.

iruL-saer iru-vinaiyum saeraa irraivan
poruL-saer pugazhl-purinthaar maattu.

இறைவனின் உண்மையான பெருமைமிகு அன்பினை நாடுபவரிடம் நல்விணை தீவிணை தரும் மயக்கங்கள் ஒருபோதும் சேராது.

Good and noble deeds inducing confusion shall affect none;
Those who seek the True famed love of the Supreme One.

6. ஐம்பொறிவாயில் ஐந்துஅவித்தான் பொய்தீர் ஒழுக்க
நெறிநின்றார் நீடுவாழ் வார்.

porrivaayil aiNthu-avitthaan poiy-theer ozhlukka
Nerri-Nindraar Needu-vaazhlvaar.

ஐம்பொறிகளாகிய மெய், வாய், கண், மூக்கு, செவி வழியாகப் பெறக்கூடிய ஆசையினை விட்டொழித்து, இறைவனின் ஒழுக்க நெறியில் செல்வோர், இவ்வுலகில் எக்காலத்திலும் நீண்ட புகழோடு வாழ்வர்.

Those who follow the true path of God, the Controller of our five senses absolute;

Quitting desires of the sense-organs, shall be blessed with fame in this earth, time infinite.

7. **தனக்குஉவமை இல்லாதான் தாள்சேர்ந்தர்க்கு அல்லால்**
மனக்கவலை மாற்றல் அரிது.

thanakku-uvamai illaathaan thaaL-saerNthaarkku allaal
manakkavalai maatral arithu.

யாருக்கும் நிகரில்லாத கடவுளின் தாளை வணங்கிச் சேர்ந்தவர்க்கன்றி மற்றவர்க்குத் தங்கள் துன்பங்களை நீக்குவது அரிது ஆகும்.

Except those who surrender at the feet of the Lord, the Incomparable;
Others cannot escape the mental anxiety, howsoever triable.

8. **அறம்ஆழி அந்தணன் தாள்சேர்ந்தார்க்[கு] அல்லால்**
பிறஆழி நீந்தல் அரிது.

arram-aazhli aNthanNan thaaL-saerNthaarkku allaal
pirra-aazhli NeeNthal arithu.

கடல் போன்று அறம் செய்யும் தன்மையைப் பெற்ற இறைவனது தாளை வணங்கிச் சேர்ந்தவர்க்கு அல்லாமல், மற்றவர்களுக்குப் பிறவித் துன்பம் என்கிற கடலை நீந்திக் கடக்க இயலாது.

In the feet of the Almighty, the Ocean of Virtue, unless they who totally fall;
For others, swimming across Ocean of Births, a task difficult to fulfill.

9. **கோள்இல் பொறியின் குணம்இலவே எண்குணத்தான்**
தாளை வணங்காத் தலை.

kOaL-il porriyin guNam-ilavae enn-gunnatthaan
thaaLai vanangaath thalai.

எட்டு வகையான குணங்களையுடைய கடவுளை வணங்காதவர்க்கு ஐம்பொறிகள் இருந்தும் அவை பயனற்றவையே ஆகும்.

One's body sans all the five senses, isn't it the same;
Like the head that doesn't bow before the God, of eight attributes' fame.

10. **பிறவிப் பெருங்கடல் நீந்துவர் நீந்தார்**
இறைவன் அடிசேரா தார்.

pirravip perung-kadal NeeNthuvar NeeNthaar
irraivan adi-saeraa thaar.

இறைவனடியைச் சரண் அடைந்தவர்கள், பிறவியாகிய பெருங்கடலை நீந்திக் கடப்பர், மற்றவர் அதனை நீந்திக் கடக்க முடியாமல் துன்பத்தில் உழல்வர்.

Except for those who bow and totally surrender at the Lord's feet;
To swim the mighty Sea of Births, a daunting feat.

உ. வான்சிறப்பு (vaan-sirrappu)

(Rain's Glory)

11. **வான்நின்று உலகம் வழங்கி வருதலால்**
தான்அமிழ்தம் என்றுஉணரற் பாற்று.

vaan-nindru ulagam vazhlangi varuthalaal
thaan-amizhltham endru-unararr paatru.

உலகத்தை நிலையாக இருக்கச் செய்ய மழை தவறாமல் பெய்து வருவதால், மழை இவ்வுலகத்திற்கு அமிழ்தம் போன்றது.

Rain downpours from the sky, the world prospers;
Establishes itself as the ambrosia of the world, none differs.

12. **துப்பார்க்குத் துப்பாய துப்பாக்கித் துப்பார்க்குத்**
துப்பாய தூஉம் மழை.

thuppaarkkuth thuppaaya thuppaakkith thuppaarkkuth
thuppaaya thoo-um mazhlai.

உண்பவர்க்கு நல்ல உணவுப் பொருளை விளைவிக்க உதவி புரிந்து, மேலும் உண்ணுகின்றவனுக்கும் உணவாக, அதாவது தாகத்தைத் தணிக்கத் தண்ணீராகவும் திகழ்வது மழை.

Rain, the primary input to produce food, good to eat;
It is food as water to quench thirst to one who eats.

13. **விண்இன்று பொய்ப்பின் விரிநீர், வியன்உலகத்[து]**
உள்நின்[று] உடற்றும் பசி.

vinn-indru poyppin viriNeer viyan-ulugatthu
uL-Nindru udatrum pasi.

மழை, தேவைப்படும் காலத்தில் பெய்யாமல் பொய்க்கும் என்றால், கடலால் சூழப்பட்டுள்ள இந்தப் பரந்த உலகத்தில் உயிரினங்களை வருத்தும் பசி நிலைத்து நிற்கும்.

Rainfall, if, during times of necessity fails;
Though this vast earth surrounded by mighty seas, incessant famine affecting the living beings, trails.

14. **ஏரின் உழாஅர் உழவர் புயல்என்னும்**
வாரி வளம்குன்றிக் கால்.

aerin uzhlaa-ar uzhlavar puyal-ennum
vaari vaLam-kundrik kaal.

நல்ல பயன் தரும் மழை என்னும் வருவாய் குறைந்தால், உழவர்
கலப்பையைக் கொண்டு உழவுத் தொழிலைச் செய்ய மாட்டார்.

Farmer ceases to do farm work on his land with plough;
When revenue-yielding bountiful rain is not enough.

15. கெடுப்பதூஉம் கெட்டார்க்குச் சார்வாய் மற்றுஆங்கே
    எடுப்பதூஉம் எல்லாம் மழை.

**Keduppathoo-um kettaarkkus saarvaay matru-aangae
eduppathoo-um ellaam mazhlai.**

உரிய காலத்தில் மழை பெய்யாது போனால், உலகில் வாழும்
உயிரைக் கெடுப்பதும் மழை. அவ்வாறு துயரில் வாழ்வோர்க்கு,
மழை மீண்டும் பெய்து வாழச் செய்யும்.

Scanty rain, the Destructor, pushes living beings into misery;
Adequate rain, the Protector, brings succour to them, in penury.

16. விசும்பின் துளிவீழின் அல்லால்மற்[று] ஆங்கே
    பசும்புல் தலைகாண்[பு] அரிது.

**visumbin thuLi-veezhlin allaal matru-aangae
pasumpul thalai-kaanbu arithu.**

வானத்திலிருந்து மழைத்துளி மண்ணில் வீழ்ந்தால் மட்டுமே
மண்ணில் உயிர்கள் தழைக்க முடியும். மழை மண்ணில்
விழவில்லை என்றால், ஒரு பசும் புல்லின் நுனியைக்கூட காண்பது
மிகக் கடினம்.

Rain drops from the sky, springs up life on earth;
If rain fails, even the tip of a single blade of grass is difficult to sight.

17. நெடுங்கடலும் தன்நீர்மை குன்றும் தடிந்துஎழிலி
    தான்நல்கா[து] ஆகி விடின்.

**Nedung-kadalum than-neermai kundrum thadiNthu-ezhlili
Thaan-nalgaathu Aagi vidin.**

கடலிலிருந்து நீரை எடுக்கும் மேகம், மீண்டும் கடலிடத்தே மழை
பெய்யவில்லை என்றால், அளவில்லாத கடலும் தன்னுடைய
இயல்பிலிருந்து குறைந்து போகும்.

When clouds reduce volume, and rain fails to disseminate;
Unfathomable sea, loses its finest attribute.

18. சிறப்பொடு பூசனை செல்லாது வானம்
    வறக்குமேல் வானோர்க்கும் ஈண்டு.

sirrappodu poosanai sellaathu vaanam
varrakku-mael vaanOarkkum eenNdu.

மழை பெய்யாவிட்டால், இவ்வுலகில் மக்களால் தேவர்களுக்குச் சிறப்பாக நடத்தப்பெறும் வழிபாடுகளும், கொண்டாட்டங்களும், திருவிழாக்களும் செய்யப் பெறாது.

Rain falls everything is done;
Rain fails, even the prayers to heavenly God and the festivals are gone.

19. தானம் தவம்இரண்டும் தங்கா வியன்உலகம்
வானம் வழங்காது எனின்.

thaanam thavam-irandum thangaa viyan-ulagam
vaanam vazhlangaathu enin.

மழை பெய்யாவிட்டால், இந்தப் பரந்த உலகத்தினில் பிறருக்கு வழங்கப்படும் தானம், தன்னைத் தானே உயர்த்திக் கொள்ள உதவும் தவம், என்னும் இரு அறமும் நடக்காது.

With copious rains, charity and penance, the two virtues practised on earth for sure;
Rains' failure, stoppage of both, will ensure.

20. நீர்இன்றி அமையா(து) உலகுஎனின் யார்யார்க்கும்
வான்இன்றி அமையா(து) ஒழுக்கு.

Neer-indri amaiyaathu ulagu-enin yaaryaarkkum
vaan-indri amaiyaathu ozhlukku.

எத்தனை பெருமையுடையவருக்கும் நீரின் துணையின்றி வாழ்வு சிறப்பாக இருக்காது. அத்தகைய நீர் இல்லையெனில் ஈட்டிய பொருளையும், நல்லொழுக்கத்தையும் பேணுவது கடினம். இவை தொடர்ந்து ஓடிக் கொண்டிருக்க செய்யும் வல்லமை பெற்றது மழை ஆகும்.

For great men, care of wealth and discipline is impossible with no water;
This water to flow copious, only essential element is rainwater.

3. நீத்தார் பெருமை (Neetthaar Perumai)
(Greatness of Ascetics)

21. **ஒழுக்கத்து நீத்தார் பெருமை விழுப்பத்து**
வேண்டும் பனுவல் துணிவு.

ozhlukkatthu Neetthaar perumai vizhluppatthu
vaendum panuval thuNivu.

தமக்குரிய ஒழுக்கத்தினைக் கடைபிடித்து, பின் ஆசையைத் துறந்தாரின் சிறப்பான பெருமையை எடுத்துக் கூறுவதே நூலின் இயல்பு ஆகும்.

The greatness of the sages, who renunciated pleasure after leading life upholding virtue;
All the scriptures record such great acts, giving its credit due.

22. **துறந்தார் பெருமை துணைக்கூறின் வையத்[து]**
இறந்தாரை எண்ணிக்கொண்[டு] அற்று.

thurranthaar perumai thunnaikkoorrin vaiyatthu
irranthaarai ennikkondu atru.

இருவகைப் பற்றினையும் விட்டவருடைய பெருமை இவ்வளவு என என்று அளவிட முடியாது. அதே போல, இவ்வுலகில் பிறந்து இறந்தவரின் எண்ணிக்கையை அளந்து அறிய முடியாது.

It is difficult to measure the greatness of a sage's soul here;
Futile to count those many who were born and dead in this sphere.

23. **இருமை வகைதெரிந்[து] ஈண்டுஅறம் பூண்டார்**
பெருமை பிறங்கிற்[று] உலகு.

irumai vagai-therinthu eendu-arram poondaar
perumai pirrangitru ulagu.

பிறப்பு ஆசையை அறுத்தலால் வரும் இன்ப துன்பத்தின் தன்மையை ஆராய்ந்து அறிந்து நோக்கின், இப்பிறப்பில் துறவறத்தை மேற்கொண்டவர்களுடைய பெருமையே உலகத்தில் உயர்ந்தது.

The ascetic who gives away materialistic pleasure after valuing pros and cons of life, and realises that liberation is great;
The fame of such men in this world is an everlasting treat.

24. உரன்என்னும் தோட்டியான் ஓர்ஐந்தும் காப்பான்
வரன்என்னும் வைப்பிற்கோர் வித்து.

**uran-ennum thOattiyaan Oar-aiNthum kaappaan
varan-ennum vaippirrkOar vitthu.**

மன உறுதி என்னும் அங்குசத்தால் தம் ஐந்து புலன்கள் ஆகிய யானையை அடக்க வல்லவன், எல்லா நிலத்தினும் நல்லதென்று சொல்லப்படும் மேலான வீட்டிற்கு ஒரு சிறந்த விதை போன்றவன்.

Will power, the hook for controlling the elephant like senses five;
Is equal to planting of seed in this life for the higher fruit of liberation strive.

25. ஐந்துஅவித்தான் ஆற்றல் அகல்விசும்[பு] உளார்கோமான்
இந்திரனே சாலும் கரி.

**ainthu-avitthaan aattral agal-visumbu uLaar-kOamaan
iNthiranae saaLum kari.**

ஐந்து புலன்களையும் அடக்கிய சான்றோரின் ஆற்றல் வானத்திலுள்ள தேவர்களின் தலைவனான இந்திரனின் வலிமைக்கு ஒப்பானது.

The power of wise, who keep in control, their five senses;
Benefit is known from Indra, the King of the Lords, a mute witness.

26. செயற்குஅரிய செய்வார் பெரியர் சிறியர்
செயற்கரிய செய்கலா தார்.

**seyarrku-ariya seyvaar periyar sirriyar
seyarrku-ariya seiy-kalaathaar.**

மனிதருள் செய்வதற்கு அரியவற்றைச் செய்வாரே பெரியர். அவ்வரியவற்றைச் செய்ய முடியாதவர் சிறியர்.

Among all men the equals, the great ones, accomplish the most difficult tasks;
And the ordinary ones, cannot ever perform such tasks.

27. சுவைஒளி ஊறுஓசை நாற்றம்என்[று] ஐந்தின்
வகைதெரிவான் கட்டே உலகு.

**suvaiy-oLi Oorru-Ossai Naatram-endru aiNthin
vagai-therivaan kattae ulagu.**

சுவை, ஒளி, ஊறு, ஓசை, நாற்றம் என்று சொல்லப்படும் ஐந்து புலன்களின் தன்மையையும் ஆராய்ந்து, அவை கொள்ளும் ஆசையை விட்டுச் செயல்படும் தகுதியானவர்களை இவ்வுலகம் போற்றும்.

The five senses, taste, light, touch, hearing and smell, their real qualities, one who knows;
And masters these, the world to him, bows.

28. நிறைமொழி மாந்தர் பெருமை நிலத்து
    மறைமொழி காட்டி விடும்.

    **Nirrai-mozhli maaNthar perumai Nilatthu
    marrai-mozhli kaatti vidum.**

    பொருள் நிரம்பிய சொற்களைச் சொல்லும் வல்லமை பெற்ற சான்றோரது பெருமையை, இந்நிலவுலகத்தில், நிலைத்திருக்கக் கூடிய அவர்களின் உறுதியான மொழியே, தக்க சமயத்தில் கண்கூடாகக் காட்டிவிடும்.

    The prophetic words of sages, of love or anger stays in this world;
    In the holy texts written, at the right time their greatness will be recognised.

29. குணம்என்னும் குன்றுஏறி நின்றார் வெகுளி
    கணமேயும் காத்தல் அரிது.

    **gunam-ennum kundru-aerri Nindraar vekuLi
    kanamaeyum kaatthal arithu.**

    துறவு, மெய்யுணர்வு, அவாவின்மை முதலிய நற்குணங்களாகிய குன்றின் உச்சியில் நின்ற சான்றோரின் கோபம், ஒரு கணப்பொழுது நிலைத்தாலும், கோபத்தை உண்டாக்கியவரால் அக்கொடுமையை தடுப்பது கடினம்.

    Men of wisdom with mountain like virtues, gets angry only for a moment;
    But will cause the inciter, a lot of torment.

30. அந்தணர் என்போர் அறவோர்மற்(று) எவ்வுயிர்க்கும்
    செம்தண்மை பூண்டுஒழுக லான்.

    **anthaNar enbOar arravOar-matru evvuyirkkum
    sem-thaNmai poondu-ozhlugalaan.**

    எல்லா உயிர்களிடத்தும் நல்ல குளிர்ந்த தன்மையைப் போன்ற கருணையைக் காட்டும் நற்குணமுடையவரே இவ்வுலகத்தாரால் அந்தணர் எனப் புகழப்படுபவர்.

    Compassion towards all living beings for ages;
    Merciful, the men of vitue, known as the great sages.

4. அறன் வலியுறுத்தல் (Arran Valiyurruthal)
(Emphasis on Virtues)

31. சிறப்புஈனும் செல்வமும் ஈனும் அறத்தின்ஊங்[கு]
ஆக்கம் எவனோ உயிர்க்கு.

    Sirappu-eenum selvamum-eenum arratthin-oongku
    Aakkam evanOa uyirkku.

    மறு பிறப்பிலிருந்து விடுதலை, மேலான இன்பம் முதலிய செல்வத்தையும் தரவல்லது அறம். ஆதலான், மனித உயிர்களுக்கு அறத்தைவிட மிக்க நன்மை தருவது எதுவுமில்லை.

    Virtue delivers wealth like bliss and liberation from life cycle to mankind;
    Is there anything worth more beneficial, in kind.

32. அறத்தின்ஊங்[கு] ஆக்கமும் இல்லை அதனை
மறத்தலின் ஊங்குஇல்லை கேடு.

    Arratthin-oongku aakkamum illai athanai
    Marratthalin oongku-illai kaedu.

    ஒருவருக்கு அறம் செய்வதைவிட மேலான உயர்வு தரும் பணி ஏதும் இல்லை. அதனை மயக்கத்தால் மறப்பதைவிட தீமை தரும் செயல் வேறு இல்லை.

    No task greater than acts of virtue;
    Forgetting to do such righteous acts, is a greater evil, true.

33. ஒல்லும் வகையான் அறவினை ஓவாதே
செல்லும்வாய் எல்லாம் செயல்.

    ollum Vagaiyaan arravinai Oavaathey
    sellum-vaai ellaam seyal.

    தம்மால் இயன்ற அளவு அறம் ஆகிய நல்வினையை இடைவிடாமல் கடைபிடிக்க வேண்டும். அறம் தேவைப்படும் இடங்களில் எல்லாம் தொடர்ந்து செய்துவர வேண்டும்.

    Do one's best to perform acts of righteousness, continuous;
    Through all means and at all appropriate places.

34. மனத்துக்கண் மாசிலன் ஆதல் அனைத்துஅறன்
ஆகுல நீர பிற.

    manatthukkaN maasilan aathal anaitthu-arran
    aagula neera pirra.

ஒருவன் தன் மனதில் தீய எண்ணங்களைச் சிந்திக்காதவனாக இருக்க வேண்டும், அதுவே அறம். மனத்தூய்மையற்ற மற்றவை எல்லாம் ஆரவாரத் தன்மை உடையதே ஆகும்.

One shall not think evil in his mind, and that is virtue;
Evil mind's words and actions are embarassment, and never true.

35. அழுக்கா[று] அவாவெகுளி இன்னாச்சொல் நான்கும்
    இழுக்கா இயன்ற[து] அறம்.

**azhlukkaarru avaa-vekuLi innaa-sol naangkum
izhlukkaa iyandrathu arram.**

பொறாமை, ஆசை, சினம், கடுஞ்சொல் என்னும் நான்கு குற்றங்களையும் நீக்கி நன்னெறியில் இடைவிடாது நடப்பதே அறம் எனப்படும்.

Jealousy, greed, anger and acerbic words – the four evil acts;
To be avoided always, to follow the path of virtue, a fact.

36. அன்றுஅறிவாம் என்னா[து] அறம்செய்க மற்றது
    பொன்றுங்கால் பொன்றாத் துணை.

**andru-arrivaam ennaathu arram-seyka matrathu
pondrungkaal pondraath thunai.**

ஒருவன், இப்பொழுது இளமைப் பருவத்தை உடையவனாய் இருக்கிறேன், இன்னும் காலம் இருக்கிறது, அதனால், முதுமைப் பருவம் அடைந்த பிறகு உதவி செய்வேன் எனக் கருதாது, நாள்தோறும் அறத்தினை செய்ய வேண்டும். அவ்வாறு செய்த அறம், பின்பு இறக்கும் காலத்தில், அவனுக்கு அழிவில்லாத் துணையாக நிற்கும்.

As a youth, never postpone to act from the path of virtue, indeed;
Because at the time of one's death, it is a true friend to one in need.

37. அறத்துஆ[று] இதுஎன வேண்டா சிவிகை
    பொறுத்தானோடு ஊர்ந்தான் இடை.

**arratthu-aarru ithu-ena vaeNdaa sivigai
porrutthaanOadu oornthaan idai.**

அறத்தின் பயன் இதுவென்று மெய்ப்பிக்க வேண்டியதில்லை. பல்லக்கு சுமப்பவனையும், அதில் ஏறி அமர்ந்து சுகமாக இருப்பவனையும் மனத்தில் நினைத்தாலே, அறத்தின் பயனை உணர முடியும்.

No lessons required to teach the fruits of upholding righteousness;
The sight of palanquin bearer's labour and the comfort of the palanquin-rider, spells out the difference.

38. வீழ்நாள் படாஅமை நன்றுஆற்றின் அஃதுஒருவன்
    வாழ்நாள் வழியடைக்கும் கல்.

    **veezhl-naaL Padaa-amai nandru-aatrin aqthu-oruvan
    vaazhl-naaL vazhli-adaikkum kal.**

    ஒருவன் நாட்களை வீணடிக்காமல், அறத்தைச் செய்து வந்தால், அத்தகைய செயல் அவனுக்கு மறுபிறப்பு நோக்கிய வழியை அடைக்கும் கல்லாக அமையும்.

    Without wasting his days, path of virtue, if followed by one;
    This good act prevents the pain of rebirth, like a blocking stone.

39. அறத்தான் வருவதே இன்பம் மற்றுஎல்லாம்
    புறத்த புகழும் இல.

    **arratthaan varuvathe inbam Matru-ellaam
    purrattha pugazhlum ila.**

    நல்ல அறத்தோடு பொருந்தி வருவதே இன்பம் ஆகும். அதோடு பொருந்தாது வருவனவெல்லாம் இன்பம் போல் ஆயினும் துன்பமேயன்றி புகழ் உடையதல்ல.

    Joy emanates from acts of virtuousness;
    Inappropriate acts though seems to give joy, is a virtual evil and all fame vanishes.

40. செயற்பால தோரும் அறனே ஒருவற்கு
    உயற்பால தோரும் பழி.

    **seyarrpaala thOarum arranae oruvarrku
    uyarrpaala thOarum pazhli.**

    ஒருவன் வாழ்நாளில் முயன்று செய்யத்தக்க செயல் நல்வினை ஆகிய அறமே. அவன் செய்யாமல் விடக்கூடியவை தீவினையே ஆகும்.

    One's right act of performance in life is virtue, continuous;
    And, if stopped and performs evil acts, is a sign of lowness.

II. இல்லறவியல் (Illarraviyal)

(VIRTUES OF DOMESTIC LIFE)

5. இல்வாழ்க்கை (Illvaazhlkkai) (Family Life)

41. **இல்வாழ்வான் என்பான் இயல்புடைய மூவர்க்கும்
நல்லாற்றின் நின்ற துணை.**

**il-vaazhlvaan enbaan iyalbudaiya moovarkkum
nallaatrin nindra thuNai.**

சிறந்த இல்லறத்தான் என்பவன் தம்மோடு உறவுடைய தம் பெற்றோர் மனைவி மற்றும் மக்களுக்கும், ஆசிரியரிடம் அறிவை நாடுவோர், தவம் செய்வோர், துறந்தார் ஆகிய ஏனைய மூவர்க்கும் அவர்கள் செல்லும் நல்ல வழியில் அவர்களுக்கு நிலையான துணையாக இருப்பான்.

A dutiful householder, is one who stands in support continuous; To the biologically connected three persons that is, parents, wife, children and others (student, penance doer and sage) through paths of virtue, duty-conscious.

42. **துறந்தார்க்கும் துவ்வா தவர்க்கும் இறந்தார்க்கும்
இல்வாழ்வான் என்பான் துணை.**

**thurranthaarkkum thuvvaathavarkkum irranthaarkkum
il-vaazhlvaan enbaan thuNai.**

இல்லறவியல் நன்கு கடைபிடிப்பவன், பற்றற்றவர்களுக்கும் பசியால் வாடுவோர்க்கும்; ஒருவரும் இன்றித் தன்னிடம் தஞ்சம் புகுந்து இறந்தவர்க்கும், துணையாக இருப்பான்.

A duty-bound family man adhering to principles of virtue;
Is one who supports the three, the mendicants, the sick and destitute who he took care till their death, duly.

43. **தென்புலத்தார் தெய்வம் விருந்துஒக்கல் தான்என்றாங்[கு]
ஐம்புலத்தா[று] ஓம்பல் தலை.**

**thenpulatthaar theiyvam virunthu-okkal thaan-endraangu
iympulatthaarru Oambal thalai.**

இறந்து தென்திசை சென்ற தம் மூதாதையர், வழிபடும் தெய்வம், விருந்தினர், தன் குடும்ப உறவினர் மற்றும் தான் என்னும் இவை ஐந்தினிடத்தும் செய்ய வேண்டிய அறச்செயலைத் தவறாமல் செய்வதுதான், இல்வாழ்பவனின் சிறந்த கடமையாகும்.

The dead ancestors residing in the south, the Almighty, the needy guests, the relatives and self, all these five;
To whom a family man's duty is to act with virtue, strive.

44. **பழியஞ்சிப் பாத்துஊண் உடைத்தாயின் வாழ்க்கை
வழிஎஞ்சல் எஞ்ஞான்றும் இல்.**

**pazhliyanjip paatthu-ooN udaitthaaiyin vaazhlkkai
vazhli-enjal enjnaandrum il.**

பிறர் பழித்தலுக்கு அஞ்சி நன்முறையில் பொருள் சேர்த்து, பின் அதனை பிறருடன் பகுத்தளித்து உண்ணும் இல்வாழ்க்கையை ஒருவன் மேற்கொண்டால், அவனின் தலைமுறையினர் எப்போதும் நலமுடன் வாழ்வர்.

Scared of criticism, amassing wealth through means legal; And partakes such wealth with others, his descendants leads life for ages, regal.

45. **அன்பும் அறனும் உடைத்தாயின் இல்வாழ்க்கை
பண்பும் பயனும் அது.**

**anbum arranum udaitthaayin il-vaazhlkkai
paNbum payanum athu.**

ஒருவன் இல்வாழ்க்கையில் தன் மனைவி மேல் செலுத்தும் அன்பினையும், பிறர்க்கு உதவும் அறத்தினையும் உடையவனாக இருப்பான் ஆயின், அது இல்வாழ்க்கைக்கு பண்பும் பயனுமாம்.

Family life, governed by love to wife and charity to others,
Will be a family's character and utility always.

46. **அறத்துஆற்றின் இல்வாழ்க்கை ஆற்றின் புறத்துஆற்றின்
போஒய்ப் பெறுவது எவன்.**

**arraatthu-aatrin il-vaazhlkkai aatrin purratthu-aatrin
pOa-oiyp perruvathu evan.**

ஒருவன் தன் இல்லற வாழ்க்கையை அதற்கே உரிய அறநெறி வழியில் செம்மையாகக் கடைப்பிடித்தால, அவன் இல்வாழ்க்கைக்கு மாறான துறவுக்காக வனத்துக்குச் சென்று துறவு நெறியில் பெறத்தக்க பயன் எதுவுமில்லை.

One who runs his family in the path of righteousness,
Of what use is to take the equally good opposite path to the forest, chosen by the sages, the pious.

47. **இயல்பினான் இல்வாழ்க்கை வாழ்பவன் என்பான்
முயல்வாருள் எல்லாம் தலை.**

**iyalbinaan il-vaazhlkkai vaazhlbavan enbaan
muyalvaaruL ellaam thalai.**

இல்வாழ்க்கையை அதற்கு உரிய அறங்களோடு கூடி வாழ்பவன், தம் ஐம்புலன்களை அடக்க முயல்வாருள்ளும் மிக்க ஆற்றலுடையவன் என்று போற்றப்படுவான்.

One who tries to run his family with rule of virtues,
Shall be praised as superior to those who try to control their senses.

48. ஆற்றின் ஒழுக்கி அறன்இழுக்கா இல்வாழ்க்கை
நோற்பாரின் நோன்மை உடைத்து.

aattrin ozhlukki arran-izhlukka il-vaazhlkkai
noarrpaarin noanmaiy udaitthu.

தவஞ்செய்வாரை அவர்தம் நெறியில் நடக்கச் செய்து, தானும் அறவழியிலிருந்து தவறாமல் இல்வாழ்க்கை மேற்கொள்பவர், தவம் செய்பவரைக் காட்டிலும் மிகச் சிறந்த வாழ்வு வாழ்பவர் ஆவர்.

One who assists ascetics follow their paths and subscribes to the path of virtue himself,
Leads life better than those who undertake penance for goodself.

49. அறன்எனப் பட்டதே இல்வாழ்க்கை அஃதும்
பிறன்பழிப்ப(து) இல்லாயின் நன்று.

arran-enap pattathae il-vaazhlkkai aqthum
pirran-pazhlippathu illaayin nandru.

இருவகை அறனுள்ளும், இல்வாழ்க்கையே சிறந்த அறம் என நூல்களில் கூறப்பட்டுள்ளது. அதுவும் பிறரால் பழிக்கப்படாது தூய்மை உடையதானால் மிகவும் சிறந்தது.

Among the two virtues, cited primary is household managed supremely well;
And, that too, without earning any bad name, is where goodness dwell.

50. வையத்துள் வாழ்வாங்கு வாழ்பவன் வானுறையும்
தெய்வத்துள் வைக்கப் படும்.

vaiyatthuL vaazhlvaangu vaazhlbavan vaan-urraiyum
theyvatthuL vaikkap padum.

உலகத்தில் வாழ வேண்டிய முறைப்படி இல்வாழ்வுக்குரிய அறங்களோடு கூடி வாழ்ந்தால், மண்ணுலகத்தில் இருந்தும் வானுலகத்தில் உள்ள தேவருள் ஒருவனாகக் கருதி நன்கு மதிக்கப்படுவான்.

Leading life of a householder in a righteous manner in the world,
Though on earth will be treated as a heavenly one and respected.

6. வாழ்க்கைத் துணைநலம்
(Vaazhlkait thunai - nalam)
(Life's Noble Partner, or the Wife)

---

51. **மனைத்தக்க மாண்புடையள் ஆகித்தன் கொண்டான்**
வளத்தக்காள் வாழ்க்கைத் துணை.

manaitthakka maanbudaiyaL aagit-than KoNdaan
vaLatthakkaaL vaazhlkkaith thuNai.

இல்லறத்திற்கு ஏற்ப நற்குணமும் நற்செய்கைகளும் உடையவளாய், தன் கணவனுடைய வருவாய்க்குள் தம் குடும்பத்தை நடத்தத் துணையிருப்பவளே வாழ்க்கைத் துணை ஆவாள்.

Wife is one who fulfills familial functions with good qualities and acts;
Also supports her husband to run the household keeping expenses within his income, a fact.

52. **மனைமாட்சி இல்லாள்கண் இல்லாயின் வாழ்க்கை**
எனைமாட்சித் தாயினும் இல்.

manai-maatchi illaaL-kaN illaayin vaazhlkkai
enai-maatchith thaayinum il.

மனையறத்திற்கு ஏற்ப நற்குணமும் நற்செய்கைகளும் ஒருவரின் வாழ்க்கைத் துணை நலத்திடம் இல்லாமல் இருப்பின், அந்த இல்வாழ்க்கை வேறு எந்தச் செல்வச் செழிப்புடன் இருந்தாலும் சிறப்புடையது அல்ல.

Wife, if lacks good qualities and actions for running the household;
All other great wealth however amassed, the family status will suffer manifold.

53. **இல்லதுஎன் இல்லவள் மாண்பானால் உள்ளதுஎன்**
இல்லவள் மாணாக் கடை.

illathu-en illavaL maaNbaanaal uLLathu-en
illavaL maaNaak Kadai.

இல்லாளிடம் நற்குணம் மற்றும் நற்செய்கைகள் இல்லாமல் போனால், ஒருவற்கு வேறு சிறப்பு இருந்தும், இல்லை என்றே தோன்றும். அவள் சிறப்புடையவளானால் அவனிடம் இல்லாதது என்ன?

A wife with no good qualities and actions, a man with fine qualities will lack everything;
If she displays virtue, will he not possess everything?

54. பெண்ணிற் பெருந்தக்க யாவுள கற்பென்னும்
திண்மை உண் டாகப் பெறின்.

**peNNirr perunthakka yaavula karrpennum
thiNmai uNdaagap perrin.**

வாழ்க்கைத் துணைநலமாகிய பெண், கற்பென்னும் உறுதிப்பாட்டைக் கொண்டவளாக இருப்பின் அதைக் காட்டிலும் பெருமைக்குரிய பொருட்கள் வேறு எது?

A woman homemaker, what best, except her unshakeable chastity;
Can be considered as the best of wealth, with vanity.

55. தெய்வம் தொழாஅள் கொழுநன் தொழுதுஎழுவாள்
பெய்எனப் பெய்யும் மழை.

**theyvam thozhlaa-aL kozhlunan thozhluthu-ezhluvaaL
peiy-enap peyyum mazhlai.**

காலையில் விழித்தவுடன் தெய்வத்தைத் தொழாமல், தன் தெய்வமாகிய கணவனை வணங்கி எழுகின்ற இயல்புடைய வாழ்க்கைத் துணை நலம் இருந்தால், அவள் பெய் என்று சொன்னாலே மழை பெய்யும்.

Awake in the morning, before praising the Lord, a wife touches her husband's feet;
Instructs "to rain", then pouring rain, a feat.

56. தற்காத்துத் தற்கொண்டான் பேணித் தகைசான்ற
சொற்காத்துச் சோர்வுஇலாள் பெண்.

**tharrkaatthut tharrkoNdaan paeNith thagaichaandra
sorkaatthus soarvu-ilaaL peN**

கற்பிலிருந்து தவறாமல், தன்னைக் காத்து, தன்னை மணந்து கொண்டவனையும் நன்றாகப் பேணிக் காத்து, இருவருக்கும் நன்மையாக அமைந்த புகழைப் பேணிக் காத்து, நற்குணம் மற்றும் நற்செய்கைகளைக் கடைப்பிடிப்பவளே பெண் ஆவாள்.

A wife who upholds chastity, loves her husband, protects their fame;
With impeccable character and actions, a woman worth her name.

57. சிறைகாக்கும் காப்(பு)எவன் செய்யும் மகளிர்
நிறைகாக்கும் காப்பே தலை.

**sirraikaakkum kaappu-evan seiyyum magaLir
nirraikaakkum kaappae thalai.**

இல்லாளைப் பாதுகாக்கின்ற நோக்கில் தலைவன் செய்யும் காவலால் யாதொரு பயனும் இல்லை. மகளிர் தம் கற்பொழுக்கமே அவளுக்கு தலை சிறந்த காவலாகும்.

Man, locking up his wife in fetters to protect her, of no avail.
Unless the woman follows path of chastity, which shall prevail.

58. பெற்றாற் பெறின்பெறுவர் பெண்டிர் பெருஞ்சிறப்புப்
புத்தேளிர் வாழும் உலகு.

**petraar perrin-perruvar peNdir perunj-sirrappup
putthaeLir vaazhlum ulagu.**

மனைவி தாம் விரும்பிய கணவனை அடைந்து, பேணித் தன் கடமையைச் செய்து வந்தால், பெண்ணுக்குரிய சிறப்பான இயல்புகளை அடைந்து சிறப்புறத் திகழும் பெண்ணை வாழ்க்கைத் துணையாகப் பெறும் ஒருவர், இவ்வுலகில் பெயரும் புகழும் பெறுவதோடு மட்டுமல்லாது தேவர்கள் வாழும் வானுலகத்திலும், அவள் பெருஞ்சிறப்பினைப் பெறுவாள்.

Wife, performing her familial duty, to her husband with grace; in this world, name and fame, dwell;
Even the Gods in heavenly abode, praise her all.

59. புகழ்புரிந்த இல்இலோர்க்(கு) இல்லை இகழ்வார்முன்
ஏறுபோல் பீடு நடை.

**pugazhl-purintha il-iloarkku illai igazhlvaar-mun
Aerru-pOal peedu nadai.**

புகழைக் காப்பாற்ற விரும்புகின்ற மனைவி இல்லாதவர்க்குத் தம்மை இகழும் பகைவர் முன் ஆண் சிங்கத்தைப் போன்ற பெருமிதமான நடை இல்லை.

Wife, who protects not the honour of her family with pride,
Her husband unable to walk like the fearless lion, amidst who chide.

60. மங்கலம் என்ப மனைமாட்சி, மற்றுஅதன்
நன்கலம் நன்மக்கட் பேறு.

**mangalam enba manai-maatchi matru-athan
nan-kalam nanmakkat paerru.**

மனையறத்திற்கு நன்மை என்று சொல்லப்படுவது, மனைவியின் நற்குணம் மற்றும் நற்செய்கைகளே ஆகும். நல்ல மக்களைப் பெறுதலே, நல்ல அணிகலன் என்றும் சொல்லுவர்.

Wise men say that wife's best character and action benefit utmost;
And bringing up good children are the best jewels, her duty foremost.

7. மக்கட்பேறு (makkatpaerru)
(Children – The Reasons)

61. பெறுமவற்றுள் யாம்அறிவ[து] இல்லை அறிவுஅறிந்த
    மக்கட்பே[று] அல்ல பிற.

    perrumavatruL yaam-arrivathu illai arrivu-arrintha
    makkat-paerru alla pirra.

    ஒருவன் பெறத்தக்க பேறுகளில் சிறந்தது, அறிவில் சிறந்த நல்ல மக்களைப் பெற்றெடுப்பதே ஆகும். அதனை அல்லாத மற்ற பேறுகளை யாரும் மதிப்பதில்லை.

    The best of the benefits in one's possession, is wise and intelligent children,
    The rest of the belongings are not respected by brethren.

62. எழுபிறப்பும் தீயவை தீண்டா பழிபிறங்காப்
    பண்புடை மக்கட் பெறின்.

    ezhlu-pirrappum theeyavai theeNdaa pazhli-pirrangaap
    paNbudai makkat perrin.

    பிறரால் பழிக்கப்படாத நல்ல குணங்களுடைய மக்களைப் பெற்றிருக்கின்ற ஒருவனுக்கு வினைப்பயனால் விளைந்த துன்பங்கள் ஏழு பிறப்பிலும் அணுகாது.

    No distress will occur due to one's deeds in the seven rebirths;
    When children with good and blemishless character are given birth.

63. தம்பொருள் என்பதம் மக்கள் அவர்பொருள்
    தம்தம் வினையான் வரும்.

    thamporuL enba-tham makkaL avar-poruL
    tham-tham vinaiyaan varum.

    தம் குழந்தையைச் செல்வம் என்று பெற்றோர் கூறுவர். ஆகையால், மக்கள் திரட்டும் பொருளும் புகழும் அவர்களின் செயல்வழிப் பெற்றோரை வந்தடையும்.

    Children are called by parents as their wealth;
    Quality of this wealth and fame earned, will be as per their deeds.

64. அமிழ்தினும் ஆற்ற இனிதேதம் மக்கள்
    சிறுகை அளாவிய கூழ்.

amizhlthinum aatra inithae-tham makkaL
sirru-kai aLaaviya koozhl.

தம் மக்களின் பிஞ்சுக் கைகளால் குழாவிக் குழைக்கப்பட்ட சோறு, பெற்றோருக்கு அமிழ்தத்தைக் காட்டிலும் இனிமையுடையது ஆகும்.

Ambrosia tastes less sweeter;
Than the gruel, where a child's little fingers is dipped in and spatter.

65. மக்கள்மெய் தீண்டல் உடற்குஇன்பம் மற்[று]அவர்
சொற்கேட்டல் இன்பம் செவிக்கு.

makkaL-meiy theeNdal udarrku-inbam matru-avar
sorr-kaettal inbam sevikku.

பெற்றோர் தம் மக்களின் மெய்யைத் தீண்டுதலில் உடலின்பத்தையும் மழலைச் சொல் கேட்டலில் செவி இன்பத்தையும் பெறுவர்.

Parents attain extreme joy from their child's touch;
Hearing their sweet words is a pleasure to the ears, all vouch.

66. குழல்இனிது யாழ்இனிது என்பதம் மக்கள்
மழலைச்சொல் கேளா தவர்.

Kuzhlal-inithu yaazhl-inithu enba-tham makkaL
mazhlalais-sol KaeLaathavar.

குழலிசை, யாழிசை இனிது என்று சொல்லுவர் தம் மக்களுடைய மழலைச் சொற்களைக் கேட்காதவர்.

Parents who claim, music of the flute and harp sweet to their ears;
Must be those who have never heard their tiny tots babble, near.

67. தந்தை மகற்குஆற்றும் நன்றி அவையத்து
முந்தி இருப்பச் செயல்.

thanthai magarrku-aatrum nandri avaiyatthu
munthi iruppas seyal.

தந்தை தன் மக்களுக்குச் செய்யும் நன்மையானது, கற்றோர் அவைதனில் சிறந்த கல்வி என்னும் செல்வத்தால் முதன்மை அடையச் செய்தலே ஆகும்.

A father's goodness to his children is to educate;
With a purpose to make them, receive praise from wise men as a fine literate.

68. **தம்மின்தம் மக்கள் அறிவுடைமை மாநிலத்து**
மன்னுயிர்க்கு எல்லாம் இனிது.

Thammin-tham makkaL arrivudaimai maanilatthu
mannuyirku ellaam inithu.

தம்மைக் காட்டிலும் தம் மக்கள் அறிவுடையர் என்பது இவ்வுலகில் நிலைபெற்றுள்ள உயர்வுகளுக்கெல்லாம் இனியது ஆகும்.

Brilliant than parents, to hear from others, about their child's intelligence
The greatest wealth on this earth, and joy for their senses.

69. **ஈன்ற பொழுதின் பெரிதுஉவக்கும் தன்மகனைச்**
சான்றோன் எனக்கேட்ட தாய்.

eendra pozhluthin perithu-uvakkum than-maganais
saandrOan enak-kaetta thaai.

தாய் தன் மகனைப் பெற்ற காலத்தில் மகிழ்ச்சி அடைவதைக் காட்டிலும், பிறர் தன் மகனைக் கல்வி கேள்விகளில் அறிவுடையான் என்று புகழ்ந்து சொல்லக் கேட்கும்பொழுது மிக்க மகிழ்ச்சி கொள்கிறாள்.

A mother, enduring pain to bring a child into this world, heartful of joy at its birth;
More joyful, when she hears praise of son's wisdom on this earth.

70. **மகன்தந்தைக்கு ஆற்றும் உதவி இவன்தந்தை**
என்நோற்றான் கொல்எனும் சொல்.

magan-thanthaikku aatrum uthavi ivan-thanthai
en-nOatraan kol-enum sol.

கல்வியறிவு உடையவனாக ஆக்கிய தந்தைக்கு, மகன் செய்யும் கைம்மாறானது, அவன் அறிவும் ஒழுக்கமும் கண்டார் "இவன் தந்தை இவனைப் பெறுதற்கு என்ன தவம் செய்தானோ", என்று அவர்கள் சொல்லுமாறு நடத்தலே ஆகும்.

The best assistance by an educated, wise and well-behaved son to his father,
"What a great penance, his father would have made to beget such a worthy son", to make him hear.

8. அன்புடைமை (Anbudaimai)
(Caring Love)

71. **அன்பிற்கும் உண்டோ அடைக்கும்தாழ் ஆர்வலர்**
புன்கண்ணீர் பூசல் தரும்.

anbirrkum uNdOa adaikkum-thaazhl aarvalar
pun-kanNeer poosal tharum.

தம்மால் அன்பு செய்யப்பட்டவரின் துன்பம் கண்டபோது, அன்புடையாரின் கண்கள் பொழிகின்ற துன்பக் கண்ணீரே, உள் இருக்கின்ற அன்பினை எல்லோரும் அறியுமாறு வெளிப்படுத்தும். அன்புக்குப் பிறர் அறியாவண்ணம் அடைத்து வைக்கும் தாழ் ஏதேனும் உண்டோ?

The moment, a suffering is seen, love flows as tears from the eyes of the benefactors;
Is there a bolt to shut the doors of love from the eyes of others.

72. **அன்பிலார் எல்லாம் தமக்குஉரியர் அன்புஉடையார்**
என்பும் உரியர் பிறர்க்கு.

anbilaar ellaam thamakku-uriyar anbu-udaiyaar
enbum uriyar pirrarkku.

அன்பில்லாதவர் எல்லா பொருளையும் தமக்கே உரியதாக்கிக் கொள்வர். அன்பு உடையார் தம் பொருள் மட்டுமின்றி, தம் உடம்பையும் மற்றவர்க்கே உரியதாக உரிமைப்படுத்துவர்.

One lacking love and affection towards others claims every material thing in this world as a matter of right;
Loving ones, distribute all their wealth to the needy, and give away even their body to others, with all their might.

73. **அன்போடு இயைந்த வழக்குஎன்ப ஆருயிர்க்[கு]**
என்போடு இயைந்த தொடர்பு.

anbOadu iyaintha vazhlakku-enba aaruyirkku
enbOadu iyaintha thodarbu.

உயிர்க்கு உடம்போடு உண்டாகிய தொடர்ச்சியினை, அன்போடு பொருந்துதற்கு வந்த நெறியின் பயனென்று சொல்லுவர்.

The continuous existence of life in body, is a bond;
Is said to be the benefit accrued due to a loving and caring mind.

74. அன்[பு]ஈனும் ஆர்வம் உடைமை அதுஈனும்
நண்புஎன்னும் நாடாச் சிறப்பு.

**anbu-eenum aarvam udaimai athu-eenum
naNbu-ennum naadaas sirrappu.**

ஒருவர் தொடர்புடையாருக்குச் செய்த அன்பு, அத்தன்மையால் பிறரின் விருப்பமுடைமையைத் தரும். அவ்விருப்பமுடைமைதான் எல்லோரையும் நண்பர் என்று சொல்லப்படும் அளவிற்கு மிகுந்த சிறப்பினைத் தரும்.

Love and affection towards all, is an attribute which makes everyone close;
And this makes all to love him, and friendship flows.

75. அன்புஉற்று அமர்ந்த வழக்குஎன்ப வையகத்[து]
இன்புற்றார் எய்தும் சிறப்பு.

**anbu-utru amarntha vazhlakku-enba vaiyagatthu
inbutraar eiythum sirrappu.**

இவ்வுலகில் அன்புடையராக வாழ்ந்த வாழ்வின் பயன், எதுவென்றால், பேரின்பமான நல்வாழ்வை நிலைத்து வாழ்வதே ஆகும்.

One who follows the path of love and affection without amiss;
Wise men say, they enjoy the everlasting familial happiness.

76. அறத்திற்கே அன்புசார்பு என்ப அறியார்
மறத்திற்கும் அஃதே துணை.

**arratthirrkae anbu-saarbu enba arriyaar
marratthirrkum aqthae thuNai.**

அன்பு துணையாவது அறத்திற்கே என்று சொல்லுவர் அறியாதவர் சிலர். தீமையை நீக்குவதற்கும் அன்பே துணை ஆகும்.

Caring love and affection goes with virtue, claim men unwise;
But it also helps in mitigating most of the evil, know the wise.

77. என்புஇல தனை வெயில் போலக் காயுமே
அன்புஇல தனை அறம்.

**enbu-ilathanai veyil-poalak kaayumae
anbu-ilathanai arram.**

எலும்பில்லாத சில உயிர்களை வெயில் காய்ந்து வருத்துவதுபோல, அன்பு இல்லாத உயிருக்குத் துன்பத்தைக் கொடுக்கும் அறக்கடவுள்.

Scorching heat of the sun, burns up the boneless creatures to wither; Likewise, the God of Virtue punishes with enduring pain, the loveless soul to dither.

78. **அன்புஅகத்து இல்லா உயிர்வாழ்க்கை வன்பாற்கண்**
வற்றல் மரம்தளிர்த் தற்று.

anbu-agatthu illaa uyir-vaazhlkkai vanpaarrkaN
vatral maram-thaLir thatru.

மனதில் அன்பில்லாதவருடன் வாழும் வாழ்க்கை பாலை நிலத்தில் ஈரம் காய்ந்த பட்ட மரம் தளிர்த்தாற் போன்று தோன்றுமாம்.

Loveless person enjoying a happy life together is rare;
Like a dry tree in a hard rocky terrain, green tender leaves jutting out bare.

79. **புறத்துஉறுப்பு எல்லாம் எவன்செய்யும் யாக்கை**
அகத்துஉறுப்[பு] அன்பு இலவர்க்கு.

purrathu-urruppu ellaam evan seiyyum yaakkai
agatthu-uruppu anbu ilavarkku.

உடம்பினுள்ளேயிருக்கும் உறுப்பாகிய நெஞ்சத்தில் அன்பில்லாதவர்க்கு, வெளியே தெரியும் மற்ற ஏனைய உறுப்புகள் எல்லாம் என்ன உதவியைச் செய்யும்?

Lacking love and affection in the heart residing inside one's body;
Would any other limb outside, be of any benefit to anybody.

80. **அன்பின் வழிய[து] உயிர்நிலை அஃதிலார்க்[கு]**
என்புதோல் போர்த்த உடம்பு.

anbin vazhliyathu uyir-nilai aqthu-ilaarkku
enbu-thOal pOarttha udambu.

அன்பு மூலமாக அதன் வழி நின்று இயங்கும் உடம்பே, உயிர் உள்ள உடம்பாகும். அத்தகைய அன்பு இல்லாதவர்க்கு, உடம்பானது எலும்பினைத் தோலால் போர்த்திய வெறும் உடம்பே, அவ்வுடம்பு உயிருடன் செயல்படுகிறது என்று கூற முடியாது.

Love, the soul of life, makes the body move outside;
If one lacks love and yet lives, the body is a dump of bones covered with hide.

௯. விருந்தோம்பல் (Virunthoambal)
(Hospitable Manner)

81. **இருந்துஓம்பி இல்வாழ்வது எல்லாம் விருந்துஓம்பி
வேளாண்மை செய்தற் பொருட்டு.**

**irunthu-Oambi ilvaazhlvathu ellaam virunthu-Oambi
vaeLaaNmai seiytharr poruttu.**

கணவனும் மனைவியும் வீட்டில் இருந்து தம்மையும் தம் மக்களையும் வாழ்வதற்குரிய பொருட்களையும் காத்து வாழும் இல்வாழ்க்கை, விருந்தினரை உபசரித்து அவர்களுக்கு உதவி செய்வதற்கே ஆகும்.

Staying home, husband and wife toil to protect wealth and run a family, is to be a good host;
To receive and be hospitable and provide all help to a guest.

82. **விருந்து புறத்ததாத் தான்உண்டல் சாவா
மருந்துஎனினும் வேண்டற்பாற்று அன்று.**

**virunthu purratthathu-aa thaan-uNdal saavaa
marunthu-eninum Vaendarrpaatru andru.**

தன்னை நோக்கி வந்த விருந்தினருக்கு வழங்காமல், தானே உண்பது இறப்பில்லா வாழ்வைத் தரும் அமுதமே எனினும், விரும்பத்தக்கச் செயல் ஆகாது.

Feasting alone, the food available, even if immortality granting nectar;
Ignoring the guests outside, and not partaking it with them, does not describe a good character.

83. **வருவிருந்து வைகலும் ஓம்புவான் வாழ்க்கை
பருவந்து பாழ்படுதல் இன்று.**

**varu-virunthu vaigalum Oambuvaan vaazhlkkai
paru-vanthu paazhl-paduthal indru.**

தன்னைத் தேடி வரும் விருந்தினரை, நாள்தோறும் உணவு முதலியன கொடுத்துக் காப்பவனுடைய இல்வாழ்க்கையில் எக்காலத்திலும் துன்பம் ஏற்படாது.

Waiting daily expecting to partake food and share his wealth with guest;
His family life, eternally, will neither face poverty nor will life go waste.

84. அகன்அமர்ந்து செய்யாள் உறையும் முகன்அமர்ந்து
நல்விருந்து ஓம்புவான் இல்.

**agan-amarnthu seiyyaaL Urraiyum mugan-amarnthu
nal-virunthu Oambuvaan il.**

முகம் மலர்ந்து தன்னை நோக்கி வந்த விருந்தினரை உபசரிக்கும் இல்லத்தில், திருமகள் மனம் மகிழ்ந்து தங்குவாள்.

Goddess of wealth, in a house, resides for long, happily,
Blessing prosperity, where with a cheerful face, guests are entertained by the family.

85. வித்தும் இடல்வேண்டும் கொல்லோ விருந்துஓம்பி
மிச்சில் மிசைவான் புலம்.

**vitthum idal-vaeNdum kolloa virunthu-oambi
mitchil misaivaan pulam.**

முன்னே விருந்தினரை உண்ண வைத்துப்பின் எஞ்சியுள்ள உணவைத் தான் உண்பானது, பொருள் குறையாது. அதனால் அவன் விளைநிலத்துக்கு நல்ல விளைச்சல் வேண்டி விதை விதைக்க வேண்டுமோ?

One who eats next, after partaking his food with guests first;
Will there be any need to sow seeds in his land for a bountiful harvest.

86. செல்விருந்[து] ஓம்பி வருவிருந்து பார்த்திருப்பான்
நல்விருந்து வானத் தவர்க்கு.

**selvirunthu Oambi varuvirunthu paartthiruppaan
nalvirunthu vaanatthavarkku.**

தன்னை நாடி வந்த விருந்தினரை உபசரித்துப் பின் வரக்கூடிய மற்ற விருந்தினர்களுக்காக எதிர்பார்த்துக் காத்திருந்து அவர்களுடன் சேர்ந்து உண்பவன், தன் மறுபிறப்பில், வானுலகில் தேவர்களால் நல்ல விருந்தினனாகப் போற்றப்படுவான்.

One who is hospitable to his guests and also awaits more to join him to be fed;
Will be treated as a good guest by Gods in their abode.

87. இனைத்துணைத்து என்பது ஒன்றில்லை விருந்தின்
துணைத்துணை வேள்விப் பயன்.

**InaitthuNaithu enbathu ondrillai virunthin
thuNait-thunai vaeLvip payan.**

விருந்தோம்பலாகிய வேள்வியின் பயன் இன்ன அளவிற்கு என்று அளவிட முடியாதது போல, விருந்தினர்க்கு உணவு படைத்தலின் பயன் இவ்வளவு என்று அளவிடுவது விருந்தினரின் தகுதியைப்

பொறுத்ததே ஆகும்.

No measure available to compute benefit of penance-like hospitality,
Hospitable act is measured by each guest's own satiability.

88. **பரிந்துஓம்பிப் பற்றற்றேம் என்பர் விருந்துஓம்பி**
வேள்வி தலைப்படா தார்.

parinthoambip patratraem enbar virunthoambi
vaeLvi thalaip-padaathaar.

நிலையில்லாத பொருட்களை வருந்திக் காத்து விருந்தினரை உபசரிக்காமல் அதனை இழந்தப்பின் "இப்பொழுது நான் ஆதரவில்லாதவனாகி விட்டேன்" என்று அழுபவன், அப்பொருளால் விருந்தினரை உபசரிக்கும் வேள்வியின் பயனை அடையாதவன்.

One who amassed material wealth and did not perform hospitality as penance;
Will lose all benefits due to the wealth and wail, "Now, I have lost all wealth and am alone," in silence.

89. **உடைமையுள் இன்மை விருந்துஓம்பல் ஓம்பா**
மடமை மடவார்கண் உண்டு.

udaimaiyuL inmai virunthu-oambal Oambaa
madamai madavaar-kaN uNdu.

விருந்தினரைப் பேணுதல் பொருளுடையவரின் சிறப்பு. பொருளுடையவர் இடத்தும் இல்லாமை காணப்படுகிறது. விருந்தோம்பலைப் பேணாமையே மடமை உடையவர் செயல் ஆகும்.

Amidst wealth gathering, a rich man shall follow path of hospitality;
Only the wise can realise the foolishness of a miser and that the wealth in the hands of these have zero utility.

90. **மோப்பக் குழையும் அனிச்சம் முகம்திரிந்து**
நோக்கக் குழையும் விருந்து.

moappak kuzhlaiyum anitcham mugam-thirinthu
noakkak kuzhlaiyum virunthu.

அனிச்ச மலர் முகர்ந்தால் மட்டுமே வாடிவிடும். ஆனால் விருந்தினரோ, மாறுபாட்டைப் பார்த்தாலே வாடிப் போய்விடுவர்.

Anitcham flower withers, when someone inhales its fragrance;
A stern look of a householder just breaks the heart of a needy guest, even if it is a glance.

10. இனியவை கூறல் (iniyavai koorral)
(Speaking Gently)

91. இன்சொலால் ஈரம் அளைஇப் படிறுஇலவாம்
செம்பொருள் கண்டார்வாய்ச் சொல்.

**in-solaal eeram aLai-ip padirru-ilavaam
semporuL kaNdaar-vaais sol.**

அன்போடு கலந்த வஞ்சனையற்ற அறத்தினை உணர்ந்தவர்களின் வாயிலிருந்து வரும் சொல் இனிமையுடைய சொல் ஆகும்.

Gentle words flow from the lips of the kind person;
Who follows only the path of virtue, with evil thinking in his heart, none.

92. அகன்அமர்ந்து ஈதலின் நன்றே முகன்அமர்ந்து
இன்சொலன் ஆகப் பெறின்.

**agan-amarnthu eethalin nandrae mugan-amarnthu
insolan aagap perrin.**

முகம் மலர்ந்து இனிய சொல்லை வழங்குதல், நெஞ்சத்தில் மகிழ்ந்து ஒருவர்க்கு வேண்டிய பொருளைக் கொடுத்தலினும் மேன்மை உடையது ஆகும்.

A kind word spoken to all with a cheerful countenance;
Is more than helping others with heart full of benevolence;

93. முகத்தான் அமர்ந்துஇனிது நோக்கி அகத்தானாம்
இன்சொல் இனிதே அறம்.

**mugatthaan amarnthu inithu nOakki agatthaanaam
insol-inithae arram.**

கண்ட பொழுதே ஒருவரிடம் மலர்ந்த முகத்துடன் விரும்பி இனிய சொற்களைச் சொல்லுதலே அறம் ஆகும்.

Welcoming people with kind words and good looks,
Are attributes of virtue, prescribed in books.

94. துன்புறூஉம் துவ்வாமை இல்லாகும் யார்மாட்டும்
இன்புறூஉம் இன்சொ லவர்க்கு.

**Thunburroo-um thuvvaamai illaagum yaarmaattum
inburroo-um in-solavarkku.**

எல்லோரிடத்திலும் இன்பத்தை அதிகப்படுத்தும் சொல்லை இனிமையாகப் பேசுபவர்க்குத், துன்பத்தை அதிகப்படுத்தும் வறுமை என்பதே இல்லையாம்.

One who speaks kind words, increasing joy in the minds of others;
For them, sorrow inducing poverty never bothers.

95. பணிவுடையன் இன்சொலன் ஆதல் ஒருவற்[கு]
அணியல்ல மற்றுப் பிற.

**paNivudaiyan insolan aathal oruvarrku
ANiyalla matrup pirra.**

பணிவுடையவனாக எல்லோரிடமும் இனிமையான சொல்லைப்
பேசுபவனாக இருத்தலே, ஒருவனுக்குச் சிறந்த அணிகலன் ஆகும்.
இதைத் தவிர, வேறு எந்த அணிகலனும் அணிகலன் ஆகாது.

Courteous behaviour laced with kind words to all;
To him, no other jewel could be more vital.

96. அல்லவை தேய அறம்பெருகும் நல்லவை
நாடி இனிய சொலின்.

**allavai thaeya arram-perugum nallavai
naadi iniya solin.**

ஒருவன் பிறர்க்கு நன்மை பயக்கும் சொல்லை மனத்தால்
ஆராய்ந்து இனிமையாகக் கூறுவானாயின் அவனுக்குத்
தீவினைப்பயன் குறைந்து அறம் வளரும்.

One who speaks words only beneficial to others, after knowing its
effect and from his heart filled with love;
He will never be subdued by evil, as the power of virtue grows with every
move.

97. நயன்ஈன்று நன்றி பயக்கும் பயன்ஈன்று
பண்பின் தலைப்பிரியாச் சொல்.

**nayan-eendru nandri payakkum payan-eendru
paNbin thalaip-piriyaas sol.**

பிறர்க்கு நன்மையான பயன் உண்டாக்கும் இனிமைப்
பண்பிலிருந்து நீங்காத சொற்கள் சொல்பவனுக்கு, இன்பமும்
தந்து நன்மையும் தரும்.

One whose kind words are always beneficial to others and holds on
to it steadfast;
He gets all joy in his life and the benefits forever lasts.

98. **சிறுமையுள் நீங்கிய இன்சொல் மறுமையும்
இம்மையும் இன்பம் தரும்.**

**sirrumaiyuL neengkiya insol marrumaiyum
immaiyum inbam tharum.**

பிறர்க்குத் துன்பம் செய்யாத இனிய சொற்கள், அதைக் கூறுபவனுக்கு, இப்பிறப்பிலும் மறுபிறப்பிலும் இன்பத்தைத் தரும்.

Words which never hurt others and spoken in a kind manner,
In his life, bestowed with happiness in present and in future.

99. **இன்சொல் இனிதுஈன்றல் காண்பான் எவன்கொலோ
வன்சொல் வழங்கு வது.**

**insol inithu-eendral kaaNbaan evan-koloa
van-sol vazhlangkuvathu.**

பிறர் கூறிய இன்சொல் தனக்கு இன்பம் தருவதை அனுபவித்து அறிகின்றவன், அதனைத் தவிர்த்து வன்மையான சொற்களை பேசுவது, என்னப் பயன் கருதியோ?

One who understands the happiness due to the kind words spoken;
Why does he deviate and uses harsh words to cause pain?

100. **இனிய உளவாக இன்னாத கூறல்
கனிஇருப்பக் காய்கவர்ந்து அற்று.**

**Iniya uLavaaga innaatha koorral
Kani-iruppak kaai kavarnthu-atru.**

மனதிற்கு இன்பம் தரும் இனிமையான சொற்கள் இருக்கின்ற போது, ஒருவன் அவற்றைத் தவிர்த்துக் கடுமையான சொற்களைக் கூறுதல், கனிகள் இருக்கும் போது, அவற்றை உண்ணாமல் காய்களைப் பறித்து உண்ணுவது போல் ஆகும்.

One who tries to uses harsh words instead of kind words of virtue;
Is like the one who gets attracted to eat raw fruits from a tree instead of eating the ripe fruits, without a clue.

11. செய்ந்நன்றி அறிதல் (Seiy-nandri arrithal)
(Remembering a kind act done by other person to him, Gratitude)

101. **செய்யாமல் செய்த உதவிக்கு வையகமும்
வானகமும் ஆற்றல் அரிது.**

**seiyyaamal seiytha uthavikku vaiyagamum
vaanagamum aatral arithu.**

தான் முன் ஓர் உதவி செய்யாமலிருக்க, பிறருக்குச் செய்த உதவி, மண்ணுலகத்தையும் வானுலகத்தையும் கைம்மாறாக கொடுத்தாலும் ஈடு ஆகாது.

A first time assistance which was not a return of aid;
Trying to recompensate is impossible, even with aggregate of earth and heaven paid.

102. **காலத்தி னால்செய்த நன்றி சிறிதுஎனினும்
ஞாலத்தின் மாணப் பெரிது.**

**kaalatthinaal seiytha nandri sirrithu-eninum
njnaalatthin maaNap perithu.**

ஒருவனுக்கு உற்ற காலத்தில் செய்த உதவி செய்தவர்க்குச் சிறியதாகப் பட்டாலும், அந்நேரத்தைக் கருதினால், அது நிலவுலகத்தினும் மிகப் பெரியது.

Timely help rendered, though may seem to be very small;
It will be considered bigger than the earth, by needy, all.

103. **பயன்தூக்கார் செய்த உதவி நயன்தூக்கின்
நன்மை கடலின் பெரிது.**

**payan-thookkaar seiytha uthavi nayan-thookkin
nanmai kadalin perithu.**

இவர்க்கு இதைச் செய்தால் இன்ன பயன் கிடைக்கும் என்று ஆராயாமல் செய்கின்ற உதவியின் அன்புடைமையை ஆராய்ந்தால், அதன் நன்மை கடலினும் பெரிதாகும்.

Not calculating the future benefit, which he will get by helping such and such person with an assistance;
A help rendered with real love the benefit is larger than the oceans.

104. **தினைத்துணை நன்றி செயினும் பனைத்துணையாக்
கொள்வர் பயன்தெரி வார்.**

thinait-thuNai nandri seiyinum panait-thuNaiyaak
koLvar Payan-therivaar.

உதவியின் பயனை உணர்ந்தவர், அவ்வுதவி தினை அளவே
இருப்பினும் அதனைப் பனையளவாகக் கருதுவர்.

Any help provided of the size of a grain of millet for free;
The needy beneficiary, will consider the benefit as taller than palm tree.

105. உதவி வரைத்துஅன்று உதவி உதவி
செயப்பட்டார் சால்பின் வரைத்து.

**uthavi varaitthu-andru uthavi uthavi
seiyappattaar saalbin varaitthu.**

கைம்மாறாகச் செய்யும் உதவி, காரணம், பொருள், காலம்
ஆகிய மூன்று வகையாலும் முன் செய்த உதவியின் அளவைப்
பொருட்டன்று. அந்த உதவியைச் செய்தவரின் சிறப்புத்
தன்மையின் அளவே ஆகும்.

Any help rendered in return of assistance received earlier,
cannot be measured in terms of reason, value or time
It can only be quantified on the worth of the beneficiary's noble
character, a prime.

106. மறவற்க மாசுஅற்றார் கேண்மை துறவற்க
துன்பத்துள் துப்பாயார் நட்பு.

**marravarrka maasu-atraar kaeNmai thurravarrka
thunbatthuL thuppaayaar natpu.**

துன்ப காலத்தில் தனக்கு ஆதரவாக, அறிவிலும், ஒழுக்கத்திலும்
சிறந்து விளங்குபவரின் நட்பைப் போற்றிக் காக்க வேண்டும்.

Hold on to the friendship of wise men of integrity and virtue, forever;
Who were besides one in times of need, forget never.

107. எழுமை எழுபிறப்பும் உள்ளுவர் தம்கண்
விழுமம் துடைத்தவர் நட்பு.

**ezhlumai ezhlupirrappum uLLuvar thamkaN
vizhlumam thudaitthavar natpu.**

தனக்கு வந்த துன்பத்தை நீக்கியவருடைய நட்பை, ஏழு
பிறப்பிலும் நினைப்பவரே நல்லோர்.

Good men who received help in times of need, will know its worth;
And will remember such noble deeds even in the next seven births.

108. **நன்றி மறப்பது நன்றுஅன்று நன்றுஅல்லது**
அன்றே மறப்பது நன்று.

nandri marrappathu nandru-andru nandru-allathu
andrae marrappathu nandru.

ஒருவன் முன் செய்த நன்மையை மறப்பது ஒருவர்க்கு நல்லறம் அன்று. ஆனால் ஒருவன் செய்த தீமையை அக்கணமே மறப்பது நன்று.

To forget the good done by any is not a noble act;
To forget an evil act done to him by any, instantly, is a genuine tact.

109. **கொன்றுஅன்ன இன்னா செயினும் அவர்செய்த**
ஒன்றுநன்று உள்ளக் கெடும்.

kondru-anna innaa seiyinum avar-seiytha
ondru-nandru uLLak kedum.

தமக்கு முன்னர் ஒரு முறை உதவி செய்தவர் பின்பு கொலைப்பழி போன்ற இன்னாச் செயல்களைச் செய்தார் ஆயினும், அவ்வாறு அவர் செய்த இன்னாச் செயலை நினைக்காது, செய்த நன்மை ஒன்றையே நோக்குதல் வேண்டும்.

One who had rendered help earlier, if he causes a heinous injury;
This evil act to be forgotten, as the help done is still in memory.

110. **எந்நன்றி கொன்றார்க்கும் உய்வுஉண்டாம் உய்வில்லை**
செய்ந்நன்றி கொன்ற மகற்கு.

en-nandri kondraarkkum uiyvu-uNdaam uiyvillai
seiyn-nandri kondra magarrku.

பெரிய அறங்களை அழித்தலால் ஏற்படும் தீவினைப் பயனும் தீங்கும் நீங்க வழியுண்டு. ஆனால், ஒருவன் செய்த நன்றியை மறந்தவனுக்கு ஏற்பட்ட தீவினைப் பயன் நீங்க வழியே இல்லை.

All evil effects and hurt caused by any criminal act, shunning the path of virtue, has rehabilitation;
But one, who forgets the good done by any to him in his times of need, has no pardon for this criminal action.

12. நடுவு நிலைமை (Naduvu nilaimai)

(Equitability of the mind)

111. **தகுதி என ஒன்று நன்றே பகுதியால்**
பாற்பட்டு ஒழுகப் பெறின்.

thaguthi ena-ondru nandrae paguthiyaal
paarrpattu ozhlugap perrin.

பகை, விருப்பு, வெறுப்பு, மற்றும் ஏழ்மை, நட்பு என்னும் பகுதிதோறும் முறைமையை விடாது கடைபிடித்தால், நடுவுநிலைமையென்று சொல்லப்படும் அறமே நன்று ஆகும்.

Having a good virtue like impartiality without any bias;
If one remains neutral to enemies, attachment, hate, poverty, and friendship, in equal parts.

112. **செப்பம் உடையவன் ஆக்கம் சிதைவின்றி**
எச்சத்திற்(கு) ஏமாப்பு உடைத்து.

seppam udaiyavan aakkam sithaivindri
etchatthirrku aemaappu udaitthu.

நடுவுநிலைமை உடையவனது செல்வம் அழிவில்லாமல், அவன் சந்ததியர்க்கும் பாதுகாப்பாக அமையும்.

Wealth in the hands of one who is known to be just;
Never depletes and even his descendants will enjoy it best.

113. **நன்றே தரினும் நடுவுஇகந்தாம் ஆக்கத்தை**
அன்றே ஒழிய விடல்.

nandrae tharinum naduvu-iganthaam aakkatthai
andrae ozhliya vidal.

நடுவுநிலைமையைத் தவிர்த்துத் தீங்கில்லாமல் நன்மையே தரும் தன்மையாய் உடைய செல்வம் ஆனாலும், அதை அப்பொழுதே கைவிட வேண்டும்.

Bypassing the path of virtuous equitability, though such act derives benefit and no evil;
Still the wealth accrued should be given up instantly, as it is never good and only ill.

114. **தக்கார் தகவிலர் என்ப(து) அவரவர்**
எச்சத்தாற் காணப் படும்.

thakkaar thagavilar enbathu avaravar
etchatthaarr kaaNap padum.

இவர் நடுவுநிலையையுடையவர், நடுவுநிலைமை இல்லாதவர் என்னும் வேறுபாடு அவருடைய எஞ்சி நிற்கும் புகழ் மற்றும் பழி ஆகியனவற்றால் அறியப்படும்.

Whether one was uprightly holding the principles of natural justice or not;
Will be known after him, by the fame earned by him or by his disrepute.

115. கேடும் பெருக்கமும் இல்அல்ல நெஞ்சத்துக்
கோடாமை சான்றோர்க்கு அணி.

kaedum perukkamum il-alla nenjatthuk
koadaamai saandrorku aNi.

தீவினையால் கேடும், நல்வினையால் செல்வமும் இயற்கையாய் யாவர்க்கும் ஏற்படுவனவே, எனவே நடுவுநிலையுடன் மனச்சாய்வின்றி இருப்பதே சான்றோர்க்கு அழகு.

That virtue brings one prosperity and evil begets adversity is predetermined;
Knowing these, without swerving from the path of the equity, acts a just mind.

116. கெடுவல்யான் என்பது அறிகதன் நெஞ்சம்
நடுஒரீ அல்ல செயின்.

keduval-yaan enbathu arriga-than nenjam
nadu-oree-e alla seiyin.

ஒருவன், தன் நெஞ்சம் நடுவுநிலைமையை மறந்து நல்லன அல்லாதவற்றைச் செய்ய நினைக்குமானால், "தான் கெடப்போகின்றேன்" என்பதை அறிந்து கொள்வானாக.

One, when he deviates from the path of justice and performs any evil act;
He will understand that his mind will say, "I am doomed", a fact.

117. கெடுவாக வையாது உலகம் நடுவாக
நன்றிக்கண் தங்கியான் தாழ்வு.

keduvaaga vaiyaathu ulagam naduvaaga
nandrik-kaN thangiyaan thaazhlvu.

நடுவுநிலையோடு அறத்தின் கண்ணே நின்றவனுக்கு உண்டான வறுமையை உயர்ந்தோர் வறுமை என்று கருதமாட்டார்கள்.

A man of equity, following the path of justice, though his life's quality may not be good so far;
Still will not be considered poor by the wise men who think fair.

118. சமன்செய்து சீர்தூக்கும் கோல்போல் அமைந்துஒருபால்
கோடாமை சான்றோர்க்(கு) அணி.

saman-seiythu seerthookkum koalpoal amainthu-orupaal
koadaamai saandrorku aNi.

தன்னை சமனாக நிறுத்திக்கொண்டு, பின்னர் தட்டின் மேல் வைக்கப்பட்ட எடையைச் சமனாக அளந்து பார்க்கும் துலாக்கோல் போல ஒரு பக்கமும் சாயாமல் நடுவுநிலைமையுடன் நடப்பதே சான்றோர்க்கு அழகு.

The balance holds the scales equally, then the articles are weighed;
Similarly, great men of justice should always stay unbiased.

119. சொல்கோட்டம் இல்லது செப்பம் ஒருதலையா
உட்கோட்டம் இன்மை பெறின்.

sol-koattam illathu seppam oruthalaiyaa
utkoattam inmai perrin.

நடுவுநிலைமையுடையவனின் உள்ளம் கோணுதல் இல்லையாம். எனவே அவன் சொல்லும் சார்புகளின்றி இருக்கும்.

Even in speech, the words of men of impartiality will remain unbiased;
It reflects that their great minds are free and not crooked.

120. வாணிகம் செய்வார்க்கு வாணிகம் பேணிப்
பிறவும் தம்போல் செயின்.

VaaNigam seiyvaarkku vaaNigam paeNip
pirravum tham-poal seiyin.

பிறர் பொருளையும் தன்னுடைய பொருள் போலக் கருதிப் பாதுகாத்து வணிகம் செய்வதே வணிகர்க்குரிய நற்பண்பாகும்.

To guard other's goods and trade with it as his own;
Is prudent business and ensures prosperity to such merchants alone.

13. அடக்கமுடைமை (adakkamudaimai)

(Exercising Self-Control)

121. **அடக்கம் அமரருள் உய்க்கும் அடங்காமை**
ஆரிருள் உய்த்து விடும்.

adakkam ammissaruL uiykkum adangkaamai
aariruL uiytthu vidum.

ஒருவனின் அடக்கம் என்னும் அறம் அவனை உயர்த்தி தேவருலகத்துள் வைக்கும், அடங்காமை ஆகிய தீங்கு, தங்குவதற்கு ஏற்ற அரிய இருள் நிறைந்த நரகத்தில் தள்ளும்.

Exercise of self-control will propel one higher into the abode of Gods;
Lack of self-control will cause sorrow and push one into darkness, the devil's abode.

122. **காக்க பொருளா அடக்கத்தை ஆக்கம்**
அதனின்ஊங்கு இல்லை உயிர்க்கு.

kaakka poruLaa adakkatthai aakkam
athanin-oongku illai uyirkku.

உயிர்களுக்கு அடக்கத்தினை விட உயரிய செல்வம் இல்லை. ஆகையால், அவ்வடக்கத்தை உறுதியான பொருளாகக் கொண்டு அழியாமல் காக்க வேண்டும்.

Wealth for all living souls, nothing better than self-control through will power;
This is the most valuable possession and shall guard with care.

123. **செறிவுஅறிந்து சீர்மை பயக்கும் அறிவுஅறிந்து**
ஆற்றின் அடங்கப் பெறின்.

serrivu-arrinthu seermai payakkum arrivu-arrinthu
aatrin adangkap perrin.

அடங்குதலே நமக்கு அறிவின் பயன் என்று அறிந்து நல்வழியில் ஒருவன் அடங்கி நடப்பானே ஆனால், அவ்வடக்கம் நல்லோரால் அறியப்பட்டு அவனுக்கு வேண்டிய புகழைத் தேடித் தரும்.

Understanding deeply that self-control is ultimate and if one takes that path of virtue;

The good wise men will come to know of it and to him all fame will flow, true.

124. நிலையின் திரியா[து] அடங்கியான் தோற்றம்
மலையினும் மாணப் பெரிது.

**nilaiyin thiriyaathu adangkiyaan thoatram
malaiyinum maaNap perithu.**

இல்வாழ்க்கையாகிய நல்லறத்தின் நிலையிலிருந்து வேறுபடாமல் நின்று, அடக்கத்துடன் நடப்பவனது உயர்வு, மலையின் உயரத்தைவிட மிகப்பெரியதாகும்.

One who is humble and performs his duty following the path of virtue as a householder;
Shall carry his fame higher than a mountain, taller.

125. எல்லார்க்கும் நன்றாம் பணிதல் அவருள்ளும்
செல்வர்க்கே செல்வம் தகைத்து.

**ellaarkkum nandraam paNithal avaruLLum
selvarkkae selvam thagaitthu.**

பணிவுடையராக இருத்தல் என்பது எல்லார்க்கும் நல்லதே ஆகும். அதிலும் செல்வமுடையார்க்கே மேலும் சிறப்பான செல்வமாக அடக்கமுடைமை அமையும்.

To exercise humility by all is a worthy quality test;
For the rich, it is a higher type of wealth, at its best.

126. ஒருமையுள் ஆமைபோல் ஐந்துஅடக்கல் ஆற்றின்
எழுமையும் ஏமாப்பு உடைத்து.

**orumaiyuL aamaipoal ainthu-adakkal aatrin
ezhlumaiyum Aemaappu udaitthu.**

ஒருவன் ஆமைபோலத் தம் ஐம்பொறிகளையும் அடக்க வல்லவன் ஆயின், அவ்வல்லமை அவனுக்கு ஏழு பிறப்பினிலும் துன்பம் வராமல் காத்து இன்பத்தைத் தரும்.

If one can exercise self-control over all his five senses, like a tortoise;
He will be free from sorrow and live happily, in his seven births.

127. யாகாவார் ஆயினும் நாகாக்க காவாக்கால்
சோகாப்பர் சொல்இழுக்குப் பட்டு.

**yaa-kaavaar aayinum naa-kaakka kaavaakkaal
soagaappar sol-izhlukkup pattu.**

காக்கப்பட வேண்டிய எல்லாவற்றையும் காக்க முடியாமல் போயினும், தம் நாக்கு ஒன்றனையாவது காக்க வேண்டும். அதனையும் காக்கத் தவறினால் சொற்குற்றத்தினால் அவதிப்பட்டுத் தாமே துன்புறுவர்.

Of all that needs to be protected, the tongue's unrestricted slips are the foremost to be controlled;
Failure to do so, will cause greater sorrow by use of hurtful words.

128. ஒன்றுஆனும் தீச்சொல் பொருள்பயன் உண்டுஆயின்
நன்றுஆகாது ஆகி விடும்.

ondru-aanun thee-sol porul-payan uNdu-aayin
nandru-aagaathu aagi vidum.

தீய சொற்களின் பொருள்களால் பிறர்க்கு வரும் துன்பம் ஒன்றாக இருப்பினும், அக்குற்றத்தின் பயனாய்ப் பிற அறங்களால் உண்டாகும் நன்மைக்கூடத் தீயதாய் ஆகி விடும்.

Abusive words cause deep hurt to others, the only one evil;
Reputation earned by following the path of virtue is in peril.

129. தீயினால் சுட்டபுண் உள்ளாறும் ஆறாதே
நாவினால் சுட்ட வடு.

theeyinaal sutta-puN uLL-aarrum aarraathae
naavinaal sutta vadu.

ஒருவனை, வேறொருவன் தீயினால் சுட்ட புண் மேலே தழும்பு தெரிந்தாலும், மனதினுள் அப்பொழுதே ஆறிவிடும். ஆனால், நாவினால் பேசிய சுடுசொற்களால் மனதில் உண்டாகும் காயம் எக்காலத்திலும் ஆறாத வடுவாய் அமையும்.

Burns scar caused to one by fire, does not remain in heart and heal;
Injury due to a bad word from one's tongue, lingers forever as ill.

130. கதம்காத்துக் கற்றுஅடங்கல் ஆற்றுவான் செவ்வி
அறம்பார்க்கும் ஆற்றின் நுழைந்து.

katham-kaatthuk katru-adangal aatruvaan sevvi
arram-paarkkum aatrin nuzhlainthu.

மனதினில் கோபம் தோன்றாமல் கற்க வேண்டிய யாவற்றையும் கற்று அடங்கிய வல்லவனின் வழிபார்த்து அறக்கடவுள் சரியான சமயத்தில் வந்து நிற்கும்.

A well read one who shuns anger and is all humble;
Lord of Virtue bides for a good moment to reach the gentle soul.

14. ஒழுக்கமுடைமை (ozhlukkamudaimai)
(Righteous Behaviour)

131. **ஒழுக்கம் விழுப்பம் தரலான் ஒழுக்கம்
உயிரினும் ஓம்பப் படும்.**

**ozhlukkam vizhluppam tharalaan ozhlukkam
uyirinum Oambap padum.**

ஒழுக்கம் எல்லோர்க்கும் சிறப்பினைத் தரும். ஆதலால், அவ்வொழுக்கமே உயிரினும் மேலாகப் பாதுகாக்கப்படும்.

Righteous behaviour bestows all the best aspects in life;
Indeed guard it like all you can to secure your life, rife.

132. **பரிந்தோம்பிக் காக்க ஒழுக்கம் தெரிந்தோம்பித்
தேரினும் அஃதே துணை.**

**parinthu-oambik kaakka ozhlukkam therinthu-oambith
thaerinum aqthae thuNai.**

ஒழுக்கத்தினைத் துன்பம் வரினும் அழியாமல் பேணிக் காக்க வேண்டும். ஏனெனில், அறங்கள் பலவற்றையும் ஆராய்ந்தால் அவற்றுள் எக்காலத்திலும் துணையாய் வருவது ஒழுக்கம் மட்டுமே ஆகும்.

Even, in difficulty, preserve and protect, righteous conduct;
Because in present or in future, discipline is the companion, first.

133. **ஒழுக்கம் உடைமை குடிமை இழுக்கம்
இழிந்த பிறப்பாய் விடும்.**

**ozhlukkam udaimai kudimai izhlukkam
izhlintha pirrappaai vidum.**

ஒழுக்கமுடையவராய் வாழ்தலே பிறந்த குலத்திற்குச் சிறப்பாகும். அவ்வொழுக்கத்தில் இருந்து தவறினால் குலத்திற்குற்குப் பழி சேர்ந்துவிடும்.

All possess righteous conduct, as per their families' position; Acting in a manner which affects good behaviour, will bring bad reputation.

134. **மறப்பினும் ஓத்துக் கொளலாகும் பார்ப்பான்
பிறப்பொழுக்கம் குன்றக் கெடும்.**

**marrappinum oatthuk koLalaagum paarppaan
pirrappozhlukkam kundrak kedum.**

கற்ற அறநூல்களை மறப்பவன் ஆயினும், அவைகளைக் கற்று அறிந்து கொள்ள முடியும். ஆனால், தங்கள் குலப்பெருமையாகிய ஒழுக்கத்தினைத் தவறினால் அவனது குடிப்பிறப்பிற்கு இழுக்காகும்.

If forgotten, scriptures can be read to follow the path of virtue, surely;
But display of indiscipline will damage family name unfailingly.

135. அழுக்காறு உடையான்கண் ஆக்கம்போன்(று) இல்லை
ஒழுக்கம் இலான்கண் உயர்வு.

**azhlukkaarru udaiyaan-kaN aakkam-poandru illai
ozhlukkam ilaan-kaN uyarvu.**

பொறாமை குணம் உடையவனிடம் எவ்வாறு செல்வம் இருந்தும் இல்லாமல் போகுமோ அதுபோல, ஒழுக்கமில்லாதவனிடத்தில் உயர்வு இல்லை.

Any amount of wealth amassed is not enough for the jealous;
Loss of good behaviour will never bring greatness to the wise.

136. ஒழுக்கத்தின் ஒல்கார் உரவோர் இழுக்கத்தின்
ஏதம் படுபாக்கு அறிந்து.

**ozhlukkatthin olgaar uravoar izhlukkatthin
Aetham padupaakku arrinthu.**

ஒழுக்கநெறியிலிருந்து தாழ்ந்தால் குற்றம் உண்டாகும் என்பதை உணர்ந்த மனத்திண்மையுடையவர், அத்தாழ்வைச் செய்ய மாட்டார். செய்தால், தம் குலத்திற்கு இழுக்கு என்பதை அறிந்து நாணுவர்.

Strong willed do not deviate from path of righteous conduct, to do any task;
They understand that any bad action will put their family name to high risk.

137. ஒழுக்கத்தின் எய்துவர் மேன்மை இழுக்கத்தின்
எய்துவர் எய்தாப் பழி.

**ozhlukkatthin eiythuvar Maenmai izhlukkatthin
eiythuvar eiythaap pazhli.**

எல்லோரும் ஒழுக்கத்தைக் கடைபிடிப்பதால் வாழ்க்கையிலும் தொழிலும் வளர்ச்சி அடைவர். அவ்வாறன்றி ஒழுக்கத்திலிருந்து தவறினால் தமக்கு உரியது அல்லாத பழியை அடைவர்.

Eminence in life and excellence in profession is from righteous conduct;
Drifting from discipline brings more unnecessary abuse, definite.

**138. நன்றிக்கு வித்தாகும் நல்லொழுக்கம் தீயொழுக்கம்
என்றும் இடும்பை தரும்.**

**nandrikku vitthaagum nall-ozhlukkam thee-ozhlukkam
endrum idumbai tharum.**

ஒருவனுக்கு நல்ல ஒழுக்கம் அறத்திற்குக் காரணமாய் அமைந்து எக்காலத்திலும் இன்பத்தைக் கொடுக்கும். தீயொழுக்கம் பாவத்தின் காரணமாக எக்காலத்திலும் துன்பத்தையே கொடுக்கும்.

Exemplary discipline leads to a life of virtue, at all times happiness;
Bad behaviour, on account of the sin, enduring pain ensures.

**139. ஒழுக்கம் உடையவர்க்கு ஒல்லாவே தீய
வழுக்கியும் வாயால் சொலல்.**

**ozhlukkam udaiyavarkku ollaavae theeya
vazhlukkiyum vaayaal solal.**

மறந்தும் தீய சொற்களைத் தம் வாயால் தவறியும் சொல்லும் செயல் ஒழுக்கமுடையவர்க்கு இல்லை.

Men of good behaviour will never even mutter;
Hurtful bad words, even forgetfully, as a simple matter.

**140. உலகத்தோடு ஒட்ட ஒழுகல் பலகற்றும்
கல்லார் அறிவுஇலா தார்.**

**ulagatthoadu otta ozhlugal pala-katrum
kallaar arrivu-ilaathaar.**

உலகத்தோடு பொருந்தி எவ்வாறு நடந்து கொள்ள வேண்டும் என்று கல்லாதவர்கள், பல நூல்களைக் கற்றிருந்தாலும் அறிவில்லாதவரே.

One who does not know how to live in harmony in this world,
Even, if well read, is a fool, in this earthly fold.

15. பிறனில் விழையாமை (pirran-il vizhlaiyaamai)

(Not Desiring Another Man's Wife)

141. **பிறன்பொருளாள் பெட்டொழுகும் பேதைமை ஞாலத்து**
அறம்பொருள் கண்டார்கண் இல்.

pirranporuLaaL pettozhlugum paethaimai njnaalatthu
arramporuL kaNdaar-kaN il.

ஒருவருக்கு உரிமையான அவர் மனைவியை விரும்பி காதலித்து அடைகின்ற அறியாமை, இவ்வுலகத்தில் அறநூல்களை ஆராய்ந்து அறிந்தவரிடம் இருக்காது.

Coveting another man's rightful wife by indulging in love, a brazen stupidity;
Never by a person, well read in spiritual books with a mind of clarity.

142. **அறன்கடை நின்றாருள் எல்லாம் பிறன்கடை**
நின்றாரின் பேதையார் இல்.

arran-kadai nindraaruL ellaam piran-kadai
nindraarin paethaiyaar il.

தீயச் செயலைச் செய்து வாழ்பவர்களின் வரிசையில் கடைசியில் நிற்போர், ஆசை காரணமாக பிறர் மனைவியை விரும்பும் பேதையர் போல் எவரும் இல்லை.

Those who lead life in an evil manner, the worst amongst them;
Are those who love another man's wife, a fool's mayhem.

143. **விளிந்தாரின் வேறல்லர் மன்ற தெளிந்தாரில்**
தீமை புரிந்துஒழுகு வார்.

viLinthaarin vaerrallar mandra theLinthaaril
theemai purinthu-ozhluguvaar.

தம்மை நம்பியவரின் மனைவியை விரும்பி தீமையைச் செய்தவர் உயிருடன் இருப்பினும் இறந்தவரே ஆவர்.

Coveting the trustful and unsuspecting wife of a friend;
Always by those men who walk alive but can be deemed to be dead.

144. **எனைத்துணையர் ஆயினும் என்னாம் தினைத்துணையும்**
தேரான் பிறன்இல் புகல்.

enait-thuNaiyar aayinum ennaam thinait-thuNaiyum
thaeraan pirran-il pugal.

காம மயக்கத்தால் தினையளவும் தம் பிழையை உணராமல் பிறர் இல்லத்திற்குள் புகுந்தவர், எத்தனை பெருமையுடையவராக இருப்பினும், அதனால் பயனில்லை.

An evil act of the size of a millet, is not understood, of what use is a man's high worth in a society;
Who covets another man's wife from her house, an act of notoriety.

145. எளிதுஎன இல்இறப்பான் எய்தும்எஞ் ஞான்றும்
விளியாது நிற்கும் பழி.

eLithu-ena il-irrappaan eiythum enjnaandrum viLiyaathu nirrkum pazhli.

பிறன் மனைவியை அடைதல் எளிது என்று கருதி, பின்வரும் விளைவு கருதாது, பிறன் இல்லத்திற்கு வரம்பு மீறிச் செல்லுபவன், எக்காலத்திற்கும் நிலைத்து நிற்கும் பழியை அடைவான்.

One who thinks easy to covet another man's wife without knowing the pros and cons;
If trespasses into her house, a disgrace for his lifetime, all seasons.

146. பகை-பாவம் அச்சம் பழியென நான்கும்
இகவாவாம் இல்இறப்பான் கண்.

pagai paavam atcham pazhliyena naangum igavaavaam il-irrappaan kaN.

பகை, தீவினை, அச்சம், குலப்பழியென இந்நான்கு குற்றமும் பிறன் மனைவியிடம் நெறி கடந்து நடப்பவனிடம் ஒருகாலும் நீங்காது நிலைத்து நிற்கும்.

One who wants to covet another man's wife, there is no separation;
From the four evils during lifetime, viz., hate, sin, fear and loss of family reputation.

147. அறன்இயலான் இல்வாழ்வான் என்பான் பிறன்இயலாள்
பெண்மை நயவா தவன்.

arran-iyalaan il-vaazhlvaan enbaan pirran-iyalaaL peNmai nayavaathavan.

அறனாகிய இயல்போடு கூடி இல்வாழ்பவன் என்று சொல்லப்படுபவன், பிறன் மனைவியை விரும்பி வாழ்க்கை வாழாதவன்.

A householder, is one who lives as per the principles of virtue, his entire life;
Who never has the evil thought of coveting another man's wife.

148. பிறன்மனை நோக்காத பேராண்மை சான்றோர்க்[கு]
அறன்ஒன்றோ ஆன்ற ஒழுக்கு.

pirranmanai noakkaatha paeraaNmai saandroarkku
arran-ondroa aandra ozhlukku.

பிறன் மனைவியை விரும்பி நோக்காத ஆணின் தன்மையே சான்றோர்க்கு அறனும், ஒழுக்கமும் ஆகும்.

Casting eyes upon another man's wife without any bad thought or intention,
An act of chivalry of a wise man of virtue and disciplined one.

149. நலக்குஉரியார் யார்எனின் நாமநீர் வைப்பின்
பிறர்க்குஉரியாள் தோள்தோயா தார்.

nalakku-uriyaar yaar-enin naama-neer vaippin
pirrarkku-uriyaaL thoaL-thoayaathaar.

அச்சம் தரும் கடலால் சூழப்பட்ட இவ்வுலகத்தில் எல்லா நன்மைகளையும் எய்துவதற்குரியார் யாவர் என்றால், பிறன் ஒருவனுக்கு உரிமையானவளின் தோளைச் சேர விரும்பாதவர்.

In this vast world, surrounded by the dreaded tumultous ocean,
Only those wise men benefit in life, who never aspire to lean on to the shoulders of the rightful wife of another man.

150. அறன்வரையான் அல்ல செயினும் பிறன்வரையாள்
பெண்மை நயவாமை நன்று.

arran-varaiyaan alla seiyinum pirran-varaiyaaL
peNmai nayavaamai nandru.

ஒருவன் தன் வாழ்க்கையை அறநெறியில் நடத்தாமல், தீய செயல்களைச் செய்தாலும், பிறன் மனையாளை விரும்பாமல் இருத்தல் நன்று.

Even if, one does not perform any righteous act, and is all evil;
Yet, if he does not covet another man's wife, would be the best of all.

16. பொறையுடைமை (Porraiyudaimai)
(Exhibiting Patience)

151. அகழ்வாரைத் தாங்கும் நிலம்போலத் தம்மை
இகழ்வார்ப் பொறுத்தல் தலை.

agazhlvaaraith thaangkum nilampoalath thammai
igazhlvaarp porutthal thalai.

தன்னைத் தோண்டுகின்றவரையும் விழாமல் தாங்கும் நிலம் போலத், தம்மை அவமதிப்பவரைப் பொறுத்துக் கொள்வது தலையாய அறம் ஆகும்.

Earth bears up, with those who dig it, and does not allow them to fall;
Likewise, exhibit patience against those insult, a great virtue for all.

152. பொறுத்தல் இறப்பினை என்றும் அதனை
மறத்தல் அதனினும் நன்று.

porrutthal irrappinai endrum athanai
marratthal athaninum nandru.

தமக்குத் துன்பம் செய்தவரைத் தண்டிக்கும் ஆற்றல் இருந்தாலும் பிறர் செய்த குற்றத்தை பொறுத்துக்கொள்ள வேண்டும். அக்குற்றத்தை மனதில் எண்ணாமல் அப்பொழுதே மறக்க முடிந்தால், அப்படிப்பட்ட பொறுமையினும் நன்றாகும்.

Forgive the wrong done by others, worth punishing, by bearing it with patience;
Best is to not take it into one's mind and forget that instance.

153. இன்மையுள் இன்மை விருந்துஒரால் வன்மையுள்
வன்மை மடவார்ப் பொறை.

inmaiyuL inmai virunthu-oraal vanmaiyuL
vanmai madavaarp porrai.

ஒருவனுக்கு துன்பத்திலும் துன்பம், தம்மை நாடி வந்த விருந்தினரை உபசரிக்காமல் நீங்குவதாகும். அது போன்று, வலிமையினும் வலிமை, அறிவில்லாதவர்கள் செய்யும் குற்றத்தைப் பொறுத்துக் கொள்ளுவதே ஆகும்.

Not welcoming guests and not being charitable is the worst of all pain;
One's utmost strength is shown, when the wrongs done to him by fools are dealt with patience and no strain.

154. நிறைஉடைமை நீங்காமை வேண்டின் பொறைஉடைமை
போற்றி ஒழுகப் படும்.

nirrai-udaimai neengaamai vaendin porrai-udaimai
poatri ozhlugap padum.

எல்லா நல்ல குணங்களும் குறையாமல் இருக்க விரும்புபவன்
என்றால், அவன் பொறுத்துக்கொள்ளும் பண்பை இழக்காமல்
பார்த்துக்கொள்ள வேண்டும்.

One who aspires to possess without fail, all the virtues throughout;
Has to cultivate the habit to be patient always against the wrongdoers,
as his task cut out.

155. ஒறுத்தாரை ஒன்றாக வையாரே வைப்பர்
பொறுத்தாரைப் பொன்போல் பொதிந்து.

orrutthaarai ondraaga vaiyaarae vaippar
porrutthaaraip pon-poal pothinthu.

அறிவுடையார் பிறர் தமக்குத் தீங்கு செய்ததைப் பொறுக்காமல்
தண்டித்தவரை, ஒரு பொருட்டாக மனதில் கொள்ள மாட்டார்;.
பொறுத்துக்கொள்பவரைப் பொன் போலப் பத்திரமாய் மனதில்
வைத்துக்கொள்வர்.

Those who don't deal with patience, the wrongdoers, are ignored by
the wise men from their mind;
But those who pardon the evil doers are treated and preserved like
gold and all remember such kind.

156. ஒறுத்தார்க்(கு) ஒருநாளை இன்பம் பொறுத்தார்க்குப்
பொன்றும் துணையும் புகழ்.

orrutthaarkku oru-naaLai inbam porrutthaarkkup
pondrum thuNaiyum pugazhl.

தமக்குத் தீங்கு செய்தவனைக் கண்டிப்பதால் உண்டாவது ஒரு
நாள் இன்பமே. ஆனால், அதனை பொறுத்துக்கொள்பவருக்கு
உலகம் அழியும் வரைக்கும் புகழ் இருக்கும்.

A day's pleasure is the maximum benefit for one dealing with
contempt, a wrong done by an evil doer;
But, for those who forgive the wrong done to him by others, his fame
endures till the world is forever.

157. திறன்அல்ல தன்பிறர் செய்யினும் நோநொந்(து)
அறன்அல்ல செய்யாமை நன்று.

thirranalla than-pirrar seiyyinum noa-nonthu
arranalla seiyyaamai nandru.

செய்யத்தகாத கொடிய செயல்களைத் தனக்கு பிறர் செய்தாலும், அதனால் அவருக்கு வரும் துன்பத்திற்கு வருந்தி, அறனற்ற செயல்களைச் செய்யாமல் இருப்பது அறம்.

Even if any worst injury is inflicted by others to himself, to bear with patience and not getting hurt;
And not indulging in evil acts against them, is a virtuous thought.

158. மிகுதியான் மிக்கவை செய்தாரைத் தாம்தம்
தகுதியான் வென்று விடல்.

miguthiyaan mikkavai seiythaarait thaam-tham
thaguthiyaan vendru vidal.

மனச் செருக்கால் தனக்கு தீயனவற்றைச் செய்தாரை, தாம் தம்முடைய பொறுத்துக்கொள்ளும் தன்மையினால் வென்று விட வேண்டும்.

One even if hurt by deeds committed by others with vanity;
Best method is to deal with patience and win them over by his nobility.

159. துறந்தாரின் தூய்மை உடையர் இறந்தார்வாய்
இன்னாச்சொல் நோற்கிற் பவர்.

thurranthaarin thooiymai udaiyar irranthaar-vaai
innaa-sol noarrkirrpavar.

துறவற குணம் உடைய தூயவர்கள், தம்மைப் பழிப்பவர் வாயில் வரும் தகாத சொற்களையும், பொறுத்துக் கொள்வர்.

A disciplined person patiently bears the insults of other's words;
Possesses the virtuous behaviour of the sages, for good.

160. உண்ணாது நோற்பார் பெரியர் பிறர்சொல்லும்
இன்னாச்சொல் நோற்பாரின் பின்.

uNNaathu noarrpaar periyar pirrar-sollum
innaas-sol noarrpaarin pin.

உண்ணா நோன்பிருந்து தவம் செய்யும் பெரியவரும், பிறர் சொல்லக்கூடிய கடுஞ்சொல்லைப் பொறுத்துக்கொள்ளக் கூடியவருக்குப் பின்னே வைத்து எண்ணப்படுவர்.

Fasting undertaken as part of penance by sages gets its due;
Only after men, who even when taunted by others' evil words, maintains patience, a virtue.

17. அழுக்காறாமை (azhlukkaarraamai)
(Avoiding Envy)

161. ஒழுக்காறாக் கொள்க ஒருவன்தன் நெஞ்சத்[து]
அழுக்காறு இலாத இயல்பு.

ozhlukkaarraak koLka oruvan-than nenjatthu
azhlukkaarru ilaatha iyalbu.

ஒருவன் தன் மனதில் பொறாமை என்னும் குற்றம் இல்லாத இயல்பினைத் தனக்கு உரிய ஒழுக்க நெறியாகக் கொள்ள வேண்டும்.

One has to keep his thoughts clear of envy, an avoidable act;
That is the quality to make him follow the path of righteous conduct.

162. விழுப்பேற்றின் அஃதுஒப்ப[து] இல்லையார் மாட்டும்
அழுக்காற்றின் அன்மை பெறின்.

vizhluppaetrin aqthu-oppathu illai-yaar maattum
azhlukkaatrin anmai perrin.

எவன் ஒருவன் பொறாமை எண்ணத்திலிருந்து நீங்கும் பண்பை பெற்று உள்ளானோ, அவன் பெறும் சிறந்த பேறுகளுள் இதற்கு இணை ஏதும் இல்லை.

Envy none, and such a great quality, if one derives;
No other fame or wealth can be comparable to what he acquires.

163. அறன்ஆக்கம் வேண்டாதான் என்பான் பிறன்ஆக்கம்
பேணாது அழுக்கறுப் பான்.

arran-aakkam vaeNdaathaan enbaan pirran-aakkam
paeNaathu azhlukkarrup paan.

பிறர் செல்வம் சம்பாதித்த வழியைக் கண்டு மகிழாமல், பொறாமை குணத்தைக் காட்டுபவன், மறுபிறவிக்கு அறமும் இப்பிறவிக்கு செல்வமும் ஆகிய இரண்டினையும் தனக்கு வேண்டாம் என்று சொல்பவன் ஆவான்.

Righteous life in rebirth and increase in wealth in present life, the two are held to be useless by those;
Who, when others acquire wealth, display unhappiness.

164. அழுக்காற்றின் அல்லவை செய்யார் இழுக்காற்றின்
ஏதம் படுபாக்கு அறிந்து.

azhlukkaatrin allavai seiyyaar izhlukkaatrin
Aetham padupaakku arrinthu.

தீய நெறியால் தமக்கு இருபிறவியிலும் துன்பம் ஏற்படும் என்பதால், அறிவுடையார், பொறாமைக்கு உடன்படுமாறு அறன் இல்லாத செயல்களை ஒரு போதும் செய்ய மாட்டார்.

Wise men never deviate from the path of virtue, thus avoiding envy,
Realise that such an evil, in present life and rebirth, only bring misery.

165. **அழுக்காறு உடையார்க்கு அதுசாலும் ஒன்னார்**
வழுக்கியும் கேடுஈன் பது.

azhlukkaarru udaiyaarkku athu-saalum onnaar
vazhlukkiyum kaedu eenbathu.

பொறாமை, பகைவரை ஒழித்த பின்னும் கேடு விளைவிக்கும் ஒன்று. அதனால், இவ்வழுக்காறு உடையார்க்குக் கேடு விளைவிக்கப் பகைவர் வேண்டாம், அதுவே தானாக அமையும்.

Even after enemies are destroyed, envy can cause havoc, certain;
One who possesses envy, needs no other enemy, this will bring ruin.

166. **கொடுப்ப[து] அழுக்கறுப்பான் சுற்றம் உடுப்பதூஉம்**
உண்பதூஉம் இன்றிக் கெடும்.

koduppathu azhlukkarruppaan sutram uduppathoo-um
uNbathoo-um indrik kedum.

ஒருவன் பிறர்க்கு கொடுக்கப்படும் பொருளைப் பற்றிப் பொறாமை கொள்ளுவான் என்றால், அவனுடைய சுற்றத்தார் உடுப்பதற்கும் உண்பதற்கும் இன்றி மிகவும் துன்பப்படுவர்.

One's envy upon the material things received by others, when given;
His kith and kin, will lack basic clothing and food and bear pain.

167. **அவ்வித்து அழுக்காறு உடையானைச் செய்யவள்**
தவ்வையைக் காட்டி விடும்.

avvitthu azhlukkaarru udaiyaanais seyyavaL
thavvaiyaik kaatti vidum.

பிறரின் செல்வத்தைக் கண்டவுடன் பொறாமை அடைபவனை, திருமகள், தன் மனம் கோணி செல்வத்தைக் கொடுக்காமல், துன்பம் இழைக்கும் தன் தமக்கைக்கு இடத்தைக் காண்பித்துவிட்டு விலகுவாள்.

Finding one in envy of other man's wealth, Lakshmi, the Goddess of Fortune, will quit;
And leave him at the mercy of her sister, who will bring misfortune to him, a fact.

168. **அழுக்கா[று] எனஒரு பாவி திருச்செற்றுத்
தீயுழி உய்த்து விடும்.**

**azhlukkaarru ena-oru paavi thiru-setrut
thee-uzhli uiytthu vidum.**

பொறாமை என்று சொல்லப்படும் ஒப்பில்லாத பாவி தன்னை உடையவனுக்கு, இப்பிறவியில் செல்வத்தைக் கெடுத்து, மறுபிறவியிலும், கொடிய நரகத்திற்குத் தள்ளிவிடும்.

Envy, a great and incomparable evil, if held as one's possession;
Will make him lose all his wealth in present life and in rebirth push him into hell, a miserable position.

169. **அவ்விய நெஞ்சத்தான் ஆக்கமும் செவ்வியான்
கேடும் நினைக்கப் படும்.**

**avviya nenjatthaan aakkamum sevviyaan
kaedum ninaikkap padum.**

பொறாமை என்னும் செம்மையற்ற பண்பினைக் கொண்டவனிடம் செல்வமும், நல்லறத்தின் நெறியை கடைபிடிப்பபவனிடம் கேடும் இருக்குமேயானால், அவற்றின் காரணத்தை ஆராயப்பட வேண்டும்.

One with an evil envious mind, his vast wealth;
Another, who follows the path of virtue, his misery, examine both.

170. **அழுக்கற்று அகன்றாரும் இல்லை அஃதுஇல்லார்
பெருக்கத்தின் தீர்ந்தாரும் இல்.**

**azhlukkatru agandraarum illai aqthu-illaar
perukkatthin theernthaarum il.**

இந்த உலகத்தில் பொறாமைப்படுவதனால் பெரியவர் ஆனோரும் இல்லை. அப்பொறாமை குணத்தைத் கொள்ளாதவரும் தம் பெருமையிலிருந்து தாழ்ந்தவரும் இல்லை.

One who is envious can never be a renowned person in this world;
And one who avoids envy as a character, his fame can never fade.

18. வெஃகாமை (Veqkaamai)
(Avoiding Covetousness)

171. **நடுவின்றி நன்பொருள் வெஃகின் குடிபொன்றிக்**

குற்றமும் ஆங்கே தரும்.

naduvindri nanporuL veqkin kudipondrik
kutramum aangkae tharum.

நடுவுநிலைமை இல்லாது, மற்றவர் நல்ல வழியில் சம்பாதித்த பொருளைக் கவரும் எண்ணம் உண்டானால், அது அவன் குடியைக் கெடச் செய்து, பல துயரங்களை அவனுக்குக் கொடுக்கும்.

Ignoring fairness as a virtue and thinks of coveting another's rightful wealth, as his own;
Will expose him to suffering and also bring his family instantly down.

172. **படுபயன் வெஃகிப் பழிப்படுவ செய்யார்**
நடுவன்மை நாணு பவர்.

padupayan veqkip pazhlip-paduva seyyaar
naduvanmai naaNu pavar.

நடுவுநிலை தவறுவதற்கு வெட்கப்படுகிறவர்கள்; பிறர் பொருளை அபகரித்தால் தமக்கு வரும் பயனைக் கருதி, அத்தகைய செயல்கள் செய்வதைத் தவிர்ப்பர்.

Even after knowing the benefits of coveting another's property for profit;
One who are fair and are afraid of blame will never do any such task which bring disrepute.

173. **சிற்றின்பம் வெஃகி அறன்அல்ல செய்யாரே**
மற்றுஇன்பம் வேண்டு பவர்.

sitrinbam veqki arran-alla seiyyaare
matru-inbam vaeNdu pavar.

அறத்தால் பெறும் நிலையான இன்பத்தை அடைய விரும்புபவர், பிறர் பொருளைக் கவர்வதால் வரும் நிலையற்ற இன்பத்தை விரும்பி, எப்போதும் அறன் இல்லாத செயலைச் செய்யமாட்டார்.

For sake of trivial pleasure, men of honour, never will do any evil act;
If their aim is to seek eternal name and fame only through righteous path.

174. இலம்என்று வெஃகுதல் செய்யார் புலம்வென்ற
புன்மையில் காட்சி யவர்.

ilam-endru veqkuthal seiyyaar pulam-vendra
punmaiyil kaatchiyavar.

ஐம்புலன்களையும் அடக்க வல்ல குற்றமற்ற பண்பு களையுடையவர் தாம் ஏழையாக இருந்து வருந்தினாலும், அது தீரும் பொருட்டு பிறர் பொருளைக் கவர விரும்பமாட்டார்.

Even when suffering from extreme poverty, men who control their five senses;
To end their misery, will not like to covet other's assets.

175. அஃகி அகன்ற அறிவுஎன்னாம் யார்மாட்டும்
வெஃகி வெறிய செயின்.

aqki agandra arrivu-ennaam yaar-maattum
veqki verriya seyin.

யாரிடத்திலும் உள்ள பொருளைக் கவர விரும்பித் தகாத செயல்களைச் செய்தால், நுட்பமாகவும் எல்லா நூல்களையும் ஆழமாகச் சென்று, தான் கற்ற அறிவினால் என்ன பயன்?

To what extent is useful, one's intellect acquired through extensive education;
If such a person, by illegal means tries to covets other's possessions.

176. அருள்வெஃகி ஆற்றின்கண் நின்றான் பொருள்வெஃகிப்
பொல்லாத சூழக் கெடும்.

aruL-veqki aatrin-kan nindraan poruL-veqkip
pollaatha soozhlak kedum.

அருள் என்னும் அறத்தை விரும்பி, அதனை அடைவதன் வழியான இல்லறத்தின் நன்மையைப் போற்றி நிற்பவன், பிறர் பொருளை அபகரிக்கும் பொல்லாத குற்ற நெறிகளை எண்ணியவுடனே கெடுவான்.

Leading life through compassion and love, for a householder;
Coveting other's possession, an evil thought, the very moment will bring downfall to the beholder.

177. வேண்டற்க வெஃகியாம் ஆக்கம் விளைவயின்
மாண்டற்[கு] அமுதாம் பயன்.

vaeNdarrka veqki-aam aakkam viLai-vayin
maaNdarrku arithaam payan.

பிறர் பொருளை அபகரித்து அதனால் பெறும் ஆக்கத்தை விரும்பாமல் இருக்க வேண்டும். ஏனெனில், பின்னர் அதனால் அனுபவிக்க நேரிடும் பயன் நன்மையானதாக இருக்காது.

No point in thinking of increasing one's assets by coveting other's properties;
Because, later on when such properties are put to use, no benefits will arise.

178. அஃகாமை செல்வத்திற்கு யாதுஎனின் வெஃகாமை
வேண்டும் பிறன்கைப் பொருள்.

aqkaamai selvatthirrku yaathu-enin veqkaamai
vaeNdum pirran-kaip poruL.

ஒருவனின் செல்வம் குறையாமல் இருக்கும் காரணம் என்னவென்று ஆராய்ந்து பார்த்தால், பிறர் விரும்பும் பொருளைத் தாம் வேண்டாமல் இருப்பதே ஆகும்.

One's wealth not diminishing a bit, the real reason;
Not thinking of coveting other's rightful assets by treason.

179. அறன்அறிந்து வெஃகா அறிவுஉடையார்ச் சேரும்
திறன்அறிந்[து] ஆங்கே திரு.

arran-arrinthu veqkaa arrivu-udaiyaars saerum
thirran-arrinthu aangae thiru.

அறம் என்று அறிந்து, பிறர் பொருளை விரும்பாத அறிவுடையவரை, திருமகள் தான் அடைவதற்கு ஆன திறன் அறிந்து அவரிடம் சென்று அடைவாள்.

Not a righteous act, hence, wise man will not covet another's rightful asset,
Goddess of Fortune will search his home and make it her habitat.

180. இறல்ஈனும் எண்ணாது வெஃகின் விறல்ஈனும்
வேண்டாமை என்னும் செருக்கு.

Irral-eenum eNNaathu veqkin virral-eenum
vaeNdaamai ennum serukku.

பிறர் பொருளை அபகரிக்கக் கருதினால், அது கெடுதலை உண்டாக்கும். பிறர் பொருள் வேண்டாமை என்னும் செல்வம் வெற்றியைச் சேர்க்கும்.

Wealth will be lost, if one covets another's property, an evil thought;
Not liking another's assets, a wealth, will bring success, definite.

19. புறங்கூறாமை (Purrangkoorraamai)
(Avoiding Backbiting)

181. அறம்கூறான் அல்ல செயினும் ஒருவன்
புறம் கூறான் என்றல் இனிது.

arramkoorraan alla seyinum oruvan
purramkoorraan endral inithu.

ஒருவன் அறம் அல்லாத சொற்களைச் சொல்லியும், குற்றங்களைச் செய்து வந்தாலும், பிறரைப் பற்றிப் புறம் கூறாதவன் என்று உலகத்தால் சொல்லப்படுதல் நன்று.

One need not speak words of virtue or may not follow the path of righteous conduct in his action;
If the world praises him that he does not indulge in back biting, is a worthy appreciation.

182. அறன்அழீஇ அல்லவை செய்தலின் தீதே
புறன்அழீஇப் பொய்த்து நகை.

arran-azhlee-e allavai seiythalin theethae
purran-azhlee-ip poitthu nagai.

ஒருவன் இல்லாத இடத்தில் அவனைப் பற்றிப் புறம்கூறிவிட்டு அவனைக் கண்டவுடன் பொய்யாக இனிமையுடன் பேசுதல். அறம் என்று ஒன்றுமில்லை என்று பழித்துப் பேசி, மேன்மேலும் குற்றங்களைச் செய்தலைவிடத் தீமையானது.

One negates path of virtue, continues to commit crime, a lesser evil;
Than, if he backbites about a person in his absence and changes his face into a pleasant one on seeing him, is a greater ill.

183. புறம் கூறிப் பொய்த்துஉயிர் வாழ்தலின் சாதல்
அறம் கூறும் ஆக்கம் தரும்.

purram-koorrip poitthu-uyir vaazhlthalin saathal
arram-koorrum aakkam tharum.

பிறரைக் காணாதபோது இகழ்ந்து பேசி, பின் அவரைக் கண்டவுடன் பொய்யாக இனிமையானவற்றைப்பேசி உயிர் வாழ்வதைவிட ஒருவன் இறந்து போவது மேல் என்பது அறநூல்கள் கூறும் ஆக்கத்தைத் தரும் தன்மையானதாகும்.

Death better than lived by backbiting a person when away but speaking sweetly and praising him in person;
Only death brings him all the virtues, as per scriptures of his own.

184. கண்நின்று கண்ணறச் சொல்லினும் சொல்லற்க
முன்நின்று பின்நோக்காச் சொல்.

**kaN-Nindru kaNN-arras sollinum sollaRka
mun-nindru pin-noakkaas sol.**

ஒருவன் எதிரே நின்று, கருணையே இல்லாமல் கடுமையாகச் சொன்னாலும் சொல்லலாம், ஆனால் அவன் எதிரில் இல்லாத போது பின்வரும் விளைவை ஆராய்ந்து பார்க்காமல் அவனைப்பற்றிய குற்றங்களைச் சொல்லக் கூடாது.

One may use harsh words against another when in person;
But, when he is away, without understanding the consequences, no words against him shall be spoken.

185. அறம் சொல்லும் நெஞ்சத்தான் அன்மை புறம்சொல்லும்
புன்மையால் காணப் படும்.

**arram-sollum nenjatthaan anmai purram-sollum
punmaiyaal KaaNap padum.**

அறத்தை நல்லதென்று போற்றும் நெஞ்சம் இல்லாத தன்மையுள்ளவர், ஒருவன் மற்றவர் குறித்துக் கூறுகின்ற சிறுமையான புறஞ்சொல்லால் அறிந்து கொள்ள முடியும்.

A person, who hates righteous conduct will be easily exposed,
By his backbiting of another person using unparliamentary words.

186. பிறன்பழி கூறுவான் தன்பழி யுள்ளும்
திறன்தெரிந்து கூறப் படும்.

**pirran-pazhli koorruvaan than-pazhliyuLLum
thirran-therinthu koorrap padum.**

பிறன் ஒருவன் பழியை அவன் பின்னால் கூறுகின்றவன்; பிறரால் அவனின் பழி பலவற்றுள்ளும் வருத்தும் திறம் இருப்பதை ஆராய்ந்து கூறிப் பழிக்கப்படுவான்.

One who backbites others' faults in their absence and are blamed;
His own faults will be analysed by others to its extreme and shamed.

187. பகச்சொல்லிக் கேளிர்ப் பிரிப்பர் நகச்சொல்லி
நட்புஆடல் தேற்றா தவர்.

**pagas-sollik kaeLirp pirippar nagas-solli
natpu-aadal thaetraathavar.**

கூடி மகிழுமாறு இனிய சொற்களைச் சொல்லி அயலாரோடும் நட்பு பாராட்ட அறியாதவர், தம்மைவிட்டுப் பிரியுமாறு புறங்கூறித் தம் நண்பரையும் சுற்றத்தாரையும் பிரியச் செய்வர்.

Those who cannot entertain friends with pleasing words and attract strangers' friendship;
Will only know how to speak about friends and relatives in their absence and break the good relationship.

188. **துன்னியார் குற்றமும் தூற்றும் மரபினார்**
என்னைகொல் ஏதிலார் மாட்டு.

thunniyaar kutramum thootrum marabinaar
ennaikol Aethilaar maattu.

தம்மோடு கலந்து பழகிய நண்பர்கள் மற்றும் உறவினரின் குற்றத்தையே அவர் அருகில் இல்லாதபோது கூறுவோர், முன்பின் அறிமுகம் இல்லாதவரிடத்தும் பகைவரிடத்தும் என்னவெல்லாம் செய்வாரோ?

One, who behind the back of his friends and relatives keep discussing their faulty nature;
Before enemies and strangers, what will be his character?

189. **அறன்நோக்கி ஆற்றும்கொல் வையம் புறன்நோக்கிப்**
புன்சொல் உரைப்பான் பொறை.

arran-noakki aattrumkol vaiyyam purran-noakkip
pun-sol uraippaan porrai.

பிறர் இல்லாத நேரம் பார்த்து அவரின் குற்றங்களைச் சுட்டிக்காட்டும் சொற்களைக் கூறுபவனுடைய உடம்பின் பாரத்தை, இந்நிலம் இத்தகைய கொடிய பாரத்தைப் பொறுத்தலே தனக்கு அறம் என்று கருதியா பொறுத்துக் கொள்கிறது.

One who backbites about other's faults in their absence at will;
His heinous body weight is patiently borne by the earth, considering it a virtuous duty against such an evil.

190. **ஏதிலார் குற்றம்போல் தம்குற்றம் காண்கிற்பின்**
தீதுஉண்டோ மன்னும் உயிர்க்கு.

Aethilaar kuttram-poal tham-kutram kaaNgirr-pin
theethu-uNdoa mannum uyirkku.

புறங்கூறுவார் பிறருடைய குற்றத்தைக் காண்பதுபோல, தம் குற்றத்தையும் காணும் தன்மை உடையவரானால் அவர் நிலை பெற்றிருக்கும் உயிர்க்கு வரும் துன்பம் ஏதும் உண்டோ?

One who is an expert in finding other's faults and also backbiting in their absence without faulty nature;
If only he can also analyse his own deeds, to this mankind, can there be any sorrowful evil?

20. பயனில சொல்லாமை (Payanila sollaamai)
(Avoiding Speaking Useless Words)

191. பல்லார் முனியப் பயன்இல சொல்லுவான்
எல்லாரும் எள்ளப் படும்.

    pallaar muniyap payan-ila solluvaan
    ellaarum eLLap padum.

    அறிவுடையார் பலரும் கேட்க வெறுக்கும் பயனற்ற சொற்களைச் சொல்லுபவன் எல்லோராலும் இகழப்படுவான்.

    Words, if spoken by one with no sense, before the learned;
    He will be fit only to be ridiculed.

192. பயன்இல பல்லார்முன் சொல்லல் நயன்இல
நட்டார்கண் செய்தலின் தீது.

    payan-ila pallaar-mun sollal nayan-ila
    nattaar-kaN seiythalin theethu.

    ஒருவன் பயனில்லாத சொற்களை அறிவுடையார் பலர் முன் சொல்லுதல், விருப்பமில்லாத செயல்களை நண்பர்க்குச் செய்தலைக் காட்டிலும் கொடியது.

    Speaking with no sense, in the presence of many well-read;
    Is worse than performing unruly evil acts which harm one's friends.

193. நயன்இலன் என்பது சொல்லும் பயன்இல
பாரித்து உரைக்கும் உரை.

    nayanilan enbathu sollum payanila
    paaritthu uraikkum urai.

    ஒருவன் பயனில்லாத சொற்களைப் பயன்படுத்தி விவரிக்கும் நீண்ட உரை, அவன் நீதியற்றவன் என்பதனை எடுத்துக்காட்டும்.

    Engaging in long conversation with words meaningless;
    Will expose the person as a virtueless.

194. நயன்சாரா நன்மையின் நீக்கும் பயன்சாராப்
பண்பில்சொல் பல்லா ரகத்து.

    nayan-saaraa nanmaiyin neekkum payan-saaraap
    paNbil-sol pallaar-agatthu.

    பயனற்ற பண்பில்லாத சொற்களை ஒருவன் பலர் நடுவே சொன்னால், அச்சொற்கள் அவனை நீதியற்றவனாக நிலைநிறுத்தி அவனின் நல்ல குணத்தை நீக்கிவிடும்.

Words, spoken by one, before wise men, without meaning and worthless;
Will deem him to be a man with no virtue and wipe off his goodness.

195. சீர்மை சிறப்பொடு நீங்கும் பயன்இல
நீர்மை உடையார் சொலின்.

seermai sirrappodu neengum payan-ila
neermai udaiyaar solin.

பயனில்லாத சொற்களை, இனிய நீரின் தன்மையுடையவர் சொன்னால், அது அவரது புகழையும் அதனால் வரும் நல்ல மதிப்பையும், உடனே நீக்கி விடும்.

Irrelevant words spoken by men with attributes of crystal clear water,
Due to use of such words, their name and fame falter.

196. பயன்இல்சொல் பாராட்டு வானை மகன்எனல்
மக்கட் பதடி எனல்.

payan-il-sol paaraattuvaanai magan-enal
makkat pathadi enal.

ஒருவன் பயனற்ற சொற்களைப் பல காலம் சொல்லிக் கொண்டிருப்பானேயானால், அவனை மனிதனென்று சொல்லாமல், மக்களுள் பதர் என்றே சொல்ல வேண்டும்.

One who is speaking useless words continuously for a long time;
Cannot be called as a human being but is only a chaff among men.

197. நயன்இல சொல்லினும் சொல்லுக சான்றோர்
பயன்இல சொல்லாமை நன்று.

nayan-ila sollinum solluga saandroar
payan-ila sollaamai nandru.

அறம் இல்லாத சொற்களைச் சொன்னாலும் பயனற்ற சொற்களைச் சொல்லாமல் இருத்தல் சான்றோர்க்கு நன்மை ஆகும்.

Learned wise men, if they use words which deviate from the path of virtue may be excused;
But, if they indulge in speaking words with no benefit or sense, will be exposed.

198. அரும்பயன் ஆயும் அறிவினார் சொல்லார்
பெரும்பயன் இல்லாத சொல்.

arum-payan aayum arrivinaar sollaar
perum-payan illaatha sol.

அறிவதற்கு அரிய பயன்களை ஆராய்ந்து நாடும் அறிவுடையார்
மிக்க பயனற்ற சொற்களை எப்போதும் சொல்ல மாட்டார்.

Men of wisdom who possess deeper and wider intellect;
Speak with care and seldom use words which have no effect.

199. பொருள்தீர்ந்த பொச்சாந்தும் சொல்லார் மருள்தீர்ந்த
மாசறு காட்சி யவர்.

**poruL-theerntha potchaanthum sollaar maruL-theerntha
maasarru kaatchiyavar.**

மனதின் மயக்கத்தில் இருந்து தன்னை விடுவித்து நிற்கும் ஆற்றல் படைத்த தூய அறிவினை உடையவர், எந்நேரத்திலும் பயன் நீங்கிய சொற்களை மறந்தும் கூற மாட்டார்கள்.

Wise men with a clear mind got from extensive knowledge;
Will never use faulty words, for their advantage.

200. சொல்லுக சொல்லில் பயனுடைய சொல்லற்க
சொல்லின் பயனிலாச் சொல்.

**solluga sollil payan-udaiya sollarrka
sollin payanilaas sol.**

சொற்களில் பயனுடைய சொற்களையே சொல்ல வேண்டும். பயனில்லாத சொற்கள் சொல்வதை எப்போதும் தவிர்க்க வேண்டும்.

If one ought to speak, all times, only words of merit should be told;
Useless words, should not be spoken and the best is to keep on hold.

21. தீவினையச்சம் (Theevinaiyatcham)
(Fear of Doing Evil Deeds)

201. தீவினையார் அஞ்சார் விழுமியார் அஞ்சுவர்
தீவினை என்னும் செருக்கு.

thee-vinaiyaar anjaar vizhlumiyaar anjuvar
thee-vinai ennum serukku.

தீவினை என்னும் மயக்கம் தரும் செயலைச் செய்ய தீயவர்கள் அஞ்ச மாட்டார்கள். தீய காரியங்களைச் செய்யாத நல்லோர் தீவினை செய்ய அஞ்சுவர்.

Evil deeds, a delusion is repeated by notorious men daringly;
The well read men fear such acts of evil and don't do, even sparingly.

202. தீயவை தீய பயத்தலால் தீயவை
தீயினும் அஞ்சப் படும்.

theeyavai theeya payatthalaal theeyavai
theeyinum anjap padum.

தனக்கு இன்பம் தரும் என்று கருதி மற்றவர்க்குச் செய்யும் தீய வினைகள், எக்காலத்திலும் துன்பத்தையே தருவதால், அத்தகைய தீவினைகள் எப்போதும் தீயினும் கொடியதாக அஞ்சப்படும்.

Out of pleasure, one commits evil deeds against others which will always leads to sorrow;
Such evil deeds, make him fearful than the raging inferno.

203. அறிவினுள் எல்லாம் தலையென்ப தீய
செறுவார்க்கும் செய்யா விடல்.

arrivinuL ellaam thalaiy-enba theeya
serruvaarkkum seiyyaa vidal.

தம்மை வருத்தியவர்களிடமும் தீவினைகள் செய்யாமல் இருப்பது என்பது எல்லாவற்றுள் தலையாய அறிவு என்பர், அறவோர்.

Do no ill to them in return, even those who hurt you with evil deeds;
Is the foremost quality, wise ones, told.

204. மறந்தும் பிறன்கேடு சூழற்க சூழின்
அறம்சூழும் சூழ்ந்தவன் கேடு.

marranthum pirran-kaedu soozhlarrka soozhlin
aram-soozhlum soozhlnthavan kaedu.

ஒருவன் யார்க்கும் கெட்ட வினையை மறந்தும் செய்ய எண்ணாமல் இருக்க வேண்டும். அப்படி மீறினால், அறமே அவனுக்குக் கேட்டை விளைவிக்கும்.

Even for a moment, don't think of doing any evil act against others,
If one think such, that is enough to provoke virtue to ruin the thinker.

205. இலன்என்று தீயவை செய்யற்க செய்யின்
இலன்ஆகும் மற்றும் பெயர்த்து.

ilan-endru theeyavai seiyyarrka seiyyin
ilan-aagum matrum peyartthu.

தான் எழை என்பதால், அப்பழி தீரும் என்று கருதிப் பிறர்க்குத் தீயச்செயல்கள் செய்யாமல் இருக்க வேண்டும். அப்படி மீறிச் செய்தால், பிறவிதோறும் ஏழையாகவே வருந்த வேண்டியிருக்கும்.

One, to tackle poverty, should not commit evil acts against others;
If he still does so, will be born as a poor in all his rebirths and suffer.

206. தீப்பால தான்பிறர்கண் செய்யற்க நோய்ப்பால
தன்னை அடல்வேண்டா தான்.

theep-paala thaan-pirrar-kaN seiyyarrka noaiyp-paala
thannai adal-vaeNdaa thaan.

ஒருவன் தனக்குத் துன்பம் தரும் தீய செயல்கள் எப்பிறப்பிலும் வருத்தமால் இருக்க, தீமை விளைவிக்கும் வினைகளை யாருக்கும் செய்யாமல் இருத்தல் வேண்டும்.

One, who genuinely aspires not to be pained from evil deeds in any birth;
Shall not commit such evil acts which will harm anyone, even a bit.

207. எனைப்பகை உற்றாரும் உய்வர் வினைப்பகை
வீயாது பின்சென்[று] அடும்.

enaip-pagai utraarum uiyvar vinaip-pagai
veeyaathu pin-sendru adum.

ஒருவன் எத்தனை பெரிய பகை கொண்டிருந்தாலும் அப்பகை-யிலிருந்து ஒரு விதமாகத் தப்பிக்க நேரிடலாம். ஆனால் தீவினை பகையை நீக்கவில்லை என்றால், பிறப்பு தோறும் சென்ற இடமெல்லாம், தீவினை பின் தொடர்ந்து வருத்தும்.

One can escape from the wrath of his worst enemy through some methods;
But, the enemy earned by any evil deed is difficult to keep away and in every birth, it follows to remind.

208. **தீயவை செய்தார் கெடுதல் நிழல்தன்னை**
வீயாது அடிஉறைந் தற்று.

theeyavai seiythaar keduthal nizhlal-thannai
veeyaathu adi-urrainthatru.

பிறர்க்கு தீங்கு விளைவிப்பவர் தாம் எப்படிக் கெடுவார் என்றால், தம் நிழல் அவனை விடாது ஒரு சமயம் நீளமாகவும் மற்றொரு முறை சிறியதாகவும் சுருங்கித் தம் காலடியில் தங்கும் தன்மையைப் போன்றதாகும்.

One who committs evil deeds unto others, misery sticks to them like a shadow;
Like his shadow, long and short, the pain too stays with him at his feet, and always follow.

209. **தன்னைத்தான் காதலன் ஆயின் எனைத்துஒன்றும்**
துன்னற்க தீவினைப் பால்.

thannait-thaan kaathalan aayin enaitthu-ondrum
thunnarrka thee-vinaip paal.

ஒருவன் தனக்கு எவ்விதத் துன்பமும் வராமல் இன்பமே வேண்டும் என்று விரும்பினால், எவ்வளவு சிறிய தீவினையும் யாரிடமும் செய்யாமல் இருத்தல் வேண்டும்.

If one, truly loves himself and wants to lead a happy life for long;
Should avoid, doing even a tiny part of an evil deed against anyone.

210. **அருங்கேடன் என்ப[து] அறிக மருங்கோடித்**
தீவினை செய்யான் எனின்.

arung-kaedan enbathu arriga marungkoadith
thee-vinai seiyyaan enin.

ஒருவன் நல்ல நெறிகளைக் கடைபிடிக்காது கெட்ட நெறிகளின் வழியில் ஓடிச் சென்றாலும் பிறர்க்குத் தீங்கு செய்வதை தவிர்த்தால், அவன் அரியதான கேடில்லாதவன் என்று அறிய முடியும்.

One who is not righteous but commits no evil deeds against any;
That he is a rare good person, will realise from the words of many.

22. ஒப்புரவறிதல் (oppuravarrithal)

(Understanding Cooperation to Society)

211. **கைம்மாறு வேண்டா கடப்பாடு மாரிமாட்[டு]**
என்ஆற்றும் கொல்லோ உலகு.

kaim-maarru vaeNdaa kadappaadu maari-maattu
en-aatrum kolloa ulagu.

எல்லோர்க்கும் மழைநீரைத் தந்து உதவுகின்ற மேகங்களுக்கு, இவ்வுலக உயிர்கள் என்ன கைம்மாறு செய்ததுண்டு? அது போல ஒருவர் செய்யும் எந்த உதவியும் கைம்மாறு கருதிச் செய்வதில்லை.

Rain-clouds confer immense benefit, without expecting any return, to all the living beings on this earth;
Similarly, any noble charity is done, expecting zero benefit.

212. **தாளாற்றித் தந்த பொருள்எல்லாம் தக்கார்க்கு**
வேளாண்மை செய்தற் பொருட்டு.

thaaLaatrith thantha poruL-ellaam thakkaarkku
vaeLaaNmai seiytharr poruttu.

கடின முயற்சி செய்து ஈட்டிய பொருளைக் கைம்மாறு கருதாது தகுதியுடையவர்க்கு உதவி செய்வதே, பிறர்க்கு உதவுவோரின் பணி ஆகும்.

A philanthropist's increase in wealth through hard work in the present;
Is to serve the needy, expecting nil return for the endowment.

213. **புத்தேள் உலகத்தும் ஈண்டும் பெறல்அரிதே**
ஒப்புரவின் நல்ல பிற.

putthaeL ulagatthum eeNdum perral-arithae
oppuravin nalla pirra.

தேவர் உலகத்திலும் இவ்வுலகத்திலும், பிறர்க்குக் கைம்மாறு கருதாது செய்யும் உதவி, அதாவது 'ஒப்புரவு' போல, நல்லனவாகிய செயல்களைக் காண்பது அரிது.

Benevolence to others expecting no return, is the ultimate goodness;
A rarity, even in the world of human beings and Gods, such kindness.

214. **ஒத்த[து] அறிவான் உயிர்வாழ்வான் மற்றையான்**
செத்தாருள் வைக்கப் படும்.

Otthathu arrivaan uyir-vaazhlvaan matraiyaan
setthaaruL vaikkap padum.

உயிரோடு கூடி வாழ்பவன் உலகத்தாருக்குத் தேவையான உதவியை அறிந்து செய்பவன், அப்படிச் செய்ய அறியாதவன், உயிருடன் இருப்பினும் இறந்தோனாகவே கருதப்படுவான்.

One who is close to life, understands the worldly needs and provides all help to the living beings on this earth;
But, others who don't do so, though moving around with life, will be deemed to be the ones expecting death.

215. ஊருணி நீர்நிறைந்து அற்றே உலகவாம்
பேரறிவு ஆளன் திரு.

**ooruNi neernirrainthu atrae ulagavaam
paerarrivu aaLan thiru.**

உதவி செய்வதை விரும்புகின்ற பெரிய அறிவுடையவனின் செல்வம், ஊர் மக்கள் தண்ணீர் அருந்தும் குளத்தில் நீர் நிறைந்திருப்பது போன்றதாகும்.

A wise man's wealth, which he loves to distribute to the needy;
Is like a village's water-body full to the brim, only to provide the villagers, adequate drinking water supply.

216. பயன்மரம் உள்ளூர்ப் பழுத்துஅற்றால் செல்வம்
நயன்உடை யான்கண் படின்.

**payan-maram uLLoorp pazhlutthu-atraal selvam
nayan-udaiyaan-kaN padin.**

ஊரின் நடுவே அமைந்த கனி தரும் மரம் பழுத்து நிறைந்தது போன்றது, கைம்மாறு ஏதும் கருதாமல் உதவி செய்பவரிடம்; இருக்கும் செல்வத்தின் இயல்பு.
Wealth of a philanthropist who helps others, expecting no return;
Is like a tree with ripe fruits in the centre of a town, useful to all men.

217. மருந்துஆகித் தப்பா மரத்துஅற்றால் செல்வம்
பெருந்தகை யான்கண் படின்.

**marunthu-aagith thappaa maratthu-atraal selvam
perunthagaiyaan-kan padin.**

கைம்மாறு கருதாமல் உதவி செய்யும் உயர் பண்புடையவனின் செல்வம், மரம் தன் முழு உறுப்பையும் மருந்தாக்கி மற்ற உயிர்களுக்கும் நோய் தீர்க்கும் ஆற்றல் உடையதைப் போன்றதாகும்.

The wealth of a benevolent person who helps the needy expecting no return from such help;

Is like the wholesome utility of a medicinal tree, treating sickness with its leaf, bark, roots, flower, fruits and pulp.

218. இடன்இல் பருவத்தும் ஒப்புரவிற்[கு] ஒல்கார்
கடனறி காட்சி யவர்.

idan-il paruvatthum oppuravirrku olgaar
kadan-arri kaatchi yavar.

தன்னிடம் செல்வம் குறைந்திருக்கும் காலத்திலும் மற்றவர்க்கு உதவி செய்து, அவரிடம் ஏதும் கைம்மாறு எதிர்பார்க்காமல் உதவி செய்பவர், எப்போதும் செய்யத் தகுந்தவற்றையே அறிந்து செய்யும் இயற்கை அறிவுடையார்.

Even in times when income is diminished, one who continues to help the needy, expecting no return;
Is like the wise who act fair and just always and possess knowledge naturally, as a person.

219. நயனுடையான் நல்கூர்ந்தான் ஆதல் செயும்நீர
செய்யா[து] அமைகலா வாறு.

nayan-udaiyaan nalkoornthaan aathal seyum-neera
seiyyaathu amaikalaa vaarru.

பிறர்க்கு உதவி செய்து, அவரிடம் கைம்மாறு ஏதும் எதிர்பார்க்காமல் உதவும் நல்ல பண்பு உடையவர் வறுமையில் வாடுவது என்பது, தான் தவறாமல் உதவி செய்யும் பணியைச் செய்ய முடியாமல் வருந்துவதாம்.

A kind man who helps others, expecting no return, if he is in poverty;
Means he is unable to identify the needy to help, to show his generosity.

220. ஒப்புரவி னால்வரும் கேடுஎனின் அஃதுஒருவன்
விற்றுக்கோள் தக்கது உடைத்து.

oppuravinaal-varum kaedu-enin aqthu-oruvan
vitruk-koaL thakkathu udaitthu.

ஒருவன் ஒப்புரவு செய்வதனால் செல்வம் குறையும் கேடு உண்டானால், அத்துன்பம் ஒப்புரவினால் வரும் கேடு, தன்னையே விற்று ஈடுகட்டும் பெரும் புகழ்தலுக்கு உரியது.

One, who distributes his wealth to help others, if reduced to poverty;
Only by charity, worth to sell self to beget fame from such penury.

23. ஈகை (eegai)
(Liberally Donating One's Property for the Poor and Needy)

221. வறியார்க்குஒன்[று] ஈவதே ஈகைமற்று எல்லாம்
குறிஎதிர்ப்பை நீரது உடைத்து.

varriyaarkku-ondru eevathae eegai matru-ellaam
kurri-ethirppai neerathu udaitthu.

ஒரு பொருளும் இல்லாதவர்க்கு, அவர் விரும்பிய ஒன்றைக் கொடுப்பதே ஈகை. மற்ற எல்லாக் கொடையும் திரும்பப் பெறும் எதிர்பார்ப்பைக் கொண்ட தன்மையை உடையது ஆகும்.

Nothing owned by the poor, donating them atleast one thing, which they desparately need, is real charity;
Except this, all other benevolence is done with an aim to get back with gain for parity.

222. நல்லா[று] எனினும் கொளல்தீது மேலுலகம்
இல்லெனினும் ஈதலே நன்று.

nallaarru eninum koLal-theethu mael-ulagam
il-eninum eethalae nandru.

பிறர் கொடுக்கும் பொருளைப் பெறுதல் இவ்வுலகத்தில் நல்ல நெறி என்று யார் கூறினாலும் அது தீமையுடையது. பொருள் கொடுப்பவர்களுக்கு வானுலகத்தில் இடம் இல்லை என்று கூறினாலும் ஈதலே நல்லது.

If said that seeking alms through begging is a virtue on earth, doing so is evilness;
If said that charity will not lead to heaven, still donating is goodness.

223. இலன்என்னும் எவ்வம் உரையாமை ஈதல்
குலன்உடையான் கண்ணே உள.

ilan-ennum evvam uraiyaamai eethal
kulan-udaiyaan kaNNae uLa.

ஏழை என்று வருத்தத்துடன் சொல்லும் துன்பம் தரும் சொல்லை தான் மற்றவரிடம் சொல்லாமலும், அப்படி யாரேனும் தன்னிடம் கூறினால் மறுக்காமல் ஈதலும், இவ்விரண்டு குணமும் நல்ல குடியில் பிறந்தவரின் குணமாகும்.

"I am poor", never told to any person, even in pain due to poverty; And never saying "no" to anyone seeking help from him, are the two attributes of a person born in a reputed family.

224. **இன்னா[து] இரக்கப் படுதல் இரந்தவர்**
இன்முகம் காணும் அளவு.

innaathu irakkap paduthal iranthavar
inmugam kaaNum aLavu.

உதவும் இயல்புடையவர்களுக்கு வறியவர் பொருள் வேண்டும் என்று கேட்டு இரங்குவதால் மகிழ்ச்சி ஏற்படாது. அப்பொருளை ஏற்றுக் கொண்ட பிறகு அவ்வறியவர் முகத்தில் ஏற்படும் மகிழ்ச்சியே இன்பம் ஆகும்.

If one seeks alms from him, the donor does not feel happy indeed; Only when the destitute receives a thing of his choice, and smiles, then it brings the donor, joy for his deed.

225. **ஆற்றுவார் ஆற்றல் பசிஆற்றல் அப்பசியை**
மாற்றுவார் ஆற்றலின் பின்.

aattruvaar aattral pasi-aattral ap-pasiyai
maattruvaar aatralin pin.

முனிவர்கள் தவ வலிமையால் தம்மை வருத்தும் பசியைப் பொறுத்துக் கொள்வர். முனிவருக்கு வழங்கும் ஈகையைக் காட்டிலும் எளியோரின் பசிப்பிணியை மாற்றும் வல்லமை மிக்கவரையே உலகம் புகழும்.

The sages with the strength of penance can endure the killing hunger; To the benevolent, who provides food to the sages, priority is to take care of the poor, as a fine harbinger.

226. **அற்றார் அழிபசி தீர்த்தல் அ[ஃ]துஒருவன்**
பெற்றான் பொருள்வைப்பு உழி.

atraar azhli-pasi theertthal aqthu-oruvan
petraan poruL-vaippu-uzhli.

பொருள் சேர்த்தவன் ஏழையை வருத்தும் கொடிய பசியை, அறம் எனக் கருதி அதனைத் தீர்க்க வேண்டும். அதுவே அவன் சேர்த்த பொருளைச் சேமித்து வைக்க, கிடைத்த இடமாகக் கருதி உதவுதல் வேண்டும்.

The rich as an act of virtue, shall help the needy against their deadly pang of hunger;
Only this generous act, allows the donor to deposit his wealth for later good, he shall consider.

227. **பாத்துஊண் மரீ யவனைப் பசிஎன்னும்**
தீப்பிணி தீண்டல் அரிது.

paatthu-ooN maree-e avanaip pasi-ennum
theeppiNi theeNdal arithu.

எக்கணமும் பகுத்து உண்ணும் தன்மை உடையவனை எப்போதும் பசி என்னும் கொடிய நோய், அவனைத் தீண்டி வருத்த முடியாமல் திணறும்.

All times, one who shares his food with the needy, suffering from hunger pain;
Will never be inflicted by the deadly hunger disease, as hard it may train.

228. **ஈத்துஉவக்கும் இன்பம் அறியார்கொல் தாமுடைமை**
வைத்துஇழக்கும் வன்க ணவர்.

eetthu-uvakkum inbam arriyaar-kol thaamudaimai
vaitthu-izhlakkum van-kaNavar.

தான் சேர்த்து வைத்திருக்கும் பொருளைப் பிறர்க்கு உதவாமல் வைத்து பின் இழந்து தவிக்கும் கொடுமையானவர்கள், ஏழைக்கு வேண்டியதைக் கொடுத்துக் கிட்டும் மகிழ்ச்சியை அறிய மாட்டாரோ?

The cruel ones, who do not distribute the things required by the needy, but hoard and later lose;

Will they never be able to understand the happiness got by giving things to the needy, from their hearts, so close.

229. **இரத்தலின் இன்னாது மன்ற நிரப்பிய**
தாமே தமியர் உணல்.

iratthalin innaathu mandra nirappiya
thaamae thamiyar uNal.

செல்வம் குறையாமல் நிரப்பும் எண்ணமும், ஏழைக்கு உதவும் நோக்கமும் இல்லாமல் தாமே தனித்து உண்பவர்கள், அந்த ஏழை வறுமையினால் படும் பாட்டைக்காட்டிலும் கொடிய துன்பமடைவர்.

One who amass wealth greedily, added with no intention of helping the needy and desire to consume alone everything;
His sorrow is greater and unfathomable than the poor man's suffering.

230. சாதலின் இன்னாதது இல்லை இனிதுஅதுஉம்
ஈதல் இயையாக் கடை.

**saathalin innaathathu illai inithu-athu-um
eethal iyaiyaakkadai.**

ஒருவனுக்கு இறப்பதை விட மிகுதியான துன்பம் வேறில்லை. ஆனால் வறுமையால் வாடுபவர்க்கு உதவாமல் இருப்பது, அத்தன்மையான இறப்பினை விட மோசமானது.

The ultimate and worst suffering for a person is death;
Even that is happier, than the pain endured by those miserly who deny help to the needy in this earth.

24. புகழ் (pugazhl)
(Good Reputation)

231. ஈதல் இசைபட வாழ்தல் அதுஅல்ல[து]
ஊதியம் இல்லை உயிர்க்கு.

eethal isaipada vaazhlthal athu-allathu
oothiyam illai uyirkku.

தேவை என்று கேட்கும் ஏழைக்கு உதவி செய்து, வாழ்தலால் ஏற்படும் புகழைத் தவிர, இவ்வுயிர்க்கு வேறு உயரிய பயன் ஏதுமில்லை.

One shall provide all help to the needy, and lead life with a good reputation;
Except acquiring this, other things will be of no use to the person.

232. உரைப்பார் உரைப்பவை எல்லாம் இரப்பார்க்குஒன்று
ஈவார்மேல் நிற்கும் புகழ்.

uraippaar uraippavai ellaam irappaarkku-ondru
eevaar-mael nirrkum pugazhl.

வறுமையில் வாடி உதவி நாடுவோர்க்கு, அவர் வேண்டிய உதவியைச் செய்தவரின் புகழ் உலகத்தோர் புகழ்ந்து சொல்கின்ற எல்லாப் புகழையும்விடத் தலையாயது.

Lavish praise of the world's wise men is for one's charitable deeds;
Who reach out to the needy and generously provide them all their needs.

233. ஒன்றா உலகத்து உயர்ந்த புகழ்அல்லால்
பொன்றாது நிற்பதுஒன்று இல்.

ondraa ulagatthu uyarntha pugazhl-allaal
pondraathu nirrpathu-ondru il.

உயர்ந்த புகழ் அல்லாமல் உலகத்தில் அழியாமல் நிற்கும் தன்மை வேறொன்றிற்கும் இல்லை.

Nothing is comparable to a giver's higher name and fame of all;
In this world, that alone stays unchanged eternal.

234. நிலவரை நீள்புகழ் ஆற்றின் புலவரைப்
போற்றாது புத்தேள் உலகு.

nilavarai neeL-pugazhl aatrin pulavaraip
poatraathu putthaeL ulagu.

ஒருவன் தன்னலமற்ற உதவிகளைச் செய்தால், நிலவுலகத்தில் அழியாது நிற்கும் புகழைப் பெறுவான். வானுலகத்தாரும் அவன் புகழேயன்றி மற்றவர் புகழைப் போற்ற மாட்டார்கள்.

One's selfless service to the humanity in this earth shall be extensively praised;
And in heaven too, his name will be sung, ignoring the renowned.

235. **நத்தம்போல் கேடும் உளதாகும் சாக்காடும்**
வித்தகர்க்கு அல்லால் அரிது.

nattham-poal kaedum uLathaagum saakkaadum
vitthagarku allaal arithu.

புகழால் மேன்மை பெறக் கூடியதும், இறந்தும் புகழோடு வாழ்தலும் மக்கள் எல்லார்க்கும் அரிது ஆகும்.

Fame's increase is property's reduction and fame's stability is death;
Kind souls who help the needy, only know this and will never be felt by anyone else in this earth.

236. **தோன்றின் புகழொடு தோன்றுக அஃதுஇலார்**
தோன்றலின் தோன்றாமை நன்று.

thoandrin pugazhlodu thoandruga aqthu-ilaar
thoandralin thoandraamai nandru.

மனிதன் புகழினைப் பெறுவதற்குரிய தகுதிகளோடு பிறக்க வேண்டும். அவ்வாறு தோன்ற இயலாது எனின் தோன்றாதிருத்தல் நன்று.

A human being shall be born with such good qualities which bring good reputation;
Those who lack such qualities of goodness, being unborn is better than born.

237. **புகழ்பட வாழாதார் தந்நோவார் தம்மை**
இகழ்வாரை நோவது எவன்.

pugazhlpada vaazhlaathaar than-noavaar thammai
igazhlvaarai noavathu evan.

தமக்குப் புகழ் சேர நல்ல வழியைத் தேடி வாழத் தெரியாதவர், அதற்குக் காரணம் தாமே என்று உணராமல் தம்மை இகழ்ந்தவரைக் குறை சொல்லுதல் பயன் இல்லை.

One who fail to lead righteous life shall lose their reputation; Unless they realise their folly, and no use finding fault with others who criticise their wrong actions.

238. **வசைஎன்ப வையத்தார்க்கு எல்லாம் இசைஎன்னும்
எச்சம் பெறாஅ விடின்.**

**vasai-enba vaiyatthaarku ellaam isai-ennum
etcham perraa-a vidin.**

நற்குணத்தால் நிலைத்து நிற்கும் புகழைப் பெறாமல் இருந்தால் இவ்வுலகத்தார் அத்தகைய வாழ்க்கையைப் பழி என்று சொல்லுவர்.

Never ending fame is earned by one through righteous act; Else, wise men consider life as only as disgraceful fact.

239. **வசைஇலா வண்பயன் குன்றும் இசைஇலா
யாக்கை பொறுத்த நிலம்.**

**vasai-ilaa vaN-payan kundrum isai-ilaa
yaakkai porruttha nilam.**

நற்குணத்தால் கிடைக்கும் புகழைத் தேடாமல் இருப்பவனின் உடம்பைச் சுமக்கும் நிலம், குறைவில்லாத தன் வளத்தின் பயனாகிய விளைவு இல்லாமல் குன்றிவிடும்.

Worthless person, averse to earning fame, his body, a burden on earth; Its vast richness with bountiful resources will soon absorb death.

240. **வசைஒழிய வாழ்வாரே வாழ்வார் இசைஒழிய
வாழ்வாரே வாழா தவர்.**

**vasai-ozhliya vaazhlvaarae vaazhlvaar isai-ozhliya
vaazhlvaarae vaazhlaathavar.**

தம் வாழ்க்கையில் பழிச்சொல் வராமல் புகழோடு வாழ்கின்றவரே உயிருடன் வாழ்கின்றவர். புகழ் சேர்க்காமல் வாழ்பவர், உயிருடன் இருந்தும் இறந்தவராக கருதப்படுவர்.

One shall live with fame earned through goodness without blame; Others who lead life without fame is deemed to be dead, though alive only for the sake of name.

துறவறவியல் (Virtues of an Ascetic Life)

25. அருளுடைமை (aruludaimai)

(Showing Mercy)

241. **அருட்செல்வம் செல்வத்துள் செல்வம் பொருட்செல்வம்
பூரியார் கண்ணும் உள.**

**arutselvam selvatthuL selvam porut-selvam
pooriyaar kaNNum uLa.**

செல்வங்களுள் சிறந்த செல்வம் அருள் என்னும் அரிய செல்வம். ஏனெனில், பொருளால் ஈட்டும் செல்வம், அறம் இன்றி வாழ்வோரிடமும் உள்ளது, அருட்செல்வம் உயர்ந்தோரிடத்து மட்டுமே இருக்கும்.

The best of all wealths, is the quality of mercy, a rare possession;
All the other wealths can be owned even by any, but, wealth of mercy is always held by a highly principled person.

242. **நல்ஆற்றான் நாடி அருள்ஆள்க பல்ஆற்றான்
தேரினும் அஃதே துணை.**

**nall-aatraan naadi aruL-aaLga pall-aatraan
thaerinum aqthae thuNai.**

தனக்குத் துணையாக நிற்கும் அறம் என்னவென்று ஆராய்ந்து நன்னெறியில் நின்று அருளுடையவனாக இருத்தல் வேண்டும். சமயநெறி நூல்கள் பலவற்றை ஆராய்ந்தாலும் துணை நிற்பது அருளே அன்றி வேறு ஒன்றும் இல்லை.

One shall analyse the merits of path of righteousness and be a person of compassion;
All religious scriptures have differences of opinion, but all preach that the only ally for a person is kindness and none.

243. **அருள்சேர்ந்த நெஞ்சினார்க்கு இல்லை இருள்சேர்ந்த
இன்னா உலகம் புகல்.**

**aruL-saerntha nenjinaarku illai iruL-saerntha
innaa ulagam pugal.**

இருள் நிறைந்த துயர்மிகு உலகத்துள் வாழும் வாழ்க்கை, அருள் நிறைந்த நெஞ்சம் உடையவர்களுக்கு இல்லை.

The pain and sorrowful darkness filled life in this world, is hell;
Never destined for those who lead life of compassion for all.

244. **மன்உயிர் ஓம்பி அருளாள்வாற்க்[கு] இல்என்ப
தன்உயிர் அஞ்சும் வினை.**

man-uyir Oambi aruLaaLvaarrkku illenba
than-uyir anjum vinai.

மண்ணில் உள்ள உயிர்களுக்குப் பாதுகாப்பு அளித்து வாழும் அருள் நெஞ்சம் கொண்டவர்க்கு, தன் உயிரின் பொருட்டு அஞ்சி வாழ்கின்ற தீவினை இல்லை.

One who is compassionate towards all living beings in this land,
He will never be afraid of life's dreadful path where evils tread.

245. அல்லல் அருள்ஆள்வார்க்[கு] இல்லை வளிவழங்கும்
மல்லல்மா ஞாலம் கரி.

allal aruL-aaLvaarkku illai vaLivazhlangum
mallal maa njnaalam kari.

அருள்குணம் உடையவர்க்கு இப்பிறப்பில் இமியளவும் துன்பமும் ஏற்படாது என்பதற்குக் காற்று இயங்குகின்ற மிக்க வளமுடைய இப்பெரிய உலகத்தில் வாழ்வோரே.

Persons with compassion, will never face tiny levels of want;
The people living amidst the seamless flow of fresh air in this bountiful vast earth, is testimony sufficient.

246. பொருள்நீங்கிப் பொச்சாந்தார் என்பர் அருள்நீங்கி
அல்லவை செய்துஒழுகு வார்.

poruL-neengip pocchaanthaar enbar arul-neengi
allavai seiythu-ozhlugu vaar.

உயிர்களுக்குச் செய்யும் அருளைத் தவிர்த்து, செய்யக் கூடாத கொடுமைகளைச் செய்வோர், தம் உறுதிப் பொருளாகிய அறத்தினைக் கடைபிடிக்காமல் துன்புற்று, தம் வாழ்க்கையின் குறிக்கோளை மறந்தவர் ஆவர்.

No compassion towards other lives and indulging in evil acts are those;
Who lead life away from the ultimate wealth of virtue, thus, facing sorrows.

247. அருளில்லார்க்கு அவ்வுலகம் இல்லை பொருளில்லார்க்கு
இவ்வுலகம் இல்லாகி யாங்கு.

aruLillaarkku avvulagam illai poruLillaarkku
ivvulagam il-aagi yaangku.

செல்வம் இல்லாதவர்களுக்கு இந்த உலகத்தில் இன்பம் இல்லாததைப் போல, உயிர்கள் மேல் அருள் இல்லாதவர்க்கு வானுலகத்தில் இன்பம் இல்லை.

Lack of wealth, puts one to great difficulty in life, in this world;
Lack of compassion to others' misery, gates to heaven will be closed.

248. பொருள்அற்றார் பூப்பர் ஒருகால் அருள்அற்றார்
அற்றார்மற்று ஆதல் அரிது.

**poruL-atraar pooppar orukaal aruL-atraar
atraar-matru aathal arithu.**

செல்வம் குறைந்து வறுமையில் வாடுபவர், அத்துன்பம் நீங்கிய பின், ஒரு காலத்தில் வளம் பெற்று விளங்குவர். ஆனால், அருள் இல்லாதவர் அத்தீவினையால் ஒரு முறை அழிந்தால், எந்த ஒரு காலத்திலும் சிறந்து விளங்க முடியாது.

One in poverty, may after the difficult period, regain the lost prosperity;
One who lacks compassion, if done once, due to such an evil, will seldom retain the nobility.

249. தெருளாதான் மெய்ப்பொருள் கண்டுஅற்றால் தேரின்
அருளாதான் செய்யும் அறம்.

**theruLaathaan meiypporuL kandu-atraal thaerin
aruLaathaan seiyyum arram.**

உயிர்களிடம் அருள் இல்லாதவன் செய்யும் அறத்தை ஆராய்ந்தால், அறிவு தெளிவு இல்லாதவர் ஒரு நூலின் மெய்ப்பொருளை உணர்ந்து கூறுதல் போன்றது.

One who lacks kindness towards other living beings, analysing his righteous deeds;
Will be like a fool's effort to understand the real truth found in books, indeed.

250. வலியார்முன் தன்னை நினைக்கதான் தன்னின்
மெலியார்மேல் செல்லும் இடத்து.

**valiyaar-mun thannai ninaikka-thaan thannin
meliyaar-mael sellum idatthu.**

தன்னை விட பலம் குறைந்தவரைத் மேல் துன்புறுத்தும் தருணத்தில் அருள் இல்லாதவன், தன்னைவிட பலசாலி தன்னைத் துன்புறுத்தும் போது அவர் முன் தான் பயந்து நிற்கும் நிலைமையை நினைத்துப் பார்க்க வேண்டும்.

One who treats a weaker person cruelly, and inflicts pain;
Such a cruel guy should realise his own fear and plight suffered, when bullied by a stronger person.

26. புலால் மறுத்தல் (pulaal marutthal)

(Give Up Meat-Eating)

251. தன்ஊன் பெருக்கற்குத் தான்பிறிது ஊன்உண்பான்
எங்ஙனம் ஆளும் அருள்.

thann-oon perukkarrkuth thaan-pirrithu oon-uNbaan
enganam aaLum aruL.

தன் உடம்பைப் பெருக்குவதற்குத் தான் மற்றொரு உயிரைக்
கொன்று அதன் உடம்பைத் தின்பவனின் மனதில் அருள் எவ்வாறு
இருக்க முடியும்.

One who kills another creature and eats its meat, to increase his body fat;
How can he be considered as an epitome of kindness in heart.

252. பொருள்ஆட்சி போற்றாதார்க்கு இல்லை அருள்ஆட்சி
ஆங்குஇல்லை ஊன்தின் பவர்க்கு.

poruL-aatchi poatraathaarkku illai aruL-aatchi
aangku-illai oon-thinbavarkku.

செல்வத்தின் பயன், அதனைப் பாதுகாக்க தெரியாத வர்க்குக்
கிடைக்காது. அது போல, அருளின் நற்பயன் அறிந்து கொள்ளுதல்,
புலால் உண்பவர்க்குத் தெரியாது.

Benefits of wealth is never enjoyed by those who do not know, how to protect their property;
Likewise, those who eat meat, cannot understand the merits of compassion and generosity.

253. படைகொண்டார் நெஞ்சம்போல் நன்றுஊக்காது ஒன்றன்
உடல்சுவை உண்டார் மனம்.

padai-koNdaar nenjam-poal nandru-ookkaathu ondran
udal-suvai uNdaar manam.

கொலை செய்யும் கருவியைக் கையில் ஏந்தியவனின் மனம்,
அதனால் செய்யப் போகும் கொலையை நினைத்து அருளை
மறப்பதுபோல, மற்ற உயிரின் உடலைச் சுவைத்து உண்பவனின்
மனமும், அருளைப் பற்றி நினைக்காது.

One, when he holds in his hand, a deadly weapon, his heart thinks of killing, forgetting to uphold kindness;
Those who kill another creature and consumes its meat, can never in their hearts think of graciousness.

254. அருள்அல்ல[து] யாதுஎனின் கொல்லாமை கோறல்
பொருள்அல்ல[து] அவ்வூன் தினல்.

aruL-allathu yaathu-enin kollaamai koarral
poruL-allathu avvoon thinal.

அருள் என்பது எந்த உயிரையும் கொல்லாமல் இருப்பது. அதாவது அருள் அல்லாதது என்பது பிற உயிரைக் கொல்லுதல். அப்படிக் கொன்றபின் அந்த உடம்பைத் தின்பது அறம் ஆகாது.

Merciful act is not to kill another creature and to kill creatures is cruelty;
But, to eat the meat of these creatures after its killing, is against the principle of good morality.

255. உண்ணாமை உள்ளது உயிர்நிலை ஊன்உண்ண
அண்ணாத்தல் செய்யா[து] அளறு.

uNNaamai uLLathu uyir-nilai oon-uNNa
aNNaatthal seiyyaathu aLarru.

உயிர்களின் உடம்பில் உயிர் நிலைத்தல் என்பது புலாலை உண்ண மறுக்கும் அறத்தின் பண்பு ஆகும். அந்த உயிரற்ற உடம்பை உண்டால், அவனை உள்ளே அழைத்த நரக வாயில், வெளியே விடாது.

Not eating meat of other creatures, thereby allowing other lives to thrive, is a righteous conduct;
Those who consume meat of dead creatures, the moment they enter the doors of hell, these will shut.

256. தினல்பொருட்டால் கொல்லாது உலகுஎனின் யாரும்
விலைப்பொருட்டால் ஊன்தருவார் இல்.

thinal-poruttaal kollaathu ulagu-enin yaarum
vilaip-poruttaal oon-tharuvaar il.

இறைச்சியைத் தின்பதற்காக மற்ற உயிர்களைக் கொல்வதை இவ்வுலகத்தார் நிறுத்திவிட்டால், உயிர் கொல்லும் தொழில் செய்து இறைச்சி விற்பவர் யாரும் இவ்வுலகில் இருக்க மாட்டார்கள்.

People, if they stop eating meat, got by killing other creatures' lives;
Those persons whose livelihood is to sell meat, of other creatures in this world, will not survive.

257. உண்ணாமை வேண்டும் புலாஅல் பிறிதுஒன்றன்
புண்அது உணர்வார்ப் பெறின்.

uNNaamai vaeNdum pulaal pirrithu-ondran
puNN-athu uNarvaarp perrin.

இறைச்சி, மற்றொரு இறந்த உடம்பின் புண் என்பதை ஆராய்ந்து அறிந்திருந்தால், அதனை உண்ணாமல் இருக்க வேண்டும்.

Meat is part of the wound of a dead creature, analysed and understood by all;
Then, they should stop intake of meat, the flesh of a dead bird or an animal.

258. செயிரின் தலைப்பிரிந்த காட்சியார் உண்ணார்
உயிரின் தலைப்பிரிந்த ஊன்.

seyirin thalaippirintha kaatchiyaar uNNaar
uyirin thalaippirintha oon.

குற்றத்தை நீக்கி வாழும் அறிவுடையவர்கள், ஓர் உயிர் நீங்கிய ஊன் உடம்பை, உண்ணாமல் இருப்பர்.

The wise ones who their entire life, follow the path of righteousness dutifully;
Will never eat the meat of a dead creature, whose life has been set free.

259. அவிசொரிந்[து] ஆயிரம் வேட்டலின் ஒன்றன்
உயிர்செகுத்து உண்ணாமை நன்று.

Avi-sorinthu aayiram vaettalin ondran
uyir-segutthu uNNaamai nandru.

தீயில், நெய் முதலியன சேர்த்து மந்திரம் சொல்லி ஆயிரம் வேள்விகளைச் செய்வதைக் காட்டிலும், ஒரு உயிரைக் கொன்று கிடைத்த உடம்பை உண்ணாமல் இருப்பதே நல்லது.

Not to kill the life of a single creature and eat its meat is definitely better;
Than to carry out a thousand sacrifices, chanting mantras, lighting the holy fire and pouring into it, clarified butter.

260. கொல்லான் புலாலை மறுத்தானைக் கைகூப்பி
எல்லா உயிரும் தொழும்.

kollaan pulaalai marrutthaanaik kai-kooppi
ellaa uyirum thozhlum.

எந்த ஒரு உயிரையும் கொல்லாதவனை அதன் இறைச்சியையும் உண்ணாது இருப்பவனையும், அவன் முன் எல்லா உயிர்களும் கை குவித்து வணங்கி, தங்கள் மரியாதையைச் செலுத்தும்.

One who does not kill the life of another creature and stops eating its carrion;
All the living beings will bow with folded hands before such a person.

27. தவம் (thavam)

(Asceticism)

261. **உற்றநோய் நோன்றல் உயிர்க்குஉறுகண் செய்யாமை**
அற்றே தவத்திற்கு உரு.

utra-noai noandral uyirkku-urru-kaN seiyyaamai
atrae thavatthirrku uru.

தன் உயிர்க்கும் உடலுக்கும் ஏற்படும் துன்பத்தைப் பொறுத்தாலும், தாம் பிற உயிர்களுக்குத் துன்பம் செய்யாமல் இருப்பதுதான், தவத்தின் வடிவம் ஆகும்.

Enduring pain on account of lack of food and living with austerity;
Yet not harming other creatures, is an ascetic quality.

262. **தவமும் தவம்உடையார்க்கு ஆகும் அவம்அதனை**
அஃதுஇலார் மேற்கொள் வது.

thavamum thavam-udaiyaarkku aagum avam-athanai
aqthu-ilaar maerrkoLvathu.

முற்பிறப்பில் தவ முயற்சி செய்தவர்க்கே இப்பிறப்பில் தவம் செய்யும் மேலான நிலை அமையும். அப்படி மன திடம் இல்லாதவர் தவம் மேற்கொள்ள முயற்சி செய்தாலும் பயன் இல்லாமல் போகும்.

Benefits of penance can be availed, only by those who in previous birth did penance and endured pain;
For others who are weak and just attempting to do penance, do not gain.

263. **துறந்தார்க்குத் துப்புரவு வேண்டி மறந்தார்கொல்**
மற்றை யவர்கள் தவம்.

thurranthaarkkuth thuppuravu vaeNdi marranthaarkol
matraiy-avargaL thavam.

தவம் செய்பவர்களுக்கு உணவு, மருந்து, இருப்பிடம் முதலியனவற்றை வழங்க விரும்பி, அவர்தம் தவம் சிறக்க வேண்டும் என எண்ணுவதால் தான் இல்லறத்தார் தாம் தவம் செய்ய மறந்தாரோ!

The householder's duty is to take care of the minimum needs of food, medicine and shelter of ascetics;
Focusing on this, have they forgotten to practise austerity as a habit?

264. ஒன்னார்த் தெறலும் உவந்தாரை ஆக்கலும்
எண்ணின் தவத்தான் வரும்.

**onnaarth therralum uvanthaarai aakkalum
eNNin thavatthaan varum.**

தவத்திற்குத் தீங்கு செய்வோரை அடக்கவும், தம் தவ ஒழுக்கத்தைக் கண்டு மகிழ்வோரை உயர்த்தலும், இவ்விரண்டையும் தவம் செய்வோர் நினைப்பர் என்றால், அது தவத்தால் பெற்ற தவ வலிமை என்று கருதப்படும்.

Control over those who cause havoc to peaceful penance and bless those who are hospitable to sages;
If both are possible to be done any moment, it is only by the ascetics powers of penance, when need arises.

265. வேண்டிய வேண்டியாங்கு எய்தலால் செய்தவம்
ஈண்டு முயலப் படும்.

**vaeNdiya vaeNdiyaangu eiythalaal seiy-thavam
eeNdu muyalappadum.**

வேண்டிய பயன்களை வேண்டியவாறே தவத்தால் பெற முடியும் என்பதால், இவ்வுலகத்தார் தம்மால் செய்யத்தக்க தவமுயற்சியில் ஈடுபடுவர்.

By astute practice, the sought after benefits will be derived by one as per his expectations in the world yonder;
So, some householders indulge in austerity measures to attain such powers of penance in their own manner.

266. தவம்செய்வார் தம்கருமம் செய்வார்மற்று அல்லார்
அவம்செய்வார் ஆசையுள் பட்டு.

**Thavam-seiyvaar tham-karumam seiyvaar matru-allaar
avam-seiyvaar aasaiyuL pattu.**

எல்லாவற்றையும் துறந்து தவம் செய்வோரே தம் கடமையைச் செய்வோர் எனக் கருதப்படுவர். அதனைத்தவிர பொருள், இன்பம் தேடுபவர், ஆசை என்னும் வலையில் அகப்பட்டு வீண் முயற்சி செய்வோர் ஆவர்.

Foregoing all desires and attachment, those who undertake austerity measures through severe penance, are one doing their duty; Others, who don't do so, have got entangled in the realms of desires and pain, for infinity.

267. சுடச்சுடரும் பொன்போல் ஒளிவிடும் துன்பம்
சுடச்சுட நோற்கிற் பவர்க்கு.

sudas-sudarum pon-poal oLi-vidum thunbam
sudas-suda noarrkirrpavarkku.

தீயில் சுட்ட பொன் சுடச்சுடத் தன் குற்றம் நீங்கி ஒளி மின்னுவது போல, தவம் செய்வோரை, துன்பம் மேன்மேலும் வருத்தும்போது, தம்முள் கலந்த பாவம் நீங்கி, ஞானம் மேலும் மிகும்.

Just as the gold shines brighter and its purity is refined higher when heated in fire again and again; Similarly, the extreme suffering is undergone by a penance-doer, and true enlightenment of his soul begin.

268. தன்உயிர் தான்அறப் பெற்றானை ஏனைய
மன்உயிர் எல்லாம் தொழும்.

thann-uyir thaan-arrap petraanai aenaiya
mann-uyir ellaam thozhlum.

தவமாகிய கடமையைச் செய்து, அதன் வலிமையால், தன் உயிர், தான் என்னும் பற்று நீங்கி, இவ்வுலகத்தில் அச்சிறப்பைப் பெற்றவரைக் கண்டு, உலகின் பிற உயிரினங்கள் எல்லாம் அவனிடம் தலைவணங்கும்.

With penance as a duty, with its powers, he isolates his life and soul and leads life without any attachment; To such an ascetic person, all the living beings, bow before him with respect.

269. கூற்றம் குதித்தலும் கைகூடும் நோற்றலின்
ஆற்றல் தலைப்பட் டவர்க்கு.

kootram guthitthalum kai-koodum noatralin
aatral thalaip-pattavarkku.

யாராலும் தம் வாழ்வில் வெல்ல முடியாத எமனையும் வெல்லும் ஆற்றல், தவம் செய்வோர்க்கே உண்டு.

None live beyond the mortal life, fixed by Yama, the God of Death;
Ascetics, even defy death with powers of penance, is the truth.

270. இலர்பலர் ஆகிய காரணம் நோற்பார்
சிலர்பலர் நோலா தவர்.

**ilar-palar aagiya kaaraNam noarrpaar
silar-palar noalaathavar.**

இவ்வுலகத்தில் ஆற்றல் மிக்கவர் சிலராகவும், ஆற்றல் இல்லாதவர்கள் பலரும் இருக்கக் காரணம், தவம் செய்கின்றவர் சிலராகவும், அதனைச் செய்யாதவர்கள் பலரும் இருப்பதினால் தான் ஆகும்.

In this world, men of ability are few but men of incompetence many;
Only, because those who undertake rigorous penance are less and larger numbers don't follow painstaking austerity, any.

28. கூடா ஒழுக்கம் (Koodaa ozhlukkam)
(Improper Conduct)

271. வஞ்சம் மனத்தான் படிறுஒழுக்கம் பூதங்கள்
ஐந்தும் அகத்தே நகும்.

**vanjam manatthaan padiru-ozhlukkam boothangaL
aiynthum agatthae nagum.**

வஞ்சம் பொருந்திய மனத்தை உடையவனின் கெட்ட ஒழுக்கத்தை அவன் உடம்போடு ஒட்டி கலந்துள்ள நிலம், நீர், காற்று, நெருப்பு, ஆகாயம் ஆகிய ஐந்து பூதங்களும், கண்டு தம்முள்ளே நகைக்கும்.

A cheating mind, inside his body, the five natural elements present; Which is, earth, water fire, air and ether, giggle on his scheming behaviour, the very moment.

272. வான்உயர் தோற்றம் எவன்செய்யும் தன்நெஞ்சம்
தான்அறி குற்றப் படின்.

**vaan-uyar thoatram evan-seiyyum thann-nenjam
thaan-arri kutrap padin.**

தன் நெஞ்சம் குற்றமென்று அறிந்தும் அத்தகைய எண்ணத்தை தொடர்ந்து நினைத்துக்கொண்டு மற்றவர்க்குத் தெரியும்படி வானத்தைப் போல உயர்ந்த தன்மை உடைய தவவேடத் தோற்றம் அணிந்து என்ன பயன்?

False appearance of a sky-high like famous ascetic, is of what use? Even after knowing that the thought is sinful, if still his mind keeps thinking of its ruse.

273. வலிஇல் நிலைமையான் வல்உருவம் பெற்றம்
புலியின்தோல் போர்த்துமேய்ந் தற்று.

**valiyil nilaimaiyaan vall-uruvam petram
puliyin-thoal poartthu-maeynthatru.**

மனத்தின் ஆசையை அடக்காமல், எல்லாம் துறந்தார்ப் போல தவ வேடத்தைப் பூண்டு நல்லதைச் செய்பவரைப் போல நடித்தல் என்பது, காவலர்ப் பிடியிலிருந்து தப்பிக்க, பசு புலியின் வேடம் அணிந்து, புல்லினை மேய்ந்து உண்ணுவது போல் ஆகும்.

One, with an evil mind, who poses as an ascetic and acts as though he has no attachment and is good;
Is like, cow in a field grazing the crops wearing a tiger's skin, to help it continue with its evil deed.

274. தவம்மறைந்து அல்லவை செய்தல் புதல்மறைந்து
வேட்டுவன் புள்சிமிழ்த்து அற்று.

**thavam-marrainthu allavai seiythal puthalmarrainthu
vaettuvan puL-simizhlthu atru.**

மனதைத் தன் வழிப்படுத்தும் வலிமையை இழந்தவன், தவக்கோலம் அணிந்து மறைமுகமாக தீய செயல்களைச் செய்தல், ஒரு வேடன் புதரில் மறைந்து நின்று வலை விரித்து அப்பாவிப் பறவைகளைப் பிடிப்பது போன்றதாகும்.

One with no control over his senses, in the garb of an ascetic, continuing to do evil deeds;
Is like the hunter who hides behind the bush after laying the trap to catch the innocent birds, for his needs.

275. பற்றுஅற்றேம் என்பார் படிறுஒழுக்கம் எற்றுஎற்றுஎன்று
ஏதம் பலவும் தரும்.

**patru-atraem enbaar padiru-ozhlukkam etru-etru-endru
Aetham palavum tharum.**

பிறரிடம் நல்ல மதிப்பைப் பெற நினைத்து ஆசைகளை முழுவதும் நீக்கினோம் என்று கூறித் திரிபவரின் தீய ஒழுக்கம், அப்போது இனியதாக இருப்பினும், பிற்காலத்தில் "என்ன செய்தோம், என்ன செய்தோம்;" என்று எண்ணி தான் வருந்தும்படியான துன்பங்கள் வந்து சேரும்.

One, to earn a good name from others, happily may keep bragging that he is leading a life without any attachment to material things;
For this falsehood, sorrow will later haunt him constantly, as his mind will question him "What are you doing?"

276. நெஞ்சின் துறவார் துறந்தார்போல் வஞ்சித்து
வாழ்வாரின் வன்கணார் இல்.

**nenjin thurravaar thurranthaar-poal vanjitthu
vaazhlvaarin van-kaNaar il.**

மனதில் ஆசையை இழக்காமல், எல்லாம் கைவிட்டார் போன்று நடித்து, தானம் செய்வாரை வஞ்சித்து வாழும் இயல்புடையவனைவிட இவ்வுலகத்தில் இரக்கமற்ற கொடியவர் வேறு எவரும் இல்லை.

Those, men of greed, who pose as an ascetic, claiming that they have given up all attachment to material desires;
And live by defrauding the kind and generous men in this world, are the most cruel persons.

277. **புறம்குன்றி கண்டுஅனையர் ஏனும் அகம்குன்றி மூக்கின் கரியார் உடைத்து.**

purram-kundri kaNdu-anaiyar aenum agam-kundri mookkin kariyaar udaitthu.

குன்றிமணியின் சிவப்பு நிறம் போல வெளித்தோற்றத்தில் மிக பண்புடையவராக இருப்பவரும், குன்றிமணியின் கருமை நிற மூக்கைப் போன்று தன் மனத்தில் அழுக்குள்ளவர்களும் இவ்வுலகத்தில் உள்ளனர்.

Externally appearing as good samaritans, like the bright crimson coloured crab's eye;
But, in this world, there are many who are like the black colour tip of the crab's eye, with evil in mind, outwardly lie.

278. **மனத்தது மாசுஆக மாண்டார் நீராடி மறைந்துஒழுகு மாந்தர் பலர்.**

manatthathu maasu-aaga maaNdaar neeraadi marrainthu-ozhlugu maanthar palar.

குற்றமுள்ள தன் மனத்தின் நிலையை மறைக்க, பிறர்முன் தவத்தால் மாட்சி பொருந்தியவர்போல நிரூபிக்க, தூய நீரில் முழ்குவர். அப்படி நடித்து தன் தீய குணத்தை மறைத்து வாழ்பவர் இவ்வுலகத்தில் பலர் உள்ளனர்.

With only evil in mind, cheats posing like ascetic, take a dip in clear water to prove their worth before others;
Concealing their evil intentions, many live in this world and commit sins without any bothers.

279. **கணைகொடிது யாழ்கோடு செவ்விதுஆங்கு அன்ன வினைபடு பாலால் கொளல்.**

kaNai-kodithu yaazhl-koadu sevvithu-aangku anna vinai-padu paalaal koLal.

நேர் வடிவான அம்பு, நேர்மையாகத் தோன்றினாலும் உயிரை மாய்க்கும் தன்மை படைத்தது. ஆனால், உருவத்தால் வளைந்து காணும் யாழ், அருமையான இசை தர வல்லது. அது போல, நன்மைச் செய்வோரையும் பிறர்க்குத் தீங்குச் செய்வோரையும் உருவத்தால் எடை போடாமல், செய்யும் செயலால் மட்டுமே உணர்ந்து கொள்ள வேண்டும்.

Crooked, the harp produces lovely music; straight, the arrow causes injury, fatal;
Never judge one by appearance, judge only by deeds, good or evil.

280. மழித்தலும் நீட்டலும் வேண்டா உலகம்
பழித்தது ஒழித்து விடின்.

**mazhlitthalum neettalum vaeNdaa ulagam
pazhlitthathu ozhlitthu vidin.**

எல்லாம் துறந்து வாழும் தவம் செய்வார், தன் தலைமுடியை மழித்து மொட்டை அடித்தலும், நீளமான சடையாக்கலும் ஆகிய வேடங்களும் பூண வேண்டாம், தவத்திற்குப் பொருந்தாது எனக் கூறும் தீயொழுக்கத்தை நீக்கி உண்மையுடன் நடந்து கொள்ளுதலே போதும்.

Ascetic, need not prove one's worth by tonsuring his head or growing long matted hairs;
Unless they erase from their mind, all that the wise perceive as evil thoughts and act with no airs.

29. கள்ளாமை (KaLLaamai)

(Not Intending to Take Other's Property by Defrauding)

281. எள்ளாமை வேண்டுவான் என்பான் எனைத்துஒன்றும்
கள்ளாமை காக்கதன் நெஞ்சு.

eLLaamai vaeNduvaan enbaan enaitthondrum
kaLLaamai kaakka-thann nenju.

மற்றவர் இகழாது வாழ விரும்புபவன், பிறரின் யாதொரு பொருளையும் மனதில் கூடக் கவர எண்ணாமல் இருக்கும்படி நெஞ்சைப் பாதுகாத்துக் கொள்ள வேண்டும்.

One who aspires to lead a virtuous life; not subjected to ridicule;
Shall train his mind to not even think of grabbing others' assets, as a rule.

282. உள்ளத்தால் உள்ளலும் தீதே பிறன்பொருளைக்
கள்ளத்தால் கள்வேம் எனல்.

uLLatthaal uLLalum theethae pirran-poruLaik
kaLLatthaal kaLvaem enal.

குற்றங்களைத் தன் மனதில் கருதுவதும் தீமை ஆகையால், பிறர் பொருளை அவர் அறியாத போது கவரலாம் என்று மனதில் எண்ணுவதும் தீங்கைப் பயக்கும்.

Even thinking of any evil act in the mind is an immoral act;
So, never even think of coveting another's property by deceit.

283. களவினால் ஆகிய ஆக்கம் அளவுஅறிந்து
ஆவது போலக் கெடும்.

kaLavinaal aagiya aakkam aLavirranthu
aavathu poalak kedum.

மற்றவர்ப் பொருளைத் திருடிச் சேர்த்த செல்வம், முதலில் வளர்வது போல் தோன்றி, பின்னர் இயல்பாக உள்ள அளவையும் கடந்து அழிந்து விடும்.

Wealth amassed by stealing other's property, will seem to show one's prosperity;
Such wealth in hand is only an illusion, which will rapidly diminish to nullity.

284. களவின்கண் கன்றிய காதல் விளைவின்கண்
வீயா விழுமம் தரும்.

kaLavin-kaN kandriya kaathal viLaivin-kaN veeyaa vizhlumam tharum.

பிறர் பொருளைத் திருடிச் சேர்த்து வைக்கும் மிகுந்த ஆசை அத்தருணத்தில் இனியதாக தோன்றும். ஆனால், பயன் விளையும் போது நீங்காத துயரத்தைக் கொடுக்கும்.

Coveting another's property, a desire fulfilled, will yield immense pleasure at that moment;
But will show its true colours later and will lead one to never-ending sorrow, as the only earned benefit.

285. **அருள்கருதி அன்புடையர் ஆதல் பொருள்கருதிப் பொச்சாப்புப் பார்ப்பார்கண் இல்.**

aruL-karuthi anbudaiyar aathal poruL-karuthip potchaappu paarppaar-kaN il.

அருளின் உயர்வு அறிந்து, அன்புடையவராய் நடந்து கொள்பவர் மனதில் எத்தருணத்திலும் பிறரின் பொருளைக் கவர வேண்டும் என்னும் எண்ணம் மனதில் தோன்றாது.

One who knows the merits of compassion and acts with kindness;
Will never think of coveting others' property, by act of deceitfulness.

286. **அளவின்கண் நின்றுஒழுகல் ஆற்றார் களவின்கண் கன்றிய காத லவர்.**

aLavin-kaN nindru-ozhlugal aatraar kaLavin-kaN kandriya kaathalavar.

எதிலும் அளவாக இருக்க முற்படும் நல்வினை நெறியைக் கடைபிடிக்க விரும்பாதவர் பிறர்ப் பொருளைத் திருடிச் செல்வம் குவிக்கும் ஆசையைக் கொண்டவர் ஆவர்.

Measuring every action as per code of right virtue and living by it;
Are not those, who desire to amass wealth by coveting others' asset.

287. **களவுஎன்னும் காரறி வாண்மை அளவுஎன்னும் ஆற்றல் புரிந்தார்கண் இல்.**

kaLavu-ennum kaararri vaaNmai aLavu-ennum aatral purinthaar-kaNil.

தன் உயிர் முதலியவற்றை அளவாகப் பயன்படுத்தும் நல்ல நெறியைக் கடைபிடிக்க மாட்டார், பிறர் பொருளைக் கவரும் எண்ணம் உள்ள இருண்ட அறிவு படைத்தவர்;.

One who has endless thoughts to grab another's property by fraud, is an owner of dark knowledge;
That is why, he is ignorant about the life's limits, the benefits of righteous act and its edge.

288. அளவுஅறிந்தார் நெஞ்சத்து அறம்போல நிற்கும்
களவுஅறிந்தார் நெஞ்சில் கரவு.

**aLavu-arrinthaar nenjatthu arram-poala nirrkum
kaLavu-arrinthaar nenjil karavu.**

உயிர் முதலியனவற்றை அளவாக பயன்படுத்தும் எண்ணம் கொண்ட நெஞ்சத்தில், அறம் நிலைத்திருப்பது போல, பிறர் பொருளைக் கவரும் விருப்பம் உடையவர் நெஞ்சத்தில் வஞ்சனையே நிலைத்து நிற்கும்.

With knowledge of life's limits, life in the path of virtue is imminent.
But one who has desire to amass wealth, by grabbing others' property, in his mind, only deceit is dominant.

289. அளவுஅல்ல செய்துஆங்கே வீவர் களவுஅல்ல
மற்றைய தேற்றா தவர்.

**aLavu-alla seiythu-aangae Veevar KaLavu-alla
matraiya thaetraa thavar.**

பிறர் பொருளைக் கவரும் எண்ணம் தவிர எந்த ஒரு நல்ல செயலையும் செய்ய விரும்பாது, அளவு கடந்த தீய எண்ணங்களை நினைப்பவர், நினைத்த மாத்திரமே கெடுவர்.

The minds of those who think of doing nothing good except the desire for coveting property of others;
Such innumerable evil thoughts will put his life into peril, instantaneous.

290. கள்வார்க்குத் தள்ளும் உயிர்நிலை கள்ளார்க்குத்
தள்ளாது புத்தேள் உலகு.

**kaLvaarkkuth thaLLum uyir-nilai kaLLaarkkuth
thaLLaathu putthaeL uLagu.**

திருட்டுச் செயலைச் செய்வோர்க்கு உடலின் உயிர்நிலை கெட்டு வாழ்வு கசக்கும். ஆனால், பிறர் பொருள் கவரும் எண்ணம் இல்லாதவர்க்கு எல்லாப் பிறப்பிலும் புகழ் நிலைத்து நிற்கும்.

Deceitful ones, life will be hard, as soul will leave the body to rot;
Those with no thought of coveting others' property, their fame shall continue in all the births, without doubt.

30. வாய்மை (vaaiymai)
(Truthfulness of the Mind)

291. வாய்மை எனப்படுவது யாதுஎனின் யாதுஒன்றும்
தீமை இலாத சொலல்.

vaaiymai enappaduvathu yaathu-enin yaathu-ondrum
theemai ilaatha solal.

வாய்மை என்று சிறப்பித்துச் சொல்லப்படுவது என்னவென்றால், மற்ற எந்த உயிர்க்கும் எப்போதும் சிறிதும் தீங்கு தராத சொற்களைச் சொல்லுவதே ஆகும்.

Speaking words with no evil and which does not hurt anyone of mankind;
Is the best attribute of a truthful mind.

292. பொய்மையும் வாய்மை இடத்த புரைதீர்ந்த
நன்மை பயக்கும் எனின்.

poiymaiyum vaaiymai idattha purai-theerntha
nanmai payakkum enin.

பிறர்க்கு குற்றம் அற்ற நன்மையைக் கொடுத்தால், பொய்யான சொற்களும் வாய்மை என்று கருதத்தக்க இயல்பினைப் பெறும்.

If words of falsehood spoken would beseech many benefits with goodness;
Even such words would don the colour of truthfulness.

293. தன்நெஞ்[சு] அறிவது பொய்யற்க பொய்த்தபின்
தன்நெஞ்சே தன்னைச் சுடும்.

than-nenju arrivathu poiyarrka poitthapin
than-nenjae thannaitch sudum.

ஒருவன் தன் மனச்சாட்சி அறியும் ஒன்றைப் பற்றிப் பிறர்க்குத் தெரியாது என்று எண்ணி, பொய் சொல்லாமல் இருக்க வேண்டும். அப்படி மறந்து பொய் சொன்னால், அதனை அறிந்த தன் நெஞ்சமே தனக்குத் துன்பத்தைத் தரும்.

Against conscience, words of falsehood should not be spoken to others, assuming that they do not know;
Still, if one persists with the lie, his mind from that moment onwards will start giving him sorrow.

294. உள்ளத்தால் பொய்யாது ஒழுகின் உலகத்தார்
உள்ளத்துள் எல்லாம் உளன்.

**uLLatthaal poyyaathu ozhlugin ulagatthaar
uLLatthuL ellaam uLan.**

ஒருவன் தன் உள்ளம் அறிய பொய் சொல்லாமல் வாழ்வான் ஆயின், அவன் உலக மக்களின் உள்ளங்களில் எல்லாம் எப்போதும் நீங்கா இடம் பிடித்திருப்பான்.

If one lives, without telling lies known to his mind and speaks truth; He shall reside in the hearts of mankind, evergreen on this earth.

295. மனத்தொடு வாய்மை மொழியின் தவத்தொடு
தானம்செய் வாரின் தலை.

**manatthodu vaaiymai mozhliyin thavatthodu
thaanam-seiyvaarin thalai.**

ஒருவன் தன் மனத்தோடு ஒத்த உண்மை பேசுபவனாக இருந்தால், அவன் இவ்வுலகில் தவமும் தானமும் செய்வோரை விடச் சிறந்து வாழ்பவன் ஆவான்.

One who whole heartedly speaks only truthful words; Higher placed than those who do penance and charity in this world.

296. பொய்யாமை அன்ன புகழில்லை எய்யாமை
எல்லா அறமும் தரும்.

**poiyyaamai anna pugazhl illai eiyyaamai
ellaa arramum tharum.**

ஒருவன் இப்பிறப்பில் பொய் கூறாமல் வாழ்வதைக் காட்டிலும் புகழுக்கு வேறு எந்தச் சிறப்பான வழியும் இல்லை. அது எக்காலத்திலும் அவனை வருத்தாமல் எல்லா அறங்களையும் தானே கொடுக்கும்.

In this birth, if one, do not speak lies, no other better mode for fame; At all times, with very little effort, it will deliver to him all the righteous acts.

297. பொய்யாமை பொய்யாமை ஆற்றின் அறம்பிற
செய்யாமை செய்யாமை நன்று.

**poiyyaamai poiyyaamai aatrin arram-pirra
seiyyaamai seiyyaamai nandru.**

ஒருவன் பொய் சொல்லாமையே அறம் எனக் கருதி வாழ்ந்தால், பிற அறங்களைச் செய்யாமல் இருப்பது கூட நன்மையாகும்.

If one considers no lies as a virtue in life, and follows truthfulness;
It may be beneficial to not render other acts of righteousness.

298. **புறம்தூய்மை நீரான் அமையும் அகம்தூய்மை**
வாய்மையால் காணப் படும்.

purram-thooiymai neeraan amaiyum agam-thooiymai
vaaiymaiyaal kaaNap padum.

ஒருவன் தன் உடம்பினைத் தூய்மையாக வைத்திருக்க நீரை உபயோகிக்க வேண்டும். அது போல, அவனின் மனத்தின் அழுக்கை தூய்மையாக்க உள்ளத்தில் வாய்மை வேண்டும்.

Water, is the source for one to keep his body clean;
To cleanse one's mind of impure thoughts, truth is always spoken.

299. **எல்லா விளக்கும் விளக்குஅல்ல சான்றோர்க்குப்**
பொய்யா விளக்கே விளக்கு.

ellaa viLakkum viLakku-alla saandroarkkup
poiyyaa viLakkae viLakku.

இவ்வுலகத்தில் வெளியில் உள்ள இருட்டினை நீக்கி வெளிச்சம் தரும் விளக்குகள் எல்லாம் விளக்குகள் ஆகாது. எல்லாச் செல்வங்களையும் துறந்து அறிவில் சிறந்த சான்றோர்க்கு, மனத்தினுள் உள்ள இருளை நீக்கும் சிறப்புடைய வாய்மை என்னும் விளக்கே உண்மையான விளக்கு ஆகும்.

Darkness in the world, dispelled by the light from lamps is not real light;

To the wise, truth removes darkness within, is the real light, brightest.

300. **யாம்மெய்யாக் கண்டவற்றுள் இல்லை எனைத்துஒன்றும்**
வாய்மையின் நல்ல பிற.

Yaam-meiyyaak kandavatruL illai enaitthu-ondrum
vaaiymaiyin nalla pirra.

யாம் மெய்யாக அறிந்த நூல்களிலும், மனதில் உள்ள உண்மையே சிறந்த அறம் என்கின்றன மெய்ம்மையைக் காட்டிலும் வேறு சிறந்த அறம் இல்லையாம்.

In all the books of knowledge browsed, truth is cited as the best virtue;

No other quality of one's actions is better than words spoken true.

31. வெகுளாமை (veguLaamai)

(Controlling Anger)

301. செல்இடத்துக் காப்பான் சினம்காப்பான் அல்லிடத்துக்
காக்கின்என் காவாக்கால் என்.

sell-idatthuk kaappaan sinam-kaappaan allidatthuk
kaakkin-en kaavaakkaal en.

தன் கோபம் பலிக்கும் இடத்தில், அதனைக் காட்டாமல் தடுப்பவனே, தன் அருளால் சினம் காப்பவன். அதனை விடுத்துக் கோபம் பலிக்காத இடத்தில் அதனைத் தடுத்தால் என்ன? தடுக்காவிட்டால் என்ன?

One who controls his anger through kindness, where it will work, guards against losing temper;
In other places his anger will be dealt with heavily, who bothers whether he controls or does not control anger.

302. செல்லா இடத்துச் சினம்தீது செல்லிடத்தும்
இல்அதனின் தீய பிற.

sellaa idatthus sinam-theethu sellidatthum
il-athanin theeya pirra.

தன் கோபம் செல்லாத தன்னைவிட வலிமைமிக்கவரிடம் சினம் காட்டுவது தனக்கே தீங்கை உண்டாக்கும். தன் கோபத்தைக் காட்ட முடிந்த தன்னைவிட மெலியாரிடம் காட்டினால், அக்கோபத்தைவிட தீய செயல் வேறு ஒன்றும் இல்லை.

Where anger against powerful is useless, display of wrath is hellish;
And instilling fear in the weak, through anger, the worst of all evils.

303. மறத்தல் வெகுளியை யார்மாட்டும் தீய
பிறத்தல் அதனான் வரும்.

marratthal veguLiyai yaar-maattum theeya
pirratthal athanaan varum.

யாரிடத்தும் கோபப்பட்டால், உடனே அதனை மறந்துவிட வேண்டும். இல்லையேல், கோபம் தீய விளைவுகளை ஏற்படுத்திவிடும்.

After getting angry with any one, best is to forget it immediately;
If not, anger will give rise to countless evils continuously.

304. நகையும் உவகையும் கொல்லும் சினத்தின்
பகையும் உளவோ பிற.

nagaiyum uvagaiyum kollum sinatthin
pagaiyum uLavoe pirra.

அருள் தன்மையான முகத்தில் சிரிப்பைபும், மனத்துள் மகிழ்ச்சியையும் அழிக்கும் கோபத்தைவிட ஒருவனுக்கு வலிமையான பகையும் வேறு உள்ளதோ?

Smile in the face and heart filled with joy is ruined by anger in him;
Is any greater enemy in this world required, to cause one harm?

305. **தன்னைத்தான் காக்கின் சினம்காக்க காவாக்கால்**
தன்னையே கொல்லும் சினம்.

thannaitthaan kaakkin sinam-kaakka kaavaakkaal
thannaiyae kollum sinam.

தன்னைத்தானே காத்துக்கொள்ள விரும்பினால் தன் மனதில் ஏற்படும் சினம் வராமல் காத்துக்கொள்ள வேண்டும். அப்படிச் செய்யாவிடில், அக்கோபமே, கடுமையான துன்பத்துக்கு ஆளாக்கி அழித்து விடும்.

One who wants to protect himself, should control his anger;
Else, it will push him into extreme sorrow and finally endanger.

306. **சினம்என்னும் சேர்ந்தாரைக் கொல்லி இனம்என்னும்**
ஏமப் புணையைச் சுடும்.

sinam-ennum saernthaaraik kolli inam-ennum
Aemap puNaiyais sudum.

கோபம் என்பது யாரிடம் இருக்கிறதோ, அது நெருப்பைப் போல அவனைச் சுடும். அதோடு நில்லாமல், சுற்றம் என்னும் மரப்படகை, கோபம் என்னும் நெருப்பு, சுட்டுப் பொசுக்கும் தன்மையுடையது.

Clinging on to anger is like a fire, which will destroy the angry one;
Further, to the kith and kin who bring him joy like the wooden raft,
fiery anger will burn it down.

307. **சினத்தைப் பொருள்என்று கொண்டவன் கேடு**
நிலத்துஅறைந்தான் கைபிழையாதற்று.

sinatthaip poruL-endru koNdavan kaedu
nilatthu-arrainthaan kai-pizhlaiyaatha atru.

கோபம் தான் பொருள் என நினைத்து அதனை வெளிப்படுத்தும் குணம் படைத்தவன் படும் வேதனை, நிலத்தைக் கையால் அறைந்தவனின் வலியின் துன்பத்திற்கு ஒப்பாகும்.

One who considers anger to be a valuable possession and displays it, thereby brings sorrow to oneself;
Like the man's hand which hits the ground hard and hurts himself.

308. இணர்எரி தோய்வுஅன்ன இன்னா செயினும்
புணரின் வெகுளாமை நன்று.

**iNar-eri thoyivu-anna innaa seiyinum
puNarin veguLaamai nandru.**

பல சுடரையுடைய பெரிய நெருப்பு தன் மேற்படிந்தால் ஏற்படுத்தும் துன்பத்தைப் போன்ற தீயச் செயல்களை மற்றொருவன் தனக்குச் செய்தாலும், அவனிடமும் கூடுமான வரையில் சினம் கொள்ளாதிருத்தல் நல்லது.

Like the multiple flames in a large bonfire can cause burns, others may in an evil manner, cause troubles to one, so many;
Still, as much as possible, try to keep anger away.

309. உள்ளியது எல்லாம் உடன்எய்தும் உள்ளத்தால்
உள்ளான் வெகுளி எனின்.

**uLLiyathu ellaam udan-eiythum uLLatthaal
uLLaan veguLi enin.**

ஒருவன் தன் மனதால் கூட சினத்தை ஒரு கனமும் நினைக்காமல் இருந்தால், அவன் கருதிய எல்லாப் பயன்களையும் முழுமையாக அடைவான்.

Even once, from his heart, one should not think of getting angry;
Then the benefits, he aspires for, will be achieved by him finally.

310. இறந்தார் இறந்தார் அனையர் சினத்தைத்
துறந்தார் துறந்தார் துணை.

**irranthaar irranthaar anaiyar sinatthait
thurranthaar thurranthaar thuNai.**

தன் மனதில் மிகுதியாகக் கோபம் கொள்பவர், உயிருடன் இருப்பினும் இறந்தவர்க்கு இணையாகவே சொல்லப்படுவர். தன் மனதில் சினத்தினை முற்றிலும் துறந்தவர் தவ வலிமையுடையவர்க்கு இணையாகக் கருதப்படுவர்.

One who displays excessive anger, will be equated with dead ones;
And those who shun anger completely will be considered as equal to those who undertake penance.

32. இன்னா செய்யாமை (Innaa seiyyaamai)
(Not Causing Harm)

311. சிறப்[பு]ஈனும் செல்வம் பெறினும் பிறர்க்குஇன்னா
செய்யாமை மாசுஅற்றார் கோள்.

sirrappu-eenum selvam perrinum pirrarkku-innaa seiyyaamai
maasu-atraar koaL.

தனக்குச் சிறப்பைப் பெற்றுக் கொடுக்கும் எவ்வித செல்வங்களைப் பெறுவதாக இருப்பினும், பிறர்க்கு எவ்விதத் துன்பத்தையும் ஏற்படுத்தும் செயலையும் செய்யாமல் இருப்பதே மனத் தூய்மையுடையவரின் கொள்கை ஆகும்.

One's glory, even if lured through many types of wealth;
Still, men of pure thought, will cause no sorrow to others by stealth.

312. கறுத்[து]இன்னா செய்தஅக் கண்ணும் மறுத்[து]இன்னா
செய்யாமை மாசுஅற்றார் கோள்.

Karrutthu-innaa seiytha-ak kaNNum marrutthu-innaa
seiyyaamai maasu-atraar koaL.

ஒருவன், தன் மேல் கோபத்துடன் துன்பத்தைக் கொடுத்தாலும், அதைச் சகித்துக்கொண்டு திரும்ப அவனுக்குத் துன்பத்தைச் செய்யாமல் தவிர்ப்பதே மனத்தூய்மையுடையவரின் துணிவு ஆகும்.

Though, a person out of anger, caused him insult;
Men with pure hearts, bravely, will tolerate and not retaliate.

313. செய்யாமல் செற்றார்க்கும் இன்னாத செய்தபின்
உய்யா விழுமம் தரும்.

seiyyaamal setraarkkum innaatha seiythapin
uyyaa vizhluman tharum.

தான் ஒருவனுக்கு இதற்கு முன் ஒரு முறைகூடத் துன்பம் செய்யாமல் இருக்கின்றபோது, தனக்குத் துன்பம் செய்ததமைக்காக ஒருவனுக்கு இன்னல் கொடுத்தால், அச்செயல் காலத்தால் அழியாத துன்பத்தைக் கொடுக்கும்.

Though not hurt anyone, but for no reason, if a person causes pain;
For revenge harms him once, that one evil act, will cause sorrow which cannot be erased during lifetime.

314. இன்னாசெய் தாரை ஒறுத்தல் அவர்நாண
நல்நயம் செய்து விடல்.

**Innaa-seiythaarai orrutthal avar-naaNa
nal-nayam seiythu vidal.**

தமக்குத் தீமையே செய்தவரைத் தண்டிக்கும் வழி, அவரே வெட்கப்படும் அளவுக்கு அவர்க்கு நல்ல உதவிகளைச் செய்து, அவர் செய்த தீமையையும் தாம் செய்த நன்மையும் மறந்து விடுதல் ஆகும்.

To a person who causes harm to him, a worthy punishment;
Do good to shame him, also forget the injury borne and the charity done, the very moment.

315. அறிவினான் ஆகுவது உண்டோ பிறிதின்நோய்
தந்நோய்போல் போற்றாக் கடை.

**arrivinaan aaguvathu uNdoa pirrithin-noaiy
than-noaiy-poal poatraak kadai.**

மற்ற உயிர்கள் படும் துயரத்தைத் தனக்கு வந்ததாக நினைக்காமல் அதிலிருந்து காப்பாற்ற மறுப்பவர்க்கு, அறிவினால் ஏற்படும் பயன் ஏதும் உண்டோ?

Will there be any benefit to one, through knowledge wide and deep;
If unaware of the suffering of other living beings, do not think of eliminating such pain, as caused to himself.

316. இன்னா எனத்தான் உணர்ந்தவை துன்னாமை
வேண்டும் பிறன்கண் செயல்.

**innaa ena-thaan uNarnthavai thunnaamai
vaeNdum pirran-kaN seyal.**

துன்பம் தரக்கூடிய செயல் என்று தாம் உணர்ந்தவற்றை மற்றவர்க்குச் செய்தல் ஆகாது என்று எண்ணி செய்யாமல் தவிர்க்க வேண்டியது முக்கியமான அறம் ஆகும்.

Knowing well that such and such evil acts will cause pain, one should not hurt others at all;
Which is the most important righteous deed of all.

317. எனைத்தானும் எஞ்ஞான்றும் யார்க்கும் மனத்தானாம்
மாணாசெய் யாமை தலை.

**enaitthaanum enjnaandrum yaarkkum manatthaanaam
maaNaa-seiyyaamai thalai.**

ஒருவன் தன் மனத்தால்கூடத் தீய செயல்களை, எக்காலத்திலும் யாருக்கும் எவ்வளவு சிறியதாக இருந்தாலும் செய்யாமல் இருப்பதே முதன்மையான அறம் ஆகும்.

One shall not, even in his heart, commit such evil acts causing injuries;
Even the tiniest harm not caused to others always, best of all virtues.

318. **தன்னுயிர்க்கு இன்னாமை தான்அறிவான் என்கொலோ
மன்னுயிர்க்கு இன்னா செயல்.**

**thannuyirkku innaamai thaan-arrivaan en-koloa
mannuyirkku innaa seyal.**

பிறர் செய்யும் தீங்கு தன் உயிர்க்கு எத்தகைய துன்பம் தரும் என்று அனுபவித்து அறிகின்றவன், இவ்வுலகத்தில் உள்ள பிற உயிர்களுக்கு, துன்பத்தைச் செய்வது என்ன காரணத்தினாலோ?

The extent of pain caused by others, felt by experience and wisdom;
Still harming other living beings in this world, for any particular reason.

319. **பிறர்க்குஇன்னா முற்பகல் செய்யின் தமக்குஇன்னா
பிற்பகல் தாமே வரும்.**

**pirrarkku-innaa murrpagal seiyyin thamakku-innaa
pirrpakal thaamae varum.**

ஒருவன் பிறர்க்குத் துன்பம் தருவனவற்றை முற்பகலில் செய்ய நேர்ந்தால், அதன் விளைவாக, தமக்குத் தாமே ஏதும் செய்யாமலே தீங்கு பிற்பகலில் வந்து சேரும்.

One who causes pain and sorrow to another person in the forenoon;
Consequently, will invite to self, suffering in the afternoon.

320. **நோய்எல்லாம் நோய்செய்தார் மேலவாம் நோய்செய்யார்
நோய்இன்மை வேண்டு பவர்.**

**noaiy-ellaam noaiy-seiythaar maelavaam noaiy-seiyyaar
noaiyinmai vaendubavar.**

எல்லாத் துன்பமும் பிறர்க்குத் துன்பம் செய்பவரையே வந்தடையும். அதனால், தம் உயிருக்குத் துயரம் வேண்டாம் என்று நினைப்பவர் பிற உயிருக்குத் துன்பம் ஏதும் செய்ய மாட்டார்.

All evil returns to them who cause harm to others;
Hence, those who think of leading a peaceful life will never do any such act which will cause pain to another.

33. கொல்லாமை (Kollaamai)

(Not to Kill Other Living Beings)

321. அறவினை யாதுஎனின் கொல்லாமை கோறல்
பிறவினை எல்லாம் தரும்.

arravinai yaathu-enin kollaamai koarral
pirravinai ellaam tharum.

அறம் நிறைந்த செயல்கள் என்னவென்று கேட்டால், எந்த ஓர் உயிரையும் கொல்லாமல் இருப்பதே ஆகும். ஆனால், பிற உயிரைக் கொன்றால், தீய செயல்களின் பயன் எல்லாவற்றையும் தரும்.

If you enquire what would be an act of virtue, it is to not kill any living being;
Yet one kills these, shall bring all the benefits of the evil acts along.

322. பகுத்துஉண்டு பல்லுயிர் ஓம்புதல் நூலோர்
தொகுத்தவற்றுள் எல்லாம் தலை.

pagutthu-uNdu palluyir Oambuthal nooloar
thogutthavatruL ellaam thalai.

தான் உண்பதனை, முதலில், பசித்த எல்லா உயிர்களுக்கும் பகுத்துக் கொடுத்து தின்று, பல உயிர்களைக் காப்பாற்றுதல், அறநூலில் எழுதியவர்கள் திரட்டிக் கூறிய அறங்கள் எல்லாவற்றையும் விட முதலான அறம் ஆகும்.

Partaking food with all living beings and protecting their lives;
Is the best act of virtue dealt with in books of knowledge compiled by the wise.

323. ஒன்றாக நல்லது கொல்லாமை மற்றுஅதன்
பின்சாரப் பொய்யாமை நன்று.

ondraaga nallathu kollaamai matru-athan
pin-saarap poiyyaamai nandru.

அறங்கள் எல்லாவற்றுள்ளும் பிற உயிர்களைக் கொல்லாமல் இருப்பது தலையாயதாம். அதற்கு அடுத்து வரும் அறம் பொய் பேசாமல் இருப்பது.

Of all the righteous acts, not killing other living beings is the best;
The virtue of not telling lies, or speaking only the truth, comes next.

324. நல்லா(று) எனப்படுவது யாதுஎனின் யாதுஒன்றும்
கொல்லாமை சூழும் நெறி.

**nallaarru enappaduvathu yaathu-enin yaathu-ondrum
kollaamai soozhlum nerri.**

நல்ல நெறி என்று அறநூல்கள் கூறுவது என்னவென்றால், எந்த
ஓர் உயிரையும் கொல்லாமல் இருப்பது அறத்தைக் காக்கும்
வழியாகும்.

On the question of what is a righteous act, all the scriptures prescribe that;
Not killing other living beings is the path to protect virtuous conduct.

325. நிலைஅஞ்சி நீத்தாருள் எல்லாம் கொலைஅஞ்சிக்
கொல்லாமை சூழ்வான் தலை.

**nilai-anji neetthaaruL ellaam kolai-anjik
kollaamai soozhlvaan thala*i*.**

பிறப்பு இறப்பு என்னும் இரண்டையும் அறிந்து அதன் நிலையை
உணர்ந்து அஞ்சி வாழும் துறவிகளுள் எல்லாம், கொலை
செய்வதற்கு அஞ்சிப் பிற உயிர்க் கொல்லாமையை அறமாகக்
கடைபிடிப்பவனே உயர்ந்தவன் ஆவான்.

A wise who realises the sorrows caused by birth and death and leads
a fearful life, giving up all worldly pleasures;
Amongst them, the best are those who do not kill other living beings.

326. கொல்லாமை மேற்கொண்டு ஒழுகுவான் வாழ்நாள்மேல்
செல்லாது உயிர்உண்ணும் கூற்று.

**kollaamai maerrkoNdu ozhluguvaan vaazhlnaaL-mael
sellaathu uyir-uNNunm kootru.**

பிற உயிர்களைக் கொல்லாமையை வாழ்க்கை நெறியாக
மேற்கொண்டு நடப்பவனின் வாழ்வில், உயிரை உண்ணும் இறப்பு
என்றும் வராது.

One for whom non-killing of another living being is an important
principle in his life, forever;
Death which thrives on devouring life, will never come near.

327. தன்உயிர் நீப்பினும் செய்யற்க தான்பிறி[து]
இன்உயிர் நீக்கும் வினை.

**than-uyir neeppinum seyyarrka thaan-pirrithu
inn-uyir neekkum vinai.**

ஒருவன் தன் உயிர் தன் உடம்பில் இருந்து நீங்கிச் செல்லும்
தருவாயில் கூட, பிற உயிரைப் பறிக்கும் செயலைச் செய்யாமல்
இருக்க வேண்டும்.

One who is on the verge of separation of life from his body;
Still shall never perform the act of snatching the life of anybody.

328. நன்றுஆகும் ஆக்கம் பெரிதுஎனினும் சான்றோர்க்குக்
கொன்றுஆகும் ஆக்கம் கடை.

**nandru-aagum aakkam perithu-eninum saandroarkku
kondru-aagum aakkam kadai.**

பிற உயிரைக் கொல்வதால் கிடைக்கும் ஆக்கம் பெரிது என்று
கூறப்பட்டாலும், ஆராய்ந்து அறிந்த கற்றோர் கொலையால்
கிடைக்கும் ஆக்கம் இழிவானது என்று எண்ணி அதனைச்
செய்யமாட்டார்.

Even if it is said that large benefits accrue by killing someone;
The wealth gained by killing another living being is a base action
and avoided by a well-read wise one.

329. கொலைவினையர் ஆகிய மாக்கள் புலைவினையர்
புன்மை தெரிவார் அகத்து.

**kolai-vinaiyar aagiya maakkaL pulai-vinaiyar
punmai therivaar agatthu.**

பிற உயிரைக் கொல்லும் தொழிலை ஏற்று நடத்தும் மக்கள்
அதன் இழிவுத் தன்மையை அறியாமல் செய்தாலும், நன்கு கற்றுத்
தேர்ந்தவர்கள் மனதில் அவர்களை எப்போதும் இழிதொழில்
செய்வோர் என்றே எண்ணுவர்.

People, in the profession of killing other living beings do so, only
due to their ignorant nature;
Men of wisdom, always consider such people as men of mean stature.

330. உயிர்உடம்பின் நீக்கியார் என்ப செயிர்உடம்பின்
செல்லாத்தீ வாழ்க்கை யவர்.

**uyir-udambin neekiyaar enba seyir-udambin
sellaatth-thee vaazhlkkaiyavar.**

தீராத நோய் கொண்ட உடம்புடன் வறுமை மிக்க துன்ப
வாழ்க்கையை இப்பிறப்பில் அனுபவிப்பவர், இதற்கு முன் பிற
உயிர்களை உடம்பினிலிருந்து பிரிக்கும் கொலைத் தொழிலைப்
புரிந்தவர் என்று சொல்லுவர் அறிவுடையோர்.

Those who suffer from chronic diseases and suffer pain in this birth;
It is said, must have practised in previous births, a profession which
separated lives from living beings, bringing death.

ஞானம் (njnaanam) (Wisdom)

34. நிலையாமை (nilaiyaamai)
(Impact of Change)

331. நில்லாத வற்றை நிலையின என்றுணரும்
புல்லறி வாண்மை கடை.

    **nillaatha vatrai nilaiyina endrunarum
    pullarri vaaNmai kadai.**

    நிலையில்லாதவற்றை நிலையுடையதாகக் கருதி வாழும் அற்ப புத்தியுடையவராக இருப்பது, வாழ்க்கையில் அறியாமையில் அறியாமையாம்.

    To consider, that which lacks permanence as stable, is living with stupidity;
    And leading life with that thought is base applicability.

332. கூத்துஆட்[டு] அவைக்குழாத்து அற்றே பெருஞ்செல்வம்
போக்கும் அதுவிளிந்து அற்று.

    **kootthu-aaattu avaikkuzhlaatthu atrae perunj-selvam
    poakkum athu-viLinthu atru.**

    ஒருவனுக்குப் பெருஞ்சசெல்வம் சேர்தல், கூத்து நடக்கும் அரங்கினுள் வந்து சேரும் இரசிகர் கூட்டம் போன்றது. அதுவே, அச்செல்வம் அவனை விட்டு நீங்கிக் குறைவது, கூத்து காட்சி முடிந்ததும் களையும் இரசிகர் கூட்டம் போன்றது.

    One's ambition to amass wealth, happens gradually like a large audience entering an arena to watch a street play;
    And, wealth diminishes like the exit of the audience at the end of the show, rapidly.

333. அற்கா இயல்பிற்றுச் செல்வம் அதுபெற்றால்
அற்குப ஆங்கே செயல்.

    **arrkaa iyalbitrus selvam athupetraal
    arrkupa aangae seyal.**

    செல்வம் என்றும் நிலையான இயல்பினையுடையது அல்ல. அதனைப் பெற்றால், அப்போதே நிலையான அறங்களைச் செய்திடல் வேண்டும்.

    Wealth does not last forever, a known attribute,
    The moment one gets it, he shall perform long lasting righteous acts.

334. நாளென ஒன்றுபோல் காட்டி உயிர்ஈரும்
வாளது உணர்வார்ப் பெறின்.

**naaLena ondrupoal kaatti uyir-eerum
vaaLathu uNarvaarp perrin.**

நாள் என்பதை வாழ்க்கையின் கால அளவுகோல் எனக் கொண்டு, உடம்பில் இருந்து உயிரைப் பறித்து அறுக்கும் வாள் என்று ஆராய்ந்து உணர்வோர் அறிவுடையார்.

A day in one's life is an ever moving entity, like a cutting saw;
It removes life from his body constantly everyday, is what the well read, who realise value of time will avow.

335. நாச்செற்று விக்குள்மேல் வாராமுன் நல்வினை
மேற்சென்று செய்யப் படும்.

**naa-setru vikkuL-mael vaaraa-mun nalvinai
maerr-sendru seiyyap padum.**

நாக்கை அடக்கிப் பேச வாயிலிருந்து வார்த்தை வருவதற்குள் தொண்டையில் விக்கல் மேலே நோக்கி எழுவது போல, ஒருவன் வாழ்க்கையில் தன்னால் செய்யக்கூடிய எல்லா நற்பணிகளையும் விரைந்து செய்தால், நிலையாமையை உணர்ந்தவன் ஆவான்.

Before the tongue is suppressed and speaking becomes difficult, due to the last hiccup prior to death;
One shall realise the importance of change and swiftly perform in his lifetime, all possible acts of good deeds on earth.

336. நெருநல் உளன்ஒருவன் இன்றுஇல்லை என்னும்
பெருமை உடைத்துஇவ் வுலகு.

**nerunal uLan-oruvan indru-illai ennum
perumai udaitthu ivvulagu.**

நேற்று இருந்தவன், இன்று அவன் இறந்து போனான் எனும் நிலையற்ற போக்கை பெருமையாகச் சொல்லும் இயல்பை உடையது இவ்வுலகம்.

"Yesterday he was alive, but today he is dead";
The world keeps bragging about the change in one's life, with pride.

337. ஒருபொழுதும் வாழ்வ(து) அறியார் கருதுப
கோடியும் அல்ல பல.

**oru-pozhluthum vaazhlvathu arriyaar karuthupa
koadiyum alla pala.**

கணப்பொழுதும் உடம்பும் உயிரும் சேர்ந்திருக்கும் நிலையற்ற தன்மையை ஆராய்ந்து அறிய முடியாதவர், மாறாக நிலையற்ற தம் வாழ்வில் ஒரு கோடி எண்ணங்களும், அதனோடு நிற்காமல் பல கோடிக் கனவுகளுடன் பொருள் ஈட்டுவதில் காலம் கழிப்பர்.

One who do not realise whether the bonding of the life and body will exist the next second;
His mind dreams of not a crore but many crores, craves for more wealth, in this transient life without any end.

338. குடம்பை தனித்[து]ஒழியப் புள்பறந்து அற்றே
உடம்போடு உயிரிடை நட்பு.

**kudambai thanitthu-ozhliyap puL-parranthu atrae
udamboadu uyiridai natpu.**

முட்டை தனித்துக் கிடக்க, அதனுள் இருந்த குஞ்சு தனியே கிடக்க, எப்படி பறவை தன் கூட்டை விட்டு பறந்து செல்கிறதோ, அவ்வாறே, ஒருவனின் உடம்பிற்கும் உயிர்க்கும் உள்ள நட்பு.

Friendly relationship between one's body and soul exists;
Like the bird's egg, after the egg hatches and the fledgeling is ready to fly, a bird flies away from its nest.

339. உறங்கு வதுபோலும் சாக்காடு உறங்கி
விழிப்பது போலும் பிறப்பு.

**urranguvathu poalum saakkaadu urrangi
vizhlippathu poalum pirrappu.**

ஒருவனுக்கு இறப்பு என்பது அவன் வாழ்க்கையில் நிலையான தூக்கம் வருவதைப் போன்றதாகும். பிறப்பு என்பது அத்தூக்கம் நீங்கி உயிர் விழிப்பது போன்றதாகும்.

Forced to go into permanent deep sleep, is death;
One's waking up from sleep, is birth.

340. புக்கில் அமைந்தின்று கொல்லோ உடம்பினுள்
துச்சில் இருந்த உயிர்க்கு.

**pukkil amainthindru kolloa udambinuL
thutchil iruntha uyirkku.**

நோயின் இருப்பிடமாகிய உடம்பினுள் புகுந்து ஒதுங்கியிருக்கும் உயிர்க்கு, எக்காலமும், அதனுள் நிலையாக இருப்பதற்கு ஏற்ற ஓர் இருப்பிடம் இதுவரை கிடைக்கவில்லையோ?

Deep inside the body, the soul dwells, bringing one to life;
Yet, it has not found a permanent abode, to end this continuous strife.

35. துறவு (Thurravu)
(Sagehood)

341. யாதனின் யாதனின் நீங்கியான் நோதல்
அதனின் அதனின் இலன்.

**yaathanin yaathanin neengkiyaan noathal
athanin athanin ilan.**

ஒருவன் எந்த எந்தப் பொருளிலிருந்து கொஞ்சம் கொஞ்சமாக ஆசையை விடுத்து வாழ்கின்றானோ, அவன் அந்தந்தப் பொருள்களால் நேரும் துன்பத்தினில் இருந்து மீள்வான்.

One who leads life detaching from desire over material things, gradually;
Will relieve himself from the pain caused by such desire, completely.

342. வேண்டின்உண் டாகத் துறக்க துறந்தபின்
ஈண்டு]இயற் பால பல.

**vaeNdin-undaakath thurrakka thurranthapin
eeNdu-iyarr paala pala.**

எல்லாச் செல்வங்களின் மேல் உள்ள ஆசையையும் துறக்க வேண்டும். அப்படித் துறந்தால், பெறும் இன்பங்கள் பலவற்றை அனுபவிக்க முடியும்.

One shall renounce his desire over material things during his lifetime;
The enduring pleasure derived out of such renunciation are many and this state brings joy, sublime.

343. அடல்வேண்டும் ஐந்தன் புலத்தை விடல்வேண்டும்
வேண்டிய எல்லாம் ஒருங்கு.

**adal-vaendum ainthan pulatthai vidal-vaeNdum
vaeNdiya ellaam orungku.**

செவி, கண், வாய், மூக்கு, மெய் என்னும் ஐந்து பொறிக்குரிய ஐம்புலங்களாகிய ஓசை, ஒளி, சுவை, முகர்தல், ஊறு, இவற்றைத் தன் கட்டுப்பாட்டில் வைக்க வேண்டும். அப்படி அவன் அடக்குவதற்கு, தான் விரும்பிச் சேர்த்த எல்லாப் பொருள்களின் மீதுள்ள ஆசையை விட்டு விட வேண்டும்.

All the desires of the five senses felt by the ears. eyes. tongue, nose and body shall be kept in control, completely;
To do so, attraction to objects of desire shall be renounced, primarily.

**344. இயல்பாகும் நோன்பிற்குஒன்(று) இன்மை உடைமை
மயல்ஆகும் மற்றும் பெயர்த்து.**

**iyalbaagum noanbirrku-ondru inmai udaiymai
mayal-aagum matrum peyartthu.**

ஆசையை அறவே விட்டு ஒரு பற்றும் இல்லாமல் இருப்பதுதான் தவம் செய்வோரின் இயல்பாகும். அதனை விடுத்து, பற்று உடையவராக இருந்தால் அத்தவத்தைக் கலைத்து மீண்டும் மயக்க நிலைக்குத் தள்ளிவிடும்.

One in austere penance, detaches from desire over all material things, a real state of renunciation.
Avoiding this path, will disturb one's penance, again leading to delusion.

**345. மற்றும் தொடர்ப்பா(டு) எவன்கொல் பிறப்புஅறுக்கல்
உற்றார்க்(கு) உடம்பும் மிகை.**

**matrum thodarppaadu evan kol pirrappu-arrukkal
utraarkku udambum migai.**

பிறப்பின் மீது ஆசையைத் துறந்தவர்க்கு, அதற்குக் கருவி ஆன உடம்பும் ஒரு தேவையற்ற மிகுதியான பொருளே ஆகும். அவ்வாறு கருதியபின் அதற்குத் தொடர்பில்லாத சில பொருளின் மேல் உள்ள ஆசையை விடாது, அதன் மேல் பற்றுக் கொள்வதன் காரணம் தான் என்ன?

One who has an ultimate desire to give up the cycle of births, his own body is an extra possession;
Why is he attached to and not detached from life, what is the reason?

**346. யான்எனது என்னும் செருக்குஅறுப்பான் வானோர்க்(கு)
உயர்ந்த உலகம் புகும்.**

**Yaan-enathu ennum serukku-arruppaan vaanoarkku
uyarntha ulagam pugum.**

தன் உடம்பை யான் என்றும், தனக்குத் தொடர்பில்லாத பொருளை எனது என்றும் இல்லாமல், அவற்றின் மேல் ஏற்படும் மயக்க

நிலையிலிருந்து நீக்கிக் கொண்டவன், வானுலகத்தில் உள்ள தெய்வங்களுக்கு கிட்டாத உயர்ந்த நிலையை அடைவான்.

One calls his own body "I" and claims unrelated things "mine", if only he can quit desire and delusion from these possessions;
Will be treated even higher, than the position held by Lords in Heaven.

347. பற்றி விடாஅ இடும்பைகள் பற்றினைப்
பற்றி விடாஅ தவர்க்கு.

patri vidaa-a idumbaigaL patrinaip
patri vidaa-a thavarkku.

இருவகைப் பற்றாகிய "நான்", "எனது" என்பதை இறுகப் பற்றி விடாதவனுடைய பிறவித் துன்பங்கள், அவனை இறுகப் பற்றி, விடாது நிலைத்து நின்று துன்புறுத்தும்.

The two desires , namely, "I" and "mine" clasped without renunciation.
Suffering of the cycle of births will grapple him and push him to pain.

348. தலைப்பட்டார் தீரத் துறந்தார் மயங்கி
வலைப்பட்டார் மற்றை யவர்.

thalaippattaar theerath thurranthaar mayangi
valaippattaar matraiyavar.

தன் ஆசைகளை முற்றிலும் துறந்தவர் உயர்ந்த நிலையை அடைவர். அப்படித் துறக்க முடியாதவர்கள் மயக்கத்தால் பிறப்பு என்னும் வலையில் அகப்பட்டுச் சிக்கித் துன்பப்படுவர்.

Those who renounce desires completely, reach the point of zenith;
They who are unable to loosen the grip of desires, suffer from delusion, get caught in the net of cycles of birth and suffer regret.

349. பற்றுஅற்ற கண்ணே பிறப்புஅறுக்கும் மற்று
நிலையாமை காணப் படும்.

patru-atra kaNNae pirrappu-arrukkum matru
nilaiyaamai kaaNappadum.

'நான்', 'எனது' என்னும் இருவகைப் பற்றையும் நீங்கி எப்போது ஒருவன் வாழ்கின்றானோ, அப்போதே அவனைவிட்டுப் பிறவித்

துன்பம் தூர விலகும். அப்படிச் செய்யாதவர்கள் பிறப்பு இறப்பு என்ற இரண்டால் ஏற்படும் இன்பதுன்பங்களைப் பெற்று நிலையாமையைக் காண்பர்.

One who leads life renouncing the desires caused by "I" and "mine" is free from cycle of births, certainly;
Others, will enjoy pleasure and endure sorrow due to birth and death in turns, and feel change continuously.

350. பற்றுக பற்றுஅற்றான் பற்றினை அப்பற்றைப்
பற்றுக பற்று விடற்கு.

**patruga patru-atraan patrinai appatraip
patruga patru vidarrku.**

யாதொரு ஆசையும் இல்லாத இறைவனிடம் மிகுந்த பற்றுக்கொள்ள வேண்டும். இறை பற்றாகிய ஆசையை அடைவதற்கே மற்ற எல்லாப் பொருள்களின் மேல் உள்ள ஆசையையும் விட வேண்டும்.

Only to The Lord, The Renunciated One, attachment should be moredom;
For attaining that single desire, attachment over all other worldly possessions should be fully down.

36. மெய்யுணர்தல் (meiyyunarthal)

(Self Realisation of Truth)

351. பொருள்அல்ல வற்றைப் பொருள்என்று உணரும்
மருளானாம் மாணாப் பிறப்பு.

poruL-allavatraip poruL-endru uNarum
maruLaanaam maaNaap pirrappu.

மெய்ப்பொருள் அல்லாதவற்றை மெய்ப்பொருள் என்று நினைக்கும் மயக்கத்தாலே ஏற்படுவதே சிறப்பற்ற இப்பிறப்பு.

Delusionary thoughts of considering the untruth as truth;
Result in the uncharacteristic life in this birth.

352. இருள்நீங்கி இன்பம் பயக்கும் மருள்நீங்கி
மாசுஅறு காட்சி யவர்க்கு.

iruL-neengki inbam payakkum maruL-neengki
maasu-arru kaatchiyavarkku.

மயக்கம் நீங்கிக் குற்றமில்லாத மெய்யுணர்வு உடையவர்க்கு, அம்மெய்யுணர்வு இருளாகிய அறியாமையை நீக்கி இன்ப நிலையைக் கொடுக்கும்.

Men of virtue free from delusion, who realise the real truth;
His mind dispels darkness and takes him into the journey of eternally blissful path.

353. ஐயத்தின் நீங்கித் தெளிந்தார்க்கு வையத்தின்
வானம் நணியது உடைத்து.

aiyatthin neengith theLinthaarkku vaiyatthin
vaanam naNiyathu udaitthu.

மனத்தின் அறியாமையில் இருந்து நீங்கி மெய்யுணர்வு அடைந்தவர்க்கு, இவ்வுலகத்தை விட அடைய விரும்பும் மேலுலகம் மிக அருகில் உடையது ஆகும்.

Those who have cleared their minds of ignorance and realised the truth, the benefits attained in this world, fewer;
Than what they are destined to easily attain in the world of heaven, higher.

354. ஐயுணர்[வு] எய்தியக் கண்ணும் பயமின்றே
மெய்உணர்[வு] இல்லா தவர்க்கு.

iyyuNarvu eiythiyak kaNNum bayamindrae
meiy-uNarvu illaathavarkku.

ஐந்து புலன்களின் வேறுபாட்டால் உண்டாகும் ஐந்து வகை உணர்வைப் பொருட்படுத்தாமல், மெய்யுணர்வைப் பெறாமல் ஒருவன் தன் மனதை ஒரு நிலைப்படுத்தி வாழ்வதால் பயன் ஏதும் இல்லை.

Though one can control the five senses of the respective body part;
This alone will confer no benefit, if he lacks knowledge about Truth.

355. **எப்பொருள் எத்தன்மைத்து ஆயினும் அப்பொருள்**
மெய்ப்பொருள் காண்ப[து] அறிவு.

epporuL etthanmaithu thaayinum apporuL
meiyp-poruL kaaNbathu arrivu.

எந்த ஒரு பொருளும், எந்த தன்மையானதாகக் காணப்பட்டாலும், அப்பொருளின் உள்ளிருக்கும் உண்மையான இயல்பைக் காண்பதே மெய்யுணர்வு என்பது ஆகும்.

Any thing of any kind, whatever may be its attribute;
One should study deeper and understand its real quality through knowledge, which is the truth.

356. **கற்றுஈண்டு மெய்ப்பொருள் கண்டார் தலைப்படுவர்**
மற்றுஈண்டு வாரா நெறி.

katru-eeNdu meiypporuL kaNdaar thalaippaduvar
matru-eeNdu vaaraa nerri.

இப்பிறப்பில் கற்க வேண்டிய நூல்களைச் சிறப்பாகக் கற்று மெய்ப்பொருளை உணர்ந்தவர், மீண்டும் பிறக்காமல் இருக்கும் வழியை நோக்கிச் செல்வர்.

One with extensive knowledge of the readable books if realised truth in this birth;
Will take all steps to tread in this life to counter rebirth.

357. **ஓர்த்துஉள்ளம் உள்ளது உணரின் ஒருதலையாப்**
பேர்த்துஉள்ள வேண்டா பிறப்பு.

Oartthu-uLLam uLLathu uNarin oruthalaiyaap
paertthu-uLLa vaeNdaa pirrappu.

ஒருவனின் உள்ளம் மெய்ப்பொருள் கண்டு தெளிய ஆராய்ந்து அதன் உட்கருத்தை உணர்ந்தால், அவனுக்கு மீண்டும் ஒரு பிறப்பு உண்டு என்ற எண்ணமே வேண்டாம்.

If one's mind searches for truth in this life and realises it with his analytical knowledge in depth;
Can be known for sure that he will not have to worry about rebirth.

358. **பிறப்புஎன்னும் பேதைமை நீங்கச் சிறப்புஎன்னும்
செம்பொருள் காண்ப[து] அறிவு.**

**pirrappu-ennum paethaiymai neengas sirrappu-ennum
semporuL kaaNbathu arrivu.**

பிறப்பு என்னும் துன்பத்திற்கு முதல் காரணமான அறியாமையை விட்டு வாழ்ந்தால்தான் உயிரின் உயர்ந்த நிலையை அடைய வல்ல செம்பொருளான மெய்யுணர்வைக் காண முடியும்.

Discarding ignorance, the reason for the sorrow of cycle of births;
One's march towards higher life's goals have to be achieved by following the path of righteous act, seek truth.

359. **சார்புஉணர்ந்து சார்பு கெடஒழுகின் மற்றுஅழித்துச்
சார்தரா சார்தரு நோய்.**

**saarbu-uNarnthu saarbu keda-ozhlukin matru-azhlitthus
saar-tharaa saar-tharu noaiy.**

எல்லாப் பொருளுக்கும் ஆதாரமான அந்த நடுவு நிலையான பொருளை உணர்ந்து, நல்வினை தீவினை என்னும் இருவகை ஆசையையும் அற்று வாழ்பவர், பிறப்பினால் ஏற்படும் துன்பங்களை முன்னரே அறிந்து அவை வராமல் காப்பர்.

One who possesses knowledge of all things and distinguishes good and evil and acts without attachment of both;
He knows in advance, the pain caused by birth and stops his rebirth.

360. **காமம் வெகுளி மயக்கம் இவைமூன்றன்
நாமம் கெடக்கெடும் நோய்.**

**kaamam veguLi mayakkam ivai-moondran
naamam kedak-kedum noaiy.**

ஒரு பொருளின் மீது அதிக அளவு விருப்பம், கோபம், நூல்களைக் கற்று ஆராயாத மனதின் அறியாமை ஆகிய மூன்று குற்றங்களைப் பின்பற்றாமல் அவைகளின் பெயரையும் கெடுக்குமாறு வாழ்ந்தால், எந்தத் துன்பமும் நெருங்காது.

Excessive desire over a material thing, anger and ignorance of the mind are the three faults certain;
If not followed in lifetime and also spoil the names of these three ills, is required to keep one away from pain.

37. அவா அறுத்தல் (Avaa arrutthal)
(Stoppage of Desire)

361. அவாஎன்ப எல்லா உயிர்க்கும்எஞ் ஞான்றும்
தவாஅப் பிறப்புஈனும் வித்து.

*Avaa-enba ellaa uyirkkum enjnaandrum
thavaa-appirrappu-eenum vitthu.*

எல்லா உயிர்களுக்கும் எக்காலத்திலும் அழியாமல் தொடர்ந்து வருகின்ற பிறப்பினை உண்டாக்கும் விதை, ஆசை என்றே நூல்கள் பல கற்ற அறிவுடையர் கூறுவர்.

For all living beings, for all times and without fail, the unfailing cycle of births is through the seed;
Of desire, a fact, the well-read and wise have always said.

362. வேண்டுங்கால் வேண்டும் பிறவாமை மற்றது
வேண்டாமை வேண்ட வரும்.

*vaeNdung-kaal vaeNdum pirravaamai matrathu
vaeNdaamai vaeNda varum.*

பிறப்பினால் ஏற்படும் துன்பம் என்னவென்று அறிந்தவன் பிறப்பு இல்லாத நிலையே பெற விரும்பினால், ஏனைய பொருட்களின் மீது பற்று வேண்டாம் என்ற நிலையை அடைய வேண்டும். அந்நிலை தானாக வரும்.

Birth causes sorrow, if one realises this, then his only desire is to avoid rebirth;
This can be obtained by detachment from other material things, leading to cessation of cycle of birth.

363. வேண்டாமை அன்ன விழுச்செல்வம் ஈண்டுஇல்லை
யாண்டும் அஃதுஒப்ப[து] இல்.

*vaeNdaamai anna vizhlutch-selvam eeNdu-illai
yaaNdum aqthu-oppathu il.*

எந்த ஒரு பொருளின் மீதும் ஆசைப்படாமல் வாழ்வதைவிடச் சிறந்த செல்வம் இவ்வுலகத்தில் இல்லை. அதற்கு இணையான பெருஞ்செல்வத்தை வேறு எந்த உலகத்திலும் காண முடியாது.

Except leading a life without desire on any material thing, no other quality on earth fit to hold;
There is no superior wealth other than this in any other world.

364. தூஉய்மை என்ப[து] அவாஇன்மை மற்றது
வாஅய்மை வேண்ட வரும்.

**Thoo-uymai enbathu avaa-inmai matrathu
va-aiymai vaeNda varum.**

தூய்மையான மனநிலை என்று சொல்லப்படுவது, ஆசை இல்லாமல் வாழ்வதே ஆகும். அத்தகைய மனநிலைதான் மெய்ப்பொருள் மீது ஆசை உண்டாக்கி, அது கிடைக்க வழி செய்யும்.

Life without desire is said to be a mind's state of purity;
Only this can encourage one's love for Truth and direct him towards the path of righteous activity.

365. அற்றவர் என்பார் அவாஅற்றார் மற்றையார்
அற்றாக அற்ற[து] இலர்.

**atravar enbaar avaa-atraar matraiyaar
atraaga atrathu ilar.**

பிறப்பு எனும் பெருந்துன்பத்தை விரும்பாதவர் ஆசையை முற்றிலும் துறக்க வேண்டும். ஆசையைத் துறக்காமல் வாழ்பவர், பிறவாமை உடையவர் என்று கருதப்பட மாட்டார்கள்.

Those who aspire for freedom from the pain of births, during lifetime will not be attached to anything;
Others, who are unable to keep away desire cannot detach from birth's cling.

366. அஞ்சுவது ஓரும் அறனே ஒருவனை
வஞ்சிப்பது ஓரும் அவா.

**anjuvathu oarum arranae oruvanai
vanjippathu oarum avaa.**

ஒருவன் அடையக்கூடிய மெய்யுணர்வை மறக்கச் செய்து கெடுப்பது ஆசையே ஆகும். ஆகையால், ஆசைக்குப் பயந்து தம்மைக் காத்துக்கொள்வதே சிறந்த அறம் ஆகும்.

One has to be afraid of desire, the most righteous act;
As desire destroys the minds of the seekers of truth, a fact.

367. அவாவினை ஆற்ற அறுப்பின் தவாவினை
தான்வேண்டும் ஆற்றான் வரும்.

**avaavinai aatra arruppin thavaa-vinai
thaan-vaendum aatraan varum.**

ஒருவன் ஆசையினை முழுதும் விடுத்து வாழும் வழியை அறிந்து நடந்தால், அவன் துன்பமில்லாமல் வாழ்வதற்கு உதவியான நல்ல செயல்கள், அவன் விரும்பும் வழியில் எளிதில் நடக்கும்.

One, who shuns desire and follows the path of virtue, truly;
Helps him lead life happily and all the expected good happens fully.

368. **அவாஇல்லார்க்(கு) இல்ஆகும் துன்பம் அஃதுஉண்டேல்
தவாஅது மேன்மேல் வரும்.**

**avaa-illaarkku il-aagum thunbam aqthu-uNdael
thavaa-athu maen-mael varum.**

ஆசை இல்லாமல் வாழ்பவனுக்கு வரக்கூடியதொரு துன்பம் வேறு எதுவும் இல்லை. ஆனால், ஆசை மட்டும் இருந்தாலே போதும், எல்லாத் துன்பத்தையும் முடிவின்றி இடைவிடாமல் கொண்டு வந்து சேர்க்கும்.

Rooting out desire completely, makes one live without any sorrow;
Else, only desire is enough to put him to enduring suffering as harrow.

369. **இன்பம் இடையறாது ஈண்டும் அவாஎன்னும்
துன்பத்துள் துன்பம் கெடின்.**

**inbam idaiyarraathu-eeNdum avaa-ennum
thunbatthuL thunbam kedin.**

ஆசை என்னும் துன்பத்தினுள் பெருந்துன்பம், அதை ஒருவன் அறவே விட்டு ஒழித்து வாழ்ந்தால், அது அவனுக்கு இவ்வுலக வாழ்வில் இன்பம் இடைவிடாது பெற வழி வகுக்கும்.

Desire, the most sorrowful of all suffering, if left out from one's life;
Will help him attain in this world, copious joy free from strife.

370. **ஆரா இயற்கை அவாநீப்பின் அந்நிலையே
பேரா இயற்கை தரும்.**

**aaraa iyarrkai avaa-neeppin an-nilaiyae
paeraa iyarrkai tharum.**

ஒரு காலும் நிறைவேற்ற முடியாத இயல்பினையுடைய ஆசையை ஒருவன் நீக்கி வாழ்ந்தால், அதை நீக்கிய அக்கணமே எக்காலத்திலும் மாறாமல் நிலைத்திருக்கும் இயல்பினைக் கொடுக்கும்.

Desire is never satisfiable, if one, leads life without desire;
Next moment, happiness takes over and stays with him forever.

38. ஊழ் (Oozhl)

(Fate, a pre-determined or an unavoidable Destiny)

371. **ஆகுஊழால் தோன்றும் அசைவுஇன்மை கைப்பொருள்
போகுஊழால் தோன்றும் மடி.**

**aagu-oozhlaal thondrum asaivinmai kaip-poruL
poagu-oozhlaal thoandrum madi.**

ஒருவன் கையில் செல்வம் பெருகக் காரணமான விதி, சோம்பல் இல்லாமல் முயற்சியால் செல்வத்தை உண்டாக்கும். அவன் கையிலிருந்து செல்வம் குறைய காரணமான விதி, சோம்பலை ஏற்படுத்திச் செல்வத்தை அழிக்கும்.

Increase in wealth due to good fate, ensures hard work with zeal; Decrease in wealth due to misfortune, induces laziness and loss of prosperity as well.

372. **பேதைப் படுக்கும் இழவுஊழ் அறிவுஅகற்றும்
ஆகல்ஊழ் உற்றக் கடை.**

**paethaip padukkum izhlavu-oozhl arrivu-agatrum
aagal-oozhl utrak kadai.**

ஒருவன் செல்வம் இழப்பதற்குக் காரணமான விதி, வந்து சேர்ந்தால், அறிவுள்ள அவனையும் பேதையாக்கிவிடும். மாறாக, செல்வம் சேர்ப்பதற்குக் காரணமான விதி வந்தடைந்தால், அது அவன் அறிவில்லாதவனாக இருந்தாலும், அவனை அறிவுடையவனாக மாற்றி விடும்.

One who is struck by doomed destiny will lose his wealth and sanity; But, when fortune inducing faith enters into life, it transforms a fool into a person with a higher intellectual capacity.

373. **நுண்ணிய நூல்பல கற்பினும் மற்றும்தன்
உண்மை அறிவே மிகும்.**

**nuNNiya nool-pala karrpinum matrum-than
uNmaiy arrivae migum.**

ஒருவன் நுட்பமான அறிவு புகட்டும் நூல் பல கற்றாலும் ஊழின் தாக்கத்தால், அவனுடைய இயற்கையான அறிவே உண்மை அறிவாகப் புலப்படுத்தும்.

One who acquired knowledge from great books, by fate's presence; Will be tested and will exhibit natural practicality and common sense.

374. **இருவேறு உலகத்[து] இயற்கை திருவேறு
தெள்ளியர் ஆதலும் வேறு.**

iru-vaerru ulagatthu iyarrkai thiru-vaerru
theLLiyar aathalum vaerru.

இவ்வுலகத்தில் இயற்கையாகவே மக்களை செல்வம் சேகரிப்போர், அறிவுடையோர் என இருவகையாக பிரிக்கலாம். இவ்விருவரும் வெவ்வேறு வழியைச் சென்று அடைய வேண்டும்.

The world naturally has two types of people, gatherers of wealth;
And seekers of knowledge, both follow different paths in this earth.

375. **நல்லவை எல்லாம் தீயவாம் தீயவும்**
நல்லவாம் செல்வம் செயற்கு.

nallavai ellaam theeyavaam theeyavum
nallavaam selvam seyarrku.

செல்வம் திரட்டும் போது, நல்லச் செயல்களைப் புரிந்தால் தீயனவாக மாறும் இயல்பும், கெட்டச் செயல்கள் புரியும் போது, அவை நல்லனவாக மாறும் இயல்பும், விதியின் வசமே அமைந்துள்ளது.

During efforts to amass wealth, good acts may turn out to be evil;
Or misdeeds may become good deeds, the handiwork of good fate or bad destiny's avail.

376. **பரியினும் ஆகாவாம் பால்அல்ல உய்த்துச்**
சொரியினும் போகா தம.

pariyinum aagaavaam paal-alla uiytthus
soriyinum poagaa thama.

ஊழால் உரிமையில்லாத செல்வத்தை எவ்வளவு வருந்திப் பாதுகாத்தாலும் தங்காது. அவனுக்கு உரிமையான பொருட்கள் எங்கே தொலைந்தாலும், அவை அவனை விட்டு எங்கும் போகாது, இதுவே இயற்கை விதி.

Trying hard to secure other's asset, any effort put in, may not ensure continuity;
But one's rightful property even though lost, will return to him. as per the destined rules of naturality.

377. **வகுத்தான் வகுத்த வகைஅல்லால் கோடி**
தொகுத்தார்க்கும் துய்த்தல் அரிது.

vagutthaan vaguttha vagai-allaal koadi
thogutthaarkkum thuiytthal arithu.

ஒருவன் கோடிக்கணக்கான சொத்துக்களைச் சேர்த்தாலும், படைத்தவன் ஏற்படுத்திய கோட்பாட்டை மீறி, அவனால் அச்சொத்தை அனுபவிக்க முடியாது.

Earning crores worth of property, unless it is destined by the Creator for him to enjoy this wealth as per his fate;
One will not be able to enjoy such property against rules at any rate.

378. துறப்பார்மன் துப்புர[வு] இல்லார் உறற்பால
ஊட்டா கழியும் எனின்.

**thurrappaarman thuppuravu illaar urrarrpaala
oottaa kazhliyum enin.**

வறுமையின் காரணமாகச் செல்வம் சேர்க்க முடியாதவர் அடைந்தே தீர வேண்டிய துன்பங்கள் வராது நீங்கும் என்ற எண்ணத்தில் துறக்க எண்ணுவர், வறுமையின் வழித் துறத்தல் இயற்கையில் அமைந்த துறவன்று.

A poor unable to acquire wealth may think of becoming an ascetic;
Only hope is that ill-fate would not put him to suffering, pathetic.

379. நன்றுஆம்கால் நல்லவாக் காண்பவர் அன்றுஆம்கால்
அல்லல் படுவது எவன்.

**Nandru-aam-kaal nallavaak kaaNbavar andru-aam-kaal
allal paduvathu evan.**

நல்வினை பயன் தரும்போது, நல்லது என்று எண்ணி மகிழ்ந்து அனுபவிப்பவர்கள், தங்களுக்குத் தீயவினையால் துன்பங்கள் நேரும் போது அதனைத் தீர்க்க எண்ணாமல் மிகுந்து வருத்தப்படுவது ஏனோ?

Those, in times of goodness feel that it was due and enjoy happily;
But in times of crisis due to ill-fate, why do they forget to solve their problems and act miserably.

380. ஊழின் பெருவலி யாவுள மற்றுஒன்று
சூழினும் தான்முந் துறும்.

**oozhlin peruvali yaavuLa matru-ondru
soozhlinum thaan-munthurrum.**

விதிக்கு மாறாக வேறொரு வழியை அமைக்க நினைத்தாலும், அதுவே முதன்மையாக வந்து நிற்கும். ஆதலால், விதி போல மிக்க வலிமையானது எவையேனும் உள்ளதோ?

Nothing keeps away fate from affecting one's life, it pushes itself to the fore preemptively;
Hence, is there anything more powerful than a fate's worth literally.

II. பொருட்பால் (Porutpaal)

(CATEGORY ON MATERIALISTIC VALUES)

(a) அரசியல் (Arasiyal) (Principles of Governance)

39. இறைமாட்சி (Irraimaatchi)
(The King's Greatness)

---

381. படைகுடி கூழ்அமைச்சு நட்புஅரண் ஆறும்
உடையான் அரசருள் ஏறு.

Padai-kudi koozhl-amaitchu natpu-araN aarrum
udaiyaan arasaruL Aerru.

படையும் நாட்டு மக்களும் செல்வமும் அமைச்சும் நட்பும் நாட்டின் காவலாகிய கோட்டையும் ஆகிய ஆறு உறுப்புகளையும் உடைய அரசன் அரசர்களுள் ஆண் சிங்கம் எனக் கருதப்படுவான்.

An army, country men, wealth, ministers, allies, and a fort,
A ruler will be a lion among kings, if he had these six attributes.

382. அஞ்சாமை ஈகை அறிவுஊக்கம் இந்நான்கும்
எஞ்சாமை வேந்தர்க்[கு] இயல்பு.

anjaamai eegai arrivu-ookkam in-naangum
enjaamai vaentharkku iyalbu.

அரசருக்கு ஏற்ற இயல்பானது மனதில் பயமின்மை, இரக்க குணம், அறிவு, ஊக்கம் என்னும் நான்கு குணங்களையும் இடைவிடாது கடைப்பிடித்தலே ஆகும்.

Courage, compassion, knowledge and zeal,
Are the four qualities practised continuously by a king as a rule.

383. தூங்காமை கல்வி துணிவுஉடைமை இம்மூன்றும்
நீங்கா நிலன்ஆள் பவர்க்கு.

thoongaamai kalvi thuNivudaimai immoondrum
neengaa nilan aaLbavarkku.

பூமியை அரசாளும் திறமை படைத்த அரசனுக்கு, எடுத்த செயலை விரைவில் முடிக்கும் திறனும், அதற்கு ஏற்ற கல்வித் தகுதியும், பயமின்றிச் செயலாற்றும் திறமையும் ஆகிய இம்மூன்றும் நீங்காமல் நிலைத்திருக்க வேண்டும்.

A ruler on this earth, his quick decision making, appropriate education and acting bravely,
Are the three qualities to be retained by him continuously.

384. அறன்இழுக்கா[து] அல்லவை நீக்கி மறன்இழுக்கா
மானம் உடைய[து] அரசு.

Arran-izhlukkaathu allavai neekki marran-izhlukkaa maanam udaiyathu arasu.

அறநெறியில் நின்று, அறனல்லாதவற்றைத் தன் நாட்டில் நிகழா வண்ணம் காத்து, வீரத்தில் குறைவில்லாமல் மானத்தை உடையவனாய் இருத்தலே சிறந்த அரசனின் பண்பு எனப்படும்.

Rule the country in the path of virtue, protect his country against acts of non-righteousness,
Display of great valour and honour, is the hallmark of kingliness.

385. இயற்றலும் ஈட்டலும் காத்தலும் காத்த
வகுத்தலும் வல்ல[து] அரசு.

iyatralum eettalum kaatthalum kaattha vakutthalum vallathu arasu.

தன் அரசுக்குப் பொருள்கள் வரும் வழிகளை மேன்மேலும் உருவாக்குதலும் வந்தவற்றைச் சேகரித்தலும், பிறர் பறித்துச் செல்லாமல் காத்தலும் காப்பாற்றிய செல்வத்தை நாட்டின் மக்களுக்குப் பயன்படுமாறு செலவு செய்தலுமாகிய வல்லமை உடையவனே அரசன் எனப்படுவான்.

Finding ways and means out of its resources to boost the country's revenue collection, protecting its wealth from enemies,
And expending the revenues collected, for the welfare of his country men, are the strengths, a King requires.

386. காட்சிக்கு எளியன் கடுஞ்சொல்லன் அல்லனேல்
மீக்கூறும் மன்னன் நிலம்.

Kaatchikku eLiyan kadunjsollan allanael meekkoorrum mannan nilam.

நலிந்தோர் மற்றும் வறுமையில் வாடுவோர் எளிதில் காணுமாறு உள்ளவனும், கடுஞ்சொற்களைக் கூறாமல் இருப்பவனும் ஆகிய பண்புகளைக் கடைபிடிக்கும் மன்னனின் சிறப்பு அனைத்து உலகிலும் உயரும்.

Always easily accessible to the poor and suffering,
And one who never uses any harsh words, these qualities will be praised by all in this world, on the greatness of a King.

387. **இன்சொலால் ஈத்துஅளிக்க வல்லார்க்குத் தன்சொலால்**
தான்கண்ட அனைத்து இவ்வுலகு.

insolaal eetthu-aLikka vallaarkkuth thannsolaal
thaan-kaNda anaitthu iv-vulagu.

இனிய சொற்களைப் பேசித் துன்பத்தால் வாடுவோர்க்குத் தேவையான உதவியைத் தன் நாட்டின் செல்வத்தைக் கொண்டு, நன்மை அளிக்க வல்ல அரசனுக்கு இவ்வுலகம் புகழைச் சேர்க்கும், அரசன் தான் கருதியவாறு இவ்வுலகம் அமையும்.

A King, who always uses kind words and finds ways to serve for the welfare of his suffering countrymen,
His fame will not only spread across this world, but all that he desires will also be provided by them.

388. **முறைசெய்து காப்பாற்றும் மன்னவன் மக்கட்(கு)**
இறைஎன்று வைக்கப் படும்.

murraiseiythu kaappaatrum mannavan makkatku
irraiy-endru vaikkap padum.

அறநெறியைப் பின்பற்றி ஆட்சி செய்து, தன் நாட்டு மக்களையும் காப்பாற்ற வல்ல அரசனை, மக்கள் தலைவன் என்று கூறி, இறைவனுக்கு நிகரான உயர்ந்த இடத்தில் வைத்து சிறப்பாக மதிப்பர்.

King, he who rules his countrymen in the path of justice and who also protects the people of his nation,
The citizens will hold such a ruler in high esteem, and treat him as their leader, divine and heap admiration.

389. **செவிகைப்பச் சொல்பொறுக்கும் பண்புடை வேந்தன்**
கவிகைக்கீழ்த் தங்கும் உலகு.

sevi-kaippas sol-porrukkum paNbudai vaenthan
kavikaik-keezhlth thangum ulagu.

தக்க சமயத்தில் இடித்துத்துரைக்கும் பெரியோரின் சொற்களை நன்கு ஆராய்ந்து அவற்றின் நற்பயனைக் கேட்கும் பொறுமையான பண்புடைய வேந்தனின் அரசாட்சியின் கீழ் இவ்வுலகமே தங்கும்.

Patiently listening to bitter words said in his ears by the wise and old,
And analysing the merits, this makes a King's domain, the most sought after for protection, by the people of this world.

390. கொடைஅளி செங்கோல் குடிஓம்பல் நான்கும்
உடையானாம் வேந்தர்க்கு ஒளி.

**kodaiy-aLi sengoal kudi-oambal naangum
udaiyaanaam vaentharkku oLi.**

துன்பத்தால் வாடுவோர்க்கு வேண்டியது கொடுத்து, முகமலர்ச்சியுடன் இனிய சொற்களைக் கூறி, நீதி நெறியில் அரசாட்சி செய்து, தன் மக்களைக் காத்து வழிநடத்தும் நான்கு பண்புகளையும் உடைய ஓர் அரசன் மற்ற அரசர்களுக்கெல்லாம் எடுத்துக்காட்டாக இருப்பான்.

Helps the suffering by providing their genuine needs, addresses them with kind words and gentle facial expression,
Protects his citizens and rules as per the principles of virtue are four qualities that make a King, a beacon.

40. கல்வி (Kalvi)
(Learning)

391. **கற்க கசடுஅறக் கற்பவை கற்றபின்**
நிற்க அதற்குத் தக.

karrka kasadu-arrak karrpavai katra-pin
nirrka atharrkuth thaga.

ஒருவன் கற்க வேண்டிய கற்பிக்கப்படும் நூல்களை, பிழையின்றிக் கற்க வேண்டும். அப்படி கற்றபின் அந்நூல்கள் கூறிய அறநெறியின் வழியில் நடக்க வேண்டும்.

One shall learn from books of knowledge, all that is taught without any mistake or doubtfulness;
And as written in the books, lead life in the path of righteousness.

392. **எண்என்ப ஏனை எழுத்துஎன்ப இவ்விரண்டும்**
கண்என்ப வாழும் உயிர்க்கு.

eNN-enba aenai ezhlutthu-enba ivviraNdum
kaNN-enba vaazhlum uyirkku.

எண் கணிதம் மற்றும் எழுத்து இலக்கணம் ஆகிய இவ்விரண்டு அடிப்படையான திறன்கள், வாழ்பவர்களுக்குக் கண்கள் போன்றவை.

The two basic things to learn are arithmetic and letters,
The wise consider these as the two eyes of the human lives.

393. **கண்உடையர் என்பவர் கற்றோர் முகத்[து]இரண்டு**
புண்உடையர் கல்லா தவர்.

kaNN-udaiyar enbavar katroar mugatthu-irandu
puNN-udaiyar kallaa thavar.

கல்வி கற்றவர்களே கண் உடையவர் என்றுக் கருதப்படுவர். கல்வி அறிவு இல்லாதவர் முகத்தில் இரு கண்கள் இருந்தும் இரு புண்களை உடையவர் என்றே கொள்ளலாம்.

Educated persons alone are said to possess eyes;
The illiterates' two eyes in their faces, are treated as just two scars.

394. **உவப்பத் தலைக்கூடி உள்ளப் பிரிதல்**
அனைத்தே புலவர் தொழில்.

uvappath thalaik-koodi uLLap pirithal
anaitthae pulavar thozhlil.

எல்லோரும் மகிழுமாறு கலந்து பேசி, அடுத்தமுறை எவ்வாறு சேர்வோம், எப்படி, எங்கே, எப்போது சந்திப்பு நிகழும் என்று நினைக்குமாறு, தாம் பிரியும்போது எண்ணுமாறு செய்தலே, நல் வழியில் நடந்து, பிறர்க்கு உதவும் கல்வி கற்றவரின் தொழிலாகும்.

Meet and feel happy talking, and to think at the time of parting, the reason, place, time,etc. of the next meeting;
Is the impact created by a scholar, who helps others in their learning.

395. **உடையார்முன் இல்லார்போல் ஏக்கற்றும் கற்றார்**
கடையரே கல்லா தவர்.

udaiyaar-mun illaar-poal aekkatrum katraar
kadaiyarae kallaa thavar.

பொருள் உடையார் முன் ஏழைப்போல, தம் ஆசிரியர் முன் கல்வி வேண்டி விரும்பிக் கீழ்ப்படிந்து நின்று கல்வி கற்றவரே சிறந்து விளங்குவர். அப்படியொரு நிலைக்கு நாணிக் கல்வி கற்காதவர் எக்காலத்திலும் இழிந்தவராகவே கருதப்படுவர்.

Like the poor stands before wealthy, a person with high learning will always bow before his teacher.
But, those who considers learning as shameful and stay illiterate, at all times will be treated as persons lower.

396. **தொட்டஅனைத்து ஊறும் மணற்கேணி மாந்தர்க்குக்**
கற்றஅனைத்து ஊறும் அறிவு.

thotta-anaiththu oorrum maNarrkaeNi maantharkkuk
katra-anaitthu oorrum arrivu.

மணல் உள்ள கேணியில், தோண்டிய அளவிற்கே எவ்வாறு நீர் ஊறுமோ அவ்வாறே, மனிதர்களுக்குத் தாங்கள் கற்ற கல்வியின் அளவிற்கே அறிவு வளர்ச்சி அடையும்.

Just like a hole dug in sand will provide water only to the extent of its depth,
So will a person acquire knowledge, based on how wide and deeper, he learnt.

397. **யாதானும் நாடாமால் ஊராமால் என்ஒருவன்**
சாந்துணையும் கல்லாத வாறு.

yaathaanum naadaamaal ooraamaal enn-oruvan
saanthuNaiyum kallaatha vaarru.

கற்றவனுக்குத் தன் நாடும் தன் ஊரும் மட்டும் சொந்தம் உடையதல்ல, எந்த ஒரு நாடும் தன் நாடாகும். வேறு ஊரும் தன் ஊராம். அப்போதும், ஒருவன் தான் சாகும் வரையில், கல்வி கற்காமல் காலம் கழிப்பது ஏனோ?

For the learned, not only his own country and city, all the other countries and cities are also his own,
Then why some live without learning, even when they are down?

398. ஒருமைக்கண் தான்கற்ற கல்வி ஒருவற்[கு]
 எழுமையும் ஏமாப்பு உடைத்து.

**orumaikkaN thaan-katra kalvi oruvarrku
ezhlumaiyum Aemaappu udaitthu.**

ஒருவனுக்குத் தான் ஒரு பிறப்பில் கற்ற கல்வி அவனுக்கு உதவியாக நின்று, அவனின் ஏழு பிறப்பிலும் உதவும் தன்மையைக் கொண்டதாகும்.

A man's learning acquired in one birth will keep him in good stead, here,
And will also help him in his seven births, anywhere.

399. தாம்இன்பு உறுவ[து] உலகின் புறக்கண்டு
 காமுறுவர் கற்றறிந் தார்.

**thaam-inbu urruvathu ulagin purrakkaNdu
kaamurruvar katrarin thaar.**

தான் இன்பமாக இருப்பதற்குக் காரணமான கல்விக்கு உலகமும் இன்பம் அடைவதால், அச்சிறப்பைக் கண்டு மேன்மேலும் அக்கல்வியையே விரும்புவர் நன்கு கல்வி கற்க விரும்புவர்.

Learning brings happiness to all in the world, known to the learned.
So, he rejoices and desires to acquire more and more knowledge.

400. கேடில் விழுச்செல்வம் கல்வி ஒருவற்கு
 மாடல்ல மற்றை யவை.

**kaedil vizhlus-selvam kalvi oruvarrku
maadalla matraiyavai.**

ஒருவனுக்கு என்றும் நிலையான சிறந்த செல்வம் கல்வியே ஆகும். அதைத் தவிர மற்ற எந்தப் பொருளும் அத்தகைய சிறப்பான செல்வமல்ல.

One's knowledge, got from learning is the permanent wealth;
Other material things are of no real worth.

41. கல்லாமை (Kallaamai)
(Illiteracy)

401. அரங்குஇன்றி வட்டுஆடி அற்றே நிரம்பிய
நூல்இன்றிக் கோட்டி கொளல்.

arangu-indri vattu-aadi atrrae nirambiya
nool-indrik koatti koLal.

உருட்டப்படும் காய் சென்று நிற்பதற்கு உரிய கட்டத்தை அமைக்காமல் வட்டாடுதல் போன்றது ஒருவன் தன் அறிவு சிறந்து விளங்குவதற்குரிய நூல்கள் பலவற்றைக் கற்காமல் சான்றோர் சபையில் தன் கருத்தைச் சொல்லுதல்.

Without laying a board to play, rolling out dice and playing a game,
Is like an illiterate, who without reading great books of knowledge,
gives his opinion in an assembly of wise men.

402. கல்லாதான் சொல்கா முறுதல் முலைஇரண்டும்
இல்லாதாள் பெண்காமுற்று அற்று.

kallaathaan sol-kaamurruthal mulaiy-iraNdum
illaathaaL peN-kaamutru atru.

கல்வி கற்றவரின் அவையில் கல்லாதவன் தன் கருத்தைச் சொல்ல விரும்புவது, முலை இரண்டும் இல்லாமல் இருக்கும் ஒருத்தி பெண்மைத் தன்மையை விரும்பியது போன்றதாகும்.

In an assembly of learned, an illiterate's wish to express his opinions,
Is like a woman without her breasts, who loves her feminineness.

403. கல்லா தவரும் நனிநல்லர் கற்றார்முன்
சொல்லாது இருக்கப் பெறின்.

kallaathavarum nani-nallar katraar-mun
sollaathu irukkap perrin.

கல்வி கற்றவரின் அவையில் கூடுமான வரையில் ஒன்றையும் சொல்லாது இருப்பாரே ஆயின் கல்லாதவரும் மிக நல்லவராகக் கருதப்படுவர்.

An illiterate, who keeps his mouth shut, weighing his knowledge,
In an assembly of learned and wise, will be deemed to be good always.

404. கல்லாதான் ஒட்பம் கழியநன்று ஆயினும்
கொள்ளார் அறிவுடை யார்.

kallaathaan otpam kazhliya-nandru aayinum
koLLaar arrivudaiyaar.

கல்லாதவரின் அறிவுடைமை ஒரு வேளை மிக நல்லதாக இருந்தாலும், அறிவுடையவர் கல்லாதவனின் அறிவுடைமையை ஏற்றுக்கொள்ள மாட்டார்கள்.

The intelligence of an illiterate may seem to be bright, at times,
Wise men will not consider worthy display of such goodness.

405. கல்லா ஒருவன் தகைமை தலைப்பெய்து
சொல்ஆடச் சோர்வு படும்.

kallaa oruvan thagaimai thalaippeiythu
sol-aadas soarvu padum.

நூல்களைக் கல்லாத ஒருவன் தன்னைத் தானே அறிவுடையவன் என்று மகிழ்ந்து கொண்டாலும், கற்றவருடன் பேசும் போது அவனின் மதிப்பு குறைந்துவிடும்.

Without reading books, if an ignorant man, proclaims himself as wise and expressses his happiness,
The moment he speaks to a real learned person, his respect will fall and expose his foolishness.

406. உளர்என்னும் மாத்திரையர் அல்லார் பயவாக்
களர்அனையர் கல்லா தவர்.

uLar-ennum maatthiraiyar allaal payavaak
kaLar-anaiyar kallaathavar.

கல்லாதவர் காணப்படுவதால் உயிர் உள்ளவர் என்று சிலர் சொல்லும் அளவில் மட்டுமன்றி, ஒன்றும் விளைவதற்கு ஏற்புடையது இல்லாத உப்பு மிகுந்த களர் நிலத்திற்குச் சமமாவர்.

Only few know that unlettered men are alive and are useless men;
To the society, they are like the salty barren lands, entirely unproductive and where no crops can be grown.

407. நுண்மாண் நுழைபுலம் இல்லான் எழில்நலம்
மண்மாண் புனைபாவை அற்று.

nuN-maaN nuzhlai-pulam illaan ezhlil-nalam
maN-maaN punai-paavai atru.

நூல்களில் நுட்பமாகவும் நல்ல பொருள்களைக் கண்டு சிறப்புப் பெற்று ஆராய்ந்து அறியும் அறிவு இல்லாதவனின் எழுச்சியும் அழகும் மண்ணால் உருவாக்கப்பட்ட பெண் பொம்மை போல் பயனற்றதாகும்.

Lack of interest to acquire knowledge from reading books, of the unlettered, though they may possess charm and beauty,
Are useless like the beautiful doll of a woman made of clay.

408. நல்லார்கண் பட்ட வறுமையின் இன்னாதே
கல்லார்கண் பட்ட திரு.

nallaar-kaN patta varrumaiyin innaathae
kallaar-kaN patta thiru.

கல்லாதவரிடம் உள்ள செல்வம், கற்றவரின் நிலைபெற்ற வறுமையைவிடத் துன்பம் தருவது ஆகும்.

The enduring poverty faced by the learned in their lives,
Is lesser painful than the wealth in the illiterates' hands.

409. மேற்பிறந்தார் ஆயினும் கல்லாதார் கீழ்ப்பிறந்தும்
கற்றார் அனைத்துஇலர் பாடு.

Maerr-pirranthaar aayinum kallaathaar keezhl-pirranthum
katraar anaitthu-ilar paadu.

கல்லாதவர் நல்ல குடியில் பிறந்திருந்தாலும், ஏழைக் குடும்பத்தில் பிறந்தக் கல்வி கற்றவரைப் போன்ற பெருமை இல்லாதவரே.

Illiterates, even from nobility will not get the due respect and dignity. But, men though born in poor and low ranked families, due to their education will grow higher in the society.

410. விலங்கொடு மக்கள் அனையர் இலங்குநூல்
கற்றாரோடு ஏனை யவர்.

vilangkodu makkaL anaiyar ilangku-nool
katraaroadu Aenaiy avar.

விலங்குடன் மக்களை வேறுபடுத்திப் பார்க்கும்போது, எவ்வாறு மனிதர் வேறுப்பட்டவரோ, அதே போல், நுட்பமான அறிவு வழங்கும் நூல்களைக் கற்றவரையும் அவரோடு கல்லாதவரையும் வேறுபடுத்திக் காண்பர்.

The human beings are better than animals, in comparison.
Similar differences are noticed between a learned who has extensively read books and an illiterate person.

42. கேள்வி (KaeLvi)
(Art of keen listening to the learned)

411. **செல்வத்துள் செல்வம் செவிச்செல்வம் அச்செல்வம்**
செல்வத்துள் எல்லாம் தலை.

selvatthuL selvam sevitch-selvam atch-selvam
selvatthuL ellaam thalai.

ஒருவனுக்குச் சிறப்பான செல்வம் என்று கருதப்படுவது காதால் கற்றறிந்தவர் கூறக் கேட்டல். அச்செல்வம் தாம் பெற்றிருக்கும் பிறவகையான செல்வங்கள் எல்லாவற்றையும்விட முதன்மையானதாகும்.

One's greatest wealth, is his ears' ability to keenly listen to the words of the learned,
This wealth surpasses all other wealths held by him and is in the lead.

412. **செவிக்(கு)உண(வு) இல்லாத போழ்து சிறிது**
வயிற்றுக்கும் ஈயப் படும்.

sevikku-unavu illaatha poazhlthu sirrithu
vayitrukkum eeyap padum.

கற்றறிந்தவர் கூறக் கேட்பதே செவிக்கு உணவாகும். அவ்வுணவு இல்லாத பொழுது, வயிற்றுப் பசியைப் போக்கச் சிறிது உணவு சாப்பிட வேண்டும்.

When food for thought or ears, that is, listening to the wise words of the learned get exhausted,
Should one take care to fill his stomach with little food.

413. **செவிஉணவின் கேள்வி உடையார் அவிஉணவின்**
ஆன்றாரோடு ஒப்பர் நிலத்து.

sevi-uNavin kaeLvi udaiyaar avi-uNavin
aandraaroadu oppar nilatthu.

செவிக்கு உணவாகிய, கேள்விச் செல்வத்தை உடையவர், நிலத்தில் வாழ்பவர் ஆனாலும், வேள்வித்தீயில் படைக்கப்படும் அவியுணவை உட்கொள்ளும் தேவரோடு ஒப்பிடப்படுவர்.

Though on earth, one who partakes the food for his ears by listening to the great words of men of wisdom,
Are equated with the Gods in heaven whose food is the sacrificial offerings of devotees herefrom.

414. **கற்றிலன் ஆயினும் கேட்க அ:துஒருவற்(கு)**
ஒற்கத்தின் ஊற்றாம் துணை.

**katrilaN-aayinum kaetka aqthu-oruvarrku
orrkatthin ootraam thuNai.**

ஒருவன் அறநெறிநூல்களைக் கற்கவில்லை என்றாலும், அவற்றின் பொருளைக் கற்றறிந்தவர் சொல்லக் கேட்க வேண்டும். அக்கேள்வி அவனுக்கு வாழ்க்கையில் துன்பம் வரும்போது பெறும் மனத்தின் தளர்ச்சியைப் போக்க வல்ல ஊன்றுகோல் போன்றதாகும்.

Even, if one has not read books of wisdom, still he has to listen keenly with his ears, the words of the well-read,
For his entire life, this skill will hold him in good stead like a supporting stick, when difficult times are to be faced.

415. இழுக்கல் உடைஉழி ஊற்றுக்கோல் அற்றே
ஒழுக்கம் உடையார்வாய்ச் சொல்.

**izhlukkal udai-uzhli ootrukkoal atrae
ozhlukkam udaiyaar-vaais sol.**

வழுக்கும் சேற்று நிலத்தில் நடப்பவர்க்கு எவ்வாறு ஊன்றுகோல் வழுக்காமல் இருக்க உதவுமோ, அதுபோல ஒருவனுக்கு ஒழுக்கமுடையவர் வாய்ச்சொல் கேட்டால் பயன் தரும்.

Like the supporting stick, which protects one from falling on a slippery ground,
The words of wisdom from the mouth of men of righteous conduct provides benefits to one, all around.

416. எனைத்துஆனும் நல்லவை கேட்க அனைத்துஆனும்
ஆன்ற பெருமை தரும்.

**enaitthu-aanum nallavai kaetka anaitthu-aanum
aandra perumai tharum.**

எவ்வளவு சிறியதாக இருந்தாலும் கற்றறிந்தவர் கூறும் நல்ல சொற்களைக் கேட்க வேண்டும். அது அளவில் குறைந்தது ஆனாலும் நிலைபெற்ற பெருமையைத் தரும்.

Even, if little, always listen to the insightful words of the great learned,
Though small in content, permanent benefit will be derived.

417. பிழைத்துஉணர்ந்தும் பேதைமை சொல்லார் இழைத்துஉணர்ந்து
ஈண்டிய கேள்வி யவர்.

**pizhlaitthu-unarnthum paethaimai sollaar izhlaitthu-unarnthu
eeNdiya kaeLvi yavar.**

சில சமயம் மனம் மாறுபட்டுச் சிந்தித்தாலும், தம் வாயிலிருந்து அறிவுக் கேடான வார்த்தைகளைச் சொல்லமாட்டார்கள், நல்ல

நெறி நூல்களை நுட்பமாக ஆராய்ந்து பின் கற்றவரோடு பகிர்ந்து,
கேள்வியினைப் பெற்ற அறிவுடையர்.

Though their minds may wander at times, still some men, will not mutter words of foolishness,
After gaining knowledge from reading books of wisdom, they have also listened to the wise with keen attentiveness.

418. கேட்பினும் கேளாத் தகையவே கேள்வியால்
தோட்கப் படாத செவி.

**kaetpinum kaeLaath thagaiyavae kaeLviyaal
thoatkap padaatha sevi.**

நல்ல நெறி நூல்களைக் கற்றறிந்தவர் கூறும் கேள்வி அறிவினால் துளைக்கப்படாத காதுகள், கேட்கும் திறன் நன்றே பெற்றாலும், செவிடாகவே கருதப்படும்.

Ears though able to hear sounds, will be treated as deaf,
As the ears did not listen keenly to those who have read books of wisdom, such wise men's words with belief.

419. நுணங்கிய கேள்வியர் அல்லார் வணங்கிய
வாயினர் ஆதல் அரிது.

**nuNangkiya kaeLviyar allaar vaNangkiya
vaayinar aathal arithu.**

சொற்களின் நுட்பமான பொருளை ஆராய்ந்து பேசும் திறம் இல்லாத கேள்வி அறிவு இல்லாதவர், மற்றவரிடம் பணிவான வார்த்தைகளைப் பேசும் வாயினை உடையவர் ஆதல் அரிது

One who does not understand the deep meanings of the words spoken and also lacks keen listening ability,
Rare for him to have a mouth which speaks forever words of humility.

420. செவியின் சுவையுணரா வாய்உணர்வின் மாக்கள்
அவியினும் வாழினும் என்.

**seviyin suvaiy-uNaraa vaaiyi-uNarvin maakkaL
aviyinum vaazhlinum en.**

காதுகளால் நுகரப்படும் நல்ல கேள்வி அறிவை உணராது, வாயால் உணரப்படும் சுவை மட்டுமே உணர்ந்த மானிடர் உயிரோடு வாழ்ந்தாலும் இறந்தாலும், இவ்வுலகத்திற்குப் பயன் என்ன?

One who never understood the worth of keen listening to words of wisdom but only spent life in tasting quality food,
Will the person be of any good to this world, even if, alive or dead?

43. அறிவுடைமை (Arrivudaimai)
(Possessing Wisdom)

421. **அறிவுஅற்றம் காக்கும் கருவி செறுவார்க்கும்
உள்அழிக்கல் ஆகா அரண்.**

**arrivu-atram kaakkum karuvi serruvaarkkum
uLL-azhlikkal aagaa araN.**

நல்லதின் பயனும் தீயவையின் தீமையும் முன்கூட்டியே அறியும் அறிவு, தமக்கு அழிவு வராமல் காக்கும் கருவி மட்டுமின்றி, பகைவர்களால் அழிக்க முடியாத ஒரு சிறந்த கோட்டையாகத் திகழும் தன்மையடையது.

Benefits of virtue and perils of evil known to men due to their knowledge, before hand, is a tool always,
To destroy any type of disaster and protect them from the enemies' attack like a strong inner fortress.

422. **சென்ற இடத்தால் செலவிடா தீதுஒரிஇ
நன்றின்பால் உய்ப்ப[து] அறிவு.**

**sendra idatthaal selavidaa theethu-oree-e
nandrinpaal uyppathu arrivu.**

மனத்தைத் தான் போக நினைக்கும் வழியில் செல்ல விடாமல், ஐம்புலத்தினால், ஏற்படும் நல்லது கெட்டது முன்னரே அறிந்து தீயவைகளை நீக்கி, நல்ல எண்ணத்திலே மனதினைச் செலுத்துதலே சிறந்த அறிவாகும்.

Controlling the mind from wandering, by keeping the five senses in grip, distinguishing in advance, good from bad,
Remove one's evil actions and always make the mind follow the righteous path, is wisdom indeed.

423. **எப்பொருள் யார்யார்வாய்க் கேட்பினும் அப்பொருள்
மெய்ப்பொருள் காண்ப[து] அறிவு.**

**epporuL yaar-yaar-vaaik kaetpinum apporuL
meypporuL kaaNbathu arrivu.**

எந்த ஒரு நன்மை தரும் சிந்தனையும் யாதொருவர் சொல்லக் கேட்டாலும், அச்சிந்தனையின் உண்மையான கருத்தை அறிந்து பயனை அடையச் செய்வது அறிவு ஆகும்.

Any thought which brings benefit, even if heard from whosoever,
The real truth in such thought should be assessed from one's knowledge and the accruing benefits analysed, forever.

424. எண்பொருள் ஆகச் செலச்சொல்லித் தான்பிறர்வாய்
நுண்பொருள் காண்ப[து] அறிவு.

**eN-poruL aagatch selas-sollith thaann-pirrar-vaai
nuN-poruL kaaNbathu arrivu.**

சொல்லும் சொற்கள் அரிய சிந்தனையுடையதாக இருந்தாலும், எளிய பொருளில் பிறர் மனதில் பதியுமாறு சொல்லி, பிறர் சொற்களின் நுட்பமான பொருளையும் காணச் செய்வது அறிவு ஆகும்.

To speak in simple words, even on difficult subjects, for the listener's easy grasp of the real meaning of the said thought,
With the ability to analyse the words of the other speakers after listening to them, is what knowledge is to an intellect.

425. உலகம் தழீஇயது ஒட்பம் மலர்தலும்
கூம்பலும் இல்லது அறிவு.

**ulagam thazhlee-iyathu otpam malarthalum
koombalum illathu arrivu.**

உலகத்தில் சிறந்தாரை நட்பாக்கிக் கொள்வது ஒருவனுக்கு அறிவுடைய செயலாகும். இந்நட்பில் முதலில் முகம் மலர்தலும் பின்னர் முகம் வாடுதலும், மலரின் தன்மையைப் போல் இல்லாமல் ஒரு நிலையாக இருப்பதே அறிவு.

Befriending the world's great men of knowledge is one's wisdom,
Unlike the flower which blooms to open and closes later, staying close even in ups and downs during one's friendship with them.

426. எவ்வது உறைவது உலகம் உலகத்தோ[டு]
அவ்வது உறைவ[து] அறிவு.

**evvathu urraivathu ulagam ulagatthoadu
avvathu urraivathu arrivu.**

உலகத்தில் உயர்ந்தோர் எந்த வழியில் நடக்கின்றனரோ அவர்களோடு ஒன்றி, அந்த வழியைத் தேர்ந்து நடப்பதுதான் அறிவு.

When world's wise follow a particular path, following them always,
And moving along the same ideals is the quality of men of knowledge.

427. அறிவுடையார் ஆவ[து] அறிவார் அறிவிலார்
அஃதுஅறி கல்லா தவர்.

**arrivudaiyaar aavathu arrivaar arrvilaar
aqthu-arri kallaa thavar.**

அறிவில் சிறந்து விளங்குவோர் பின்னர் நடக்கவிருக்கும் நிகழ்ச்சியை ஆராய்ந்து முன்னரே அறியும் திறன் படைத்தவர். அறிவில்லாதவர் அதனை அறியும் திறமையில்லாதவர்.

The wisest can foresee about what is going to happen in future,
Those who lack knowledge, visualisation is never their feature.

428. அஞ்சுவ[து] அஞ்சாமை பேதைமை அஞ்சுவ[து]
அஞ்சல் அறிவார் தொழில்.

**Anjuvathu anjaamai paethaimai anjuvathu
anjal arrivaar thozhlil.**

அஞ்சப்பட வேண்டிய தீயவைகளைக் கண்டு அஞ்சாமல் இருப்பது முட்டாள்தனமாகும். பயப்பட வேண்டியவைக்குப் பயந்து வாழ்தல் அறிவுடையார் தொழிலாகும்.

Fearlessly performing evil actions, not required, a hallmark of stupidity,
Fearing evil actions and rightly so, is a sign of intellectual ability.

429. எதிரதாக் காக்கும் அறிவினார்க்[கு] இல்லை
அதிர வருவதுஓர் நோய்.

**ethirathaak kaakkum arrivinaarkku illai
athira varuvathu-Oar noaiy.**

பின்னர் நடக்கக்கூடிய நிகழ்ச்சியை முன்னரே ஆராய்ந்து தீயவைகளில் இருந்து தம்மைக் காத்துக்கொள்ள முடிந்த அறிவுடையவர்க்கு, ஒருபோதும் அவர் பயந்து நடக்குமாறு வரக்கூடிய துன்பங்கள் ஏதும் இல்லை.

The wise with ability to visualise any event beforehand can protect themselves from any evil,
Such is their knowledge, there is no suffering to make them fearful.

430. அறிவுடையார் எல்லாம் உடையார் அறிவிலார்
என்னுடையர் ஏனும் இலர்.

**arrivudaiyaar ellaam udaiyaar arrivilaar
ennudaiyar aenum ilar.**

அறிவுடையார் உலகத்தில் உள்ள செல்வங்கள் பலவும் இல்லையாயினும் எல்லாம் உடையர் என்று கருதப்படுவர், அறிவில்லாதவர் எல்லா செல்வங்கள் உடையவராக இருப்பினும், அவற்றைக் காக்க வல்ல அறிவு என்னும் கருவி இல்லாததனால், ஒன்றும் இல்லாதவரே என்பர்.

Men of wisdom, though lacking many material things in this world, will still be deemed to have everything,
The fools, even if they are wealthy, cannot protect these due to lack of knowledge, will be known as owning nothing.

44. குற்றங்கடிதல் (Kutrrangkadithal)
(Avoiding Faulty Behaviour)

431. செருக்கும் சினமும் சிறுமையும் இல்லார்
பெருக்கம் பெருமித நீர்த்து.

serukkum sinamum sirrumaiyum illaar
perukkam perumitha neertthu.

செல்வம், அதிகாரம் முதலியவற்றால் உண்டாகும் ஆணவமும், வரம்பு மீறிக் கோபப்படுதலும், காமமும் ஆகிய மூன்று குற்றங்கள் இல்லாதவரின் மதிப்பு குறையாமல் மேன்மேலும் பெருகும் தன்மை உடையதாகும்.

With wealth and authority of power, arises the three faults, uncontrollable anger, lust and haughtiness;
Absence of these three in one, leads to increasing greatness.

432. இவறலும் மாண்புஇறந்த மானமும் மாணா
உவகையும் ஏதம் இறைக்கு.

ivarralum maaNbu-irrantha maanamum maaNaa
uvagaiyum aetham irraikku.

சேர்த்து வைத்த பொருளைத் தன்னை நாடி வந்து உதவி கேட்போர்க்குக் கொடுக்காமல், நான் இவ்வுலகில் எல்லோரையும் விட மேன்மையுடையவன் என்ற எண்ணமும், எச்செயலையும் முடிக்காமல் மானத்தை இழந்து தேவையற்ற பொழுதுபோக்கில் மகிழ்ச்சி அடைவதும், அரசனே ஆனாலும் குற்றம் ஆகும்.

Lack of generosity to persons-in-need, proud of one's strength over others in this world, bragging,
Excessive engagement in pleasure ignoring one's duty are the three crimes, even if he is a King.

433. தினைத்துணையாம் குற்றம் வரினும் பனைத்துணையாக்
கொள்வர் பழிநாணு வார்.

thinaitthuNaiyaam kutrram varinum panai-tthuNaiyaak
koLvar pazhli-naaNuvaar.

பழியைக் கண்டு அஞ்சுபவர் தான் ஒரு தினை அளவு குற்றம் செய்தாலும் அதனை அவ்வளவு சிறியது தானே என்று விட்டுவிடாமல், பனை அளவு பெரியதாகக் கருதி, அக்குற்றத்தை நீக்கி வாழ முற்படுவர்.

One, afraid to commit a mistake, so small in size as a grain of millet,
Will not forget it, consider the mistake as tall as a palmyrah tree,
and will work towards eliminating such fault.

434. **குற்றமே காக்க பொருளாகக் குற்றமே
அற்றம் தரூஉம் பகை.**

**kutrramae kaakka poruLaagak kutrramae
atrram tharoo-um pagai.**

ஒருவனுக்குக் குற்றமே அழிவைக் கொண்டு வரும் பெரும் பகையாகும. அதனால் குற்றம் நீக்கி நடத்தலே பயனாகக் கருதித் தன்னைக் பாதுகாத்துக்கொள்ள வேண்டும்.

One's greatest enemy are his mistakes which spell out his final doom,
Removing these mistakes in his life will confer the basic benefits and thus, safeguard himself from this gloom.

435. **வருமுன்னர்க் காவாதான் வாழ்க்கை எரிமுன்னர்
வைத்தூறு போலக் கெடும்.**

**varumunnark kaavaathaan vaazhlkkai erimunnar
vaitthoorru poalak kedum.**

குற்றங்கள் வருமுன்னர் காத்துக் கொள்ளாதவனின் வாழ்க்கை எரியும் தீயின் முன் வைத்த வைக்கோல் எரிந்து சாம்பலாவது போல, அழிந்து விடும்.

One who does not protect himself from committing grave errors;
Life perishes as a straw bundle burnt to ashes,when kept near fire.

436. **தன்குற்றம் நீக்கிப் பிறர்குற்றம் காண்கிற்பின்
என்குற்றம் ஆகும் இறைக்கு.**

**than-kutram neekkip pirrar-kutram kaaNgirrpin
en-kutram aagum irraikku.**

முதலில் தான் குற்றம் செய்தலை நிறுத்தி, பின்னர் மற்றவரின் குற்றத்தைக் கண்டு அதனை ஒழிக்கும் இயல்புடைய அரசனின் புகழுக்கு நேரக்கூடிய குற்றம் ஏதும் உண்டோ?

First, getting rid of all his faults and later identifying all other's mistakes and correcting the same,
King with such attributes, ever will mistakes demean his fame.

437. **செயற்பால செய்யா[து] இவறியான் செல்வம்
உயற்பாலது அன்றிக் கெடும்.**

**seyarrpaala seyyaathu ivarriyaan selvam
uyarrpaalathu andrik kedum.**

பொருளால் தனக்குச் செய்ய வேண்டிய செலவுகளைச் செய்யாமல், அதன்மேல் பேராசை கொண்டு மென்மேலும் சேர்த்து வைப்பவனின் செல்வம், பின்பு, இருக்கும் தன்மையை இழந்து அழியும்.

One who does not spend for himself, from his wealth for the right causes due to his greed to amass,
Later, there will be no trace of any wealth, due to such amiss.

438. பற்றுஉள்ளம் என்னும் இவறன்மை எற்றுள்ளும்
எண்ணப் படுவதுஒன்(று) அன்று.

**patru-uLLam ennum ivarranmai etrruLLum
eNNap paduvathu-ondru andru.**

செல்வத்தைத் தேவையான இடத்தில் செலவு செய்யாமல், அதனைப் பேராசையால் இறுகிப்பிடித்துக் கொள்ளும் எண்ணம் குற்றமாகும். குற்றத்தன்மையுள்ள எல்லாவற்றையும் கருதும் போது, இதனைக் குற்றங்களில் கொடியது, என்று எண்ணத்தக்கது ஆகும்.

Attachment to one's wealth, without spending for essential needs is a miser's mistake.
This is the worst fault among faults, that too an unique one and also takes higher rank.

439. வியவற்க எஞ்ஞான்றும் தன்னை நயவற்க
நன்றி பயவா வினை.

**viyavarrka enjnaandrum thannai nayavarrka
nandri payavaa vinai.**

எல்லோருரையும்விட மிக உயர்ந்த நிலையில் இருந்தும் தன்னைப் பற்றித் தற்பெருமை எண்ணாமல் இருத்தல் வேண்டும். நன்மை தராத காரியங்களைச் செய்தால் தனக்குப் பாவமும் பழியும் அழிவும் வரும் என்று செய்யாது இருத்தல் வேண்டும்.

One holding a high position in society should never be self-boastful,
He shall also not do such acts which brings him only sin, blame and disaster which are never fruitful.

440. காதல காதல் அறியாமை உய்க்கிற்பின்
ஏதில ஏதிலார் நூல்.

**kaathala kaathal arriyaamai uiykkirr-pin
Aethila Aethilaar nool.**

தன் விருப்பத்தை மற்றவர் அறிய முடியாதபடி அனுபவிக்கும் வல்லவனாக இருப்பின் அவனை எதிர்க்கும் பகைவரின் எண்ணம் பலிக்காமல் போய்விடும்.

One who is able to fulfill his wishes secretly without others knowledge,
All schemes to defeat him, planned by his enemies will be useless.

45. பெரியாரைத் துணைக்கோடல்
(periyaarait thunaikoadal)
(Soliciting the Advice of Wise Men)

441. அறன்அறிந்து மூத்த அறிவுடையார் கேண்மை
திறன்அறிந்து தேர்ந்து கொளல்.

**arran-arrinthu moottha arrivudaiyaar kaeNmai
thirran-arrinthu thaernthu koLal.**

அறத்தைப் பற்றி நுட்பமாக ஆராயும் திறம் படைத்த தம்மைவிட மூத்த அறிவுடையவரின் துணையை நாடுவது அருமை என அறிந்து, ஓர் அரசன் அவரின் நட்பைக் கொள்ளல் வேண்டும்.

Elderly wise men who have good knowledge of virtue and its deeper understanding,
A king shall seek their friendship and advice, for clear thinking.

442. உற்றநோய் நீக்கி உறாஅமை முன்காக்கும்
பெற்றியார்ப் பேணிக் கொளல்.

**utrranoayi neekki urraa-amai mun-kaakkum
petrriyaarp paeNik koLal.**

இயற்கைச் சீற்றத்தினால் மக்களுக்கு நேர்ந்த துன்பங்களை நீக்கி, பின்னர் வராமல் தடுக்கும் முறையை முன்னரே அறிந்து காக்கும் வல்லமை படைத்த தன்மை உடையவரை, ஓர் அரசன் அவரின் தேவையை பூர்த்திச் செய்து நட்புக் கொள்ள வேண்டும்.

One who has the ability to read nature's fury and eliminate citizen's suffering and has foresight to protect the nation,
A King shall fulfil his needs and retain his friendly association.

443. அரியவற்றுள் எல்லாம் அரிதே பெரியாரைப்
பேணித் தமராக் கொளல்.

**ariyavatruL ellaam arithae periyaarai
paeNith thamaraak koLal.**

மூத்த அறிவுடையாரை அவர்க்குத் தேவை என்ன என்று அறிந்து அதனைச் செய்து, தமக்கு மேம்பட்ட துணையாகக் கொள்ளுதல் அரசனின் அரிய செயல்கள் எல்லாவற்றுள்ளும் சிறந்த செயலாகும்.

The needs of the elderly wise men are analysed and fulfilled, considering them as his greatest ally,
Is a King's rare deeds and the best of all work done, ultimately.

444. தம்மின் பெரியார் தமரா ஒழுகுதல்
வன்மையுள் எல்லாம் தலை.

**thammin periyaar thamaraa ozhluguthal
vanmaiyuL ellaam thalai.**

தம் அறிவைவிடச் சிறந்த மூத்த அறிவுடையாரின் மேம்பட்ட துணையைக் கொண்டு ஓர் அரசன் அவரின் வழியை பின்பற்றி நடந்தால், எல்லா வலிமையுடைய பொருள்களையும்விடச் சிறந்த பொருள் பெற்றவனாக கருதப்படுவான்.

A King with friends, more knowledgeable than him, wise and old,
Follows their advice, the greatest of all wealth, praised by the world.

**445. சூழ்வார்கண் ணாக ஒழுகலான் மன்னவன்
சூழ்வாரைச் சூழ்ந்து கொளல்.**

**soozhlvaar kaNNaaga ozhlugalaan mannavan
soozhlvaarai soozhlnthu koLal.**

அரசாட்சிப் பொறுப்பில் அரசனின் அமைச்சர்கள் உள்ளிட்ட சான்றோர் கண்ணாக கருதப்படுவதால், அரசன், அத்தன்மை உள்ளவர்களை ஆராய்ந்து அமர்த்தி;த் தனக்குத் துணையாகக் கொள்ள வேண்டும்.

Ministers and the council of wise are the eyes of an administration,
therefore, they should be selected carefully,
By a King and he shall keep them in his cabinet to advise him officially.

**446. தக்கார் இனத்தன்ஆய்த் தான்ஒழுக வல்லானைச்
செற்றார் செயக்கிடந்தது இல்.**

**Thakkaar inatthan-aayth thaan-ozhluga vallaanais
setraar seyak-kidanthathu il.**

அறிவுடனும், ஒழுக்கத்துடனும் நடப்பவரின் நுட்பமான அறிவுரையை ஏற்று நல்ல நெறியில் தவறாமல் நடக்கும் வல்லமை உள்ள அரசனுக்குப் பகைவர் செய்யத்தக்க துன்பம் ஒன்றும் இல்லை.

A King, in the company of knowledgeable, disciplined wise counsel,
Acts firmly with prudence and follows the path of virtue, no enemy can cause any evil.

**447. இடிக்கும் துணையாரை ஆள்வாரை யாரே
கெடுக்கும் தகைமை யவர்.**

**idikkum thuNaiyaarai aaLvarai yaarae
kedukkum thagaimaiyavar.**

தீய செயல்களைக் கண்டவுடன் வன்மையாகக் கண்டித்து அறிவுரைக் கூறும் தன்மையுடைய அமைச்சரைத் தமக்குத் துணையாக கொண்டு, சிறப்பாக ஆட்சி செய்யும் அரசரைக் கெடுக்கும் பெருமை உள்ள பகைவர் இவ்வுலகத்தில் யார் உள்ளனர்?

The moment a wrong is done, if a minister, brings it to the notice of his King, and correctly advises,
If such an ally is present to run the country with justice, is there an enemy in this earth who can cause any damage?

448. இடிப்பாரை இல்லாத ஏமரா மன்னன்
கெடுப்பார் இலானும் கெடும்.

**idippaarai illaatha Aemaraa mannan
keduppaar ilaanum kedum.**

தவறு நடக்காமல் காத்து ஆராய்ந்து அதனை நீக்க வல்ல அறிவுரையை வன்மையாகக் கண்டித்து கூறும் பெரியாரைத் துணையாகக் கொள்ளாத காவலற்ற அரசன், தன்னை அழிக்க வல்ல பகைவர் இல்லை என்றாலும் தானே கெடுவான்.

A King without anyone to critically advise about the evils and steps to be taken in future to prevent such suffering,
Such a King does not require any enemy to defeat his kingdom, it will be self destroying.

449. முதல்இல்லார்க்[கு] ஊதியம் இல்லை மதலையாம்
சார்புஇலார்க்கு இல்லை நிலை.

**muthal-illaarkku oothiyam illai mathalaiyaam
saarbu-ilaarkku illai nilai.**

முதல் பொருள் இல்லாத வணிகர்க்கு அதனால் பெறக்கூடிய வருவாய் அனுபவிக்க முடியாது. அதைப் போல் அரசர்க்குத் தம்மைச் சார்ந்து தக்க அறிவுரைகளை வழங்கும் சான்றோரைத் துணையாகக் கொள்ளாதவர்க்கு ஆட்சியுரிமை நிலையாக அமையாது.

A merchant with no capital investment cannot earn revenue out of his business,
Similarly, a King lacking the support of able and intelligent wise men to advise him, a kingdom will always be in a mess.

450. பல்லார் பகைகொளலின் பத்துஅடுத்த தீமைத்தே
நல்லார் தொடர்கை விடல்.

**pallaar pagai-koLalin patthu-aduttha theemaitthae
nallaar thodarkai vidal.**

நல்ல துணையின்றிப் பலரோடு பகை கொள்வதைவிடப் பத்து மடங்கு தீமையானது, ஓர் அரசன் தம்மோடு நிற்கும் சான்றோருடைய நட்பைக் கைவிட்டு நடத்தலாகும்.

Ignoring the friendship of allies, and creating enemies is an evil brought upon by a King on his own,
But, ten times more deadly for a King is to ignore the friendship of a wise person of his kingdom.

46. சிற்றினம் சேராமை (sitrinam seraamai)
(Avoiding Company of Mean)

451. **சிற்றினம் அஞ்சும் பெருமை சிறுமைதான்**
சுற்றமாச் சூழ்ந்து விடும்.

sitrinam anjum perumai sirrumai-thaan
sutramaas soozhlnthu vidum.

கெட்ட குணம் படைத்தவரின் அற்ப சகவாசத்தை அஞ்சுதல் அறிவுடைய பெரியோரின் இயல்பு. ஆனால், கெட்டவரான சிறியோரின் இயல்பு அப்படிப்பட்டவரைச் சேர்ந்தபொழுதே தனக்குச் சுற்றமாக எண்ணி விடுவதாகும்.

The quality of a educated wise man is to avoid the association of men of low character,
But the ability of such mean men is to consider as friends and relatives, such men the moment they come into contact, is their feature.

452. **நிலத்துஇயல்பால் நீர்திரிந்[து] அற்றாகும் மாந்தர்க்[கு]**
இனத்துஇயல்ப[து] ஆகும் அறிவு.

nilatthu-iyalbaal neerthirinthu atrraagum maantharkku
inatthu-iyalbathu aagum arrivu.

நீர் தான் சேரும் நிலத்தின் இயல்பால் தன் நிறம் மற்றும் தன்மையைத் தொலைத்து அந்நிலத்தின் இயல்பாக மாறி விடும். அதுபோல மக்களுக்குத் தாம் சேர்ந்த சுற்றத்தின் இயல்பைப் பொறுத்துத் தம் அறிவின் தன்மையும் இயல்பும் மாறிப்போகும்.

Water's colour and quality changes, as per terrain and the soil,it flows.
Based on their friends and relatives, men's intellect grows.

453. **மனத்தன்ஆனாம் மாந்தர்க்[கு] உணர்ச்சி இனத்தானாம்**
இன்னான் எனப்படும் சொல்.

manatthan-aanaam maantharkku uNartchi inatthaanaam
innaan enappadum sol.

மக்களுக்கு இயற்கையில் அறிவு தம் மனம் காரணமாகத்தான் உண்டாகும். நல்ல அறிவு, கெட்ட அறிவு என்னும் தன்மையுடையவன் இவன் என்று மற்றவரால் கூறப்படும் சொல் அவன் சேர்ந்த சுற்றத்தின் காரணமாக உண்டாம்.

Natural talent and wisdom is caused by one's state of mind,
Good or evil action by one and to be called by others as good or bad is only due to one's company behind.

454. **மனத்து உளதுபோலக் காட்டி ஒருவற்[கு]**
இனத்துஉள தாகும் அறிவு.

manatthu uLathu-poalak kaatti oruvarrku
inatthu-uLathaagum arrivu.

ஒருவனுக்கு சிறப்பான அறிவு தன் மனதினாலே ஏற்படுவதுபோலக் காட்டி, அக்கணமே அது அவன் சேர்ந்த சுற்றத்தினால் ஏற்பட்டது என்பதை வெளிப்படுத்தும்.

One's great wisdom is due to his natural intellect, one moment, Then depicts that his ability is due to friends and relatives, next instant.

455. **மனம்தூய்மை செய்வினை தூய்மை இரண்டும்**
இனம்தூய்மை தூவா வரும்.

manam-thooiymai seyvinai thooiymai irandum
inam-thooiymai thoovaa varum.

ஒருவனின் மனத்தின் தூய்மையும், செய்யும் செயலின் தூய்மையும் ஆகிய இவ்விரண்டும் அவன் சேர்ந்த சுற்றத்தின் தூய்மையின் பொருட்டே உள்ளது.

One's pure thought in his mind and righteous act, these two emanates, Only on the basis of the purity of the friends and relatives, he attracts.

456. **மனம்-தூயார்க்கு எச்சம்நன்று ஆகும் இனம்தூயார்க்[கு]**
இல்லை-நன்று ஆகா வினை.

manam-thooyaarkku etcham nandru-aagum inam-thooyaarkku
illai-nandru aagaa vinai.

மனத் தூய்மையுடையவர் தாம் பிறந்த பயனை நிலைத்து நிற்கும் பெருமையடைவர். தாம் சேரும் சுற்றத்தினால் பயன் அடைவோர்க்கு அவர் செய்யும் எந்தச் செயலிலும் நன்மை கிடைக்காமல் இருந்ததில்லை.

One of pure thought, begets good children, a finest attribute. Company of good men, one derives only benefits, and never any failure of achievement.

457. **மனநலம் மன்னுயிர்க்[கு] ஆக்கம் இனநலம்**
எல்லாப் புகழும் தரும்.

mana-nalam mannuyirkku aakkam ina-nalam
ellaap pugazhlum tharum.

உயிர்களுக்கு மனத்தின் நன்மையால் செல்வம் கிடைக்கும். ஆனால் தாம் சேரும் சுற்றத்தால் ஏற்படும் நன்மை செல்வத்தோடு நில்லாமல் எல்லாப் புகழையும் கொடுக்கும்.

Prosperity to the living beings, as per benefit of one's purity of thought,
And, in the company of good friends and relatives, not only earns wealth, his fame will spread throughout.

458. மனநலம் நன்குஉடையர் ஆயினும் சான்றோர்க்கு
இனநலம் ஏமாப்பு உடைத்து.

mana-nalam nangku-udaiyar-aayinum saandroarkku
ina-nalam Aemaappu udaitthu.

மனநன்மையை நல்வினையால் பெற்றார் ஆயினும், அறிவுடைய பெரியோர்க்கு அவர் சேர்ந்திருக்கும் இனத்தின் நன்மை மேலும் பாதுகாப்பினை உறுதி செய்ய வல்லதாகும்.

Though said, that one attains purity of mind due to his righteous act,
Wise men of knowledge, their well being is ensured due to the company they keep, an asserted fact.

459. மனநலத்தின் ஆகும் மறுமைமற்று அஃதும்
இனநலத்தின் ஏமாப்பு உடைத்து.

mana-nalatthin aagum marrumai-matru aqthum
ina-nalatthin aemaappu udaitthu.

மனத்தின் நன்மையால், இறப்பின் பின்னும் நிலைபெற்ற புகழினால் இன்பம் உண்டாகும். அது இனத்தின் நன்மையால் மேலும் சிறப்புப் பெற்று வலிமை உடையதாகும்.

Nobility of thought reaps joy to the good souls even in life after death,
Strengthened and made famous by friends and relatives on earth.

460. நல்இனத்தின் ஊங்கும் துணையில்லை தீயினத்தின்
அல்லல் படுப்பதூஉம் இல்.

Nall-inatthin oongkum thuNaiyillai theey-inatthin
allal paduppathoo-um il.

ஒருவனுக்கு நல்ல இனத்தைவிடச் சிறந்த துணை இவ்வுலகத்தில் இல்லை. அறிவை நீக்கும் தீய இனத்தில் சேர்வதைவிடத் துன்பம் கொடுக்கும் பகை ஏதும் இல்லை.

There is no greater ally than worthy association in this world,
Evil company ensures bad behaviour and no enemy larger than this pain, so bold.

47. தெரிந்து செயல்வகை (therinthu seyalvagai)

(Thinking before action)

461. அழிவதூஉம் ஆவதூஉம் ஆகி வழிபயக்கும்
ஊதியமும் சூழ்ந்து செயல்.

Azhlivathoo-um aavathoo-um aagi vazhli-payakkum
oothiyamum soozhlnthu seyal.

ஒருவன் ஒரு செயலைத் தொடங்குவதற்கு முன், அப்பொழுதே அவனுக்கு ஆகும் செலவையும், செலவு செய்தபின் கிடைக்கும் வருவாயையும் ஒப்பிட்டு நன்கு ஆராய்ந்து பிற்காலத்தில் உண்டாகும் வரவை அறிந்து அச்செயலைத் தக்கவாறு செய்ய வேண்டும்.

Before starting a project, one should budget the total expenditure, the expected return on investment,
And the future income, analyse these and work according to requirement.

462. தெரிந்த இனத்தொடு தேர்ந்துஎண்ணிச் செய்வார்க்கு
அரும்பொருள் யாதுஒன்றும் இல்.

therintha inatthodu thaernthu-eNNis seyvaarkku
arum-poruL yaathu-ondrum il.

தாம் நன்கு ஆராய்ந்து சேர்த்துக்கொண்ட நல்ல குணங்களைக் கொண்ட இனத்தோடு ஆராய்ந்து, தாமும் எண்ணி ஒரு செயலை முடிக்கவல்ல ஒருவர்க்கு, அடைவதற்கு அருமையான பொருள் என்று எதுவும் இல்லை.

One who recruits experts for a task with due diligence,
Analyses the work and finishes it, not difficult at all, makes sense.

463. ஆக்கம் கருதி முதல்இழக்கும் செய்வினை
ஊக்கார் அறிவுடை யார்.

aakkam karuthi muthal-izhlakkum seiy-vinai
ookkaar arrivudaiyaar.

அறிவில் சிறந்தோர் பின்னர் கிடைக்கப் போகும் வருவாய்க்காக, முன்னர் தம் கையிலுள்ள முதலை இழக்கத்தக்க செயலை மேற்கொள்ள மாட்டார்.

With the hope of earning from a doubtful venture, profit in future,
A wise investor will not like to lose his initial capital, a basic feature.

464. தெளிவில் அதனைத் தொடங்கார் இளி[வு] என்னும்
ஏதப்பா[டு] அஞ்சு பவர்.

theLivil athanaith thodangkaar iLivu ennum
Aethappaadu anjubavar.

தன் இனத்தோடும் தனித்தும் ஆராயாமல், தனக்கு நம்பிக்கை இல்லாத செயல்களைத் தொடங்காதவர், தமக்கு ஏதேனும் அவமானம் ஏற்படும் என்று அஞ்சுபவர்.

Start any project, after discussing with elders and analysing the pros and cons,
Because, not doing so, may bring blame and shame to the person.

465. வகைஅறச் சூழா[து] எழுதல் பகைவரைப்
பாத்திப் படுப்பதுஓ[ர்] ஆறு.

vagai-arras soozhlaathu ezhluthal pagaivaraip
paatthi paduppathu-Oar aarru.

செய்யப் போகும் செயலின் வகைகளின் தன்மை அறியாமல் மற்றும் அதனை முடிக்கும் எண்ணம் கொள்ளாது ஒரு செயலைச் செய்ய முற்படுவது, பகைவரை அவர் விரும்பிய நிலத்தில் எதிர்கொண்டு வீழ்த்த முடியாமல், அவர் வளர்ச்சிக்கு வழிச் செய்தல் போன்றதாகும்.

Lacking basic knowledge of works to be undertaken and with no intention to complete the work at length,
Is like challenging the enemy in its own territory and unable to defeat, allowing it to grow in strength.

466. செய்தக்க அல்ல செயக்கெடும் செய்தக்க
செய்யாமை யானும் கெடும்.

seiythakka alla seyak-kedum seiythakka
seiyyaamai yaanum kedum.

ஒருவன் தன் பணிகளில் செய்யத் தகுந்தவற்றைச் செய்யாமல் இருந்தாலும் கெடுவான், செய்யக் கூடாத செயல்களைச் செய்தாலும் கெடுவான்.

One, who carries out an useless task, not to be done, will be doomed,
And, if he ignores to do an important assigned work, will be disgraced.

467. எண்ணித் துணிக கருமம் துணிந்தபின்
எண்ணுவம் என்ப[து] இழுக்கு.

eNNith thuNiga karumam thuNintha-pin
eNNuvam enbathu izhlukku.

செய்யத்தக்க கடமைகளையும் அதனை முடிக்கும் வழிகளையும் ஆராய்ந்து அறிந்த பிறகே, ஒரு செயலைத் தொடங்க வேண்டும்.

ஏனெனில், ஓர் செயலைத் தொடங்கியபின் ஆராயலாம் என்று தள்ளிப்போடுவது குற்றமாகும்.

Consider the duty in hand and start the work, only after analysing it thoroughly,
Because the thought, that such analysis can be done, during the work in progress will lead to failure ultimately.

468. ஆற்றின் வருந்தா வருத்தம் பலர்நின்று
போற்றினும் பொத்துப் படும்.

**aatrrin varunthaa varuttham palar-nindru
poatrrinum potthup-padum.**

ஒரு செயலை முடிக்கும் திறன் அறிந்து மனதால் மட்டுமல்லாமல் முழு முயற்சியுடன் செய்து முடிக்க வில்லையென்றால், பலர் துணைநின்று அச்செயலை முடிக்க எண்ணினும் அது முடியாமல் போகும்.

Not only an analytical study of a work's criticality, and also unable to finish the work whole-heartedly,
Will still not yield finality, even if assisted by experts fully.

469. நன்[று]ஆற்றல் உள்ளும் தவறுண்டு அவரவர்
பண்புஅறிந்[து] ஆற்றாக் கடை.

**Nandru-aatral uLLum thavurruNdu avaravar
paNbu-arrinthu aatraak kadai.**

நல்ல பண்புகளைக் கொண்டு செயலை நிறைவேற்றுவதிலும் தவறு உண்டாகும். அவர் அவர் தகுதிக்கு ஏற்ப ஆராய்ந்து செயல்களைச் செய்து விடுதல் வேண்டும்.

Even with good intention, a work started may end up with a mistake,
Assistants, each according to their ability, shall be entrusted work.

470. எள்ளாத எண்ணிச் செயல்வேண்டும் தம்மொடு
கொள்ளாத கொள்ளாது உலகு.

**eLLaatha eNNis seyal-vaeNdum thammoadu
koLLaatha koLLaathu ulagu.**

ஒருவன் தன் நிலைமைக்குப் பொருந்தாத காரியங்களைச் செய்தால் உலகம் ஏற்றுக் கொள்ளாது பழிக்கும். அதனால், உலகம் இகழாத காரியங்கள் எவை என ஆராய்ந்து அறிந்து செயல்பட வேண்டும்.

The world will not accept work done by any, not befitting his stature,
Study and do not do such tasks, to save one from blame in future.

48. வலியறிதல் (valiyarrithal)
(Assessing Strength)

471. வினைவலியும் தன்வலியும் மாற்றான் வலியும்
துணைவலியும் தூக்கிச் செயல்.

vinai-valiyum than-valiyum maatrraan valiyum
thuNai-valiyum thookkis seyal.

எண்ணிய செயலின் வலிமையை அறிந்து அதைச் செய்து முடிக்கத் தனக்குத் தேவையான வலிமையும், அச்செயலைத் தடுக்க நினைக்கும் தன் பகைவனின் வலிமையும், இரு தரப்பிலும் தம் தம் செயலைச் செய்ய ஆதரவாகத் துணை நிற்போர் வலிமையையும் அறிந்த ஒருவன், அச்செயலின் தன்மை அறிந்து பிறகே செய்ய வேண்டும்.

Assessment of the work to be done and one's effort required for completion, difficulty posed by opponents,
Nature of help to self and opponent, then take up the task instant.

472. ஒல்வ[து] அறிவது அறிந்துஅதன் கண்தங்கிச்
செல்வார்க்குச் செல்லாத[து] இல்.

olvathu arrivathu arrinthu-athan kaN-thangis
selvaarkkus sellaathathu il.

தம்மால் செய்ய முடிந்த பணியையும் அதை நிறைவேற்றத் தேவையான வலிமையையும் அறிந்து, மனதை எப்போதும் அப்பணி முடிவடையுமாறு எண்ணி நடந்தால், அரசனுக்குத் தன் பகையை முறியடிக்க, தடைகள் ஏதும் இல்லை.

A King who is thorough about the work in hand and the required effort to finish it,
And puts in all his focus into that work, for him, there is no opponent, who can pose anything difficult.

473. உடைத்தம் வலிஅறியார் ஊக்கத்தின் ஊக்கி
இடைக்கண் முரிந்தார் பலர்.

udait-tham vali-arriyaar ookkatthin ookki
idaikkaN murinthaar palar.

அரசர்கள் பலர், தம் வலிமையைச் சரியாக எடை போடாமல், தற்பெருமையால் ஊக்கத்துடன் துவக்கி, பின் தம் பகைவரோடு ஈடுகொடுக்க முடியாமல், தொடங்கிய பணியினைச் செய்து முடிக்காமல் அழிந்து போவர்.

Many kings who under-estimated the work, yet started it due to self pride and enthusiasm;
Later when challenged by enemies, left the task incomplete with no determination in him.

474. **அமைந்தாங்(கு) ஒழுகான் அளவுஅறியான் தன்னை**
வியந்தான் விரைந்து கெடும்.

amainthu-aangku ozhlugaan aLavu-arriyaan thannai
viyanthaan virainthu kedum.

அயல்நாட்டு அரசனை மதிக்காமல் நடந்து, தன் வலிமையையும் சரியாக அறியாமல், தன் தற்பெருமையைப் பெரிதாக எண்ணி நடக்கும் அரசன் விரைந்து அழிவான்.

A king who has no respect for another king, ignorant of own strength,
Thinks himself as stronger due to his ignorance, will soon meet his own end.

475. **பீலிபெய் சாகாடும் அச்(சு)இறும் அப்பண்டம்**
சால மிகுத்துப் பெயின்.

peeli-peiy saakaadum atchu-irrum appaNdam
saala migutthup peyin.

மயில் தோகை என்னும் சிறு பண்டம் தான் என்று அளவுக்கு அதிகமாக வண்டியில் ஏற்றினால், அதன் எடை தாங்காமல், அவ்வண்டியின் அச்சு முறிந்துவிடும்.

A merchandise of peacock feathers, if overloaded onto a cart,
Due to the heavy load, the cart's axle pin will break and split.

476. **நுனிக்கொம்பர் ஏறினார் அ:துஇறந்(து) ஊக்கின்**
உயிர்க்குஇறுதி ஆகி விடும்.

nunik-kombar Aerrinaar aqthu-irranthu ookkin
uyirkku-irruthi aagi vidum.

ஒரு மரத்தின் கிளையில் ஏறி அதன் நுனிக்கொம்பில் நிற்பவர், கடந்து இன்னும் மேலே ஏற முற்பட்டால், அது அவருடைய உயிர்க்கு இறுதி ஆகிவிடும்.

Climbing on to the outer tip of the branch of a tree, standing tall, .
Still wants to jump further high, will cause death, if he has a free fall.

477. **ஆற்றின் அளவுஅறிந்(து) ஈக அதுபொருள்**
போற்றி வழங்கும் நெறி.

aatrrin alavu-arrinthu eega athu-poruL
poatrri vazhlangkum nerri.

ஒருவன் தம் பொருளின் அளவை அறிந்து தான் அதற்கு ஏற்ப மற்றவர்க்கு உதவி செய்ய வேண்டும். அப்படிக் கொடுத்தால் மட்டுமே தன் செல்வத்தைக் காத்து, தன் வாழ்வை நடத்தும் நெறியைக் கைக்கொண்டவன் ஆவான்.

Help the needy as per the value of assets held, proportionately,
Thus, one can protect his wealth and lead life, righteously.

478. ஆகுஆ(று) அளவுஇட்டிது ஆயினும் கேடில்லை
போகுஆ(று) அகலாக் கடை.

aagu-aarru aLavu-ittithu aayinunm kaedillai
poagu-aarru agalaak kadai.

அரசனுக்கு ஆக்கத்தால் பொருள் ஈட்டுகின்ற அளவு சிறியதாயினும், அவை செலவு செய்கின்ற அளவு வருவாயைவிட அதிகம் ஆகவில்லை எனில், தவறில்லை.

Even for a King, if the sources of revenue fall, and lowers his income,
Not a mistake, if expense is kept under control and below income.

479. அளவுஅறிந்து வாழாதான் வாழ்க்கை உளபோல
இல்ஆகித் தோன்றாக் கெடும்.

aLavu-arrinthu vaazhlaathaan vaazhlkkai uLa-poala
il-aagith thoandraak kedum.

தன் சொத்தின் மொத்த மதிப்பை அறிந்து அதற்கு ஏற்ப வாழாதவனின் வாழ்க்கை, இருப்பதைப் போல் தோன்றினாலும், பின் அது இருந்த தோற்றமும் இன்றி கெடும்.

One who leads life beyond means ignoring total net worth of assets,
It will seem that he has more but will leave him without a trace.

480. உளவரை தூக்காத ஒப்புரவு ஆண்மை
வளவரை வல்லைக் கெடும்.

uLa-varai thookkaatha oppuravu aaNmai
vaLa-varai vallaik kedum.

ஒருவன் தன் சொத்தின் அளவு அறியாமல், அளவுக்கு அதிகமாக மற்றவர்க்கு உதவி செய்து கொண்டேயிருந்தால், அவனின் சொத்து விரைந்து அழியும்.

If one leads life, without fully knowing his properties' total worth,
But keeps helping others generously, will find his assets vanish fast.

49. காலம் அறிதல் (kaalam arrithal)
(Understanding the right time)

481. பகல்வெல்லும் கூகையைக் காக்கை இகல்வெல்லும்
வேந்தர்க்கு வேண்டும் பொழுது.

    pagal-vellum koogaiyaik kaakkai igal-vellum
    vaentharkku vaeNdum pozhluthu.

    பகல் நேரத்தில் காக்கை தன்னைவிட வலிமை மிக்க கோட்டானை வென்றுவிடும். எனவே ஓர் அரசன், அவன் பகைவரை வீழ்த்த ஏற்ற காலத்தைத் தேர்ந்தெடுப்பது மிகவும் அவசியம்.

    A small crow can overcome a stronger owl during day time,
    King shall at the right time attack an opponent and defeat him.

482. பருவத்தோ(டு) ஒட்ட ஒழுகல் திருவினைத்
தீராமை ஆர்க்கும் கயிறு.

    paruvatthoadu otta ozhlukal thiruvinaith
    theeraamai aarkkum kayirru.

    ஒருவன் காலத்தை ஆராய்ந்து, தான் செய்ய வேண்டிய பணிகளைச் செய்யக் கருதினால், அது ஒருவர் கையிலும் நிற்காமல் எப்போதும் உருண்டோடும் செல்வத்தை, ஓட விடாது தன்னிடம் தக்கவைக்கக் கட்டும் கயிறு போன்றது ஆகும்.

    One, who always performs his duty, realising the value of time,
    It controls wealth's velocity like a rope, and wealth stays with him.

483. அருவினை என்ப உளவோ கருவியான்
காலம் அறிந்து செயின்.

    aruvinai enba uLavoa karuviyaan
    kaalam arrinthu seyin.

    செயல் செய்து முடிப்பதற்குத் தேவையான கருவிகளையும், செய்யத் தகுந்த நேரத்தையும் ஆராய்ந்து தொடங்கினால், ஒருவன் செய்வதற்குக் கடினமான செயல் என்று சொல்லும் அளவுக்கு, ஏதேனும் உண்டோ?

    Is there any hard work as such, for one to perform duly?
    If with all other effective tools to complete a task, he also finds a suitable time to start work diligently.

484. ஞாலம் கருதினும் கைகூடும் காலம்
கருதி இடத்தான் செயின்.

njnaalam karuthinum kai-koodum kaalam
karuthi idatthaan seyin.

ஒருவன், தன் எண்ணத்தைச் செயல்படுத்தச் சரியான காலம் ஆராய்ந்து செயல்படுத்துவானாயின், இவ்வுலகையே ஆளும் நோக்கம் இருந்தாலும், அது அவனுக்குக் கைக்கூடும்.

A king, if he has an ambition to rule the entire world, he can,
He has to find the right time and place to put his thoughts into action.

485. **காலம் கருதி இருப்பர் கலங்காது**
ஞாலம் கருது பவர்.

kaalam karuthi iruppar kalangaathu
njnaalam karuthubavar.

உலகத்தை ஆளும் நோக்கமுடையவர் அதனை பற்றிப் பெரிதும் எண்ணிக் கலங்காமல், திறம்படத் தன் எண்ணத்தைச் செயல்படுத்த தக்க காலத்தைக் கருத்தில் கொண்டு பொறுமையாக இருப்பர்.

One who aspires to rule the world, shall avoid negative thoughts,
But, think positive and wait for the right time to plan and execute.

486. **ஊக்கம் உடையான் ஒடுக்கம் பொருதகர்**
தாக்கற்குப் பேரும் தகைத்து.

ookkam udaiyaan odukkam poruthagar
thaakkarrkup paerum thagaitthu.

வலிமை மிக்க ஒருவன் தன் பகைவனைத் தாக்காது, தாக்குவதற்குத் தகுந்த காலம் பார்த்து அதுவரை காத்திருப்பது, சண்டைக்குத் தயார் ஆகும் ஆட்டுக்கிடா தன்னுடன் சண்டையிடும் இன்னொரு கிடாயினைப் பாய்ந்து தாக்க, பின்நோக்கித் தன் கால்களை வைத்தல் போன்றது ஆகும்.

A strong king who choses to attack his enemy and waits for the right moment,
Is like a raging ram, which steps back to charge its opponent with fiery strength.

487. **பொள்ளென ஆங்கே புறம்வேரார் காலம்பார்த்[து]**
உள்வேர்ப்பர் ஒள்ளி யவர்.

poLLena aangae purram-vaeraar kaalam-paartthu
uLvaerppar oLLi yavar.

அறிவில் சிறந்தவன் பகைவரால் தீங்கினை எதிர்கொண்ட போதிலும், அக்கணமே அவர் முன் கோபத்தை வெளிப்படுத்தமாட்டான். தான் அப்பகைவரை வெல்லுவதற்கு ஏற்ற தக்க காலத்தை ஆராய்ந்து, தன் உள் அடக்கி வைத்துள்ள கோபத்தைச் செயல்படுத்துவான்.

Wise men, control anger against those who do evil, wilfully,
But, will plan for the right time to take action fiercely.

488. **செறுநரைக் காணின் சுமக்க இறுவரை**
காணின் கிழக்குஆம் தலை.

serrunaraik kaaNin sumakka irru-varai
kaaNin kizhlakku-aam thalai.

ஒருவன் தன் பகைவரைக் காணும்போது, பொறுமையாக இருக்க வேண்டும். பகைவரை வெல்லும் காலம் வரும் போது அத்தோல்வியால் பகைவர்களுக்குத் தலைகுனிவு ஏற்படும்.

Whenever face-to-face with an enemy, should be courteous before him,
And defeat him at right time, when his head will bow down in shame.

489. **எய்தற்[கு] அரிய[து] இயைந்தக்கால் அந்நிலையே**
செய்தற்கு அரிய செயல்.

eiytharrku ariyathu iyainthakkaal an-nilaiyae
seiytharrku ariya seyal.

ஒருவன் தான் எண்ணிய, செய்வதற்கு அரிய செயல்களைச் செய்ய தக்க காலம் கிடைக்குமேயானால், அப்போதே அந்த வாய்ப்பைப் பயன்படுத்தி அந்த அரிய செயலைச் செய்துவிட வேண்டும்.

One who thinks to do a rare task, if he gets an opportune moment,
Shall grab the opportunity and complete that unique task, that very instant.

490. **கொக்குஒக்க கூம்பும் பருவத்து மற்[று]அதன்**
குத்துஒக்க சீர்த்த இடத்து.

kokku-okka koombum paruvatthu matru-athan
kutthu-okka seerttha idatthu.

கொக்கு போல பொறுமையுடன் இருக்க வேண்டிய காலத்தில் ஒருவன் பொறுமையாக இருத்தல் வேண்டும். ஆனால், அதுவே செயலைச் செய்யத் தகுந்த காலம் அமைந்தால், கொக்கு, தன் இரையை எப்படி வேகமாகத் தண்ணீரின் உள் குறிபார்த்துக் கொத்திப் பிடிக்கிறதோ, அது போல அச்செயலைப் பிழையின்றி தவறாது செய்து முடிக்க வேண்டும்.

One should wait like a crane in water, focussed at work fully,
If it spots a prey underwater, attacks with its beak to catch it, so shall one finish his task at the right time efficiently.

50. இடன் அறிதல் (idan arrithal)

(Understanding the right place)

491. தொடங்கற்க எவ்வினையும் எள்ளற்க முற்றும்
இடம் கண்ட பின்அல்லது.

thodangarrka evvinaiyum eLLarrka mutrrum
idam kaNda pin-allathu.

ஒருவன் பகைவரை வளைத்து வெல்லக்கூடிய இடத்தைச் சரியாகத் தேர்ந்தெடுக்காமல் எந்தச் செயலையும் தொடங்கக் கூடாது. அதோடு பகைவரைத் துச்சமாகவும் நினைக்கக் கூடாது.

A king has to select a right place, where his enemy can be encircled,
Till such time, he shall not attack and also treat it with scant respect.

492. முரண்சேர்ந்த மொய்ம்பின வர்க்கும் அரண்சேர்ந்துஆம்
ஆக்கம் பலவும் தரும்.

muraN-saerntha moiymbina varkkum araN-saernthu-aam
aakkam palavum tharum.

பகைவரை எதிர்நோக்கி வெல்லும் மாறுபட்ட திறமையும் வலிமையும் அதனோடு பொருந்திய படையும் இருந்தாலும், அரணின் பாதுகாப்பான சூழலுடன் கூடிய ஆக்கமும் சேர்ந்தால் கிடைக்கும் வெற்றி, பலவிதப் பயன்களைத் தரும்.

A King's valor to face an enemy with stealth and, defeat him with the help of his strong army and fort,
Is admirable and the victory so gotten will reap due benefit.

493. ஆற்றாரும் ஆற்றி அடுப இடன்அறிந்து
போற்றார்கண் போற்றிச் செயின்.

aatrraarum aatrri adupa idan-arrinthu
poatraar-kaN poatris-seiyin.

வெல்லுவதற்கு ஏற்ற இடத்தை அறிந்து தேர்ந்தெடுத்துத் தம்மையும் காப்பாற்றி, பகைவரோடு மோதினால், வலிமை இல்லாதவரும் தம்மைவிட வலிமையோரை வெல்லும் திறமையுடையவர்.

If a king choses the right place to defeat an enemy, and also bravely protects his country,
A powerful enemy can be defeated, posing no threat to his security.

494. எண்ணியார் எண்ணம் இழப்பர் இடனறிந்து
துன்னியார் துன்னிச் செயின்.

eNNiyaar eNNam izhlappar idanarrinthu
thunniyaar thunnis seyin.

பகைவரை வலிமையுடன் எதிர்கொள்ளத் தகுந்த இடத்தை அறிந்து தேர்ந்து எடுத்துத் தன் அரணோடு பொருந்தி நின்று ஓர் அரசன் பகைவரைத் தாக்கினால், அவனை வென்றுவிடலாம் என்று எண்ணிய பகைவர் தம் எண்ணத்தைக் கைவிடுவர்.

A king who has a strong fortress, and before he launches his attack chooses the right spot for combat against an enemy,
Then, any one, who thought of defeating him, will give up meekly.

495. **நெடும்புனலுள் வெல்லும் முதலை அடும்புனலின்**
நீங்கின் அதனைப் பிற.

nedum-punaluL vellum muthalai adum-punalin
neengkin athanaip pirra.

ஆழமான நீரில் முதலை மற்ற உயிரினங்களை வென்று விடும். ஆனால், அது நீர்நிலையை விட்டு நீங்கி வந்தால், அதனைப் பிற உயிரினங்கள் வென்று விடும்.

Crocodile is powerful and kills all other living beings, in deep waters,
But, once it steps out ashore, it faces attack from other land creatures.

496. **கடலோடா கால்வல் நெடுந்தேர் கடல்ஓடும்**
நாவாயும் ஓடா நிலத்து.

kadaloadaa kaalval nedunthaer kadaloadum
naavaayum Oadaa nilatthu.

நிலத்தில் உருண்டோடும் உறுதியான சக்கரங்களை உடைய உயரமான பெரிய தேர்கள், கடலில் ஓட முடியாது. அதைப் போல், கடலில் மிதக்கும் கப்பல்களும் தரையில் நகராது.

The tall chariots with big wheels move easily on land but cannot stay afloat in oceans,
On land, the mighty ships cannot move, but it sails across the seas.

497. **அஞ்சாமை அல்லால் துணைவேண்டா எஞ்சாமை**
எண்ணி இடத்தால் செயின்.

anjaamai allaal thuNai-vaeNdaa enjaamai
eNNi idatthaal seyin.

பகைவன் தனக்கு எதிராகச் செய்யப்போகும் செயலை ஆராய்ந்து அறிந்து, அதற்குத் தக்கவாறு ஒருவன் இடத்தைத் தேர்ந்து எடுத்து மன உறுதியுடன் பயமின்றிச் செயல்பட்டால், வேறு ஒரு துணையும் அவனுக்கு வேண்டாம்.

Analysing an enemy's activity, if one selects a place correctly,
To face the enemy, fearlessly and with strong will, none is required to assist him as an ally.

498. சிறுபடையான் செல்இடம் சேரின் உறுபடையான்
ஊக்கம் அழிந்து விடும்.

sirru-padaiyaan sell-idam saerin urru-padaiyaan
ookkam azhlinthu vidum.

பெரும் படையை உடைய வல்லரசன், சிறிய படை கொண்ட ஓர் அரசனை வெல்லுவதற்கு, அவனுக்குப் பொருந்திய இடத்திற்குச் சென்று சந்தித்தால், தன் ஊக்கத்தை இழந்து தோல்வியைத் தழுவ நேரிடும்.

A mighty king with a large army will not to be able to defeat a chieftain with a smaller army,
If the former faces in the latter's terrain, will lack enthusiasm and lose badly.

499. சிறைநலனும் சீரும் இலர்எனினும் மாந்தர்
உறைநிலத்தோ(டு) ஒட்டல் அரிது.

sirrai-nalanum seerum ilar-eninum maanthar
urrai-nilatthoadu ottal arithu.

பெருமையில்லாமலும் அரண் தகர்க்கும் படையும் ஆற்றலும் இல்லாமல் போயினும், அத்தகைய பகைவரை அவர் வசிக்கும் நிலத்தில் சென்று தாக்குவது என்பது எளிதான செயல் அல்ல.

Infamous and lacking a powerful army to attack any fort,
To face such an enemy in its own terrain, is never an easy effort.

500. கால்ஆழ் களரின் நரிஅடும் கண்அஞ்சா
வேலாள் முகத்த களிறு.

kaal-aazhl kaLarin nari-adum kaNN-anjaa
vaelaaL mugattha kaLirru.

தன் பாகனுக்கும் அடங்காமல், வேல் ஏந்தும் வீரர்களுக்கும் அஞ்சாமல் தன் தந்தத்தால் தாக்கும் ஆண்யானை கூட, அதன் கால், சேற்றில் சிக்கிப் புதைந்து கொண்டால், சிறு நரியாலும் அதனைக் கொல்ல முடியும்.

A male elephant disobeying its mahout keeps attacking with its tusk,
the spear-holding soldiers in a battlefield fearlessly.
If its feet gets struck in a quagmire, even a small fox can kill it ruthlessly.

51. தெரிந்து தெளிதல் (therinthu theLithal)

(Tested Trust)

501. **அறம்பொருள் இன்பம் உயிர்அச்சம் நான்கின்**
திறம்-தெரிந்து தேறப் படும்.

arram-poruL inbam uyir-atcham naangkin
thirram-therinthu thaerrap padum.

அறம், பொருள், இன்பம், உயிர்க்காக அஞ்சும் குணம் ஆகிய நான்கு இயல்புகள் ஒருவனிடத்தில் எவ்வாறு அமைந்துள்ளன என்பதை ஆராய்ந்த பிறகே, அவன் இன்ன பதவிக்கு ஏற்றவன் என்று தேர்ந்து எடுக்க வேண்டும்.

Only after analysing one's qualities with regards to virtue, wealth, joy and his fear of death, the foursome,
Shall a person be considered fit for any post and then recruit him.

502. **குடிப்பிறந்து குற்றத்தின் நீங்கி வடுப்பரியும்**
நாண்உடையான் கட்டே தெளிவு.

kudip-pirranthu kutratthin neengki vaduppariyum
naaN-udaiyaan kattae theLivu.

நல்ல பெயருள்ள குடும்பத்தில் பிறந்து, குற்றம் ஏதும் புரியாதவனாக விளங்கி, பிறர் பழிக்கும் சொல்லுக்கு அஞ்சி, தவறு செய்வதற்கு நாணும் நற்குணங்களை உடையவனே ஓர் பதவிக்குத் தேர்ந்தெடுக்கப்பட வேண்டிய சிறந்த மனிதன்.

One born into a good family, free from faults, afraid of blame of others does not commit mistakes,
Only such a person can be recruited by a king, who has these qualities.

503. **அரியகற்(று) ஆசுஅற்றார் கண்ணும் தெரியுங்கால்**
இன்மை அரிதே வெளிறு.

ariya-katru aasu-atraar kaNNum theriyungkaal
inmai arithae veLirru.

ஒருவன் கற்பதற்கு அரிய நூல்கள் பல கற்றுத் தேர்ந்து அதன்படி குற்றமில்லாமல் நடப்பவனாக இருப்பினும், கூர்ந்து ஆராய்ந்தால் அறியாமை இல்லாதிருந்தால் அருமையான பண்பாகும்.

One who has read rare books of knowledge and follows the path of righteous conduct,
Still when observed closely, would be a great trait, to be not ignorant.

504. **குணம்நாடிக் குற்றமும் நாடி அவற்றுள்**
மிகைநாடி மிக்க கொளல்.

gunam-naadik kutrramum naadi avatruL
migai-naadi mikka koLal.

ஒருவனின் நல்ல குணங்களை ஆராய்ந்து, பின் அவனின் குற்றங்களை ஆராய்ந்து, இவை இரண்டினுள் எந்தப் பண்பு அதிகமாக உள்ளது என்று ஆராய்ந்துப் பார்த்து அவன் நல்ல குணமுடையவன் என்ற தெரிந்து அவனைத் தேர்வு செய்ய வேண்டும்.

Analyse a person's good and vices, then compare these two traits,
If in him good is more than bad, he is the one, a king can recruit.

505. **பெருமைக்கும் ஏனைச் சிறுமைக்கும் தத்தம்**
கருமமே கட்டளைக் கல்.

perumaikkum aenaitch sirrumaikkum thattham
karumamae kattaLaik kal.

ஒருவன் செய்யும் செயலே, அவன் பெருமை மிகு செயலைச் செய்கின்றானா அல்லது தனக்குக் கெட்ட பெயர் சம்பாதிக்கின்றானா என்பதனை அறிய உரசிப் பார்க்கும் உரைகல் ஆகும்.

One's deeds, brings him fame or damages his reputation.
Thus deeds are the touchstone for one's character evaluation.

506. **அற்றாரைத் தேறுதல் ஓம்புக மற்றவர்**
பற்றிலர் நாணார் பழி.

atrraaraith thaerruthal Oambuga matrravar
patrrilar naaNaar pazhli.

நல்ல கற்று தேர்ந்திருந்தும், பெருமைமிகு குடும்பத்தில் பிறக்காதவனை நம்புவதைத் தவிர்க்க வேண்டும். ஏனெனில், அவன் பேணுதற்குரியாரும் பற்றும் இல்லாதவன் ஆதலின், பழிச்சொல் ஏற்படும் செயலைச் செய்ய அஞ்ச மாட்டான்.

One, if well read, but not born into a family of repute, should not be reposed trust at all.
He has no attachment to the society in this world, hence, will not be afraid to commit any shameful act as well.

507. **காதன்மை கந்தா அறிவுஅறியார்த் தேறுதல்**
பேதைமை எல்லாம் தரும்.

kaathanmai kanthaa arrivu-arriyaarth thaerruthal
paethaiymai ellaam tharum.

ஒருவன் கற்பதற்கு அரிய பல நூல்களைக் குற்றம் நீங்கக் கற்காதவனாக இருந்தும், அவனிடம் கொண்ட அன்பினால் மட்டுமே அவனை ஒரு பதவிக்குத் தேர்ந்தெடுத்தால், அப்படிச் செய்தவனுக்கு எல்லா விதமான துன்பமும் அறியாமையால் வந்து சேரும்.

Reposing trust on an illiterate by a king, out of affection and nepotism,
And assigning any task, will only lead to evil consequences, to him.

508. தேரான் பிறனைத் தெளிந்தான் வழிமுறை
தீரா இடும்பை தரும்.

**thaeraan pirranaith theLinthaan vazhlimurrai
theeraa idumbai tharum.**

தன் இயல்புடன் ஒத்து வராதவனை, அவன் தகுதி முதலியனவற்றை ஆராயாமல் அவனை நம்பினால், அச்செயல் அவ்வாறு செய்தவனின் வழிமுறைக்கும் தீராத துன்பத்தைக் கொடுக்கும்.

Without analysing one's capabilities and qualities, reposing trust on a person for any deed,
Will bring enduring blame and shame to the assignor, for generations, indeed.

509. தேறற்க யாரையும் தேராது தேர்ந்தபின்
தேறுக தேறும் பொருள்.

**therrarrka yaaraiyum thaeraathu thaerntha-pin
thaerruga thaerrum poruL.**

யாரையும் தகுதி முதலியன ஆராயாமல் நம்பிக்கைக்குப் பாத்திரமாகத் தேர்ந்தெடுக்கக் கூடாது. அவ்வாறு தேர்ந்தெடுத்து விட்டால் நன்கு ஆராய்ந்து அவரிடம் தெளிவாகக் கொள்ளத் தக்க பொருளை நம்பி ஒப்படைக்க வேண்டும்.

Examine the background of a person, before trusting him, fully,
After doing so, get the work done from him, by imposing trust, duly.

510. தேரான் தெளிவும் தெளிந்தான்கண் ஐயுறவும்
தீரா இடும்பை தரும்.

**thaeraan theLivum theLinthaan-kaN aiyurravum
theeraa idumbai tharum.**

ஒருவனை நன்கு ஆராயாமல் நம்புவதும் அல்லது ஆராய்ந்து தெளிந்து நம்பிப் பதவியில் அமர்த்தியபின் ஒருவன் மீது சந்தேகப் படுதலும், நீங்காத பெருந்துன்பத்தைத் தரும்.

Trusting one without proper investigation of his antecedents, fully,
Or suspecting a trustworthy person who was recruited, both these
bring greater sorrow, finally.

52. தெரிந்து வினையாடல் (therinthu vinaiyaadal)
(Understanding role and acting Responsibly)

511. **நன்மையும் தீமையும் நாடி நலம்புரிந்த
தன்மையான் ஆளப் படும்.**

**nanmaiyum theemaiyum naadi nalam-purintha
thanmaiyaan aaLap padum.**

ஒரு பணியை ஒப்படைத்தால், அதனால் ஏற்படும் நன்மையையும் தீமையையும் ஆராய்ந்து, அதில் நன்மையானவற்றையே செய்யும் இயல்புடையவரே எப்பணியையும் செய்து முடிக்கும் தகுதி பெற்றவர் ஆவர்.

One who weighs the pros and cons of the work assigned to him,
And does only that which is good, has all the qualities to complete any type of task given.

512. **வாரி பெருக்கி வளம்படுத்[து] உற்றவை
ஆராய்வான் செய்க வினை.**

**vaari perukki vaLambadutthu utravai
aaraaivaan seiyga vinai.**

ஒரு துறைக்குப் பொருள் வரும் வழிகளை விரிவாக்கி, அத்தகைய பொருளால் செல்வத்தைப் பெருக்கி, நாள்தோறும் அதற்கு ஏற்படும் இடையூறுகளை ஆராய்ந்து நீக்க வல்லவனே, அப்பணிக்குப் பொறுப்பேற்க வேண்டும்.

One who analyses the sources for revenue, takes efforts to increase it,
And generate wealth, thinks about it daily and removes the difficulties, for such a job, he is the best recruit.

513. **அன்புஅறிவு தேற்றம் அவாஇன்மை இந்நான்கும்
நன்குஉடையான் கட்டே தெளிவு.**

**Anbu-arrivu thaetram avaa-inmai innaangkum
nangku-udaiyaan kattae theLivu.**

அன்பும், ஆராய்ந்து அறியும் அறிவும், ஒரு செயலைச் செய்ய தேவையான திறமையும், கடமையைப் புரியும் போது கிடைக்கும் பொருளின் மேல் ஆசையில்லாமையும், ஆகிய நான்கு பண்புகளைப் பெற்றவனைத் தேர்வுசெய்து, அவனுக்குப் பணி ஒப்படைத்தல் தெளிவான செயல் ஆகும்.

Compassion, analytical knowledge, adequate skill to perform a task and without greed,
Are the four qualities one should possess to be selected for entrusting the work, indeed.

514. **எனைவகையான் தேறியக் கண்ணும் வினைவகையான்**
வேறாகும் மாந்தர் பலர்.

enaivagaiyaan thaerriyak kaNNum vinaivagaiyaan
vaerraagum maanthar palar.

எல்லா வகைப் பயிற்சியும் கொடுத்துத் தேர்ந்தெடுத்த பின், செயலை ஒப்படைத்தாலும், அந்தச் செயலைச் செய்யும் ஆற்றலிலேயே வேறுபடும் மனிதர்கள் பலர் ஆவர்.

After imparting training and selection, once work is entrusted,
The method and mode, one carries out that work, shows that men are different in nature and attitude.

515. **அறிந்துஆற்றிச் செய்கிற்பாற்[கு] அல்லால் வினைதான்**
சிறந்தான்என்[று] ஏவற் பாற்றுஅன்று.

arrinthu-aatris seygirr-paarrku allaal vinai-thaan
sirranthaan-endru Aevarr paatru-andru.

ஒரு செயலைச் செய்யும் வழி தெரிந்து இடையூறால் ஏற்படும் துன்பங்களை எதிர்பார்த்து நீக்க வல்ல முடிவு எடுப்பவனை அல்லாமல், இவன் நம்மிடம் மிக்க அன்புடையவன் என்று தகுதியில்லாதவனிடம் பொறுப்பை ஒப்படைக்கக்கூடாது.

One who knows how to finish a task, visualises difficulties and finds a solution,
Has to be given responsibility to complete a task, and not to an incompetent who is closer to one, due to love and affection.

516. **செய்வானை நாடி வினைநாடிக் காலத்தோ[டு]**
எய்த உணர்ந்து செயல்.

seiyvaanai naadi vinai-naadik kaalatthoadu
eiytha uNarnthu seyal.

முதலில் ஒரு செயலைச் செய்பவனுடைய தகுதி, பின் அந்தச் செயலின் தன்மையை அராய்ந்து, அதனை முடிக்க தேவைப்படும் காலத்தையும் ஆராய்ந்த பிறகே, ஒரு செயலை ஒருவனிடம் ஒப்படைக்க வேண்டும்.

Assessing the ability of a person to do the work, the nature of the work and the time required for its completion,
After having done so, work can be entrusted to him for its execution.

517. **இதனை இதனால் இவன்முடிக்கும் என்றுஆய்ந்[து]**
அதனை அவன்கண் விடல்.

ithanai ithanaal ivan-mudikkum endru-aainthu
athanai avan-kaN vidal.

இந்தச் செயலை இக்கருவியால் முடிக்கத் தெரிந்த திறமை மிக்க இன்னாரிடம் செயலை ஒப்படைக்கலாம் என்று உறுதிப்படுத்தி ஆராய்ந்தபின்னரே அந்தச் செயலை அவன் பொறுப்பில் விட வேண்டும்.

Analysing the process to do a work, the nature of tools to be utilised and the person competent do the work diligently,
Only then work has to be delegated with authority and responsibility.

518. வினைக்[கு]உரிமை நாடிய பின்றை அவனை
அதற்கு உரியன்ஆகச் செயல்.

vinaikku-urimai naadiya pindrai avanai
atharrku uriyan-aagas seyal.

ஒருவன் ஓர் செயலைச் செய்யத் தகுதியானவன் என்று ஆராய்ந்த பிறகுதான், அதனை முடிக்க அவனுக்கு முழுப் பொறுப்பையும் வழங்க வேண்டும்.

Only after ascertaining the ability of a person to finish a work duly,
Shall he be given authority and responsibility to undertake it fully.

519. வினைக்கண் வினையுடையான் கேண்மை வேறாக
நினைப்பானை நீங்கும் திரு.

vinaikkaN vinaiy-udaiyaan kaeNmai vaerraaga
ninaippaanai neengkum thiru.

எப்போதும் கொடுத்த செயலைத் தவறில்லாமல் முடிக்க முயற்சி செய்பவனின் உயரிய உறவை, அது பொறுக்காமல் இருப்பவர் சொல் கேட்டுச் சந்தேகப்பட்டால், தலைவனிடம் இருந்து செல்வம் நீங்கிச் செல்லும்.

One who always takes good effort to finish a job without any fault,
Giving heed to backbiters, if a king suspects him, wealth will part.

520. நாள்தோறும் நாடுக மன்னன் வினைசெய்வான்
கோடாமை கோடாது உலகு.

naal-thoarrum naaduga mannan vinai-seiyvaan
koadaamai koadaathu ulagu.

பதவியில் இருப்பவர் தன் பணியைக் குற்றமில்லாமல் செய்தால், உலக மக்களும் தவறு செய்ய மாட்டார்கள். அதனால் தன் கீழ்ப் பணி புரிபவர்கள் செய்யும் நிர்வாகத்தை, மன்னன் நாள் தோறும் கவனித்து ஆராய்ந்து அறிந்து செயல்பட வேண்டும்.

Men in authority, if they do their work without any error, then the citizens of this world will do everything right.
Hence, a king shall monitor their work daily, to establish his might.

53. சுற்றந்தழால் (sutranthazhlaal)
(Taking care of relatives)

521. பற்[று]அற்ற கண்ணும் பழைமை பாராட்டுதல்
சுற்றத்தார் கண்ணே உள.

Patru-attra kaNNum pazhlaimai paaraattuthal
sutratthaar kaNNae uLa.

ஒருவன் தன் சொத்தை இழந்து துன்பப்படும் போதும், தங்களின் பழைய தொடர்பைப் பற்றிப் பெருமையுடன் பேசும் இயல்பு, அவனின் சுற்றத்தார்க்கு மட்டுமே உண்டு.

Even when a man lost all his wealth and is prone to suffering,
Only relatives have the quality to speak about the old relationship with him and keep praising.

522. விருப்[பு]அறாச் சுற்றம் இயையின் அருப்[பு]அறா
ஆக்கம் பலவும் தரும்.

Viruppu-arraas chutram iyaiyin aruppu-arraa
aakkam palavum tharum.

ஒருவனுக்கு அன்பு நீங்காத உற்றார் உறவினர்கள் கிடைக்குமேயானால், ஆக்கம் குறையா வளர்ச்சி, குறையில்லாத செல்வம் பலவற்றையும் சேர்க்கும்.

If a person has relatives who provide him unbroken love and affection,
Will ensure continuous growth and abundant wealth acquisition.

523. அளவளாவு இல்லாதான் வாழ்க்கை குளம்வளாக்
கோடுஇன்றி நீர்நிறைந்து அற்று.

aLavaLaavu illaathaan vaazhlkkai kuLam-vaLaak
koadu-indri neer-nirrainthu atru.

தன் சுற்றத்தாருடன் அன்பு பாராட்டி மகிழ்ச்சியுடன் கலந்து பழகாதவனுடைய வாழ்க்கை, கரையே இல்லாத ஒரு குளத்தில் நீர் நிறைந்து பயன் இல்லாமல் போவது போன்றதாகும்.

One who does not love his relatives and lives with them happily,
Life is like a lake with no bunds, filled with water, drained out fully.

524. சுற்றத்தால் சுற்றப் படஒழுகல் செல்வம்தான்
பெற்றத்தால் பெற்ற பயன்.

sutratthaal sutrapada-ozhlugal selvamthaan
petratthaal petra payan.

எப்போதும் தன் சுற்றத்தால் சூழ்ந்து அவர்களுடன் அன்புடன் வாழும் வாழ்க்கைதான், ஒருவன் தான் பெற்ற செல்வத்தால் அடையும் பயன் ஆகும்.

One should always love and patronise his relatives and lead his life,
It is the benefit one begets from possession of wealth earned by strife.

525. கொடுத்தலும் இன்சொலும் ஆற்றின் அடுக்கிய
சுற்றத்தால் சுற்றப் படும்.

kodutthalum insolum aatrrin adukkiya
sutrratthaal sutrap padum.

ஒருவன் தன் சுற்றத்தாருக்கு என்ன தேவையெனத் தெரிந்து உதவி புரிந்து அவர்களுடன் எப்போதும் இனிய சொற்களால் பேசிப் பழகினால், அவன் தொடர்ந்து பல வகைச் சுற்றத்தாரால் சூழப்படுவான்.

One who helps the needy relatives and talks to them sweetly always,
He will be continuously surrounded by many types of relatives.

526. பெருங்கொடையான் பேணான் வெகுளி அவனின்
மருங்குஉடையார் மாநிலத்து இல்.

perung-kodaiyaan paeNaan veguLi avanin
marungku-udaiyaar maanilatthu il.

ஒருவன் அதிகமாகக் கொடையளிக்கும் உள்ளத்துடனும் கோபப்படாத பண்பும் உடையவனாகவும் இருந்தால், அவனைப் போல உற்றார் உறவினர் சூழ்ந்தவன் இவ்வுலகில் எவனும் இல்லை.

A king who is kind hearted and generous, and who never gets furious,
Is surrounded by relatives, like none in this world, always.

527. காக்கை கரவா கரைந்துஉண்ணும் ஆக்கமும்
அன்னநீ ரார்க்கே யுள.

kaakkai karavaa karainthu-uNNum aakkamum
anna neeraarkkae uLa.

காக்கை தனக்குக் கிடைத்த இரையை மறைத்து உண்ணாமல், தன் இனத்தை அழைத்த பிறகே, பகிர்ந்து உணவை உட்கொள்ளும். அது போல இயல்புடையவன் தன் சுற்றத்தாருடன் தன் ஆக்கத்தால் பெற்ற செல்வத்தைப் பகிர்ந்து மிக்க புகழுடன் வாழ்வான்.

Crow shares food with other crows by calling out, without hiding it.
Persons of such quality, share their wealth with other relatives and
lives with fame, as a habit.

528.
பொதுநோக்கான் வேந்தன் வரிசையா நோக்கின்
அதுநோக்கி வாழ்வார் பலர்.

pothu-noakkaan vaenthan varisaiyaa noakkin
athu-noakki vaazhlvaar palar.

அரசன் எல்லோரையும் ஒரே தன்மையுள்ளவர் என்று கருதாது,
அவரவர் தகுதிக்கு ஏற்ப நோக்கினால், அவனை விடாது தங்குவர்
சுற்றத்தார் பலர்.

A King, if he does not treat all his subjects, as equally talented,
But, treats each as per their ability, he will have loyal men around.

529.
தமர்ஆகித் தன்துறந்தார் சுற்றம் அமராமைக்
காரணம் இன்றி வரும்.

thamaraagi than-thurranthaar sutram amaraamaik
kaaranam indri varum.

ஏதோ ஒரு காரணத்தினால், கூட இருந்து, பின்பு அவனை விட்டுப்
பிரிந்து சென்ற சுற்றத்தார், தாமே வந்து மீண்டும் சேருவர்,
அக்குற்றம் நீங்குமாறு நடந்துகொண்டதனால் தான்.

A close relative, due to any reason was away from him separated,
Will rejoin him on his own when that particular mistake was
eliminated.

530.
உழைப்பிரிந்து காரணத்தின் வந்தானை வேந்தன்
இழைத்துஇருந்து எண்ணிக் கொளல்.

uzhlaip-pirinthu kaaraNatthin vanthaanai vaenthan
izhlaitthu-irunthu eNNik koLal.

ஒரு காரணமுமில்லாமல் அரசனை விட்டுப் பிரிந்து சென்று, பின்
ஏதோ ஒரு காரணத்தால் மீண்டும் வந்து சேர்ந்த சுற்றத்தாரை,
வந்த காரணத்தை நன்கு ஆராய்ந்த பின்னரே சேர்த்துக் கொள்ள
வேண்டும்.

A close relative who separates for no reason but later returns,
A king should analyse the real intention, only then allow him to
rejoin.

54. பொச்சாவாமை (potchaavaamai)
(Non-Forgetfulness)

531. இறந்த வெகுளியின் தீதே சிறந்த
உவகை மகிழ்ச்சியின் சோர்வு.

irrantha veguLiyin theethae sirrantha
uvagai magizhltchiyin soarvu.

மிகுந்த மகிழ்ச்சியில் மனம் ஈடுபடும்போது ஏற்படும் மறதி, அளவு கடந்த கோபத்தை விடவும் தீமை தர வல்லது.

When the mind is extremely happy, one becomes forgetful,
The suffering caused is worse than even anger, more painful.

532. பொச்சாப்புக் கொல்லும் புகழை அறிவினை
நிச்ச நிரப்புக்கொன்று ஆங்கு.

potchaappuk kollum pugazhlai arrivinai
nitcha nirappuk-kondru aangku.

ஒருவனுக்குத் தீராத வறுமையால் ஏற்படும் துன்பம் அவன் அறிவைக் கொல்வதுபோல, புகழில் திளைக்கும் போது, அவனுடைய மறதி அவனைக் கெடுத்துவிடும்.

When one's fame is flying high, his forgetfulness will bring him down,
Like one's continuous poverty that destroys intelligence of his own.

533. பொச்சாப்பார்க்கு இல்லை புகழ்மை அதுஉலகத்து
எப்பால் நூலோர்க்கும் துணிவு.

potchaappaarkku illai pugazhlmai athu-ulagatthu
eppaal nooloarkkum thuNivu.

செய்ய வேண்டிய கடமைகளைச் செய்யாமல் மறந்து நடப்பவர்க்குப் புகழ் என்றுமே கிடைக்காது என்பது இவ்வுலகத்தில் உள்ள அனைத்துச் சிறந்த அறிஞர்களின் ஒருமித்த கருத்தாகும்.

Failing to do one's duty, due to complacence never gets him fame,
Is what the great experts make an universal common claim.

534. அச்சம் உடையார்க்(கு) அரண்இல்லை ஆங்குஇல்லை
பொச்சாப்பு உடையார்க்கு நன்கு.

atcham udaiyaarkku araN-illai aangku-illai
potchaappu udaiyaarkku nangku.

பயந்து நடுங்குவோர்க்கு வலிமையான கோட்டையால் எந்த விதப் பயனுமில்லை. அது போல, செய்ய வேண்டிய கடமையைச் செய்யாமல் மறந்து தவிப்போர், நல்ல உயரிய நிலையில் இருந்தாலும், அதனால் பயன் ஏதும் இல்லை.

One who shivers with fear, protection by a strong fortress, never;
One who due to his forgetfulness, fails to perform his duty, though, high in power, will benefit none, forever.

535. முன்உறக் காவா(து) இழுக்கியான் தன்பிழை
பின்ஊறு இரங்கி விடும்.

**mun-urrak kaavaathu izhlukkiyaan than-pizhlai
pin-oorru irangki vidum.**

தன்னைக் காக்க வேண்டிய இன்னல்களிலிருந்து அவை வரும் முன்னரே அறிந்து தன்னைக் காப்பாற்ற ஒருவன் மறந்தால், துன்பங்கள் வந்த பின், அவற்றைத் தடுக்க முடியவில்லையே என்று தன் தவறினை எண்ணி வருந்துவான்.

Prior to a danger, if one, fails to protect himself, due to forgetfulness,
When danger strikes, will repent for his own helplessness.

536. இழுக்காமை யார்மாட்டும் என்றும் வழுக்காமை
வாயின் அதுஒப்பது இல்.

**izhlukkaamai yaar-maattum endrum vazhlukkaamai
vaayin athu-oppathu il.**

தன்னைச் சுற்றியுள்ள எவரிடமும் எக்காலத்திலும் மறதி என்ற பண்பைக் காட்டாமல் பழகி வந்தால், அவனுக்கு நன்மை தரக்கூடிய வேறு நிகரான பயன் ஏதுமில்லை.

When one's forgetfulness is never displayed before any, at any point,
There is nothing, which will accrue higher benefit to one, any moment.

537. அரியஎன்(று) ஆகாத இல்லைபொச் சாவாக்
கருவியால் போற்றிச் செயின்.

**ariya-endru aagaatha illai potchaavaak
karuviyaal poatrich seyin.**

செய்ய வேண்டிய கடமைகளை மறவாமை என்ற கருவியினால் சரியாகச் செய்தால், ஒருவனுக்குத் தன்னால் செய்ய முடியாது என்னும் அரிய செயல் என்று ஒன்றுமில்லை.

Tool to do one's duty named non-forgetfulness ensures, proper output,
One realises that anything difficult can be done, with persistent effort.

538. புகழ்ந்தவை போற்றிச் செயல்வேண்டும் செய்யா[து]
இகழ்ந்தார்க்[கு] எழுமையும் இல்.

**pugazhlnthavai poatrri seyal-vaeNdum seyyaathu
igazhlnthaarkku ezhlumaiyum il.**

சிறந்த நூல்களைக் கற்று அறிவில் சிறந்தோர், குறிப்பிட்ட கடமைகளை, மறக்காமல் கடைபிடிக்க வேண்டும். அவ்வாறு செய்யாமல் மறதியில் ஏற்பட்ட சோம்பலில் சிக்கியவர்க்கு ஏழு பிறப்பிலும் பயன் ஏதுமில்லை.

Wise men of knowledge shall perform duties without forgetfulness,
Failure by forgetfulness, will not benefit him in his seven births, once.

539. இகழ்ச்சியின் கெட்டாரை உள்ளுக தாம்தம்
மகிழ்ச்சியின் மைந்துஉறும் போழ்து.

**igazhltchiyin kettaarai uLLuga thaam-tham
magizhltchiyin maiynthu-urrum poazhlthu.**

தன் மகிழ்ச்சியின் ஆர்வத்தால் ஏற்பட்ட சோம்பலின் காரணமாக செய்ய வேண்டிய கடமைகளிலிருந்து தவறும் காலத்தில், இதற்குமுன் இதே நிலையில் இருந்த ஒருவன், இத்தகைய சோர்வால் அழிந்ததைப் பற்றி நினைத்து பார்க்க வேண்டும்.

One who engages in revelry and fails in his duty, should recollect,
About men in similar position, who were destroyed with contempt.

540. உள்ளிய[து] எய்தல் எளிதுமன் மற்றும்தான்
உள்ளிய[து] உள்ளப் பெறின்.

**uLLiyathu eiythal eLithu-man matrum-thaan
uLLiyathu uLLap perrin.**

ஒருவன் தான் அடைய நினைக்கும் குறிக்கோளை இடைவிடாது எண்ணி அதனைச் செய்து முடிக்க வேண்டிய சிந்தனையைத் தொடர்ந்து செயல்படுத்தினால், அவனால் அக்குறிக்கோளை எளிதில் அடைய முடியும்.

One who keeps thinking about the target he sets and works diligently,
If he puts in persistent efforts, can achieve the goals easily.

55. செங்கோன்மை (Sengkoanmai)
(Good Governance)

541. ஓர்ந்துகண் ணோடா(து) இறைபுரிந்து யார்மாட்டும்
தேர்ந்துசெய் வஃதே முறை.

**Oarnthu-kannoadaathu irrai-purinthu yaar-maattum
thaernthu seiyvaqthae murrai.**

ஓர் அரசன் தன் நாட்டு மக்கள் எவரேனும் குற்றம் புரிந்தால் அக்குற்றத்தினை ஆராய்ந்து, யாதொருவர் மீதும் விருப்பு வெறுப்பு இல்லாமல் நடுவு நிலைமையாக நின்று அக்குற்றத்திற்கான ஏற்ற தண்டனையைச் சட்டத்தில் உள்ளவாறு வழங்குதலே முறையாகும்.

A king shall, if one of his subjects committed a crime, investigate the same without any bias, maintaining equity,
And as per law, deliver the right judgement and levy due penalty.

542. வான்நோக்கி வாழும் உலகெல்லாம் மன்னவன்
கோல்நோக்கி வாழும் குடி.

**Vaan-noakki vaazhlum ulagellaam mannavan
koal-noakki vaazhlum kudi.**

உலகத்தில் உள்ள உயிர்கள் எல்லாம் மழையால் சிறப்பாக வாழும். அது போல, ஒரு நாட்டின் குடிமக்களோ அரசனின் நேர்மையான ஆட்சியை எதிர்பார்த்தே வாழ்கின்றனர்.

All the living beings in this world, due to rains, prosper.
Citizens of the country expect only a just rule from their king's sceptre.

543. அந்தணர் நூற்கும் அறத்திற்கும் ஆதியாய்
நின்றது மன்னவன் கோல்.

**anthaNar noorrkum arratthirrkum aathiyaai
nindrathu mannavan koal.**

கற்று அறிய வேண்டிய அரிய மறை நூல்களைக் கற்றுத் தேர்ந்த சான்றோர்க்கும் அதில் சொல்லப்பட்டுள்ள அறத்திற்கும் அடிப்படையாக இருந்து காக்கும் வல்லமை ஓர் அரசனின் நேர்மையான ஆட்சியே ஆகும்.

Path of virtue prescribed in rare religious scriptures and the well-read,
Under a king's just rule, both are protected.

544. குடிதழீஇக் கோல்ஓச்சும் மாநில மன்னன்
அடிதழீஇ நிற்கும் உலகு.

Kudi-thazhlee-ik koal-oatchum maanila mannan adi-thazhlee-e nirrkum ulagu.

தன் நாட்டில் வாழும் குடிமக்களை அரவணைத்துச் செங்கோல் செலுத்தும் பெருநில அரசனின் காலடிச் சுவடிகளைப் பொருந்தியே இவ்வுலகம் நிலைபெறும்.

A king who showers love and compassion towards his countrymen and rules justly with his sceptre,
The world will cling around the feet of such a mighty ruler.

545. **இயல்புஉளிக் கோல்ஓச்சும் மன்னவன் நாட்ட**
பெயலும் விளையுளும் தொக்கு.

iyalbu-uuLik koal-oatchum mannavan naatta peyalum viLaiyuLum thokku.

நூல்களில் சொல்லிய விதம் நீதிநெறியோடு அரசாட்சி புரியும் மன்னவனின் நாட்டில் தவறாது பருவமழை பெய்யும். குறைவில்லாத விளைச்சலும் ஒருங்கிணைந்து ஏற்படும்.

A king who rules his kingdom as per rules laid down, lawfully,
In that kingdom, rainfall will be regular and copious, leading to bountiful harvest, seasonally.

546. **வேல்அன்று வென்றி தருவது மன்னவன்**
கோல்அதூஉம் கோடா[து] எனின்.

vael-andru vendri tharuvathu mannavan koal-athoo-um koadaathu enin.

ஒரு மன்னனுக்கு போரில் வெற்றியைத் தர வல்லது அவன் எறியும் வேல் அல்ல. வெற்றியைத் தருவது அவனுடைய நீதிநெறியான ஆட்சிமுறையே ஆகும். அதுவும் நேர்மையான வழியில் எப்போதும் கோணாது இருக்குமே ஆயின்.

A king is never victorious in war only because of his throw of spear;
Victory is assured, also by his rule as per law rendered without any bias and with a straight sceptre.

547. **இறைகாக்கும் வையகம் எல்லாம் அவனை**
முறைகாக்கும் முட்டாச் செயின்.

irrai-kaakkum vaiyagam ellaam avanai murrai-kaakkum muttaas seiyin.

உலகத்தை எல்லாம் அரசன் காப்பாற்றுவான். ஆனால், அவனைக் காப்பது நீதிநெறி தவறாமல் அவன் நேர்மையாக நடத்திய ஆட்சி முறையே ஆகும்.

A King can protect the entire world by all means.
But, that which protects him is rule of law and straight forwardness.

548. எள்பதத்தான் ஓரா முறைசெய்யா மன்னவன்
தண்பதத்தான் தானே கெடும்.

**el-pathatthaan Oaraa murrai-seiyyaa mannavan
thaN-pathatthaan thaanae kedum.**

மக்கள் தன்னை நெருங்காத வண்ணம் அவர்களிடம் தள்ளி இருந்து, அறநெறி கடைபிடிக்காது நடுவுநிலைமையைப் பின்பற்றாமல் நீதி வழங்கும் அரசன், எல்லோரும் மறக்கும்படி வாழ்ந்து, கடைசியில் யாரும் போற்றாது அழிவான்.

A king inaccessible to citizens, not administering as per law and equity,
Is easily forgotten by all and will die without a trace, finally.

549. குடிபுறங் காத்துஓம்பிக் குற்றம் கடிதல்
வடுஅன்று வேந்தன் தொழில்.

**kudipurrang kaatthu-oambik kutrram kadithal
vadu-andru vaenthan thozhlil.**

தன் குடிமக்களைப் பகைவர் தாக்காமல் காப்பாற்றி, தன்னையும் தீமையிலிருந்து காத்து, குற்றம் செய்தவர்க்குத் தகுந்த தண்டனையை உடனே அளித்து, அரசன் ஆட்சி புரிந்தால், அது அவனுக்குப் பழியைத் தராது. மாறாக அது அவன் தொழில் என்று சொல்லப்படும்.

A King who protects his citizens from enemies, guards himself from evil and punishes as per law, the wrong-doers.
Rules justly and safeguards himself from blame, and all will praise the king's duty consciousness.

550. கொலையின் கொடியாரை வேந்(து)ஒறுத்தல் பைங்கூழ்
களைகட் டதனோடு நேர்.

**kolaiyin kodiyaarai vaenthu-orrutthal pyngkoozhl
kaLai-kattathanoadu naer.**

அரசன் தன் நாட்டில் கொடிய குற்றம் செய்பவருக்கு, அதற்குத் தகுந்த கடும் கொலைத் தண்டனை வழங்குதல், உழவன் தன் வயலில் களையெடுத்துத் தன் பயிரைக் காத்து விளைச்சலை அதிகரித்தல் போன்றதாகும்.

A King by punishing hard core criminals in his kingdom, even with the maximum punishment of death penalty;
Is comparable to a farmer, who protects his crops from weeds, to increase his productivity.

56. கொடுங்கோன்மை (Kodungkoanmai)
(Misgovernance)

551. கொலைமேற் கொண்டாரின் கொடிதே அலைமேற்கொண்டு
அல்லவை செய்துஒழுகும் வேந்து.

Kolaimaerr koNdaarin kodithae alai-maerrkondu
allavai seiythu-ozhlugum vaenthu.

அரசன் தன் குடிமக்களின் செல்வத்தின் மீதுள்ள ஆசையால் அவர்களைத் துன்புறுத்துவதும், நீதி நெறியிலிருந்து தவறித் தன் ஆட்சியை முறையில்லாத வழியில் நடத்துவதும், பகையால் பிறரைக் கொல்லும் தொழிலை ஏற்றுச் செய்பவரைவிட கொடிய செயலாகும்.

A King who harasses citizens to covet their property and misgoverns,
Is worse than a person, who is an assassin by profession.

552. வேலொடு நின்றான் இடுஎன்றது போலும்
கோலொடு நின்றான் இரவு.

vaelodu nindraan idu-endrathu poalum
koalodu nindraan iravu.

ஆள் நடமாட்டமில்லாத இடத்தில் வேலோடு நின்று ஒருவனிடம் திருடன் 'கொடு' என்று திருடுவது போன்றது, அரசன் நீதி நெறியிலிருந்து தவறி, குடிமக்களிடம் செல்வத்தைக் கேட்டு மேன்மேலும் வரிச் சுமையால் துன்புறுத்துவதாகும்.

A king with a sceptre, who demands gift of citizen's wealth and makes people suffer, by levy of higher taxes,
Is like a waylay robber with a spear commanding travellers to "give" up their belongings and looting their assets.

553. நாள்தொறும் நாடி முறைசெய்யா மன்னவன்
நாள்தொறும் நாடு கெடும்.

naaL-thorrum naadi murrai-seiyyaa mannavan
naaL-thorrum naadu kedum.

நாள்தோறும் தன் நாட்டில் நிகழும் நன்மை தீமைகளை ஆராய்ந்து தகுந்த நடவடிக்கையை எடுக்கத் தவறும் அரசனின் நாடு செழிப்பும் ஆட்சித்திறனும் குறைந்து, அழிவுப் பாதையை நோக்கிச் செல்லும்.

A king who fails to assess daily the good and evil activities in his kingdom and punishes the guilty,
Due to misrule, the kingdom's riches will diminish and it will soon be on the path of bankruptcy.

554. கூழும் குடியும் ஒருங்குஇழக்கும் கோல்கோடிச்
சூழாது செய்யும் அரசு.

**koozhlum kudiyum orungku-izhlakkum koalkoadi
soozhlaathu seiyyum arasu.**

செய்யும் செயலின் விளைவு அறியாமல் செயல்பட்டு, நீதி நெறி தவறி அரசாட்சி புரியும் அரசன், தன் நாட்டில் உள்ள செல்வங்களையும் நாட்டு மக்களையும் ஒரு சேர இழப்பான்.

A king who ignores the effects of his bad governance endlessly,
His kingdom will lose its wealth and its subjects, simultaneously.

555. அல்லற்பட்(டு) ஆற்றா(து) அழுதகண் ணீர்அன்றே
செல்வத்தைத் தேய்க்கும் படை.

**allarrpattu aatrraathu azhlutha kaNNeer-andrae
selvatthai thaeykkum padai.**

முறையாக ஆட்சி செய்யாத அரசனின் துன்பத்திற்கு ஆளாகி, அவன் குடிமக்கள் வேதனையால் சிந்தும் கண்ணீரே அன்றி, அந்நாட்டின் செல்வத்தை அழிக்கும் கருவி வேறு உண்டோ?

An unjust king's misrule puts his subjects to great sorrow, unwillingly,
Are not their tears of pain, the only weapon which destroys the wealth of the kingdom, is there anything else more deadly?

556. மன்னர்க்கு மன்னுதல் செங்கோன்மை அஃதுஇன்றேல்
மன்னாவாம் மன்னர்க்கு ஒளி.

**mannarkku mannuthal sengkoanmai aqthu-indrael
mannaavaam mannarkku oLi.**

நீதிநெறி தவறாமல் ஆட்சி புரிந்தால் அரசுக்கு நிலையான புகழைச் சேர்க்கும். அவ்வாறு ஆட்சி புரியவில்லை எனில், அவனின் புகழ் நிலைபெறாமல் அவனைவிட்டு நீங்கிவிடும்.

A king, only by his good governance gets enduring fame,
If he is unjust and misrules, that very moment his fame deserts him.

557. துளிஇன்மை ஞாலத்திற்[கு] எற்[று]அற்றே வேந்தன்
அளிஇன்மை வாழும் உயிர்க்கு.

**thuLi-inmai njnaalatthirrkku etru-atrae vaenthan
aLi-inmai vaazhlum uyirkku.**

இவ்வுலகில் மழையில்லாமல் வாழும் உயிர்கள் எல்லாம் எவ்வாறு பலவகைத் துன்பங்களை அனுபவிக்குமோ, அதேபோல, அரசனின் அருளில்லாத ஆட்சி முறையும் தன் நாட்டு மக்களுக்குத் துன்பத்தையே கொடுக்கும்.

Lack of rain causes misery to the living beings on this earth to remain,
A king's cruel rule brings his subjects, continuous unbearable pain.

558. இன்மையின் இன்னாது உடைமை முறைசெய்யா
மன்னவன் கோல்கீழ்ப் படின்.

**inmaiyin innaathu udaimai murrai-seiyyaa
mannavan koal-keezhl padin.**

நீதி நெறி கடைபிடிக்காது ஆட்சி செய்யும் அரசனின் துன்பத்தைத் தாங்கி வாழும் மக்களில் பொருளில்லா ஏழைகளைவிட, செல்வம் உடையவர் படும் வேதனை மிக அதிகம்.

The misery of misrule of a king, in a country, is borne by the poor,
But the plight of suffering of the rich here, is worst, further.

559. முறைகோடி மன்னவன் செய்யின் உறைகோடி
ஒல்லாது வானம் பெயல்.

**murrai-koadi mannavan seiyyin urrai-koadi
ollaathu vaanam peyal.**

அரசன் முறை தவறி ஆட்சி புரிந்தால், அவன் நாட்டில், காலத்தில் பெய்ய வேண்டிய பருவ மழை பெய்யாமல் துன்பத்தைக் கொடுக்கும்.

A king who rules his subjects through bad governance,
In his kingdom, misery will continue, due to the failure of seasonal rains.

560. ஆபயன் குன்றும் அறுதொழிலோர் நூல்மறப்பர்
காவலன் காவான் எனின்.

**aa-payan kundrum arruthozhliloar nool-marrappar
kaavalan kaavaan enin.**

காக்கும் பொறுப்பில் உள்ள அரசன் தன் நாட்டையும் அதில் வாழும் மக்களையும் காப்பாற்றத் தவறினால், அந்நாட்டில் பசுக்கள் தான் பயன் தருவதைக் குறைத்துக் கொள்ளும். அருமையான மறை நூலைக் கற்றுப் பரப்பும் சான்றோர் தாங்கள் கற்றதை மறந்து போவர்.

A king who fails to protect his kingdom and countrymen, as a duty,
In that land, the cows will stop lactating milk for other's benefits
and the scholars will stop quoting the religious scriptures, duly.

57. வெருவந்த செய்யாமை (veruvantha seiyyaamai)
(Not Terrorising the Citizens)

561. தக்காங்கு நாடித் தலைச்செல்லா வண்ணத்தால்
ஒத்தாங்(கு) ஒறுப்பது வேந்து.

**thakkaangku naadith thalai-sellaa vaNNatthaal
otthaangku orruppathu vaenthu.**

குற்றத்தைச் சரியாக விசாரித்து அதனை நடுவு நிலைமையுடன் ஆராய்ந்து, மற்றொரு முறை அக்குற்றம் நிகழாமல் இருக்க, தகுந்த வண்ணம் தண்டனையை வழங்குபவனே அரசன் ஆவான்.

Investigates the crime unbiased and takes steps to prevent such crime from again happening,
And orders due punishment, is the duty of a King.

562. கடிதுஓச்சி மெல்ல எறிக நெடி(து)ஆக்கம்
நீங்காமை வேண்டு பவர்.

**Kadithu-oatchi mella erriga nedithu-aakkam
neengaamai vaeNdubavar.**

நெடுங்காலம், தான் ஆட்சியில் இருக்க விரும்பும் அரசன், குற்றவாளியைத் தண்டிக்கும் போது மிக அதிகமாகத் தண்டிப்பது போலத் தொடங்கி, குறைந்த தண்டனை வழங்க வேண்டும்.

A king to rule for a long time, whenever he punishes a culprit;
Order a mild sentence at end, but start as if it is a severe punishment.

563. வெருவந்த செய்(து)ஒழுகும் வெங்கோலன் ஆயின்
ஒருவந்தம் ஒல்லைக் கெடும்.

**veruvantha seiythu-ozhlukum vengkoalan aayin
oruvan-tham ollaik kedum.**

குடிமக்கள் அஞ்சும்படி செயல்களைச் செய்து அரசாட்சி நடத்தும் அரசன், உறுதியாகத் தானே விரைவில் அழிந்து போவான்.

A king who governs his citizens by instilling fear abound.
Will sooner definitely meet his end alone, with none around.

564. இறைகடியன் என்றுஉரைக்கும் இன்னாச்சொல் வேந்தன்
உறைகடுகி ஒல்லைக் கெடும்.

**irrai-kadiyan endru-uraikkum innaa-sol vaenthan
urrai-kadugi ollaik kedum.**

நம் அரசன் கொடுமைக்காரன் மற்றும் இனிமையான சொல் கூறாத வேந்தன் என்று குடிமக்கள் கூறுகின்றனரோ, அத்தருணமே அரசனின் ஆயுட்காலமும் குறைந்து அவனின் செல்வமும் சீக்கிரமாகக் குறைந்து விடும்.

When the citizens say, "Our king is a cruel person who does not speak gentle and kind words"
From the next moment, the king's days are numbered and his value of wealth will soon be lowered.

565. **அருஞ்செவ்வி இன்னா முகத்தான் பெருஞ்செல்வம்
பேஎய்கண்டு அன்னது உடைத்து.**

**Arunj-sevvi innaa mugatthaan perunj-selvam
pae-eiy-kaNdu-annathu udaitthu.**

தன்னைக் காண விரும்பும் குடிமக்களுக்கு நேரம் சரிவர ஒதுக்காமல், வந்தோரைக் கடுத்த முகத்தால் சந்திக்கும் அரசனின் பெரும் செல்வம், பேய் கண்டு காத்திருக்கும் செல்வத்தின் தன்மையைப் போன்றதாகும்.

A king who does not grant time to his citizens to meet him and when he meets, shows his anger with a frown,
Such a king's wealth is like a treasure discovered by a ghost and guarding it as its own.

566. **கடுஞ்சொல்லன் கண்இலன் ஆயின் நெடுஞ்செல்வம்
நீ[டு]இன்றி ஆங்கே கெடும்.**

**kadunj-sollan kaNN-ilan aayin nedunj-selvam
needu-indri aangae kedum.**

அரசன் தன் குடிமக்களிடம் பேசும்போதெல்லாம் கடுமையாகப் பேசி, அன்பில்லாத தன்மையோடு; அவர்களைப் பார்த்தால், அவனிடம் உள்ள பெரும் செல்வம் நிலைத்து நிற்காமல் அக்கணமே அழிந்து போகும்.

A king, who always speaks harshly to his people and looks at them without kind heartedness,
His vast wealth will not remain with him permanently and slowly vanish.

567. **கடுமொழியும் கைஇகந்த தண்டமும் வேந்தன்
அடுமுரண் தேய்க்கும் அரம்.**

**kadumozhliyum kaiy-igantha thaNdamum vaenthan
adumuraN thaeiykkum aram.**

தன் குடிமக்களிடம் கடுமையான சொல்லால் பேசுபவனும், குற்றவாளிகளை அளவு கடந்து தண்டிக்கும் இயல்புள்ள அரசனும், பகைவரை வெல்லும் வலிமையான திறம் படைத்திருப்பினும் அவை அவனது ஆயுதத்தைத் தேய்த்து அறுத்துக் குறைக்கும் அரமாக மாறிவிடும்.

A king who uses harsh words when addressing his people and punishes wrongdoers excessively,

Though, he is strong to defeat any enemy, the above evils bring his downfall, like a file that cuts an iron easily.

568. இனத்துஆற்றி எண்ணாத வேந்தன் சினத்துஆற்றிச்
சீறின் சிறுகும் திரு.

inatthu-aatri eNNaatha vaenthan sinatthu-aatrris
seerrin sirrugum thiru.

அரசன் தனக்கு அறிவுரை வழங்கும் திறன் படைத்த அமைச்சர்களுடன் கூடி முடிவு எடுத்துத் தன் கடமைகளைச் செய்யாமல், தன் கோபத்தை வெளிப்படுத்தித் தன் செயலைத் தவறாகச் செய்தால், அவனிடம் உள்ள பெரிய செல்வம் விரைந்து குறையும்.

A king who does not consult his wise ministers prior to a new task,
Shows fits of anger and commits mistakes, his wealth will fast shrink.

569. செருவந்த போழ்தின் சிறைசெய்யா வேந்தன்
வெருவந்து வெய்து கெடும்.

seruvantha poazhlthin sirrai-seiyyaa vaenthan
veru-vanthu veiythu kedum.

பகைவருடன் போரிடும் முன்னரே தன் நாட்டையும் தன் நாட்டு மக்களையும் காக்க வலிமையான அரணைக் கட்டாத அரசன், போர் நிகழும்போது அஞ்சி, விரைவில் நாட்டை இழப்பான்.

A king who does not build a strong fortress to protect his kingdom and his countrymen against an enemy,
Will shiver with fear during the battle and lose his country quickly.

570. கல்லார்ப் பிணிக்கும் கடுங்கோல் அதுஅல்ல[து]
இல்லை நிலக்குப் பொறை.

kallaarp piNikkum kadungkoal athu-allathu
illai nilakkup porrai.

நீதி நெறியின் வழியில் நடக்காத கடுமையான அரசன், எப்போதும் தன்னைச் சுற்றி அரிய நூல்களைக் கல்லாதவரையே தனக்கு உதவியாக வைத்திருப்பானேயானால் அத்தகைய கூட்டத்தைப் போன்று இந்நிலத்திற்குப் பெரிய பாரம் ஒன்றும் இல்லை.

A tyrant and unjust king is always surrounded by those who have not read rare books of knowledge, as counsels,
There can be no greater burden to this earth, than this.

58. கண்ணோட்டம் (kannoattam) (Compassionate Approach)

571. **கண்ணோட்டம் என்னும் கழிபெருங் காரிகை**
உண்மையான் உண்டு இவ்வுலகு.

kaNNoattam ennum kazhli-perung-kaarigai
uNmaiyaan uNdu ivvulagu.

அன்பும் இரக்கமும் உள்ள பார்வை என்று சொல்லப்படும் பேரழகு இருப்பதால் தான் இன்னமும் இவ்வுலகம் அழியாமல் நிலைத் திருக்கின்றது.

Love and compassionate outlook, a supreme beauty still exists.
This world is still thriving with its splendour, continuous.

572. **கண்ணோட்டத்[து] உள்ளது உலகியல் அஃதுஇலார்**
உண்மை நிலக்குப் பொறை.

kaNNoattatthu uLLathu ulagiyal aqthu-ilaar
uNmaiy nilakkup porrai.

உலகம் இயங்கிக்கொண்டிருப்பது அன்பும், இரக்கமும் உள்ள கண்ணோட்டத்தினால் தான். அத்தகைய பண்பு இல்லாதவர் உயிரோடு இருந்தால் நிலத்திற்கு பாரமே அன்றி வேறு பயனில்லை.

The world is rotating without stopping, only because of persons with love and compassionate outlook,
Others, though alive are only a burden on this earth and is of no benefit, worth the brook.

573. **பண்என்னாம் பாடற்கு இயைபுஇன்றேல் கண்என்னாம்**
கண்ணோட்டம் இல்லாத கண்.

paN-ennaam paadarrku iyaibu-indrael kaN-ennaam
kaNNoattam illaatha kaN.

பாடல் சரிவரப் பொருந்தவில்லையென்றால், என்ன மெட்டில் பாடினாலும் என்ன பயன்? அது போலத்தான், அன்பும் இரக்கமும் உடைய கண்ணோட்டம் இல்லாதவர்க்குக் கண் இருந்தும் பயன் என்ன?

A song not melodious to hear, without a background musical score,
Similarly, the eyes that lack love and compassion, what are they for?

574. **உளபோல் முகத்துஎவன் செய்யும் அளவினால்**
கண்ணோட்டம் இல்லாத கண்.

uLa-poal mugatthu-evan seiyyum aLavinaal
kaNNoattam illaatha kaN.

தகுந்த அளவுடன் அன்பும் இரக்கமும் உடைய கண்ணோட்டம் இல்லாத கண்கள் காண்பவர்க்கு முகத்தில் உள்ளது போலத் தோன்றுமே அல்லாமல் அக்கண்களால் வேறு என்ன பயன்?

The viewer has two eyes in his face that can see, of what other use,
Unless it adds kindness and compassion in all that it views.

575. **கண்ணிற்கு அணிகலம் கண்ணோட்டம் அ∴துஇன்றேல்**
புண்என்று உணரப் படும்.

kaNNirrku aNikalam kaNNoattam aqthu-indrael
puNN-endru uNarappadum.

ஒருவனின் கண்ணுக்கு அணிகலனாகாக இருப்பது அவனின் அன்பும் இரக்கமுமான கண்ணோட்டமே, அப்படி இல்லையெனில் அதே கண்கள் அவன் முகத்தில் உள்ள புண் என்று கருதப்படும்.

The jewels for one's eyes are his love and compassionate approach,
If these are absent, the very eyes will be treated as scars in a face.

576. **மண்ணோ[டு] இயைந்த மரத்துஅனையர் கண்ணோ[டு]**
இயைந்துகண் ஓடா தவர்.

maNNoadu iyaintha maratthu-anaiyar kaNNoadu
iyainthu kaN oadaathavar.

ஒருவரின் கண்கள் அன்பும் இரக்கமும் கொண்ட கண்ணோட்டம் இன்றி இருப்பின், இந்த நிலத்தில் வேரூன்றிப் பொருந்திய மரத்தைப் போல் நிற்கும் இயல்புடையது என்று கருதப்படுவர்.

One with eyes which are never kind and compassionate looking,
Is like a tree rooted in this earth, unable to move, but only standing.

577. **கண்ணோட்டம் இல்லவர் கண்இலர் கண்உடையார்**
கண்ணோட்டம் இன்மையும் இல்.

kaNNoattam illavar kaNN-ilar kaNN-udaiyaar
kaNNoattam inmaiyum il.

அன்பும் இரக்கமும் இல்லாத கண்ணோட்டம் உடையவர் கண் இல்லாதவரே; கண் இருப்பவர் கண்ணோட்டம் இல்லாமல் இருக்கவே இயலாது.

One with no love and kindness, even with eyes, held as blind.
But, one with eyes cannot be without compassionate approach to bind.

578. கருமம் சிதையாமல் கண்ணோட வல்லார்க்[கு]
உரிமை உடைத்[து] இவ்வுலகு.

**karumam sithaiyaamal kaNNoada vallaarkku
urimai udaitthu ivvulagu.**

தம் கடமையிலிருந்து வழுவாமல் அன்பும் இரக்கமும் உடைய கண்ணோட்டம் கடைபிடிக்கும் வல்லவர்க்கு இந்த உலகம் உரிமையானது.

One who does his duty with kindness and compassion, all his deeds,
For such a worthy person, the entire world is owned by him, indeed.

579. ஒறுத்துஆற்றும் பண்பினார் கண்ணும்கண் ணோடிப்
பொறுத்துஆற்றும் பண்பே தலை.

**orrutthu-aatrum paNbinaar kaNNum kaNNoadip
porrutthu-aatrum paNbae thalai.**

தமக்கு துன்பம் செய்ய நினைக்கும் ஒருவனுக்கு, அவன் செய்த தவறான செயலுக்கு தண்டனை வழங்கும்போது, அன்பும் இரக்கமும் உள்ள கண்ணோட்டத்துடன் அக்குற்றத்தைப் பொறுத்துத் தண்டனையைத் தவிர்ப்பதே முதன்மைப் பண்பு ஆகும்.

When punishing a person, who did wrong, being kind and compassionate,
In outlook and granting a pardon to such guilty and rehabilitation are the best traits.

580. பெயக்கண்டும் நஞ்சுஉண்[டு] அமைவர் நயத்தக்க
நாகரிகம் வேண்டு பவர்.

**peyak-kaNdum nanju-uNdu amaivar nayatthakka
naagarigam vaendubavar.**

அன்பும் இரக்கமும் உள்ள கண்ணோட்டத்துடன் ஒருவன் நடந்தால், எல்லோரும் விரும்பும்படியான நல்ல நாகரிகமான குணத்தைப் பெறுவர், மற்றும் அவருடன் நெருங்கிப் பழகியவர் அவருக்கு நஞ்சு கொடுப்பதைக் கண்டும், அதனை விரும்பிக் குடித்து அவருடன் சேர்ந்து மகிழ்வர்.

One who is all civility, kind and merciful in approach towards others,
Even when he knows that his best friends have mixed poison in his drink will still drink it merrily, without bothers.

59. ஒற்றாடல் (Ottraadal)

(Management of Espionage Activity)

581. ஒற்றும் உரைசான்ற நூலும் இவைஇரண்டும்
தெற்றென்க மன்னவன் கண்.

otrrum urai-saandra noolum ivaiy-iraNdum
thetrrenga mannavan kaN.

ஒற்றரும், புகழ்மிக்க நீதி நூல்கள் ஆகிய இவை இரண்டு கருவிகள் தான் அரசனுக்குத் தன் இரண்டு கண்கள் என்பது தெளிவாகத் தெரிந்து இருக்க வேண்டும்.

Spies and renowned books of justice are the two vital tools to use,
A king with knowledge should consider these as his two eyes.

582. எல்லார்க்கும் எல்லாம் நிகழ்பவை எஞ்ஞான்றும்
வல்அறிதல் வேந்தன் தொழில்.

ellaarkkum ellaam nigazhlbavai enjnaandrum
val-arrithal vaenthan thozhlil.

தன்னைச் சுற்றியுள்ள நண்பர்கள், பகைவர்கள் மற்றும் நடுவு நிலையவர்கள் ஆகிய எல்லோர்க்கும் என்ன நடக்கின்றது என்பதை நாள்தோறும் ஒற்றன் மூலம் அத்தனையும் விரைந்து தெரிந்து கொள்வதே அரசனின் தொழிலாகும்.

Events happening daily amongst his friends, enemies, men of equity,
Should be fully known to a king through his spies, an important duty.

583. ஒற்றினான் ஒற்றிப் பொருள்தெரியா மன்னவன்
கொற்றம் கொளக்கிடந்த[து] இல்.

otrrinaan otrrip poruL-theriyaa mannavan
kotram koLak-kidanthathu il.

நாட்டில் நடக்கும் நிகழ்ச்சிகள் அனைத்தையும் ஒற்றர் மூலம் அறிந்து ஆராய்ந்து, அவற்றால் அடையும் பயனைத் தெளிவாகப் புரிந்து கொள்ளாத அரசனுக்கு வெற்றி பெறத்தக்க நிலையான ஆட்சி அமைக்க வேறு எந்த வழியும் இல்லை.

A King has to know news of events in his country, through spies,
He will have to analyse its effects, else will never be able to gain victory due to good governance.

584. வினைசெய்வார் தம்சுற்றம் வேண்டாதார் என்றுஆங்கு
அனைவரையும் ஆராய்வது ஒற்று.

Vinai-seiyvaar tham-sutram vaeNdaathaar endru-aankgu anaivaraiyum aaraaivathu otru.

ஒரு நாட்டிற்குத் தொழில் செய்வோர், உறவினர்கள் மற்றும் நண்பர்கள், பகைவர்கள் என்று எல்லோரின் நடவடிக்கைகளையும் ஆராய்ந்து அறிந்து அரசனுக்குத் தெரிவிப்பதே ஒற்றரின் பணி ஆகும்.

Investigate the activities of the state's employees, kith and kin of the king, and his enemies,
Analyse and report to the king, is the duty of the spies.

585. கடாஅ உருவொடு கண்அஞ்சாது யாண்டும்
உகாஅமை வல்லதே ஒற்று.

Kada-a uruvodu kaNN-anjaathu yaaNdum ugaa-amai vallathae otru.

மக்களோடு மக்களாய் யாருக்கும் சந்தேகம் எழாதவாறு கலந்து, யாரேனும் கேள்வி கேட்டால்கூட, அவர் கண்ணுக்கு நேராக அஞ்சாமல் நின்று, எவ்வளவு துன்புறுத்தினாலும் தன் மனதில் உள்ள எண்ணத்தை வெளியிடாமல் இருக்கும் இயல்பைப் படைத்த வல்லவனே ஒற்றன் ஆவான்.

Mingling with the people, in disguise, replying without getting afraid, when caught and interrogated by an enemy,
Even if tortured, tolerating the pain and still not divulging any secrets, are the three strengths of a spy.

586. துறந்தார் படிவத்த ராகி இறந்துஆராய்ந்(து)
என்செயினும் சோர்வுஇலது ஒற்று.

thurranthaar padivatthar-aagi irranthu-aaraainthu en-seiyinum soarvu-ilathu otru.

துறவி போல வடிவம் கொண்டு, தன் நோக்கத்தை அடைய விரதம் இருப்பவர் போல் ஒழுக்கம் கடைபிடித்து, செல்ல முடியாத அரிய இடங்களுக்குச் சென்று, அறிய வேண்டிய செய்தியை அறிந்து, தன் கடமை புரிகையில் எங்கு பிடிபட்டாலும் யார் எப்படித் துன்புறுத்தினாலும் எந்த இரகசியத்தையும் சொல்லாதவனே ஒற்றன் எனப்படுவான்.

Wearing the clothes of an ascetic and acting like one, going to difficult places to get information,
And, when caught, not letting out state secrets even, if tortured, is a spy's obligation.

587. மறைந்தவை கேட்கவற்[று] ஆகி அறிந்தவை
ஐயப்பா[டு] இல்லதே ஒற்று.

**marrainthavai kaetka-vatru aagi arrinthavai
aiyappaadu illathae otru.**

பெரும் இரகசியங்களை மறைத்தவன் செயல்களை அவன் வாயினால் சொல்லி அறியும் ஆற்றலும், அப்படி அறிந்தவைகளை எவ்விதச் சந்தேகமில்லாமல், பின் அதற்கேற்ப துணிவோடு செயலாற்றும் திறன் கொண்டவனே ஒற்றன் ஆவான்.

Ability to extract information from those who have guarded secrets and on the basis of the same,
Discreetly, utilising these fearlessly to achieve the required benefits, is the work of spy, worth the name.

588. ஒற்றுஒற்றித் தந்த பொருளையும் மற்றுமோர்
ஒற்றினால் ஒற்றிக் கொளல்.

**otru-otrith thantha poruLaiyum matrum-Oar
otrrinaal otrrik koLal.**

ஓர் ஒற்றன் சேகரித்து வந்து கூறிய செய்தியினை, யாரும் அறியா வண்ணம் இன்னொரு ஒற்றனை ஈடுபடுத்தி செய்தியைப் பெற்று, இரண்டினையும் ஒப்பிட்ட பிறகே தக்க நடவடிக்கை எடுக்க வேண்டும்.

A king after receiving secret information from an espionage activity,
Should discreetly get the same verified by another spy and only after analysing these, take action accordingly.

589. ஒற்[று]ஒற்[று] உணராமை ஆள்க உடன்மூவர்
சொல்தொக்க தேறப் படும்.

**Otrru-otrru uNaraamai aaLga udan-moovar
sol-thokka thaerrap padum.**

ஒற்றர்களை ஆளும்போது, மற்றொரு ஒற்றர் அறியாத வண்ணம் பார்த்துக் கொள்ள வேண்டும். பிறகு ஒரு செய்தியைப் பற்றி மூன்று ஒற்றர்கள் கூறியதைப் பரிசிலித்து, ஒரே கருத்தைத் தெரிவித்தால் மட்டுமே அச்செய்தியை உண்மை என்று எடுத்துக்கொள்ள வேண்டும்.

While managing spies, a king shall ensure that one spy does not know another spy, and that the information,
Received shall be verified with version of three other spies and if all concur, then treat it as true and take necessary action.

590. **சிறப்புஅறிய ஒற்றின்கண் செய்யற்க செய்யின்
புறப்படுத்தான் ஆகும் மறை.**

**sirrappu-arriya otrrin-kaN seiyyarrka seiyyin
purrappadutthaan aagum marrai.**

மறைவாகத் தன் கடமையைச் சிறப்பாக செய்யும் ஒற்றரை, அரசன் எல்லோரும் அறியும் வண்ணம் கௌரவிக்கக் கூடாது. அவ்வாறு செய்தால், அவன் தன் இரகசியங்களை மறைத்து வைக்க இயலாது தானே வெளியிடுவதுபோல் ஆகும்.

A spy who does his duty discreetly, shall not be rewarded by a king ceremoniously.

If not done so, state secrets will be disclosed by him automatically.

60. ஊக்கம் உடைமை (ookkam udaiymai)

(Possessing Enthusiasm)

591. **உடையர் எனப்படுவ(து) ஊக்கம் அஃதுஇல்லார்
உடையது உடையரோ மற்று.**

**udaiyar enappaduvathu ookkam aqthu-illaar
udaiyathu udaiyaroa matru.**

ஒருவரை உடையவர் என்று சிறப்பாகச் சொல்ல நினைப்பது அவரின் ஊக்கமே. ஊக்கம் இல்லாதவர் வேறு எந்தத் திறமையை அல்லது செல்வத்தைப் பெற்றிருப்பினும் உடையவர் ஆவரோ?

One's real possession which will be praised, is his enthusiasm.
Except this, all other merits or wealth held, will it ever qualify him?

592. **உள்ளம் உடைமை உடைமை பொருளுடைமை
நில்லாது நீங்கி விடும்.**

**uLLam udaiymai udaiymai poruL-udaiymai
nillaathu neengki vidum.**

ஒருவனின் ஊக்கம் உடைமையே அவனுக்கு நிலையான பொருளாகக் கருதப்படும். அதைத் தவிர வேறு பொருட்கள் அவனிடம் இருந்தாலும் அவை தங்குவது போல் தங்கிப் பின் இல்லாமல் நீங்கி விடும்.

One's everlasting wealth is his enthusiasm.
All other material possessions held by him, will soon leave him.

593. **ஆக்கம் இழந்தேம்என்று அல்லாவார் ஊக்கம்
ஒருவந்தம் கைத்து உடையார்.**

**aakkam izhlanthaem-endru allaavaar ookkam
oruvantham kaitthu udaiyaar.**

இழக்க நேரினும் தன் கைவசம் உள்ள செல்வத்தை இழக்கிறோம் என்று ஒருபோதும் கலங்க மாட்டார். இதன் நிலையான ஊக்கத்தை உறுதியாகத் தன் கைப்பொருளாக நினைத்துச் செயல்படுபவர்.

One loses his property, will yet never say 'I have lost' in despair,
As his enthusiasm is his prime possession, and he can recover.

594. **ஆக்கம் அதர்வினாய்ச் செல்லும் அசைஇலா
ஊக்கம் உடையான் உழை.**

**aakkam atharvinaais sellum asai-ilaa
ookkam udaiyaan uzhlai.**

என்றும் தளராத ஊக்கம் உடையவனிடம், புகழ் மற்றும் செல்வம் தானாகவே அவன் இருக்குமிடத்திற்கு வழி கேட்டுச் சென்றடையும்.

One with never ending energy and greater enthusiasm of his own.
Fame and wealth will together seek his abode and settle down.

595. வெள்ளத்து அனைய மலர்நீட்டம் மாந்தர்தம்
உள்ளத்து அனையது உயர்வு.

**veLLatthu anaiya malar-neettam maanthar-tham
uLLatthu anaiyathu uyarvu.**

நீர்நிலையில் பூச்செடியின் தண்டின் நீளம், அவை நிற்கும் நீரின் அளவை குறிக்கும், அவ்வாறு மனிதருக்கு தம் வாழ்க்கையில் உயர்வு, தான் பெற்றிருக்கும் உள்ள ஊக்கத்தின் பொருட்டே அமையும்.

Height of a flower plant in water body is in ratio to depth of water,
For men, growth in life is based on their enthusiastic minds, rather.

596. உள்ளுவ(து) எல்லாம் உயர்வுஉள்ளல் மற்றுஅது
தள்ளினும் தள்ளாமை நீர்த்து.

**uLLuvathu ellaam uyarvu-uLLal matru-athu
thaLLinun thaLLaamaiy neertthu.**

ஒருவன் தன் உள்ளத்தில் எப்போதும் உயர்ந்த சிந்தனையையே சிந்திக்க வேண்டும். ஏதேனும் காரணத்தால் நினைத்த அந்த உயர்வு கை கூடாமல் போயினும், அந்த உயர்ந்த எண்ணமே அவனை உயர்த்திக் காட்டும்.

One should always think higher to raise his level of greatness,
Even, if higher level is not achieved due to some reasons, still the thought will raise his respectfulness.

597. சிதைவுஇடத்து ஒல்கார் உரவோர் புதைஅம்பின்
பட்டுப்பாடு ஊன்றும் களிறு.

**sithaivu-idatthu olkaar uravoar puthaiy-ambin
pattuppaadu oondrum kaLirru.**

யானை அம்புகளால் காயப்பட்ட போதும், அதனைப் பொருட்படுத்தாது நடையில் தளர்ச்சி ஏற்படாமல் தன் பெருமையைத் தக்க வைக்கும். அது போல, ஊக்கம் உடையவர் எவ்விதத் தடை வந்தாலும், மனம் தளராமல் தான் மேற்கொண்ட செயலின் பெருமையை நிலைநிறுத்துவர்.

An wounded elephant with arrows pierced in its body, stands royally,
Men with zeal, even in times of adversity, never give up their objective and stay firmly.

598. உள்ளம் இல்லாதவர் எய்தார் உலகத்து
வள்ளியம் என்னும் செருக்கு.

uLLam illaathavar eiythaar ulagatthu
vaLLiyam ennum serukku.

ஊக்கம் இல்லாதவர், தம் மனதில் என்றுமே இவ்வுலகத்தில் தான் வலிமை கொண்டவன் என்ற எண்ணத்தைப் பெற்றுத் தன்னைத்தான் உயர்த்திக் கொள்ளும் ஆற்றலைப் பெற மாட்டார்.

One lacking zeal in this world, cannot be strong-willed.
Without enthusiam, one cannot motivate himself to do higher deeds.

599. பரியது கூர்ங்கோட்டது ஆயினும் யானை
வெரூஉம் புலிதாக் குறின்.

**pariyathu koorng-koattathu aayinum yaanai
veroo-um puli-thaakkurrin.**

காட்டில் உள்ள எல்லா விலங்குகளையும் விடப் பெரிய உடம்பையும் கூர்மையான தந்தத்தையும் கொண்டது யானை. ஆனால் ஊக்கம் குறைந்து காணப்படுவதால், சிறிய உருவம் கொண்ட புலியை எதிர்நோக்கினால், அஞ்சி நிற்கும்.

Elephant's body is larger than other animals of the forest and also has a sharp tusk to pierce,
Lacks zeal, so when attacked by an enthusiastic small-sized tiger, it fears.

600. உரம்ஒருவற்[கு] உள்ள வெறுக்கைஅ∴து இல்லார்
மரமக்கள் ஆதலே வேறு.

**uram-oruvaRku uLLa veRukkai-aqthu illaar
maram-makkaL aathalae vaerru.**

ஒருவன் மனதில் திடமாக இருந்து, வாழ்க்கையில் அவனை உயர்த்துவது அவன் உள்ளத்தின் மிகுதியான ஊக்கமே. அப்படி இல்லை எனின், மனிதனாக வாழ்ந்தாலும் ஓரிடத்தில் நின்று வளரும் மரத்திற்கும் அவனுக்கும் எந்த வித்தியாசமும் இல்லை.

One's strength is his enthusiasm, which takes him higher in life,
Else, though he lives as a human, will live like a tree which is static and grows with no strife.

61. மடியின்மை (madiyinmai)
(Avoid Laziness)

601. குடிஎன்னும் குன்றா விளக்கம் மடிஎன்னும்
மாசுஊர மாய்ந்து கெடும்.

kudi-ennum kundraa viLakkam madi-ennum
maasu-oora maaiynthu kedum.

ஒருவன் பிறந்த குடும்பத்தின் சிறப்பு என்னும் அணையாத விளக்கு, அவனின் சோம்பலின் காரணத்தால் இருள் படியப் படிய மங்கி ஒளி இழந்துவிடும்.

A good family's name and fame like of an ever-burning lamp, bright,
Due to one's laziness, the lamp will dim and die due to dust.

602. மடியை மடியா ஒழுகல் குடியைக்
குடியாக வேண்டு பவர்.

madiyai madiyaa ozhlugal kudiyaik
kudiyaaga vaeNdubavar.

தான் பிறந்த குடும்பத்தின் சிறப்பை மேலும் பெருமைபடுத்த விரும்புபவர், சோம்பலை ஒரு கெட்ட செயல் என்று எண்ணி, கடைபிடிக்காமல் ஊக்கத்துடன் செயல்பட வேண்டும்.

One who wants his family's name to be taken to further heights,
Pursue life with zeal, treating laziness an evil act and not follow it.

603. மடிமடிக் கொண்டுஒழுகும் பேதை பிறந்த
குடிமடியும் தன்னினும் முந்து.

madi-madik koNdu-ozhlugum paethai pirrantha
kudi-madiyum thanninum munthu.

தன்னிடம் சேர்க்கக் கூடாத சோம்பலைப் பெற்று அறிவில்லாமல் நடப்பவனின் குடும்பத்தின் பெருமையும் செல்வமும் அவன் கண் முன்னே அழிந்துவிடும்.

If one indulges in idleness, a rank bad act of foolishness,
Brings shame to his family, wealth reduce fast before his very eyes.

604. குடிமடிந்து குற்றம் பெருகும் மடிமடிந்து
மாண்ட உஞற்று இலவர்க்கு.

kudi-madinthu kutram perugum madi-madinthu
maaNda unjnatru ilavarkku.

சோம்பல் காரணமாக எல்லாத் துறையிலும் வீழ்ச்சியடைந்து, அதனால் சிறந்த பணிகளைச் செய்ய இயலாதவனுக்கு, அவன் பிறந்த குடும்பத்தின் சிறப்பும் அழிந்து, குற்றமும் அதிகமாகும்.

Falling from grace in every field due to idleness,
Causing delay in work, loss of family fame and increased faultiness.

605. நெடுநீர் மறவி மடிதுயில் நான்கும்
கெடுநீரார் காமக் கலன்.

nedu-neer marravi madi-thuyil naangkum
kedu-neeraar kaamak kalan.

எந்தக் காரியத்தில் ஈடுபட்டாலும் காலம் தாழ்த்திச் செய்தல், ஞாபகத் திறன் குறைந்து காணப்படுதல், சோம்பேறித் தனம் மற்றும் எப்போதும் தூங்கிக் கொண்டிருத்தல் ஆகிய நான்கு கெட்ட பண்புகளும், அழிவை விரும்பும் ஒருவன் விரும்பி ஏறிக் கொள்ளும் படகாகும்.

Delay in work, lack of memory, laziness, more sleep than required,
The four evils, one hops into a pleasure boat with, sure to be perished.

606. படிஉடையார் பற்றுஅமைந்தக் கண்ணும் மடிஉடையார்
மாண்பயன் எய்தல் அரிது.

padi-udaiyaar patru-amainthak kaNNum madiyudaiyaar
maaN-payan eiythal arithu.

பெரும் நிலப்பரப்பை ஆளும் பெருமைமிகு அரசர், அவனுக்குத் துணையாக நின்றபோதும், சோம்பல் என்னும் நோயைத் தன்னுள் கொண்டிருக்கும் ஒருவன், அத்தகைய தோழமையின் நற்பயனை என்றுமே அனுபவிக்க இயலாது.

Alliance with a mighty ruler of a vast land, if one practises idleness,
Will never be able to realise the potential benefit of such friendliness.

607. இடிபுரிந்து எள்ளும்சொல் கேட்பர் மடிபுரிந்து
மாண்ட உஞற்று இலவர்.

idi-purinthu eLLum-sol kaetpar madi-purinthu
maaNda unjnatru ilavar.

சோம்பலை விரும்பி கடைபிடித்து எவ்வித முயற்சியிலும் ஈடுபடாத ஒருவன், தான் செய்யும் தவற்றை, மற்றவர்கள்

சுட்டிக் காட்டுவதோடு நிற்காமல் சொல்லத் தகாத சொற்களைச் சொல்வதையும் கேட்க நேரிடும்.

One who loves to practise idleness in life and lacks persistent effort, Others will point out his mistakes, also he will hear words of contempt.

608. மடிமை குடிமைக்கண் தங்கின்தன் ஒன்னார்க்[கு]
அடிமை புகுத்தி விடும்.

madimai kudimaikkaN thangkin-than onnaarkku
adimai pugutthi vidum.

சேர்க்கக்கூடாத சோம்பலை ஒருவன் கடைபிடித்தால், அச்சோம்பலே அவன் பகைவர்களுக்கு அவனை அடிமைப் படுத்திவிடும்.

If one adopts laziness in his life, as one of his quality,
This is enough to enslave him to his enemy.

609. குடியாண்மை யுள்வந்த குற்றம் ஒருவன்
மடிஆண்மை மாற்றக் கெடும்.

kudiyaaNmaiyuL vantha kutram oruvan
madi-aaNmai maatrak kedum.

ஒருவன் தான் பிறந்த குடும்பத்தின் சிறப்பும், அதன் ஆட்சிப் பெருமையின் சிறப்பும் பிறரால் இகழும் வண்ணம் காணப்பட்டாலும், அவன் சோம்பலுக்கு ஆளாகாது செயல்பட்டால், அக்குற்றங்களை அவனால் நீக்க முடியும்.

If one's family name and quality of governance is criticised,
He can correct all these faults, if laziness is avoided.

610. மடிஇலா மன்னவன் எய்தும் அடியளந்தான்
தாஅய[து] எல்லாம் ஒருங்கு.

madi-ilaa mannavan eiythum adiyaLanthaan
Thaa-ayathu ellaam orungku.

தன்னுள் சோம்பல் என்னும் தன்மையைச் சேர்த்துக் கொள்ளாத மன்னனின் ஆட்சியின் சிறப்பு, கடவுள் தன் மூன்று அடியால் உலகம் அளந்த மொத்த நிலப்பரப்பு வரையும் சென்றடையும்.

A king, who never develops laziness, even in his mind,
The three worlds that the Lord had measured with his foot, will also come under his command.

62. ஆள்வினையுடைமை (aaLvinaiyudaimai)

(Act of Persevering)

611. **அருமை உடைத்[து]என்று அசாவாமை வேண்டும்
பெருமை முயற்சி தரும்.**

**arumai udaitthu-endru asaavaamai vaeNdum
perumai muyartchi tharum.**

ஒரு செயலைச் செய்ய முடியாது என்று எண்ணி மனம் தளரக் கூடாது. மாறாக அதைச் செய்வது எப்படி என்று எண்ணி, விடா முயற்சி செய்தால் பெருமை வந்து சேரும்.

Never consider any work as impossible and get mentally upset,
But, think how to achieve a task and finish through persistent efforts.

612. **வினைக்கண் வினைகெடல் ஓம்பல் வினைக்குறை
தீர்ந்தாரின் தீர்ந்தன்று உலகு.**

**vinaik-kaN vinaikedal Oambal vinaik-kurrai
theernthaarin theernthandru ulagu.**

ஒரு செயலைச் செய்யத் தொடங்கிய பின் அதனைச் செய்து முடிக்காமல் விட்டவரை உலகம் ஒரு போதும் பொருட்படுத்தாது. ஆகையால், ஒரு செயலைத் தொடங்கினால், அதனை முடிப்பது கடினம் என்று கருதி முயற்சி செய்யாமல் இருக்கக் கூடாது.

One who starts a work and later fails to finish it, the world does not bother about him, even as a thing.
Hence, never start a work and leave it due to difficulty and leave the work unfinished without striving.

613. **தாளாண்மை என்னும் தகைமைக்கண் தங்கிற்றே
வேளாண்மை என்னும் செருக்கு.**

**thaaLaaNmai ennum thagaimaikkaN thangitrrae
vaeLaaNmai ennum serukku.**

தான் ஈட்டும் செல்வத்தினைக் கொண்டு பிறர்க்கு உதவி புரிய முடியும் என்னும் பெருமிதமும் புகழும், விடாமுயற்சி என்று சொல்லப்படும் உயரிய பண்பில் தான் நிலைத்திருக்கிறது.

Proud to help others with hard earned wealth, and earn fame,
Is only due to one's perseverance, a quality worth his name.

614. **தாளாண்மை இல்லாதவன் வேளாண்மை பேடிகை
வாளாண்மை போலக் கெடும்.**

**thaaLaaNmai illaathaan vaeLaaNmai paedigai
vaaLaaNmai poalak kedum.**

முயற்சி இல்லாதவன் பிறர்க்கு உதவி செய்யும் தன்மை, படை கண்டு நடுங்கிப் பயந்தவன் கையில் வாளைப் பிடித்துச் சரியாக வீசத் தெரியாமல் தவிப்பது போன்றதாகும்.

One who lacks perseverance, but is happy with his generosity,
Is like a sword in the trembling hands of a coward, an incapability.

615. இன்பம் விழையான் வினைவிழைவான் தன்கேளிர்
துன்பம் துடைத்[து]ஊன்றும் தூண்.

**inbam vizhlaiyaan vinai-vizhlaivaan than-kaeLir
thunbam thudaitthu-oondrum thooN.**

தன் இன்பத்தை நாடாமல், தான் மேற்கொண்ட செயலை முடிக்க விரும்புவன், தன்னைச் சுற்றியுள்ள உறவினர் மற்றும் நண்பர்களின் துன்பம் துடைக்க முயற்சி செய்து, அவர்களைத் தாங்கும் தூணாக நிற்பான்.

Sacrificing his pleasures, with persistent efforts, if one finishes the task-in-hand successfully,
Will eradicate the sufferings of his relatives and friends and will be a pillar of strength to them sincerely.

616. முயற்சி திருவினை ஆக்கும் முயற்றுஇன்மை
இன்மை புகுத்தி விடும்.

**muyartchi thiruvinai aakkum muyatru-inmai
inmai pugutthi vidum.**

ஒருவனின் விடா முயற்சி, அவனுக்கு எல்லாவிதமான செல்வச் செழிப்பும் பெருகச் செய்யும். அங்ஙனம் முயற்சி செய்வதைத் தவிர்த்தால், அவனிடம் வறுமை என்னும் துன்பம் தங்கிவிடும்.

One's perseverance, ensures increase in all types of prosperity,
Lack of persistent effort will allow him to settle with poverty.

617. மடிஉளாள் மாமுகடி என்ப மடிஇலான்
தாள்உளாள் தாமரையி னாள்.

**madi-uLaaL maa-mukadi enba madi-ilaan
thaaL-uLaal thaamaraiy inaaL.**

சோம்பேறித்தனத்தால் முயற்சி செய்யாதவனிடம் மூதேவி தங்கி அவனுக்குத் துன்பம் கொடுக்கும். முயற்சி மேற்கொள்ளும் தன்மையுடையவனிடம் தான், தாமரையில் வீற்றிருக்கும் திருமகள் தங்கி செல்வத்தை வழங்குவாள்.

Lack of effort due to laziness, takes one closer to Moodevi, the Goddess of Adversity.
But, one who is the epitome of perseverance, in his home resides Lakshmi, the lotus-seated Goddess of Prosperity.

618. **பொறிஇன்மை யார்க்கும் பழிஅன்று அறிவுஅறிந்[து]**
ஆள்வினை இன்மை பழி.

porri-inmai yaarkkum pazhli-andru arrivu-arrinthu
aaLvinai inmai pazhli.

செய்கின்ற செயலைத் தம்மால் இயன்றவரை செய்து தம் குறையினால் சரிவரச் செய்யாமல் இருப்பது குறையாகாது. ஆனால், தன் அறிவைப் பயன்படுத்தி அறிய வேண்டியவற்றை அறிந்து ஒரு செயலைத் தன் முயற்சியினால் செய்யாது இருந்தால் பழிச்சொல்லுக்கு ஆளாக நேரிடும்.

One, if even after maximum effort to finish a work-in-hand, because of his fault is unable to finish, is not a mistake.
But, a knowledgeable person due to his lack of perseverance, has to take all the blame for not completing a task.

619. **தெய்வத்தான் ஆகா[து] எனினும் முயற்சிதன்**
மெய்வருத்தக் கூலி தரும்.

theyvatthaan aagaathu eninum muyartchi-than
meiy-varutthak kooli tharum.

விதியின் காரணமாக நல்வாழ்வு அமையாமல் போனாலும், தன் உடலை வருத்திய முயற்சியின் அளவிற்கேற்பப் பயன் இல்லாமல் போகாது.

Unable to lead a happier life, all due to ill-fate
Yet, one puts in hard work, to that extent, he will earn the benefit.

620. **ஊழையும் உப்பக்கம் காண்பர் உலைவுஇன்றித்**
தாழா[து] உஞற்று பவர்.

oozhlaiyum uppakkam kaaNbar ulaivu-indrith
thaazhlaathu unjnatrubavar.

சோர்வின்றி, தான் எடுத்த செயலை முடிக்கும் முயற்சியில் முற்படுபவர், தாம் எடுக்கும் முயற்சியில் இடையூறாக வரும் கெட்ட விதியின் தாக்கத்தைக் கூட அவரால் முறியடிக்கக் கூடிய திறனுடையவர் ஆவார்.

One's laborious efforts to complete a task-in-hand without laziness,
Will ward-off the evil designs of ill-fate and achieve success.

63. இடுக்கண் அழியாமை (Idukkan azhliyaamai)

(Not getting mentally disturbed when faced with difficulty)

621. **இடுக்கண் வருங்கால் நகுக அதனை**
அடுத்துஊர்வ[து] அஃதுஒப்ப[து] இல்.

idukkaN varungkaal naguga athanai
adutthu-oorvathu aqthu-oppathu il.

துன்பம் வருத்தும் போது, அதற்கு கலங்காமல், மனதில் மகிழ்ச்சியுடன் இருக்க வேண்டும். அந்தத் துன்பத்தை துரத்த மகிழ்ச்சியைப் போல வலிமையானது வேறு ஒன்றும் இல்லை.

When troubles hurt, not getting hurt, one should maintain happiness,
No stronger mode to keep away pain except with joyousness.

622. **வெள்ளத்து அனைய இடும்பை அறிவுஉடையான்**
உள்ளத்தின் உள்ளக் கெடும்.

veLLatthu anaiya idumbai arrivu-udaiyaan
uLLatthin uLLak kedum.

பலவகையான துன்பம், வெள்ளத்தைப் போன்று கரை கடந்து வந்தாலும், அறிவில் சிறந்தவன், தன் மனதில் ஒவ்வொன்றுக்கும் தேவையான தீர்வைக் கண்டறிந்து துன்பங்களை அழிப்பான்.

Even if, one faces many types of suffering, which comes like a mighty river in spate;
Great men of knowledge, will find a solution for every pain as respite.

623. **இடும்பைக்[கு] இடும்பை படுப்பர் இடும்பைக்[கு]**
இடும்பை படாஅ தவர்.

idumbaikku idumbai paduppar idumbaikku
idumbai padaa thavar.

ஒரு செயலைச் செய்யும்போது தனக்கு நேரும் துன்பத்தினைக் கருத்தில் கொள்ளாது நடந்து முன்னேறுபவர், அத்தகைய துன்பத்திற்கே துன்பமாக விளங்குவர்.

While doing a work, when obstacles arise, if one, do not give heed,
And proceed ahead, shall cause suffering to such troubles, indeed.

624. **மடுத்தவாய் எல்லாம் பக[டு]அன்னான் உற்ற**
இடுக்கண் இடர்ப்பாடு உடைத்து.

maduttha-vaaiy ellaam pagadu-annaan utra
idukkaN idarppaadu udaitthu.

கரடுமுரடான பாதையில் கூடச் சிரமப்படாமல் மாட்டு வண்டியை இழுத்துச் செல்லும் எருது போல, விடா முயற்சியோடு காரியத்தில் ஈடுபட்டுச் செயல்படுபவனிடம் துன்பமே துன்பப்பட்டு அவனை விட்டு நீங்கி வெற்றியைக் கொடுக்கும்.

Like the bullock which pulls a cart on a road filled with obstacles, and reaches its final destination, deftly.
One, who puts in persistent effort, no hindrance has any effect on him and it leaves him and the work is finished successfully.

625. அடுக்கி வரினும் அழிவுஇலான் உற்ற
இடுக்கண் இடுக்கண் படும்.

adukki varinum azhlivu-ilaan utra
idukkan idukkan padum.

மேன்மேலும் தொடர்ந்து துன்பம் அவனைத் தாக்கினாலும், தன் மனம் கலங்காமல் செயல்பட்டு வெற்றியைப் பெறுபவனுக்கு, வரும் துன்பமே, துன்பப்பட்டுத் தானே அழிந்து விடும்.

One who achieves victory in a task overcoming the continuous difficulties faced without getting upset,
Whatever troubles come to shake his confidence, one-by-one each such trouble will be self-demolished.

626. அற்றேம்என்[று] அல்லற் படுபவோ பெற்றேம்என்[று]
ஓம்புதல் தேற்றா தவர்.

Atraem-endru allarr padupavoa petraem-endru
Oambuthal thaetraa thavar.

செல்வம் பெற்ற காலத்தில், அதைப் பெற்றோம் என்ற எண்ணி அதன்மீது ஆசையால் பற்றுக்கொண்டு காத்து மகிழ்ச்சியடையாதவர், அச்செல்வத்தை இழக்கும் காலத்தில் “இழந்தோமே” என்று அதைப் பற்றிக் கவலைப்பட்டு வருத்தப்படுவாரோ?

Men, who said, “Earned this wealth”, and due to attachment, protected it at times of prosperity and were unhappy.
Will they say, “We lost”,when they lose wealth in adversity and worry.

627. இலக்கம் உடம்[பு]இடும்பைக்[கு] என்று கலக்கத்தைக்
கையாறாக் கொள்ளாதாம் மேல்.

ilakkam udambu-idumbaikku endru kalakkatthaik
kaiyaarraak koLLaathaam mael.

அறிவில் சிறந்தோர், தன் உடம்பு துன்பத்திற்கு இலக்கம் ஆன ஒன்று என்பதை நன்கு உணர்ந்து, தனக்குத் துன்பம் நேரும் போதெல்லாம் அதைத் துன்பமாக அதைக் கருதி வருத்தப்படமாட்டார்.

Wise men realise that the human body is all filled with pain, indeed,
When in sorrow and in trouble, stays calm without giving any heed.

628. இன்பம் விழையான் இடும்பை இயல்புஎன்பான்
துன்பம் உறுதல் இலன்.

**inbam vizhlaiyaan idumbai iyalbu-enbaan
thunbam urruthal ilan.**

இன்பத்தை மட்டுமே விரும்பாமல், வாழ்வு, அது எப்போதும் துன்பத்தையும் கொடுக்கும் இயல்புடையது என்று அறிந்து நடப்பவன் துன்பம் வந்து சேரும்போது மனம் தளராமல் அதனை எதிர்த்துத் தீர்வு காண்பான்.

One who does not seek only pleasures, realise that life naturally, has the ability to cause pain,
When he faces real trouble in his life, deals it with a calm mind and tries to find a solution.

629. இன்பத்துள் இன்பம் விழையாதான் துன்பத்துள்
துன்பம் உறுதல் இலன்.

**inbatthuL inbam vizhlaiyaathaan thunbatthuL
thunbam urruthal ilan.**

ஒரு செயலால் தனக்கு இன்பம் கிடைத்த காலத்தில், அதனைப் பற்றிச் சிந்திக்காமல் மகிழ்ச்சியில் திளைக்க விரும்பாதவன், மிகவும் கொடிய துன்பத்தினுள் துன்பம் தாக்கும்போது மனதில் கலங்காமல் இருப்பான்.

One, when any task is well done attains joy, but does not think about it and do not like to express happiness,
Even when struck with the worst of all pains will remain mentally calm with no sign of sorrowfulness.

630. இன்னாமை இன்பம் எனக்கொளின் ஆகும்தன்
ஒன்னார் விழையும் சிறப்பு.

**innaamai inbam enak-koLin aagum-than
onnaar vizhlaiyum sirrappu.**

ஒருவன் தான் ஒரு செயலை முடிக்க முயற்சி செய்யும்போது, கிடைக்கும் துன்பத்தை, மனம் தளராமல் தனக்கு இன்பமேயெனக் கருத்தில் கொண்டு வாழ்ந்தால், அவன் பகைவரும் அவன் சிறப்பைப் பாராட்டிப் பெருமைப்படுவர்.

One who puts in effort at times of finishing a task, suffers pain but ignores and still works,
Considering it only as a bearable pain, even his enemy will respect him for such characteristics.

(b) அங்கவியல் (angaviyal)
(Administration or Government)

64. அமைச்சு (amaitchu)
(A Minister's Quality)

631. **கருவியும் காலமும் செய்கையும் செய்யும்
அருவினையும் மாண்ட[து] அமைச்சு.**

**karuviyum kaalamum seiygaiyum seiyyum
aru-vinaiyum maaNdathu amaitchu.**

ஒரு செயலைச் செய்ய ஏற்ற கருவியையும், செய்ய உகந்த காலத்தையும், அச்செயலைச் செய்யும் முறையையும், செய்யப் போகும் அரிய செயலின் சிறப்பால் கிடைக்கும் நன்மையையும் ஆராய்ந்து நடப்பவனே சிறந்த அமைச்சன்.

Identifies the tools, calculates time, thinks of strategy to do the task and the benefits of doing this important work nicely.
All these four, a good minister analyses and implements fully.

632. **வன்கண் குடிகாத்தல் கற்றுஅறிதல் ஆள்வினையோ[டு]
ஐந்துடன் மாண்ட[து] அமைச்சு.**

**van-kaN kudi-kaatthal katrarrithal aaLvinaiyoadu
ainthudan maandathu amaitchu.**

எந்தச் செயலையையும் செய்யும் துணிவு, நாட்டின் மக்களைக் காக்கும் திறன், அரிய நீதி நூல்களை ஆராய்ந்து கற்று, அதன்வழி செய்யத் தகுந்தவைகளைச் செய்து தவிர்க்க வேண்டியவற்றைத் தவிர்த்தல், முயற்சியோடு மேலே கூறிய ஐந்து குணங்களையும் குறைவின்றிப் பெற்றவன் அமைச்சன்.

Daring to do any task, ability to protect his countrymen, widely read rare books and following the guidelines,
Not doing avoidable acts and perseverance, are the five requisite qualifications, a minister shall possess in excess.

633. **பிரித்தலும் பேணிக் கொளலும் பிரிந்தார்ப்
பொருத்தலும் வல்ல[து] அமைச்சு.**

**piritthalum paenik koLalum pirinthaarp
porutthalum vallathu amaitchu.**

பகைவனுக்குத் துணை போகின்றவர்களைப் பிரித்து வைக்கும் அரசியல் தந்திரமும், தம்மை ஆதரிப்பவர்களை நன்கொடையாலும் இன்சொல்லாலும் பிரிந்துவிடாமல் பேணிக் காக்கும் திறனும், தேவைப்பட்டால் முன்னர் ஏதேனும் ஒரு காரணத்தினால் தம்மைப் பிரிந்து சென்றவரை மீண்டும் சேர்த்துக்கொள்ளும் ஆற்றலும் கொண்டவரே அமைச்சர்.

A minister, diplomatically splits those siding with his enemy, pampers allies with lavish gifts and heaps commendation,
And, in necessity, also takes in as a friend, one who had split earlier from his king due to any reason.

634. தெரிதலும் தேர்ந்து செயலும் ஒருதலையாச்
சொல்லலும் வல்ல[து] அமைச்சு.

**therithalum thaernthu seyalum oru-thalaiyaas
sollalum vallathu amaitchu.**

ஒரு காரியத்தைச் செய்யப் பல வகையாக ஆராய்ந்தும், அதனைச் செய்யும்போது தகுந்த நடவடிக்கை எடுத்து அதனைச் செய்து முடித்தலும், பின் அதனைப் பற்றி ஐயம் ஏற்பட்டால், ஆற்றலும் அனுபவமும் துணைக் கொண்டு துணிவாக அரசனிடம் தெளிவு படுத்தலும் அமைச்சரின் வல்லமை ஆகும்.

Thinks of strategies to perform a task, and takes steps to finish the task without any impediment,
And in case of any doubt, consults experts and submits a true report to his king, are a minister's strength.

635. அறன்அறிந்[து] ஆன்றுஅமைந்த சொல்லான் எஞ்ஞான்றும்
திறன்அறிந்தான் தேர்ச்சித் துணை.

**arran-arinthu aandru-amaintha sollaan enjnaandrum
thirran-arinthaan thaertchith thuNai.**

எல்லாவித அறத்தைப் பற்றியும் ஆராய்ந்து அறிந்து, கல்வி கற்றுப் பெற்ற அறிவாற்றல் மிக்க சொற்களைப் பேசுபவனாய், எக்காலத்திலும் செய்யும் செயலைத் திறமையுடன் செய்யும் பண்புடையவனாய் இருப்பவன்தான், கலந்து ஆலோசித்து முடிவு எடுப்பதற்கு ஏற்ற துணை ஆவான்.

Knowledge of paths of virtue, well-educated, so speaking apt words, ability to do any task well under any circumstances,
Is the right person to consult and advise the King on governance.

636. **மதிநுட்பம் நூலோடு உடையார்க்கு அதிநுட்பம்**
யாவுள முன்நிற் பவை.

mathi-nutpam nooloadu udaiyaarkku athi-nutpam
yaavuLa mun-nirrpavai.

நல்ல அறிவைப் பெற்று, அரிய பல நூல்களைக் கற்றுத் தேர்ந்து அறிவில் சிறந்தவனாக விளங்குபவனுக்கு, மிகுந்த நுட்பமான சூழ்ச்சிகளாய் முன் நிற்பவை ஏதேனும் உண்டோ?

One who gained knowledge reading rare books and is a good intellect;
The intricate designs woven against him to comprehend, is it difficult?

637. **செயற்கை அறிந்தக் கடைத்தும் உலகத்[து]**
இயற்கை அறிந்து செயல்.

seyarrkai arrinthak kadaitthum ulagatthu
iyarrkai arrinthu seyal.

அரிய பல நூல்களைக் கற்று, அவற்றில் ஒரு செயலைச் செய்ய வேண்டிய முறையை அறிந்தாலும், அத்தருணத்தில் உலகத்தின் இயற்கையாக நடப்பவைகளைப் புரிந்து அதற்கேற்ற தக்க நடவடிக்கையை எடுக்க வேண்டும்.

Even, if one possesses knowledge of how to do a task, as quoted in the rare books of knowledge, which he studied.
Still, understanding the circumstances. one should act with practical experience and take such steps as required.

638. **அறிகொன்[று] அறியான் எனினும் உறுதி**
உழைஇருந்தான் கூறல் கடன்.

arri-kondru arriyaan eninum urruthi
uzhlai-irunthaan koorral kadan.

அறிவாற்றல் உள்ளவரின் சொல்லைக் கேட்காது, செயல்களைச் செய்யும் வழிகளைச் சரியாகப் புரிந்து கொள்ளாமல், அரசன் ஆட்சி புரிந்தாலும், அக்குறைகளைக் கண்டு கோபப்படாமல், துணிவாகத் தாம் கூற வேண்டியதைக் கூறுவது அமைச்சரின் கடமையாக ஆகும்.

If a king does not give heed to the words of the wise and acts wrongly, ignoring the nuances of good governance.
Still, a minister without getting angry on the bad qualities of the king should advise him correctly and fearlessly, as it is his duty.

639. பழுதுஎண்ணும் மந்திரியின் பக்கத்துள் தெவ்ஓர்
எழுபது கோடி உறும்.

pazhluthu-eNNum manthiriyin pakkathathuL thev-Oar ezhlupathu koadi urrum.

அமைச்சர் அருகில் இருந்தும், தவறு செய்ய எண்ணும் அரசனுக்கும் நாட்டு நலனுக்கான நல்ல ஆலோசனைகளை வழங்கவில்லை என்றால், எழுபது கோடி பகைவரை வைத்திருப்பதற்கு ஈடானது ஆகும்.

A king, if not advised properly and promptly on good governance, by his minister near him,
He need not be afraid of seventy crore enemies, one such evil minister is more than enough to cause harm.

640. முறைப்படச் சூழ்ந்தும் முடிவுஇலவே செய்வர்
திறப்பாடு இலாஅ தவர்.

murraippadas soozhlnthum mudivu-ilavae seyvar thirrappaadu ilaathavar.

செய்ய வேண்டிய செயலைப் பற்றி முன்னரே திட்டமிட்டாலும், அதனைச் செய்யும்போது சரிவரச் செய்ய முடியாமல் திணறுபவர், அச்செயலைச் செய்து முடிப்பதற்கு ஏற்ற திறமை இல்லாதவர்.

One who fails to finish a work even after planning adequately,
Lacks the core competence to do such work efficiently.

65. சொல்வன்மை (Solvanmai)
(Skillful Speech)

641. நாநலம் என்னும் நலன்உடைமை அந்நலம்
யாநலத்[து] உள்ளதூஉம் அன்று.

naa-nalam ennum nalan-udaiymai an-nalam
yaa-nalatthu uLLathoo-um andru.

நினைத்த செயலை இனிதே நடைபெற உதவும் நாநலம் என்னும் உயரிய பண்பு இருத்தல் அவசியம். அப்பண்பு மற்ற உயர்நலன்களைவிடத் தலை சிறந்ததாகும்.

To finish an important task, one's power of speech, an essential quality, he should possess,
This quality occupies the highest position amongst all his good qualities.

642. ஆக்கமும் கேடும் அதனால் வருதலால்
காத்துஓம்பல் சொல்லின்கண் சோர்வு.

aakkamum kaedum athanaal varuthalaal
kaatthu-oambal sollin-kan soarvu.

செல்வம் ஈட்டுதல் மற்றும் சேர்த்த செல்வம் குறைதல் ஆகிய இரண்டுமே பேசும் சொற்களின் தன்மையினால் கிடைப்பதால், சொற்களைப் பிழையில்லாமல் கவனத்தோடு உபயோகிக்க வேண்டும்.

Increase and decrease in wealth, both are by spoken words only;
Hence, while speaking, one has to use words carefully.

643. கேட்டார்ப் பிணிக்கும் தகையவாய்க் கேளாரும்
வேட்ப மொழிவதுஆம் சொல்.

kaettaarp piNikkum thagayavaaik kaeLaarum
vaetpa mozhlivathu-aam sol.

பேச்சைக் கேட்பவர்களைத் தம் வசப்படுத்தும் தன்மையுடையதாகவும், தன் பேச்சை முன்னர் கேட்காதவரும் கேட்டால் அவர்களும் விரும்புமாறு அமைவதே சிறந்த பேச்சாகும்.

A good speech will attract the listeners to the speaker instantly;
The first time listeners too will become friends and listen attentively.

644. திறன்அறிந்து சொல்லுக சொல்லை அறனும்
பொருளும் அதனின்ஊங்கு இல்.

thirran-arrinthu solluga sollai arranum
poruLum athanin-oongku il.

தன் பேச்சை, யார் கேட்கிறார்கள் என்பதனை ஆராய்ந்து சொல்ல வேண்டும். அதனைப்போல, சொல்லத் தகுந்த நீதிநெறியும், சேர்க்கக்கூடிய செல்வமும் வேறு ஏதும் இல்லை.

Analyse the target group of listeners and then deliver the speech.
There is no other path of virtue or earnable wealth, except this.

645. சொல்லுக சொல்லைப் பிறிதோர்சொல் அச்சொல்லை
வெல்லும்சொல் இன்மை அறிந்து.

solluga sollai pirrithoar-sol atch-sollai
vellum-sol inmai arrinthu.

தான் சொல்லப்போகும் கருத்திற்குச் சரியான சொல்லா என்று ஆராய்ந்து அறிந்து, வேறொரு சொல் அதற்கு ஈடு ஆகாது என்று தெரிந்தபின் அச்சொல்லைச் சொல்ல வேண்டும்.

After analysing a word with reference to the context, words spoken,
Only if there is no word better than that, use for communication.

646. வேட்பத்தாம் சொல்லிப் பிறர்சொல் பயன்கோடல்
மாட்சியின் மாசுஅற்றார் கோள்.

vaetpatthaam solli pirrar-sol payankoadal
maatchiyin maasu-atraar koaL.

பிறரிடம் பேசும்போது, அவர் மேன்மேலும் தம் பேச்சை விரும்பிக் கேட்குமாறு கூற வேண்டும். கேட்பவர் ஏதேனும் கருத்தைக் கூறினால், அதனின் உட்பொருளை ஆராய்ந்து அதன் பயனையும் தன் பேச்சில் சேர்த்துக்கொள்ளுதல், பிழையின்றிப் பேசுபவரின் கொள்கையாகும்.

A flawless speaker makes listeners hear with apt attention to his speech,
When listeners convey opinion, includes their views, a goodness.

647. சொலல்வல்லன் சோர்விலன் அஞ்சான் அவனை
இகல்வெல்லல் யார்க்கும் அரிது.

solal-vallan soarvilan anjaan avanai
igal-vellal yaarkkum arithu.

சொல்ல வந்த கருத்தை இனிய சொற்களால் பிறர் விரும்புமாறு சொல்லும் தன்மையுடையவனாய், எப்போதும் தன் பேச்சில் பிழையில்லாமலும், யார்க்கும் பயப்படாமலும் தன் கருத்தைச்

சொல்லும் இயல்பும் இருந்தால், இப்படிப்பட்டவனை வெல்லுதல் யார்க்கும் கடினமே.

Speaking fearlessly with clarity and humility using exact words which endear the listener.
None can ever oppose and defeat in debate, such a speaker.

648. விரைந்து தொழில்கேட்கும் ஞாலம் நிரந்துஇனிது
சொல்லுதல் வல்லார்ப் பெறின்.

**virainthu thozhlil-kaetkum njnaalam niranthu-inithu
solluthal vallaarp perrin.**

தான் சொல்ல வந்த கருத்தை, சரியாக வரிசைப்படுத்தி, தம்மைக் கேட்பவர் விரும்பும் வண்ணம் இனிதாகப் பேசும் ஆற்றல் படைத்தவராக இருப்பின், இவ்வுலகம் அவர் சொல்லுவதை உடனே ஏற்றுச் செயல்படத் துடிக்கும்.

One who arranges topics in a logical manner and then speak fluently,
Such speakers' views will be accepted by this world immediately.

649. பலசொல்லக் காமுறுவர் மன்ற மாசுஅற்ற
சிலசொல்லல் தேற்றா தவர்.

**pala-sollak kaamurruvar mandra maasu-atra
sila-sollal thaetraathavar.**

விரும்பிப் பல கடினமான சொற்களைத் தன் உரையில் உபயோகிக்கும் தன்மையுடையவர், கேட்பவர்க்கு இனிமையான பிழையின்றிச் சில சொற்களைக் கொண்டு தன் கருத்தைக் கூறும் ஆற்றல் இல்லாதவர்.

One, who in his lengthy speech uses many difficult words for fame,
Is one who cannot speak a few words in a pleasant manner without mistakes to captivate the listeners duly, worth his name.

650. இணர்ஊழ்த்தும் நாறா மலர்அனையர் கற்றது
உணர விரித்துஉரையா தார்.

**Inar-oozhltthum naarraa malar-anaiyar kattrathu
Unara viritthu-uraiyaathaar.**

தான் கற்று அறிந்து தேர்ந்த நூல்களில் உள்ள சிறந்த கருத்துக்களைப் பிறர் புரிந்து கொள்ளுமாறு சிறப்பாக எடுத்துரைக்கத் தெரியாதவர், கொத்தாகப் பூ மலர்ந்தும் நறுமணம் இல்லாமல் இருப்பது போலாகும்.

One who is unable to convey the thoughts read by them in good books of knowledge to the listeners, in essence,
Is like a bunch of blossomed flowers which lacks fragrance.

66. வினைத் தூய்மை (vinaitthuiymai)

(Purity in Deeds)

651. **துணைநலம் ஆக்கம் தரூஉம் வினைநலம்**
வேண்டிய எல்லாம் தரும்.

thuNai-nalam aakkam tharoo-um vinai-nalam
vaeNdiya ellaam tharum.

உறவினர்கள், நண்பர்கள் போன்றவர்கள் துணையால் செல்வம் பெருகும். ஆனால் செய்யும் செயலின் மீது அவனுக்கு உள்ள தூய ஈடுபாடு, அவன் சேர்க்க விரும்பிய எல்லாச் செல்வங்களையும் அவனுக்குக் கொடுக்கும்.

Support of friends, relatives to one, will increase his prosperity,
Only purity of thought in a deed will give him all types of property.

652. **என்றும் ஒருவுதல் வேண்டும் புகழொடு**
நன்றி பயவா வினை.

endrum oruvuthal vaeNdum pugazhlodu
nandri payavaa vinai.

ஒருபோதும் தனக்குப் புகழும், நல்ல அறம் நிறைந்த செயலும் கொடுக்காத தூய்மையற்ற செயல்களைச் செய்யாது முற்றிலும் தவிர்க்க வேண்டும்.

One should always avoid an evil act which will bring disrepute,
And completely so, when it is not done as per the righteous path.

653. **ஓஒதல் வேண்டும் ஒளிமாழ்கும் செய்வினை**
ஆஅதும் என்னு மவர்.

Oa-Othal vaeNdum oLi-maazhlgum seiyvinai
aa-athum ennumavar.

தன் நிலைமை மேலும் உயர வேண்டும் என்று விரும்பி விடா முயற்சியில் ஈடுபடுபவர், தன் புகழ் கெடுவதற்குக் காரணமான எந்தச் செயலையும் செய்யாமல் தவிர்ப்பர்.

One who wishes to rise higher and puts in effort with perseverance,
Shall not perform any act which tarnishes his image, at the very instance.

654. **இடுக்கண் படினும் இளிவந்த செய்யார்**
நடுக்குஅற்ற காட்சி யவர்.

idukkaN padinum iLivantha seiyyaar
nadukku-atra kaatchiyavar.

துன்பம் விளைந்த காலத்திலும் தெளிந்த நல்லறிவுடையர்,
இழிவான செயல்களைச் செய்யமாட்டார்.

Wise men of virtue will not do anything unwanted,
Even when faced with surmounting troubles and wronged.

655. எற்[று]என்று இறங்குவ செய்யற்க செய்வானேல்
மற்[று] அன்ன செய்யாமை நன்று.

**Etru-endru iranguva seiyyarrka seiyvaanael
matru-anna seiyyaamai nandru.**

'நான் என்ன செய்துவிட்டேன்' என்று பின்னர் வருத்தம் தரும் எந்த விதத் தூய்மையற்ற செயலையும் செய்யாமல் இருக்க வேண்டும். அப்படி ஏதேனும் ஒரு முறை தவறான செயலைச் செய்துவிடின், அதன்பின் மீண்டும் அத்தகையச் செயலை செய்யாமல் இருப்பதே நல்லது.

One should avoid any evil act, which will make him repent later and say, "What have I done"
Even, if done once, remember it well and never repeat it again.

656. ஈன்றாள் பசிகாண்பான் ஆயினும் செய்யற்க
சான்றோர் பழிக்கும் வினை.

**eendraaL pasi-kaaNbaan aayinum seiyyarrka
saandroar pazhlikkum vinai.**

பெற்றத் தாய் பசியுடன் இருப்பதைக் காண முடியாமல் வருந்தினாலும், சான்றோர் சுட்டிக்காட்டும் எந்தவிதத் தவறான செயலையும் செய்யாமல் இருக்க வேண்டும்.

Even if one's mother suffers from hunger, unable to bear her starvation,
Never do any wrong, which wise men consider as an impure action.

657. பழிமலைந்து எய்திய ஆக்கத்தின் சான்றோர்
கழிநல் குரவே தலை.

**pazhli-malainthu eiythiya aakkatthin saandroar
kazhli-nalkuravae thalai.**

பெருஞ்செல்வத்தைத் தவறான வழியில் சேர்த்துப் பழிச்சொல்லுக்கு ஆளாவதைவிட, அறிவில் சிறந்தவர்கள் அப்படிச் செய்யாமல், தன் உழைப்பால் சேர்த்து அனுபவிக்கும் வறுமையே பெருமைமிகு செல்வமாகும்.

Amassing wealth by illegal means and due to such misdeeds, bear all the blame,
Far better is to hard earn proverty, as done by wise men worth their

name.

658. **கடிந்த கடிந்தொரார் செய்தார்க்கு அவைதாம்**
முடிந்தாலும் பீழை தரும்.

kadintha kadinthoraar seiythaarkku avai-thaam
mudinthaalum peezhlai tharum.

சான்றோரின் வார்த்தைக்குக் கட்டுப்படாமல் வேண்டாத செயல்கள் என்று கருதி ஒதுக்கியவற்றைப் பொருள் சேர்க்க வேண்டும், என்று எண்ணிச் செய்தவர்க்கு, அச்செயல்கள் முடிந்தாலும் பின்னர் தீராத துன்பத்தைக் கொடுக்கும்.

Not listening to the worldy wise, that some acts are misdeeds,
Still, through evils action, if he successfully amasses wealth, later shall suffer from continuous pain, indeed.

659. **அழக்கொண்ட எல்லாம் அழப்போம் இழப்பினும்**
பிற்பயக்கும் நற்பா லவை.

azhlakkoNda ellaam azhlappoam izhlappinum
pirr-payakkum narr-paalavai.

பிறரைத் துன்பத்தில் ஆழ்த்தி ஈட்டிய செல்வம் ஒருவனிடம் தங்கினாலும் தீராத துயரத்தைக் கொடுக்கும். ஆனால், நல்வழியில் தேடிய செல்வத்தை அத்தருணமே இழந்தாலும், பிறகு அதனால் அவனுக்குப் பயன் கிடைக்கும்.

Putting others to suffering, if one amasses wealth, it will still bring him enduring pain.
But, if wealth is gotten by purity of action, though, may be lost for a moment, later the benefits will return.

660. **சலத்தால் பொருள்செய்தே மார்த்தல் பசுமண்**
கலத்துள்நீர் பெய்துஇரீ இயற்று.

salatthaal poruL-seiythae maartthal pasumaN
kalatthuL-neer peiythu-iree iyatru.

தீய செயல்களால் பிறரை ஏமாற்றி, செல்வம் சேர்த்துப் பின் தன் பெயரைக் காப்பாற்றுவதற்காக பிறருக்கு உதவிச் செய்வது போல நடப்பது, பச்சை களிமண்ணால் செய்த மண்பானையில் நீரை ஊற்றி சேமித்து வைத்ததற்குச் சமம் ஆகும்.

Amassing wealth by cheating others and later to clear one's name, trying to be generous towards others,

Is to pour water into a new unbaked pot of wet clay, unable to store.

67. வினைத்திட்பம் (vinaitthitpam)
(Purity in Deeds)

661. **வினைத்திட்பம் என்ப[து] ஒருவன் மனத்திட்பம்**
மற்றைய எல்லாம் பிற.

vinait-thitpam enbathu oruvan manat-thitpam
matraiya ellaam pirra.

ஒரு செயலைத் தொடங்கி அதனைச் செய்ய தீவிரமான முயற்சி செய்து முடிக்கும் உறுதி என்பது அச்செயலை மேற்கொண்டவனின் மனதின் உறுதியின் பொருட்டே அமையும். அதைத் தவிர மற்றவை எல்லாம் உறுதி என்று ஆகாது.

Once a work is started, persistent effort to finish it only depends on one's mind,
Except this, other types of mental strength is worth nothing.

662. **ஊ[று]ஒரால் உற்றபின் ஒல்காமை இவ்விரண்டின்**
ஆறுஎன்பர் ஆய்ந்தவர் கோள்.

Oorru-Oraal utrrapin olgaamai ivviraNtin
aarru-enbar aainthavar koaL.

தவறான செயல்களில், ஈடுபடாமல் இருப்பதும், ஒரு செயலைச் செய்யத் தொடங்கிய பின், இயற்கையாக ஏற்பட்ட தவறினை எண்ணிக் கலங்காமல் அதனைச் சரிசெய்ய வழி கண்டுபிடிப்பதும் ஆகிய இரண்டு கொள்கைகளைக் கடைபிடிப்பவர், பின்னர் வருவதை முன் அறியும் திறன் படைத்த கற்று அறிந்தவர் ஆவர்.

No ill-conceived action and after work is started, any stoppage naturally, does not rattle the mind rather seeks solution.
The two firm principles of well-read who foresee impending problems.

663. **கடைக்கொட்கச் செய்தக்க ஆண்மை இடைக்கொட்கின்**
எற்றா விழுமம் தரும்.

kadaik-kotkatch seiythakka aaNmai idaik-kotkin
etrraa vizhlumam tharum.

செய்யப்படும் செயலை பற்றி வெளியே எவ்வித அறிகுறி தெரியாமல் செய்து முடிக்கும் திறமையே உறுதியைக் குறிக்கும். அவ்வாறன்றி, இடையில் அச்செயலைப் பற்றிய செய்திகள் வெளிவந்தால், செய்பவனுக்குத் தீராத தொல்லைகளைச் சேர்க்கும்.

To finish a pending action discreetly shows firmness of the mind,
If many know, may pose difficulty for completion of work in hand.

664. **சொல்லுதல் யார்க்கும் எளிய அரியவாம்**
சொல்லிய வண்ணம் செயல்.

solluthal yaarkkum eLiya ariyavaam
solliya vaNNam seyal.

ஒரு செயலைச் செய்வதற்கு இப்படிச் செய்யலாம் என்று ஒரு திட்டத்தை அறிவிப்பது எல்லோர்க்கும் மிகவும் எளியதாகும். ஆனால், அச்செயலைத் திட்டமிட்டவாறு கடைபிடித்து முடித்துக் காட்டுவது கடினம்.

To advise others about how to do a task is always easier than done, To start a work and plan it till the end and finish, not easy for everyone.

665. **வீ(று)எய்தி மாண்டார் வினைத்திட்பம் வேந்தன்கண்**
ஊ(று)எய்தி உள்ளப் படும்.

Veerru-eiythi maaNdaar vinaitthitpam vaenthan-kaN
oorru-eiythi uLLap padum.

எண்ணங்களாலும் பிற சிறப்புத்திறன்களாலும் பெருமை பெற்றவரின் செயல் துணிவு, அரசனாலும் பெருமையுடன் போற்றப்படுவான்.

One who by his ideas and other merits, earned a good reputation,
He will be appreciated highly by the king during felicitations.

666. **எண்ணிய எண்ணிஆங்கு எய்துப எண்ணியார்**
திண்ணியர் ஆகப் பெறின்.

eNNiya eNNi-aangku eiythuba eNNiyaar
thiNNiyar aagap perrin.

ஏற்று நடத்தும் செயலின்மீது தன் மன உறுதியைக் கடை பிடிப்பவராக இருப்பின், எண்ணிய செயல் எல்லாவற்றையும் திறம்பட, எண்ணியவாறே செய்து முடிக்கலாம்.

One, who thinks of a task and in a particular way wishes to complete,
Can do so, only if he focuses with a firm mind to finish the output.

667. **உருவுகண்டு எள்ளாமை வேண்டும் உருள்பெருந்தேர்க்கு**
அச்சாணி அன்னார் உடைத்து.

uruvu-kaNdu eLLaamai vaeNdum uruL-perunthaerkku
atchaani annaar udaitthu.

உருளும் பெரியத் தேருக்கும் கூட சிறியதாக அமைந்துள்ள அச்சு ஆணியே அதனைத் தாங்கும் பலத்தைக் கொண்டது. எனவே, யாருடைய உருவத்தைக் கண்டும் சிறுமையாக உள்ளது என்று இகழ்தல் கூடாது.

None should mock at another person's stature meanly,
They too are important, like a small sized axle pin which helps rolls on earth, the wheels of a chariot steadily.

668. கலங்காது கண்ட வினைக்கண் துளங்காது
தூக்கம் கடிந்து செயல்.

**kalangkaathu kaNda vinaikkaN thuLangkaathu
thookkam kadinthu seyal.**

கையில் எடுக்கும் எந்த ஒரு செயலையும் மனதில் தெளிவுடன், சோர்வு கொள்ளாமல் துடிப்புடன், காலத்தைத் தாமதிக்காமல் செயலாற்றி முடிக்க வேண்டும்.

One should take up a task with a clear mind and with perseverance and lack of laziness,
And finish it well ahead of schedule, with firmness.

669. துன்பம் உறவரினும் செய்க துணிவுஆற்றி
இன்பம் பயக்கும் வினை.

**thunbam urra-varinum seiyga thuNivu-aatri
inbam payakkum vinai.**

எந்த ஒரு திட்டத்தினையும் முடிக்க எடுக்கும் உண்மையான முயற்சியில், இடையூறுகள் ஏற்பட்டுத் துன்பத்தைக் கொடுத்தாலும், தன் மன உறுதியால் அதனை முடித்து, அச்செயலால் கிடைக்கும் இன்பத்தை அனுபவிக்க வேண்டும்.

While implementing a project, obstacles may arise which are irksome,
Efforts shall be taken to remove these with a firm resolve, and finally the fruits of labour can be enjoyed by some.

670. எனைத்திட்பம் எய்தியக் கண்ணும் வினைத்திட்பம்
வேண்டாரை வேண்டா(து) உலகு.

**enait-thitpam eiythiyak kaNNum vinait-thitpam
vaeNdaarai vaeNdaathu ulagu.**

எல்லாவித உறுதியும் கொண்டவராக இருப்பினும், அவரிடம் ஒரு செயலைச் செய்யத்தக்க மன உறுதியின்றிக் காணப்பட்டால் அத்தகையவரை இவ்வுலகம் மதிக்காது.

Even in all matters, firmness is displayed by many to complete work,
The world does not respect those who along with such qualities do not have the mental resolve to finish task.

68. வினை செயல்வகை (vinai seyalvagai)
(Methods of Action)

671. **சூழ்ச்சி முடிவு துணி(வு)எய்தல் அத்துணிவு**
தாழ்ச்சியுள் தங்குதல் தீது.

soozhltchi mudivu thuNivu-eiythal atthuNivu
thaazhltchiyuL thanguthal theethu.

ஒரு செயலைப் பற்றி நன்றாக ஆராய்ந்து செய்யத் துணிந்த பிறகு அச்செயலைத் துணிவுடன் செய்ய காலம் நீட்டிப்பது, குற்றம் எனப்படும்.

If one analyses action, what makes it happen is the bold execution,
Postponing the execution is classified as criminal action.

672. **தூங்குக தூங்கிச் செயற்பால தூங்கற்க**
தூங்காது செய்யும் வினை.

thoonguka thoongis seyarrpaala thoongarrka
thoongaathu seiyyum vinai.

காலத்தை நீட்டித்துச் செய்ய வேண்டிய செயல்களை நன்கு ஆராய்ந்த பிறகு செய்து முடிக்க வேண்டும். நேரத்தை வீணடிக்காமல் செய்ய வேண்டியச் செயல்களைக் காலம் தாழ்த்தாமல் உடனே செய்து முடிக்க வேண்டும்.

Work that can be postponed needs to be fully understood and can be finished later,
But the work to be finished, without delay has to be done sooner.

673. **ஒல்லும் வாயெல்லாம் வினைநன்றே ஒல்லாக்கால்**
செல்லும்வாய் நோக்கிச் செயல்.

Ollum vaayellaam vinai-nandrae ollaakkaal
sellum-vaai noakkis seyal.

ஒரு செயலைச் செய்யத் தொடங்கும்போதே அதனைப் பற்றி ஆராய்ந்த பிறகு, இயன்றவரை செய்து முடிப்பது நல்லது. அப்படிச் செய்து முடிக்க முடியாமல் தடைபட்டால் அதனைச் செய்து முடிக்கின்ற வழியை ஆராய்ந்து பார்க்க வேண்டும்.

Whenever beginning any work, one has to understand it well and good to finish it as far as possible.

In case, unable to finish the work due to obstacles, one has to analyse ways to make it completable.

674. **வினைபகை என்றுஇரண்டின் எச்சம் நினையுங்கால்**
தீஎச்சம் போலத் தெறும்.

vinai-pagai endru-iraNdin etcham ninaiyungaal
thee-etcham poalath therrum.

செய்யத் தொடங்கிய ஒரு செயலும், வெல்லக் கருதிய பகை ஆகிய இவ்விரண்டினையும் முழுமையாக முடித்துவிட வேண்டும். அப்படிச் செய்யாமல் போனால், தீயை முழுவதுமாக அணைக்காமல் விட்டுவிட்டப் பின், சிறு தீப்பொறிக்கூடப் பெரியத் தீயாக வளர்ந்து அழிப்பதுபோல், அழித்துவிடும்.

A work started and an enemy to be defeated, both these, at the very thought, should be finished,
Else, like sparks of fire if not extinguished fully, next moment will grow as an inferno, everything gets devastated.

675. **பொருள்கருவி காலம் வினைஇடனொ[டு] ஐந்தும்**
இருள்தீர எண்ணிச் செயல்.

poruL-karuvi kaalam vinaiy-idanodu ainthum
iruL-theera eNNi seyal.

ஒரு செயலைச் செய்ய தேவையான நிதி, அதற்கு ஏற்ற கருவி, தகுந்த நேரம், அச்செயலைச் செய்து முடிக்க செயல்முறைத் திட்டம், அதனோடு அதனைச் செய்ய உகந்த இடம் ஆகிய ஐந்தையும் மனதில் எந்தவிதக் குழப்பமுமில்லாமல் ஆராய்ந்து ஒரு செயலைச் செய்ய வேண்டும்.

Finance, the tools, apt time, plan of action and right place to start,
Are the five traits to be thought of clearly, before starting the project.

676. **முடிவும் இடையூறும் முற்றியாங்[கு] எய்தும்**
படுபயனும் பார்த்துச் செயல்.

mudivum idaiyoorrum mutrriyaangku eiythum
padu-payanum paartthu seyal.

ஒரு செயலைச் செய்யும் முன் அதை முடிப்பதற்குத் தேவைப்படும் முயற்சியையும், அதனைச் செய்யும்போது ஏற்படக்கூடிய இடையூறுகளும், அச்செயல் முடிந்தால் கிடைக்கும் பெரும் பயன்களும் ஆகிய மூன்றையும் ஆராய்ந்து அறிந்த பின்னரே அச்செயலில் ஈடுபட வேண்டும்.

Plan the required amount of effort to complete a task even before it is started, and the impediments expected,
And on completion, the larger benefit, all these three are essential to be analysed fully even before a work is started.

677. **செய்வினை செய்வான் செயல்முறை அவ்வினை**
உள்அறிவான் உள்ளம் கொளல்.

seiy-vinai seiyvaan seiyal-murrai av-vinai
uLL-arrivaan uLLam koLal.

ஒரு செயலைச் செய்ய முற்படுபவன் செய்ய வேண்டிய சிறப்பான முறை, அச்செயலைப் பற்றி முன்னரே நன்கு அறிந்து தேர்ந்தவனுடைய கருத்துப்படி நடந்து கொள்வதாகும்.

For one, the best manner to complete a task before starting action,
Is to consult the experienced, and act as per their expert opinion.

678. **வினையால் வினைஆக்கிக் கோடல் நனைகவுள்**
யானையால் யானையாத் தற்று.

vinaiyaal vinaiy-aakkik koadal nanai-kavuL
yaanaiyaal yaanai-yaatthatru.

செய்கின்ற செயலை முடிக்கும்போதே அதனின் இயல்பால் இன்னொரு செயலையும் செய்து முடிக்க வேண்டும். அது மதநீரால் ஏக பலம் படைத்த ஒரு யானையை அடக்கி இன்னொரு காட்டு யானையைப் பிடிப்பதற்கு ஒப்பாகும்.

While executing a project, finish simultaneously another sub-task with similar features,
Is like a rutted elephant, tamed and then used to capture another wild elephant which is fierce.

679. **நட்டார்க்கு நல்ல செயலின் விரைந்ததே**
ஒட்டாரை ஒட்டிக் கொளல்.

nattaarkku nalla seyalin viraintthathae
ottaarai ottik koLal.

ஒரு செயலை நல்லவிதமாக செய்து முடிக்க நினைத்தால் அச்செயலைச் செய்யும்போது தன் நண்பர்களுக்கு நல்லதைச் செய்வதைவிட, அதனினும் விரைந்து தன் பகைவரோடு நெருங்கிப் பழகுகின்றவரைத் தன் நண்பராக ஆக்கிக்கொள்ள வேண்டும்.

If any work is to be executed well, then rush to make friends with those who are closer to one's enemy.
It is more important than extending to own friends, favours very many.

680. உறைசிறியார் உள்நடுங்கல் அஞ்சிக் குறைபெறின்
கொள்வர் பெரியார்ப் பணிந்து.

**urrai-sirriyaar uL-nadungal anjik kurrai-perrin
koLvar periyaarp paNinthu.**

சிறிய இடத்தில் ஆட்சியில் இருப்பவர், தம்மைவிடப் பெரிய இடத்தில் இருப்பவரை எதிர்க்கும்போது அவரைக் கண்டு உள்ளுக்குள் நடுங்கி அஞ்சுவதைக் காட்டிலும், தேவையானது கிடைக்குமானால், அவர்களிடம் பணிந்து சமாதானமாகச் செல்லுதல் நன்று.

One with lesser authority, when he faces a mighty ruler is afraid,
But better, is to form alliance and get the terms of peace accepted.

69. தூது (Thoothu)

(Envoy and Diplomacy)

681. அன்புடைமை ஆன்ற குடிப்பிறத்தல் வேந்தவாம்
பண்புடைமை தூதுஉரைப்பான் பண்பு.

anbudaiymai aandra kudippirratthal vaenthavaam
paNbudaiymai thoothu-uraippaan paNbu.

தன் உறவினர், நண்பர் மற்றும் நாட்டு மக்களிடம் அன்புடன் இருப்பவனாக, நற்குணம் மிகுந்த புகழ் படைத்த குடும்பத்தில் பிறந்தவனாக, அரசன் விரும்பும் நல்ல பண்புடன் நடப்பவனாக, அரசனின் வார்த்தைகளை அப்படியே எடுத்துரைப்பவனாக இருத்தலே தூதுவனின் இலக்கணம்.

Affectionate to his relatives and countrymen, born in a reputed family and a pleasing deportment liked by a ruler,
Are the essential qualities of an envoy who will convey his king's words as such to another.

682. அன்புஅறிவு ஆராய்ந்த சொல்வன்மை தூதுஉரைப்பார்க்[கு]
இன்றி யமையாத மூன்று.

Anbu-arrivu aaraaintha solvanmai thoothu-uraippaarkku
indriyamaiyaatha moondru.

எல்லோரிடமும் அன்புடன் நடப்பவனும், அரிய நூல்களைக் கற்று தேர்ந்த அறிவு படைத்தவனும், அரசனின் வார்த்தைகளை மற்ற அரசரிடம் எடுத்துரைக்கும்போது நன்கு ஆராய்ந்து சரியான சொற்களைப் பேசுபவனும், என்ற இந்த மூன்று இன்றியமையாத தகுதிகளைப் பெற்றவன்தான் ஒரு சிறந்த தூதுவன்.

Compassionate to all, well read, highly knowledgeable and uses apt words when conveying the King's views,
Are a diplomat's three important virtues.

683. நூலாருள் நூல்வல்லன் ஆகுதல் வேலாருள்
வென்றி வினைஉரைப்பான் பண்பு.

noolaaruL nool-vallan aaguthal vaelaaruL
vendri vinaiy-uraippaan paNbu.

வேல் ஏந்தி அரசாளும் வலிமையான மற்ற அரசரிடம், தன் அரசனுக்கு வெற்றி கிடைக்குமாறு சொல்லும் தூதவனின் பண்பு, பல அரிய நூல்களைக் கற்று அறிவில் சிறந்தவர்களின் நடுவில்

தானும் பல நூல்களைக் கற்று அறிவுடையவனாக ஆவது போன்றதாகும்.

Narrating the message of his king in a skilful manner to another spear holding ruler and earn a victory,
Is like being praised as a well read expert amongst wise men who have read the rare books of virtue extensively.

684. அறி[வு]உரு ஆராய்ந்த கல்விஇம் மூன்றன்
செறிவுஉடையான் செல்க வினைக்கு.

Arrivu-uru aaraaintha kalvi-im-moondran
serrivu-udaiyaan selga vinaikku.

இயல்பினில் தலை சிறந்த அறிவையும், காண்பவர் இரசிக்கும் நல்ல உருவமும், அரிய பல நூல்களைத் தேடிக் கற்றுத் தேர்ந்த கல்வியின் பயனால் அறிவும், ஆகிய இம்மூன்று சிறப்பான பண்புகளைச் செம்மையாகப் பெற்று மற்றவரின் நல்ல மதிப்பைக் கிடைக்கப் பெற்றவன்தான், மற்ற அரசரிடம் சென்று பேசத் தகுந்த தூதவனாகத் தேர்ந்து எடுக்கப்படுவான்.

Good amount of common sense, charismatic personality, and one who has read rare books of knowledge and gained from it,
Are the three great qualities which will earn other's respect, fit to be an envoy to represent a king in other's court.

685. தொகச்சொல்லித் தூவாத நீக்கி நகச்சொல்லி
நன்றிப் பயப்பதுஆம் தூது.

thoga-sollith thoovaatha neekki naga-solli
nandri payappathu-aam thoothu.

சொல்ல வேண்டியவற்றை அறிவுடன் தொகுத்துச் சொல்லும் இயல்பும், தேவையில்லாதவற்றை நீக்கிக் கூறும் தன்மையும், கேட்பவர்கள் எல்லோரும் விரும்பிச் சிரிக்கும்படி பேசும் பண்பையும் உடையவனே தூதுவன் ஆவான்.

Speaking useful words after filtering out those which are unnecessary,
Using pleasant words which keep the listeners in rapt attention and in good humour, are the traits of an envoy.

686. கற்றுக்கண் அஞ்சான் செலச்சொல்லிக் காலத்தால்
தக்கது அறிவதுஆம் தூது.

katrukkaN anjaan sela-sollik kaalatthaal
thakkathu arrivathu-aam thoothu.

அரிய பல நூல்களைக் கற்றுத் தேர்ந்தவனும், பகைவரின் கோபமான பார்வையைக் கண்டு அஞ்சாதவனும், சொல்ல வேண்டியதை நயம்படக் கேட்பவரின் உள்ளத்தில் பதியுமாறு சொல்லுபவனும், காலத்திற்கு ஏற்ப செயலின் தன்மையை உணர்ந்து அதனைச் செய்து முடிக்கும் திறன் படைத்தவனுமே நல்ல தூதன் எனப்படுவான்.

One who is well read and is not afraid of the angry look of an enemy ruler and conveys his king's message in a pleasant manner,
Can convince him and acts according to the situation and finish his mission are the best traits of an ambassador.

687. கடன்அறிந்து காலம் கருதி இடன்அறிந்(து)
எண்ணி உரைப்பான் தலை.

kadan-arrinthu kaalam karuthi idan-arrinthu
eNNi uraippaan thalai.

தன் நாட்டிற்குச் செய்யும் கடமையை நன்கு அறிந்து, அச்செயலைச் செய்ய ஏற்ற காலம் எதுவெனத் தேர்வுச் செய்து, அதற்கான தகுந்த இடத்தையும் நன்கு ஆராய்ந்து, நிலைமை தெரிந்து அதனைப் பற்றி எடுத்துக் கூறுபவனே சிறந்த தூதன் ஆவான்.

One who knows his duties to his country, chooses the right time for finishing the duty,
In the right place and analysing these and according to the circumstances conveys king's message, is a top notch envoy.

688. தூய்மை துணைமை துணி(வு)உடைமை இம்மூன்றின்
வாய்மை வழியுரைப்பான் பண்பு.

thooiymai thuNaiymai thuNivu-udaiymai im-moondrin
vaayimai vazhli-uraippaan paNbu.

தூய ஒழுக்கங்களைக் கடைபிடிப்பவனாகவும், தன் அரசர்க்கு உண்மையான துணையாகவும், எதற்கும் கலங்காமல், செய்ய நினைக்கும் காரியத்தை முடிக்கும் துணிவும் என இம்மூன்று தகுதிகளையும் உடையவனாகவும், மற்ற அரசர்க்கும் தன் அரசன் கூறியதைச் சரியாகச் சொல்லுவதும் தூதுவனின் பண்பாகும்.

A disciplined person, truly loyal to his king, and unwavering commitment to complete his task at hand,

Are the three qualities of a diplomat, who takes the king's message exactly to another ruler in a foreign land.

689. விடுமாற்றம் வேந்தர்க்கு உரைப்பான் வடுமாற்றம்
வாய்சோரா வன்க ணவன்.

vidu-maatram vaentharkku uraippaan vadu-maatram
vaai-soaraa van-kaNavan.

தன் அரசன் சொல்லிய செய்தியை மற்ற அரசனுக்குச் சரியாகச் சொல்லும் தகுதியுடையவன், மற்ற நாட்டில் நேரப் போகும் ஆபத்திற்குக் கூட அஞ்சாமல், கூற வந்த செய்தியைச் சோர்வடையாமல், குற்றமற்ற வார்த்தைகளால் சொல்லும் மனவுறுதி உடையவனே தூதுவன்.

An envoy, whatever message his King asked him to tell another ruler, conveying exactly those words skilfully,
Without worrying about the danger which may come upon him in another country without fumbling, with clarity and fearlessly.

690. இறுதி பயப்பினும் எஞ்சாது இறைவற்கு
உறுதி பயப்பதுஆம் தூது.

irruthi payappinum enjaathu irraivarrku
urruthi payappathu-aam thoothu.

தன் அரசன் சொல்லிய செய்தியை மற்ற அரசனிடம் கூறினால், தம் உயிர்க்கு ஆபத்து ஏற்படும் என்று கூடப் பொருட்படுத்தாமல், துணிவுடன் தன் அரசனின் செய்தியைக் கூறித் தன் கடமையைச் செய்பவனே சிறந்த தூதுவன் ஆவான்.

A diplomat, even when knowing that if his King's message is conveyed to another ruler, his life may be lost,
Still unfazed, carries on with his task with courage and conveys exactly the message of his king, at all cost.

70. மன்னரை சேர்ந்தொழுகல்
(Mannarais Saernthozhlukal)
(Correct behaviour in the company of a King)

691. **அகலா[து] அணுகாது தீக்காய்வார் போல்க**
இகல்வேந்தர்ச் சேர்ந்[து] ஒழுகுவார்.

agalaathu aNugaathu theek-kaaivaar poalga
igal-vaenthars saernthu ozhluguvaar.

அரசனிடம் பழகும் எவரும், அவரிடம் மிக நெருங்கிப் பழகாமலும், மிகுந்த இடைவெளி பேணாமலும் நடுவுநிலையாக இருந்து, தீயின் முன் குளிர் காய்வர் தம்மைத் தீயிலிருந்து காப்பாற்றிக் கொண்டு வெப்பத்தையும் அனுபவிப்பவர் போல இருப்பர்.

One who moves closer with kings, also have to maintain equidistance from him to be not far and not in proximity,
Like the persons who light a bon fire to enjoy warmth but stay at the outer edge, for avoiding injury.

692. **மன்னர் விழைப விழையாமை மன்னரால்**
மன்னிய ஆக்கம் தரும்.

mannar vizhlaiba vizhlaiyaamai mannaraal
manniya aakkam tharum.

அரசனிடம் பணிபுரிபவன், தன் அரசன் விரும்புவதைத் தான் விரும்பாமல் இருந்தால், அந்தப் பண்பை விரும்பி அரசனே அவனுக்கு நிலையான செல்வத்தைக் கொடுப்பான்.

One closer to the king, should not like the desires of his King,
The king will like this trait and will gift him wealth of his liking.

693. **போற்றின் அரியவை போற்றல் கடுத்தபின்**
தேற்றுதல் யார்க்கும் அமுது.

poatrin ariyavai poatral kadutthapin
thaetruthal yaarkkum arithu.

அரசனிடம் பணிபுரிவோர் காப்பாற்ற விரும்பும் செயல் என்ன என்றால், செய்யும் வேலையில், தவறுகள் நேராத வண்ணம் காத்துக் கொள்ள வேண்டும். அப்படிப் பிழை செய்தது அரசனுக்குத் தெரிந்து கோபப்படும் போது, அதனைப் பற்றி எடுத்து உரைக்க யாராலும் முடியாது.

One in the services of the king, should guard himself from the rarest mistakes in the task undertaken.
If such an odd mistake comes to the notice of the king, none can pacify his anger and explain.

694. **செவிச்சொல்லும் சேர்ந்த நகையும் அவித்துஒழுகல்**
ஆன்ற பெரியார் அகத்து.

sevis-sollum saerntha nagaiyum avitthu-ozhlugal
aandra periyaar agatthu.

வலிமையான அரசன் அருகில் இருக்கும் போது, அவர் காணுமாறு இன்னொருவனின் காதில் எதையாவது சொல்வதையும், அவனுடன் சிரித்து உரையாடுவதையும் தவிர்க்கக் கற்றுக்கொள்ள வேண்டும்.

During meeting with a mighty king, one should learn to avoid speaking into the ears of another person closer,
And also not indulge in any conversation with him, leading to laughter.

695. **எப்பொருளும் ஓரார் தொடரார்மற் றப்பொருளை**
விட்டக்கால் கேட்க மறை.

ep-poruLum Oaraar thodaraar matrap-poruLai
vittakkaal kaetka marrai.

அரசன் பிறருடன் இரகசியமாக ஏதாவது பேசிக் கொண்டிருந்தால் அதனை ஒட்டுக் கேட்காமல், பின்னர் அரசனிடம் பேசியது என்ன என்றும் கேட்காமல், அரசனே அதைப் பற்றித் தன்னிடம் சொன்னால், அதனைக் கேட்டுக்கொள்ள வேண்டும்.

One should not try to hear secrets spoken to a person by his king,
And he should not enquire later, what was spoken about, and if the king divulges any secret, he should be just listening.

696. **குறிப்புஅறிந்து காலம் கருதி வெறுப்பில**
வேண்டுப வேட்பச் சொலல்.

kurrippu-arrinthu kaalam karuthi verruppila
vaenduba vaetpas solal.

அரசனிடம் ஏதேனும் சொல்ல முற்பட்டால், அவன் அப்போது இருக்கும் மனநிலையின் குறிப்பு அறிந்து, சொல்லுவதற்குச் சரியான நேரத்தைத் தேர்ந்து எடுத்து, அவனுக்கு வெறுப்பு ஏற்படுத்தும் சம்பவங்களைப் பற்றிச் சொல்லாமல், கேட்க விரும்புமாறு சொல்ல வேண்டும்.

If one wants to convey any message to the king, he should know his mood at that time and wait for a good moment,
To say it in a pleasing manner which does not anger him and allow him to listen with keen intent.

697.
வேட்பன சொல்லி வினைஇல எஞ்ஞான்றும்
கேட்பினும் சொல்லா விடல்.

vaetpana solli vinai-ila enjnaandrum
kaetpinum sollaa vidal.

அரசனிடம் அவன் விரும்பும் பெரிய பயன் தரும் செயலை, கேட்க முற்படவில்லை என்றாலும் சொல்ல வேண்டும். அரசனே விரும்பிக் கேட்டாலும், எந்த தருணத்திலும் அவனுக்குப் பயனில்லாத செயல்களைப் பற்றி சொல்லாமல் இருக்க வேண்டும்.

One should inform the king about such events he likes to listen due to its benefit, even when he is disinterested.
But, even if he willingly enquires about useless happenings, better not be brought to his notice, even though he is interested.

698.
இளையர் இனமுறையர் என்(று)இகழார் நின்ற
ஒளியோ(டு) ஒழுகப் படும்.

iLaiyar ina-murraiyar endru-igazhlaar nindra
oLiyoadu ozhlukappadum.

அரசரைத் தனக்கு இளையவர் அல்லது தனக்கு இன்ன முறையில் நெருக்கமானவர் என்பதால் அவமரியாதை செய்யக் கூடாது. மாறாக, அவரின் புகழின் தன்மையோடு ஒட்டித் தன் நிலைக்கேற்ப அவரோடு பழக வேண்டும்.

A king should never be disrespected, citing that he is younger or that he is related to him,
Instead, he should stay together, only as per his position in the shadow of the king's fame.

699.
கொளப்பட்டேம் என்றுஎண்ணிக் கொள்ளாத செய்யார்
துளக்குஅற்ற காட்சி யவர்.

koLappattaem endru-eNNik koLLaatha seiyyaar
thuLakku-atra kaatchiyavar.

அரசனால் மதிக்கப்படும் காரணத்தால், அவன் விரும்பாத செயல்களைச் செய்ய மாட்டார்கள், கலங்காது தெளிவாக யோசிக்கும் இயல்பைப் பெற்ற அறிவுடையார்.

Just because a king treats one with great respect, he shall never do things disliked,
As he is well read and also acts with clarity like a level-headed.

700. பழையம் எனக்கருதிப் பண்புஅல்ல செய்யும்
கெழுதகைமை கேடு தரும்.

pazhlaiyam enak-karuthip paNbu-alla seiyyum
kezhluthagaimai kaedu tharum.

அரசனுடன் நெடுங்காலமாக நெருக்கமாக உள்ளோம் என்று எண்ணி ஒருவன் என்றுமே தன் தகுதிக்கு மீறிய செயலைச் செய்ய முற்பட்டால், அது அவனுக்கு அழிவைக் கொடுக்கும்.

One who thinks that due to his longtime association with his king, He can do anything which is an inappropriate behaviour, then, the very next moment, it will lead to his worst suffering.

71. குறிப்பறிதல் (Kurripparrithal)

(Power of Face and Mind Reading)

701. **கூறாமை நோக்கிக் குறிப்புஅறிவான் எஞ்ஞான்றும்**
மாறாநீர் வையக்கு அணி.

koorraamai noakkik kurrippu-arrivaan enjnaandrum
maarraa-neer vaiyakku aNi.

அரசன் மௌனமாக இருக்கும் நேரத்திலும், அவன் கண்ணை நோக்கி அவனைப் பார்த்த மாத்திரத்திலேயே அரசனின் மனதில் நினைத்துக் கொண்டிருப்பதை அறியும் வல்லமை படைத்த அமைச்சர், எக்காலத்திலும் வற்றாத கடல்நீரால் சூழப்பட்ட இவ்வுலகத்தில் உள்ளோர்க்கு அணிகலன் ஆவார்.

Even when his king is silent, just by looking at his eyes, when a minister can understand his predicament,
He, for the citizens of this world surrounded by the perennially flowing sea, like an ornament.

702. **ஐயப் படாஅ(து) அகத்தது உணர்வானைத்**
தெய்வத்தோடு ஒப்பக் கொளல்.

aiyap padaa-athu agatthathu uNarvaanaith
theiyvatthoadu oppak koLal.

ஒருவன் மனதில் நினைத்துக் கொண்டிருக்கும் எண்ணங்களை, தெளிவாக உணர வல்லவனின் இயல்பை, தெய்வத்தின் பண்போடு ஒப்பிடலாம்.

One who has the ability to read with clarity another's thoughtfulness,
His characteristics can be compared to godliness.

703. **குறிப்பின் குறிப்(பு)உணர்வாரை உறுப்பினுள்**
யாது கொடுத்தும் கொளல்.

kurrippin kurrippu-uNarvaarai uRuppinuL
yaathu kodutthum koLal.

ஒருவனைக் கண்டதுமே அவனின் உள்நோக்கம் மற்றும் பண்பை அறிந்து உரைக்கும் வல்லவரை, அரசன் அவர் விரும்புவதை வழங்கித் தன் நாட்டில் உள்ள அமைச்சகத்தில் உறுப்பினராக அமர்த்தி, அவர் துணையைப் பெற்றுக்கொள்ள வேண்டும்.

One, competent enough to know what is going in another's mind and narrate with clarity.
King should seek their assistance by recruiting as members of cabinet and compensating enough for their duty.

704. **குறித்தது கூறாமைக் கொள்வாரோ[டு] ஏனை**
உறுப்புஓர் அனையரால் வேறு.

kurritthathu koorraamaik koLvaaroadu aenai
urruppu-oar anaiyaraal vaerru.

ஒருவன் மனதில் எண்ணியதை அவன் கூறாமலே, அறிந்து எடுத்துரைக்கும் வல்லமை படைத்த மனிதர், அவ்வாறு கூற இயலாதவர்களைப் போலவே தோற்றத்தில் தெரிந்தாலும், அறிவால் வேறுபட்டு விளங்குவர்.

One, with the power to understand what is going on in another person's mind and can narrate,
Though look like those who are unable to do so in physical structure, is different in intellect.

705. **குறிப்பின் குறிப்[பு]உணரா ஆயின் உறுப்பினுள்**
என்ன பயத்தவோ கண்.

kurrippin kurrippu-uNaraa aayin urruppinuL
enna payatthavoa kaN.

ஒருவனின் முகம் மற்றும் கண்ணை நோக்கியவுடன், அவன் மனதில் நினைத்துக் கொண்டிருப்பதை அறியும் வல்லமை இல்லாதவனாக இருப்பவனுக்கு, அவனின் உறுப்புகளுள் சிறந்து விளங்கும் கண்கள் இருப்பதால், வேறு என்ன பயன்?

On seeing a person's face and eyes, if one cannot make out, what is being thought of by him at that moment,
Are his eyes, an important part in his body, an useful component?

706. **அடுத்தது காட்டும் பளிங்குபோல் நெஞ்சம்**
கடுத்தது காட்டும் முகம்.

adutthathu kaattum paLingupoal nenjam
kadutthathu kaattum mugaṃ.

தன் பக்கத்தில் உள்ள பொருளினை அப்படியே கொண்டு காட்டும் கண்ணாடியைப் போல, ஒருவனின் மனதில் மிகுந்துள்ளதை, அவனின் முகம் பளிச்சு என்று காட்டிவிடும்.

One's face discloses clearly his excess emotions hidden inside his heart,
Like a mirror giving out exact reflection of the things kept near it.

**707. முகத்தின் முதுக்குறைந்த[து] உண்டோ உவப்பினும்
காயினும் தான்முந் தறும்.**

**mugatthin mudhuk-kurrainthathu undoa uvappinum
kaayinum thaan-munthurrum.**

ஒருவன் தன் மனதில் விரும்பினாலும் வெறுப்புக் கொண்டாலும் அதை அறிந்து கொண்டு அதனை வெளியே முந்தித் தெரிவிக்கும் முகத்தைவிட அறிவில் சிறந்தது வேறு உண்டோ?

One, in his mind feels compassion or hatred, the face immediately reads and before hand shows an expression.
Is there any other thing, more intelligent than it in comparison?

**708. முகம்நோக்கி நிற்க அமையும் அகம்நோக்கி
உற்றது உணர்வார்ப் பெறின்.**

**mugam-noakki nirrka amaiyyum agam-noakki
utrathu uNarvaarp perrin.**

அவன் நினைப்பதை முகம் அல்லது கண்ணைப் பார்த்துக் குறிப்பால் அறிந்து தெரிந்து நடப்பவரைத் துணையாகப் பெற்றால், அப்படிப் பட்டவரின் முகத்தை அவன் உற்று நோக்கி நின்றால் போதுமானது.

One who has the powers to read another's face or eyes and also acts in a manner helpful to him,
It is enough, if such a person's assistance is sought and just an intense stare into his eyes will solve many a problem.

**709. பகைமையும் கேண்மையும் கண்ணுரைக்கும் கண்ணின்
வகைமை உணர்வார்ப் பெறின்.**

**pagaimaiyum kaeNmaiyum kaNNuraikkum kaNNin
vagaimai uNarvaarp perrin.**

மனதில் நினைப்பதைக் கண்ணின் பார்க்கும் வகையால் அறிந்து எடுத்துரைக்கும் வல்லவரைத் துணையாகப் பெற்றால், மற்றவரின் பகைமை எண்ணம் அல்லது நட்பு குணம் பற்றிக் கண்ணே சொல்லிவிடும்.

One shall avail the services of wise men who can look into others' eyes and read the thought going on in their mind,
Clearly know from the eyes, whether that person is a foe or a friend.

710. நுண்ணியம் என்பார் அளக்கும்கோல் காணுங்கால்
கண்ணல்லது இல்லை பிற.

nuNNiyam enbaar aLakkum-koal kaaNung-kaal kaNN-allathu illai pirra.

நுட்பமான அறிவு உண்டு எனக் கூறிக் கொள்பவர் தாம் பிறரின் மனதில் யோசிக்கும் செயலை அறிந்து ஆராய்பவரின் அளவு கோல் என்ன என்று ஆராய்ந்தால், அவரின் கண்களே அன்றி வேறு எதுவும் இல்லை.

One who is intelligent, if he can assess another person's thought and his proposed action.
If analysed, the measuring rod is his eyes, nothing else with precision.

72. அவை அறிதல் (Avvai Arrithal)

(Understanding the quality of audience)

711. **அவைஅறிந்[து] ஆராய்ந்து சொல்லுக சொல்லின்
தொகைஅறிந்த தூய்மை யவர்.**

**avaiy-arrinhathu aaraainthu solluka sollin
thogaiy-arrintha thooiymai yavar.**

சொல்லின் இலக்கணத்தையும் தன்மையையும் ஆராய்ந்து அறிந்து கற்ற உண்மையான அறிஞர்கள், தாம் சொல்லும் செய்தியை எப்படிப்பட்ட அவையில் கேட்கப் போகிறார்கள் என்பதனையும் ஆராய்ந்து அறிந்த பின் சொல்லுவர்.

True scholars, who understand word power and parts of speech, Will evaluate the type of audience addressed and design the content of their speech, before they start to speak.

712. **இடைதெரிந்து நன்குணர்ந்து சொல்லுக சொல்லின்
நடைதெரிந்த நன்மை யவர்.**

**idai-therinthu nanguNarnthu solluka sollin
nadai-therintha nanmai yavar.**

சொல்லின் பயனையும் இலக்கணத்தையும் ஆராய்ந்து கற்றுத் தேர்ந்து, அதன் பயனை அடைபவர், தான் சொல்லும் கருத்தினை எந்த அவைக்குச் சொல்கிறோம், அங்கு கேட்பவர்களின் தன்மை என்ன என்று அறிந்து அவர்கள் விரும்புமாறு உணர்ந்து நல்லவிதமாகச் சொல்ல வேண்டும்.

Orators, who get the best out of grammar and use of words, shall Analyse before, their speech is for such category of audience, their listening ability and deliver the speech nicely, liked by all.

713. **அவைஅறியார் சொல்லல்மேற் கொள்பவர் சொல்லின்
வகைஅறியார் வல்லதூஉம் இல்.**

**avaiy-arriyaar sollal-maerrkoLbavar sollin
vagaiy-arriyaar vallathoo-um il.**

தன் பேச்சைக் கேட்கப் போகும் சபையின் தன்மை அறியாமல் சொல்லும் இயல்பை உடையவர், என்றும் சொல்லின் இலக்கணத்தைப் பற்றி அறியாதவர் மற்றும் இவர்கள் கற்கும் வல்லமையை இழந்தவர்கள் என்றே கருதப்படுவர்.

One who does not analyse in advance the psyche of the audience which he will be addressing,
Will never understand the parts of speech and will also be deemed to have lost his power of learning.

714. ஒளியார்முன் ஒள்ளியர் ஆதல் வெளியார்முன்
வான்சுதை வண்ணம் கொளல்.

oLiyaar-mun oLLiyar aathal veLiyaar-mun
vaan-suthai vaNNam koLal.

அறிவில் முதிர்ச்சியுடையோர் முன், ஒருவன் தாமும் அறிவில் சிறந்தவராக நடந்துகொள்ள வேண்டும். அறிவில்லாதர் சபையில் வெண்மை நிறமான சுண்ணாம்பின் கலவைப் போலத் தாமும் அவர்களைப் போன்றே பேசி நடந்து கொள்ள வேண்டும்.

In the assembly of well-read wise men, one should act with brilliance,
In the company of fools, one should be like white lime mortar and speak just to display similar ignorance.

715. நன்(று)என்ற வற்றுள்ளும் நன்றே முதுவருள்
முந்து கிளவாச் செறிவு.

Nandru-endravatruLLum nandrae muthuvaruL
munthu kiLavaas serrivu.

நல்ல குணம் என்று சிறப்பித்துக் கூறப்படும் குணம் எது என்றால், தம்மைவிட அறிவில் மூத்தவரின் சபையில் அவர்களின் சொல்லிற்கு முன் எதையும் சொல்லாத அடக்கமாகிய குணம் ஆகும்.

One's greatest intelligence is, in the company of elderly wise ones,
Never to speak a word before them and display humility always.

716. ஆற்றின் நிலைதளர்ந்(து) அற்றே வியன்புலம்
ஏற்றுஉணர்வார் முன்னர் இழுக்கு.

aatrrin nilai-thaLarnthu atrrae viyan-pulam
Aetru-uNarvaar munnar izhlukku.

அரிய பல நூல்களைக் கற்றுத் தேர்ந்து, அதன் வழி நடக்கும் அறிவுடையார் முன் ஒருவன் பேசும் போது சொல் குற்றம் புரிந்தால், தான் கடைபிடிக்கும் நீதிநெறியில் இருந்து தவறி நிலை தடுமாறி விழுவதைப் போன்றது ஆகும்.

Speaking before men of knowledge who have read rare books, if one commits any mistake on his own,
Is like slipping from the life's path of virtue and falling down.

717. கற்றுஅறிந்தார் கல்வி விளங்கும் கசடுஅறச்
சொல்தெரிதல் வல்லார் அகத்து.

katru-arrinthaar kalvi viLangum kasadu-arras
sol-therithal vallaar agatthu.

நன்கு கற்றுத் தேர்ந்து, சொல்லின் தன்மை அறிந்து பிழையின்றிப் பேசும் வல்லவர்களின் சபையில், அரிய பல நூல்களை ஆராய்ந்து அறிந்த கற்றவர் பேச்சு, அவரின் கல்வியின் சிறப்பை உணர்த்தும் வகையில் அமையும்.

In the assembly of well read, skilled in use of words, and who possess wide knowledge and are good orators,
The speech delivered, proves the eminent education of the speaker.

718. உணர்வது உடையார்முன் சொல்லல் வளர்வதன்
பாத்தியுள் நீர்சொரிந்[து] அற்று.

uNarvathu udaiyaar-mun sollal vaLarvathan
paatthiyuL neer-sorinthu atru.

யாரும் விளக்காமலே உட்பொருளைத் தாமே உணரும் வல்லமை பெற்றவர் சபையில் கற்றவரின் பேச்சு, தானே வளரும் பயிர் நிற்கும் பாத்தியில் தண்ணீரைப் பாய்ச்சுவதுபோல ஆகும்.

The wise men who can grasp the inner meaning of each word spoken,
In such assembly, if one speaks, is to water the self-growing plants.

719. புல்அவையுள் பொச்சாந்தும் சொல்லற்க நல்அவையுள்
நன்கு செலச்சொல்லு வார்.

pull-avaiyuL potchaanthum sollarrka nall-avaiyuL
nangku selas-sollu vaar.

நல்லத் திறன் படைத்தவரின் சபையில் அவர்கள் விரும்புமாறு நன்கு பொருள் விளங்கத் திறமையாகப் பேசக்கூடிய அறிஞர்கள், அறிவில்லாதவர்கள் கூடிய சபையில் மறந்தும் பேசக்கூடாது.

Men of learning, who speak before wise men with confidence and make them understand easily;
Shall not speak in the association of foolish men even forgetfully.

720. அங்கணத்துள் உக்க அமிழ்[து]அற்றால் தம்கணத்தார்
அல்லார்முன் கோட்டி கொளல்.

angkaNatthuL ukka amizhlthu-atrraal tham-kaNatthaar
allaar-mun koatti koLal.

தம்மைப் போலத் தகுதியுள்ளவர்களின் சபையில் பேச வேண்டும், அறிவில்லாதவர் சபையில் பேசும் சிறப்பான பேச்சு, அசுத்தமான ஒரு வீட்டின் முன்புறத்தில் ஊற்றிய அமிழ்தினைப் போன்றே வீணாகிவிடும்.

One shall speak in the assembly of wise men with equal intelligence,
The best speech delivered before men of stupidity, is like sprinkling nectar in a dirty portico, makes no sense.

73. அவை அஞ்சாமை (Avai Anjaamai)
(Shedding Stagefright)

721. வகைஅறிந்து வல்லவை வாய்சோரார் சொல்லின்
தொகைஅறிந்த தூய்மை யவர்.

**vagaiy-aRinthu vallavai vaai-soaraar sollin
thogaiy-aRintha thooiymaiyavar.**

சொல்லின் இலக்கணமும் தன்மையும் அறிவதில் தேர்ச்சி பெற்று, மனதில் நல்ல எண்ணங்களுடன் வாழும் கற்றவர்கள், பேச இருக்கும் அவை, கற்றவரின் அவையா அல்லது கல்லாதவரின் அவையா என்று அதன் தன்மை அறிந்த பின், பேசும்போது, பயத்தால் குற்றமில்லாமல் பேசுவர்.

One with good oratorical skills and well read, who have purity in thought, before addressing an audience;
Analyse whether listeners are learned or illiterate and avoid mistakes out of fear, therefore, prepare well in advance.

722. கற்றாருள் கற்றார் எனப்படுவர் கற்றார்முன்
கற்ற செலச்சொல்லு வார்.

**katraaruL katraar enappaduvar katraar-mun
katra selas-sollu vaar.**

கற்றவர் அவையில் தான் சொல்ல வந்ததை அச்சமின்றி அவர்கள் விரும்பும் வண்ணம் எடுத்துரைக்கும் ஆற்றலை உடையவரே எல்லோரையும்விட நன்கு கற்றுத் தேர்ந்தவர் ஆவர்.

One is considered to be the best amongst all the learned ones;
Only if he is able to explain to them in simpler terms, without fearfulness.

723. பகையகத்துச் சாவார் எளியர் அரியர்
அவையகத்து அஞ்சா தவர்.

**pagaiyagatthus saavaar eLiyar ariyar
avaiyagatthu anjaathavar.**

பகைவரைப் போரில் வீரமாகச் சந்தித்து சாகத் துணிந்தவர் இவ்வுலகதில் பலர் உண்டு. ஆனால், கற்றோர் கூடியிருக்கும் அவையில் நின்று அஞ்சாமல் பேசும் திறமையான பேச்சாளர்கள் சிலரே.

Ready to face the enemy with courage and prepared to die are many;
But, very few are there to face the assembly of learned speak before them eloquently.

724. **கற்றார்முன் கற்ற செலச்சொல்லித் தாம்கற்ற**
மிக்காருள் மிக்க கொளல்.

katraar-mun katra selas-sollith thaam-katra
mikkaarul mikka koLal.

அரிய பல நூல்களைத் தேடி ஆராய்ந்து கற்றவர் முன் ஒருவன் தான் கற்றவற்றைச் சொல்லும்போது, அவர் மனம் விரும்புமாறு எடுத்துரைக்க வேண்டும். அவர் பேசும்போது, மிகுதியாகக் கற்ற கல்வியின் பயனை அறிந்து, அவர் சொல்லும் சிறந்த கருத்தினை அவரிடம் இருந்து பெற்றுக்கொள்ள வேண்டும்.

When speaking in the assembly of learned men, one shall explain what is read by him, in a likeable way and with clarity;
And when his speech is interfered by wise men, he should grasp their words and learn with all humility.

725. **ஆற்றின் அளவுஅறிந்து கற்க அவைஅஞ்சா**
மாற்றம் கொடுத்தற் பொருட்டு.

aatrin aLavu-arrinthu karrka avaiy-anjaa
maatram koduttharr poruttu.

கற்க வேண்டிய நூல்களை ஆராய்ந்து, சொல் இலக்கணமும் தன்மையும் அறிந்து கற்றுகொள்ள வேண்டும். அவ்வாறு கற்பது அவையில் பேசும்போது, யாரும் குறுக்கிட்டுக் கேட்கும் எல்லாக் கேள்விகளுக்கும் அஞ்சாமல் தெளிவாக மறு பதில் அளிக்க உதவி புரியும்.

One shall widely read rare books of knowledge, learning also about word and grammatical structure;
That will assist one to be fearless and capable to answer the questions posed in an intelligent manner.

726. **வாளொடுஎன் வன்கண்ணார் அல்லார்க்கு நூலொடுஎன்**
நுண்அவை அஞ்சு பவர்க்கு.

vaaLodu-en van-kaNNar allaarkku noolodu-en
nunN-avai anjubavarkku.

கோழைகளுக்குத் தங்கள் கையில் பிடித்த வாளோடு என்ன தொடர்போ, அது போலத்தான், நன்கு ஆராய்ந்து அறிந்தோர் அவையில் நிற்க அஞ்சுபவரின் கல்வி அறிவும்.

The nature of bonding which a coward has with a sword in his hand;
Is what a person has with education, when he is afraid to face the queries of the well-read.

727. **பகையகத்துப் பேடிகை ஒள்வாள் அவையகத்து**
அஞ்சு மவன்கற்ற நூல்.

pagaiyakatthup paedigai oL-vaaL avaiyagatthu
anjumavan-katra nool.

போர்க்களத்தில் பகைவரைக் கண்டு நடுங்கும் கோழையின் கையில் உள்ள கூர்மையான வாளைப் போன்றதுதான் ஒருவன் அரிய நூல்கள் பல கற்றும், கற்று அறிந்தவர் அவையில் அஞ்சி, தான் கூற வந்த கருத்தைச் சொல்ல முடியாமல் தவித்தல் ஆகும்.

A coward who trembles at the sight of an enemy in a battlefield, of what use in his hand, a sharp sword,

Similar is one though well-read, fears to speak before wise men, forgets the context and the right words.

728. **பல்லவை கற்றும் பயம்இலரே நல்அவையுள்**
நன்கு செலச்சொல்லா தார்.

pallavai katrum bayam-ilarae nall-avaiyuL
nangku selas-sollaathaar.

கற்றவர் அவையில் தான் கூற வந்ததைச் சொல்ல முடியாமல் போனால், அரிய நூல்கள் பல கற்றாலும், இந்த உலகத்திற்குப் பயன்படமாட்டார்.

One, unable to express his words in the assembly of wise intellects;
Though has read many rare books, is of no use to the world due to it.

729. **கல்லா தவாரின் கடைஎன்ப கற்றுஅறிந்தும்**
நல்லார் அவைஅஞ்சு வார்.

kallaathavarin kadaiy-enba katru-arrinthum
nallaar avaiy anjuvaar.

பல அரிய நூல்களைக் கற்றுத் தேரினும், கற்றவர்கள் உள்ள அவையைக் கண்டு அஞ்சி நடுங்கும் ஒருவனை, கற்றவராக இருப்பினும் கல்லாதவரின் கீழே வரிசைப்படுத்துவர்.

Though one has read rare books, fears facing the assembly of wise;
He will be ranked well below, in the list of unread guys.

730. **உளர்எனினும் இல்லாரொடு ஒப்பர் களன்அஞ்சிக்**
கற்ற செலச்சொல்லா தார்.

**uLar-eninum illaarodu oppar kaLan-anjik
katra selas-sollaathaar.**

அரிய பல நூல்களை ஆராய்ந்து அறிந்து கற்றவரின் அவைக்கு அஞ்சி, தாம் கற்றவைகளை அவர்கள் மனம் விரும்புமாறு எடுத்துரைக்க இயலாதவர் உயிரோடு நடமாடினாலும் பயனின்மை காரணமாக இறந்தவர்க்கே சமம் ஆவர்.

A well read expert, fears to face the assembly of wise and fumbles to explain in likeable words, all that he has read;
Even though alive, due to wastefulness, will be compared with dead.

அரண் இயல் (araNiyal)
(Country and its Security)

74. நாடு (naadu)
(Country)

731. தள்ளா விளையுளும் தக்காரும் தாழ்வுஇலாச்
செல்வரும் சேர்வது நாடு.

**thaLLaa viLaiyuLum thakkaarum thaazhlvu-ilaas
selvarum saervathu naadu.**

குறையாத விளைச்சலைத் தரும் உழவோரும், சிறந்த அறிஞர்களும், குற்றமில்லாமல் செல்வம் சேர்த்த செல்வந்தரும் சேர்ந்து வாழ்வதே நாடாகும்.

Farmers who assure bountiful harvestry, best learned men of civility;
And justly wealthy, are the three groups living together, called a country.

732. பெரும்பொருளால் பெள்தக்கது ஆகி அருங்கேட்டால்
ஆற்ற விளைவது நாடு.

**perumporuLaal peL-thakkathu aagi arung-kaettaal
aatra viLaivathu naadu.**

மிக அதிகமான செல்வம் கொண்டதாகவும், மற்ற நாட்டு மக்களின் விருப்பத்திற்கு ஏற்றதாகவும், எந்தக் குற்றமோ அல்லது குறையோ இல்லாது இருப்பதும், அளவுக்கு அதிகமான விளைச்சலும் பெற்றிருப்பதே நாடு எனப்படும்.

Abundant natural resources, foreigners likeability,
Bereft of crimes or faults and bountiful harvest, comprise a country.

733. பொறைஒருங்கு மேல்வருங்கால் தாங்கி இறைவற்கு
இறைஒருங்கு நேர்வது நாடு.

**porraiy-orungku mael-varungkaal thaangki irraivarrku
irraiy-orungku naervathu naadu.**

பிற நாட்டிலுள்ள பிரச்சினையால், போர் அல்லது இயற்கைச் சீற்றம் காலத்தில் குடி பெயர்ந்து வரும் அந்நாட்டு மக்களை ஏற்று, அவர்களை நல்ல விதமாக கவனித்து, தன் அரசனுக்கு குடிமக்கள் தான் செலுத்த வேண்டிய வரி முழுவதையும் கட்டுவதே நாடாகும்.

A country, is one which accepts influx of refugees from another country, due to civil rife or disaster, takes care of its needs;
And where its citizens also remits the taxes due fully, indeed.

734. உறுபசியும் ஓவாப் பிணியும் செறுபகையும்
சேரா[து] இயல்வது நாடு.

urru-pasiyum Oavaap piNiyum serru-pagaiyum
saeraathu iyalvathu naadu.

நாட்டு மக்கள் மிக்க பசியாலும், தீராத நோயுடனும் எப்போதும் பிற நாட்டின் படையெடுப்பால் அழிவு ஏற்படுவதும் இவையெல்லாம் இன்றி, எல்லோரும் இன்பமாகச் சேர்ந்து இருப்பதே நாடாகும்.

A country is one, where its people don't suffer from abject hunger or epidemics;
Safe from devastation caused by invaders and where its citizens lead a life of joy and peace.

735. பல்குழுவும் பாழ்செய்யும் உட்பகையும் வேந்துஅலைக்கும்
கொல்குறும்பும் இல்லது நாடு.

pal-kuzhluvum paazhl-seiyum ut-pagaiyum vaenthu-alaikkum
kol-kurrumbum illathu naadu.

பல வகையான முரண்களோடு செயல்படும் குழுக்களும், ஒரு நாட்டை வளர்ச்சிப் பாதையிலிருந்து அழிக்கும் உள்நாட்டுக் கலவரங்களும், அரசனின் அமைதியை எப்போதும் கலங்க வைக்கும் கொலைத் தொழில் புரியும் கொலைக்கூட்டமும் இல்லாது இருப்பதே சிறந்த நாடாகும்.

Where internal harmony disturbing factional groups are absent, growth hampering internal disturbances are non est,
And free from assassin groups which destroy the peace of a king, are the hallmarks of a nation, at best.

736. கே[டு]அறியாக் கெட்ட இடத்தும் வளம்குன்றா
நாடுஎன்ப நாட்டின் தலை.

Kaedu-arriyaak ketta idatthum vaLam-kundraa
naadu-enba naattin thalai.

மற்ற நாட்டின் பகையால் நாட்டிற்கு எந்த ஒரு கெடுதலுமில்லாமல், கேடு காலத்திலும் நாட்டின் செல்வம் குறையாமலும் இருக்கின்ற நாட்டையே கற்றறிந்தவரகள் உலக நாடுகளுள் சிறந்த நாடாகக் கருதுவர்.

A top ranking country is said to be that which is not affected by its foe and even in the worst conditions of illness,

Will still move in its path of progress.

737. **இருபுனலும் வாய்ந்த மலையும் வருபுனலும்**
வல்அரணும் நாட்டிற்(கு) உறுப்பு.

iru-punalum vaaiyntha malaiyum varu-punalum
val-araNum naattirrku urruppu.

ஊற்றிலிருந்து கிடைக்கும் நீரும், வளமான மழைநீரும், இவை நிறைந்து உள்ள மலையும், அங்கிருந்து தரையில் ஓடி வரும் நதியும், பகைவரால் தகர்க்க முடியாத கோட்டையும் நாட்டிற்கு உறுப்புகள் ஆகும்.

Water from artesian springs, abundant rainfall in the mountain ranges, perennial water flowing to the land below,

And a strong fortress, are the components which makes a nation grow.

738. **பிணியின்மை செல்வம் விளைவுஇன்பம் ஏமம்**
அணிஎன்ப நாட்டிற்(கு) இவ்வைந்து.

piNiyinmai selvam vilaivu-inbam aemam
aNi-enba naattirrku ivvainthu.

நோயில்லாத வாழ்வு, குறையாத செல்வம், செழிப்பான விளைச்சல், மகிழ்ச்சி, நாட்டின் மக்களைப் பாதுகாக்கும் காவல் என்ற ஐந்தும், ஒரு நாட்டிற்குச் சிறந்த அழகு என்ற சொல்லுவர் கற்றறிந்த பெரியவர்.

Pandemic-free life, undiminishing rich resources, bountiful harvest, people's happiness,

And defense forces to protect citizens are the five beautiful ornaments for a great country, say the wise.

739. **நா(டு)என்ப நாடா வளத்தன நாடுஅல்ல**
நாட வளம்தரும் நாடு.

Naadu-enba naadaa vaLatthana naadu-alla
naada vaLam-tharum naadu.

நாட்டு மக்கள் முயற்சி செய்யாமலே நல்ல வளம் தரும் நாட்டைச் சிறந்த நாடு என்றும் நாட்டு மக்களின் கடின உழைப்பிற்குப் பின் வளம் தரும் நாட்டைச் சிறந்த நாடல்ல என்றும் கூறுவர்.

A great country is, where land with natural resources, is easily available for its people to enjoy effortlessly.

And, where its country men have to toil and moil to attain prosperity, is not a great country, really.

740. ஆங்குஅமை(வு) எய்தியக் கண்ணும் பயம்இன்றே
வேந்துஅமை(வு) இல்லாத நாடு.

**Aangku-amaivu eiythiyak kaNNum bayam-indrae
vaenthu-amaivu illaatha naadu.**

ஒரு நாட்டின் வளர்ச்சிக்குத் தேவையான மேற்கூறிய அத்தனை சிறப்புகள் இருந்தாலும், அந்நாட்டு அரசன் தன் குடிமக்களிடம் அன்பும் அருளும் இல்லாது செலுத்தும் அரசாட்சியால், எந்த நன்மையும் கிடைக்காது.

All the characteristics referred above is for a country to be called as a great country, even if available abundantly,
Still a ruler does not administer his subjects with love and compassion, can confer nothing beneficially.

75. அரண் (aran)
(Fort)

741. ஆற்று பவர்க்கும் அரண்பொருள் அஞ்சித்தன்
போற்று பவர்க்கும் பொருள்.

**aatrubavarkkum araN-poruL anjit-than
poatrubavarkkum poruL.**

அறிவு, ஆளுமை, புகழ் என்னும் ஆற்றல்களையுடைய அரசன் பகைவரின் மேல் படையெடுத்துச் செல்வதற்கும் அரண் சிறந்தது, மற்றும் தன் மேல் படையெடுத்து வந்தவரிடம் இருந்து அஞ்சி ஒதுங்கியவர்க்குக் காப்பதற்குச் சிறந்தது அரண்.

A king who is intelligent, an able administrator and famous, when he attacks an enemy, vital asset is a fortress.
If he from an enemy's wants to save one who is afraid it is the best defense.

742. மணிநீரும் மண்ணும் மலையும் அணிநிழல்
காடும் உடைய[து] அரண்.

**maNi-neerum maNNum malaiyum aNi-nizhlal
kaadum udaiya(thu) araN.**

மணியின் நிறத்தில் தெளிந்த நீரும், பரந்த சமவெளி நிலமும், மலையும், குளிர்ச்சி தரும் அடர்ந்த காடும் ஆகிய இந்நான்கும் கொண்டதே அரண் ஆகும்.

Crystal clear water, a wide barren land in the front,
Mountains and a cool dense forest, the four requisites for a fort.

743. உயர்[வு]அகலம் திண்மை அருமைஇந் நான்கின்
அமை[வு]அரண் என்றுஉரைக்கும் நூல்.

**Uyarvu-agalam thiNmai arumai innaangin
amaivu araN endru-uraikkum nool.**

உயரமும், அகலமும், உறுதியும், பகைவரால் தகர்க்க முடியாத அருமையான மதில் சுவரும் என்று சொல்லப்படும் இந்நான்கு தன்மையை அரண் என்று சொல்லுவர் நூல்கள் கற்றுத் தேர்ந்த அறிஞர்கள்.

Height, breadth, strength and firmly built fortress wall to withstand enemy's onslaught;
Are the four features of a fort, as considered by the literate.

744. சிறுகாப்பின் பேர்இடத்[து] ஆகி உறுபகை
ஊக்கம் அழிப்ப[து] அரண்.

sirrukaappirr paer-idatthu aagi urru-pagai
ookkam azhlippathu araN.

சிறிய முயற்சியினால் பகைவரிடமிருந்து தன்னைக் காத்துக் கொள்வதற்கு உரியதாகவும், அகன்ற நிலப்பரப்பும் உடையதாகவும் தன்னை முற்றுகையிட்டுத் தாக்க வந்த பகைவரின் ஊக்கத்தை அழிக்கும் தன்மையுடையதே அரண் ஆகும்.

Only requiring a little defense from an enemy's attack extended over a large land mass,
And capable of breaking the enemy's resolve when held under siege, are the signs of a strong fortress.

745. கொளற்[கு]அரிதாய்க் கொண்டகூழ்த்து ஆகி அகத்தார்
நிலைக்[கு]எளிதாம் நீர[து] அரண்.

koLarrku arithaayk koNda-koozhlthu aagi agatthaar
nilaikku-eLithaam neerathu araN.

பகைவர் பல நாட்கள் முற்றுகையிட்டுத் தாக்கினாலும் கைப்பற்றுவதற்கு அரியதாய், அதனுள்ளே பல விதமான உணவு வகைகளைக் கொண்டதாயும் எல்லோருக்கும் தரும் போதிய அளவும், அதனுள் இருப்பவர்கள் வாழ்வதற்கும் போரிடுவதற்கும் எளிதான தன்மை உடையதாகவும் இருப்பதே அரண்.

Ability to withstand long siege by an enemy and thwart its attack, stockpiling rations in adequate,
And offering active life for its inmates with an ever ready garrison to put up a fight shall comprise a fort.

746. எல்லாப் பொருளும் உடைத்தாய் இடத்துஉதவும்
நல்லாள் உடைய[து] அரண்.

ellaap poruLum udaitthaai idatthu-uthavum
nall-aaL udaiyathu araN.

உள் தங்கியிருப்போர் அனைவருக்கும் தேவைப்படும் பொருட்கள் போதிய அளவில் கொண்டதும், வெளியே அதனைத் தகர்க்க எண்ணும் பகைவரிடமிருந்து காத்துக்கொள்ள வலிமை மிக்க நல்ல வீரர்களையும் உடையது அரண் எனப்படும்.

Ensuring adequate supplies for inmates of the fort over a long period,
Even to thwart an enemy's attack on the fort outside, shall also contain a garrison, which is battle-ready inside.

747. முற்றியும் முற்றா[து] எறிந்தும் அறைப்படுத்தும்
பற்றற்கு அரியது அரண்.

mutrriyum mutraathu errinthum arraip-padutthum
patrarrku ariyathu araN.

நெடுநாள் தன்னைச் சூழ்ந்தும், சூழாமலும் போர் செய்து, உள்ளிருப்பவரின் உதவியால் வஞ்சனையாகக் கைப்பற்ற நினைத்தும், பகைவரால் கைப்பற்ற இயலாத அரிய தன்மையுடையதே அரண் எனப்படும்.

When laid siege for a number of days, or in enemy's direct assault,
Still unable to be captured even with treachery, feature of a fort.

748. முற்றுஆற்றி முற்றி யவரையும் பற்றுஆற்றிப்
பற்றியார் வெல்வ[து] அரண்.

mutru-aatrri mutriyavaraiyum patru-aatrrip
patriyaar velvathu araN.

முற்றுகையிடும் வல்லமை கொண்ட பகைவரின் முற்றுகையையும், தன்னுள்ளே இருக்கும் வீரர்கள் தாங்கள் பிடித்த இடத்திலிருந்து நகராமல் போர் செய்து வெல்லும் தன்மையுடைதுமே சிறந்த அரண் ஆகும்.

The best fort withstands the siege of a strong enemy outside,
Its soldiers can defeat any enemy, from their positions inside.

749. முனைமுகத்து மாற்றலர் சாய வினைமுகத்து
வீறுஎய்தி மாண்ட[து] அரண்.

munai-mugatthu maatrralar saaya vinai-mugatthu
veerru-eiythi maaNdathu araN.

போர் முனையில் போர் தொடங்கியவுடனே, அதனுள் இருப்பவர் செய்யும் பல வகைப் போர்த்திறன் தாக்குதல்களால் பகைவரை நடுங்கச்செய்து சிறந்து விளங்குவதே, அரண் எனப்படுவது.

On the edge of a battle, the great heroic deeds of soldiers inside the fort, using military warfare strategies,
To instill fear in the minds of an enemy, are a strong fort's features.

750. எனைமாட்சித்[து] ஆகியக் கண்ணும் வினைமாட்சி
இல்லார்கண் இல்லது அரண்.

enai-maatchitthu aagiyak kaNNum vinai-maatchi
illaar-kaN illathu araN.

ஒரு கோட்டைக்குத் தேவையான மேற்கூறிய அத்தனை சிறப்புகளையும் பெற்றிருப்பினும், அதனுள் இருந்து செயல்படுபவர்

போரின் தன்மையை உணராதவராக திறமையாகப் போரிடுபவராக இல்லாமலிருந்தால், பகைவரின் தாக்குதலில் அத்தகைய அரண் இருந்தும் இல்லாதது போல ஆகிவிடும்.

Even, if a fort has all the above essential features and is mighty, Unless, the garrison has strength to confront an enemy, a fort will seem to physically exist but not worthy.

பொருள் இயல் (poruL iyal) – Economics

76. பொருள் செயல் வகை (poruL seyal vagai)
(Mode of Acquiring Wealth)

751. பொருள்அல் லவரைப் பொருளாகச் செய்யும்
பொருள்அல்ல[து] இல்லை பொருள்.

**poruL-allavaraip poruLaagas seiyyum
poruL-allathu illai poruL.**

ஒரு பொருட்டாக மதிக்கத் தகாதவரையும் மதிக்கப்படுவராகச் செய்யும் வல்லமை பொருளுக்கே உரியது அன்றி அதனினும் சிறப்பு உடைய பொருள் வேறு ஒன்றும் இல்லை.

One who lacks respect is honoured by his power of wealth alone,
Hence, nothing else is more important than this one.

752. இல்லாரை எல்லாரும் எள்ளுவர் செல்வரை
எல்லாரும் செய்வர் சிறப்பு.

**illaarai ellaarum eLLuvar selvarai
ellaarum seiyvar sirrappu.**

நற்பண்புகள் உடையவர் ஆயினும், பொருள் இல்லாதவரை எல்லோரும் இகழ்ந்து பேசுவர். தீய பண்புகள் உடையவராக இருப்பினும், செல்வம் பெற்றிருப்பவரை எல்லோரும் சிறப்பு செய்வர்.

A man with great qualities but lacking wealth, all will treat him lowly,
But, with many evil traits, one is respected, as he is wealthy.

753. பொருள்என்னும் பொய்யா விளக்கம் இருள்அறுக்கும்
எண்ணிய தேயத்துச் சென்று.

**poruL-ennum poiyaa viLakkam iruL-arukkum
eNNiya thaeyatthus sendru.**

செல்வம் என்று எல்லோரும் சிறப்பித்துக் கூறுகின்ற அணையா விளக்கு, தனக்குத் தீங்கு செய்தவற்கு நினைத்தவுடனே அங்கே சென்று பகையென்ற இருளைப் போக்கும்.

Wealth, an unfailing beacon of light, has the powerfulness,
To venture into any place and shine, to dispel any enmity called darkness.

754. அறன்ஈனும் இன்பமும் ஈனும் திறன்அறிந்து
தீதுஇன்றி வந்த பொருள்.

Aran-eenum inbamum eenum thirran-arrinthu
theethu-indri vantha poruL.

பொருள் சேர்க்கும் திறனறிந்து தீய வழியில் நடக்காது அரசர் ஆட்சி புரிந்து கிடைக்கப் பெற்ற பொருள், நல்ல நீதி நெறியும் கற்றுக் கொடுக்கும் இன்பத்தையும் கொடுக்கும்.

Exploring the various ways to increase revenue, a king without governing in the path of injustice,
Acquires wealth, it will teach him virtues and also ensure happiness.

755. அருளொடும் அன்பொடும் வாராப் பொருள்ஆக்கம்
புல்லார் புரள விடல்.

aruLodum anbodum vaaraap poruL-aakkam
pullaar puraLa vidal.

அரசன் தான் ஆட்சி புரியும் நாட்டு மக்களிடம் அருளோடும் அன்போடும் நடக்காமல், தகாத வழியில் கிடைக்கப் பெற்ற பொருட்களைப் பற்றி மகிழாமல், அவற்றைத் தீமை என்று விட்டொழிக்க வேண்டும்.

A king with no love and compassion towards his subjects,
Shall not feel happy about his ill-gotten wealth, but treat it is an evil, reject it.

756. உறுபொருளும் உலகு பொருளும்தன் ஒன்னார்த்
தெறுபொருளும் வேந்தன் பொருள்.

urru-poruLum ulgu poruLum-than onnaarth
therru-poruLum vaenthan poruL.

நாட்டின் வாரிசுதாரர் இல்லாத சொத்துகளால் கிடைத்த பொருளும், வணிகம் காரணமாகக் கிடைத்த சுங்க வரியும் தன் பகைவரை வென்று அவர்களிடம் திறையாகப் பெற்ற பொருளும்தான் அரசனுக்கு உரிய செல்வம் ஆகும்.

Income earned from property left behind by the owners' without legal heirs, customs duty collected on trading,
And protection money from defeated enemies, are wealth of a King.

757. அருள்என்னும் அன்பீன் குழவி பொருள்என்னும்
செல்வச் செவிலியால் உண்டு.

aruL-ennum anbeen kuzhlavi poruL-ennum
selvas seviliyaal uNdu.

திருக்குறள் // TIRUKKURRAL

அன்பு என்னும் தாயால் பெறப்பட்ட அருள் என்னும் குழந்தை, பொருள் என்று கூறப்பெறும் செல்வமுள்ள செவிலித் தாயால் வளர்க்கப்படும்.

Generosity, the child, born to love, the mother ,virtually;
Will be taken care of, by wealth, the foster nurse, actually.

758. குன்றுஏறி யானைப்போர் கண்டற்றால் தன்கைத்துஒன்[று] உண்டாகச் செய்வான் வினை.

kundru-aerri yaanaip-poar kaNdatrraal than-kaitthu-ondru uNdaagas seiyvaan vinai.

தன்னிடம் உள்ள கைப்பொருள் இருக்க, அதனால் ஒருவன் ஒரு செயலை எடுத்துக்கொண்டு அதனைச் செய்தல், அவன் மலையின் மீது ஏறி நின்று பாதுகாப்பாக, யானை போரிடுவதைக் காண்பது போன்றதாகும்.

Starting a venture and executing it with capital available in hand,
Is like one climbing atop a hill to watch safely, elephant fight on land.

759. செய்க பொருளைச் செறுநர் செருக்குஅறுக்கும் எஃகுஅதனின் கூறிய[து] இல்.

seiyga poruLais serrunar serukku-arrukkum eqku-athanin kooriyathu il.

தான், வாழ்வில் ஏதேனும் ஆக வேண்டும் என்று எண்ணினால், மிகுதியான பொருளைச் சம்பாதிக்க வேண்டும். அது அவன் பகைவரின் ஆணவத்தினை அறுக்கும் ஓர் கூரிய வாள் ஆகும். செல்வத்தைவிட வேறு எந்த ஆயுதமும் கூர்மையானது இல்லை.

One wants to become famous in life, he has to earn more income,
It is a sharp saw to cut an enemy's pride, as wealth accretion is the only sharper weapon.

760. ஒண்பொருள் காழ்ப்ப இயற்றியார்க்[கு] எண்பொருள் ஏனை இரண்டும் ஒருங்கு.

oN-poruL kaazhlppa iyatrriyaarkku eN-poruL Aenai iraNdum orungku.

நல்ல வழியில் தேடிப் பெற்றச் செல்வம் மிகுதியாகக் கிடைத்தவர்க்கு, மற்ற எல்லா நீதி நெறியும், அதனால் கிடைக்கும் இன்பமும் மிக எளிதில் அவரை வந்தடையும்.

Abundant wealth earned through straightforward and legal means;
For him, other virtues and joy from ownership, both will reach him easily on its own.

படை இயல் (padai iyal)
Defence Forces Management

77. படைமாட்சி (padaimaatchi)
Merits of a Good Army

761. உறுப்புஅமைந்[து] ஊறுஅஞ்சா வெல்படை வேந்தன்
வெறுக்கையுள் எல்லாம் தலை.

**urruppu-amainthu oorru-anjaa velpadai vaenthan
verrukkaiyuL ellaam thalai.**

யானை, தேர் குதிரை, காலாள் ஆகிய நான்கு வகைப் படைகளைக் கொண்டு போர் சமயத்தில் அஞ்சாமல் நின்று தன் நாட்டைக் காத்துப் பகைவரை வெல்லும் படைதான் அரசனின் செல்வத்துள் எல்லாம் சிறந்த செல்வம் ஆகும்.

An army with all the four divisions, viz., elephantry, chariot, cavalry and infantry to protect the country bravely,
And can defeat an enemy, is a king's most valuable wealth, naturally.

762. உலைவுஇடத்[து] ஊறுஅஞ்சா வன்கண் தொலைவுஇடத்துத்
தொல்படைக்[கு] அல்லால் அறிது.

**ulaivu-idatthu oorru-anjaa vankaN tholaivu-idatthut
thol-padaikku allaal arithu.**

அரசனுக்குப் போரில் தோல்வி நேரும்போதுகூட, அதைப் பொருட்படுத்தாது தான் கடைபிடிக்கும் அஞ்சாமையை முன் நிறுத்திப் பெருமையை நிலைநிறுத்தும் இயல்பு அவனின் வழிவழியாக வந்த சிறந்த படையால் மட்டுமே முடியும், மற்றவர்களால் முடியாதது.

Even, when a king is facing defeat in a war, ignoring it, and still persisting with valour and fight,
Is possible only by a great army regiment with a heroic tradition, others try not.

763. ஒலித்தக்கால் என்னாம் உவரி எலிப்பகை
நாகம் உயிர்ப்பக் கெடும்.

**olitthakkaal ennaam uvari elip-pagai
naagam uyirppak kedum.**

எலியைப் போன்று பயப்படும் பகைவர் கடல் போல ஆரவாரித்து ஒலி செய்து எதிர் நோக்கினாலும், அரசனின் படை அஞ்சாமல் பாம்பைப் போன்று எதிர்த்து நின்று, மூச்சுக்காற்றைவிட்டால் போதும், எதிரிகள் பயந்து கலைந்து போவார்கள்.

An enemy's huge army comprising of soldiers with bandicoot mindset but roaring like the mighty ocean,
Even a small brave army, makes hissing sound like a snake, enough to drive fear into it and force retreat on its own.

764. அழிவுஇன்[று] அறைபோகாது ஆகி வழிவந்த
வன்கண் அதுவே படை.

**azhlivu-indru arrai-poagaathu aagi vazhli-vantha
van-kaN athuvae padai.**

போரில் தோற்காமல், தன் படையினரைப் பகைவர் வஞ்சகமாக ஈர்க்க முடியாமல், தொன்று தொட்டு நிலைத்து நிற்கும் அஞ்சாமை என்னும் சிறந்த தன்மைகள் உடையதே படை எனப்படும்.

An army which cannot be defeated in any war, and could not be divided by treachery.
Still continue to display bravery and valour are the special characteristics of a great army.

765. கூற்றுஉடன்று மேல்வரினும் கூடி எதிர்நிற்கும்
ஆற்றல் அதுவே படை.

**kootru-udandru maelvarinum koodi ethir-nirrkum
aatral-athuvae padai.**

கயிற்றுடன் எமனே சினம் கொண்டு வந்து நின்றாலும், உயிர்க்கு அஞ்சாமல் ஒன்று கூடி எதிர்த்து நின்று தாக்கும் வல்லமை உடையதே படை எனப்படும்.

Yama, the God of Death, with his noose, comes down angrily,
Still a strong army, is one where soldiers combine to attack fearlessly.

766. மறம்மானம் மாண்ட வழிச்செலவு தேற்றம்
எனநான்கே ஏமம் படைக்கு.

**marram-maanam maaNda vazhlis-selavu thaetram
ena-naangkae Aemam padaikku.**

வீரம், மானம், ஒழுக்கத்தைக் கடைபிடித்துப் போரில் மரணம் எய்திய வீரர்களின் வழியில் செல்லுதல், அரசனின் நம்பிக்கைக்குப்

பாத்திரமாக அமைந்து நடப்பது ஆகிய நான்கு பண்புகளும் படைக்கு அரணாக விளங்கும்.

Bravery, honour, follow the footsteps of the soldiers-martyrs, who in wars gave their supreme sacrifice,
And earning the king's confidence through loyalty, are the four features of a strong army, like a fortress.

767. தார்தாங்கிச் செல்வது தானை தலைவந்த
போர்தாங்கும் தன்மை அறிந்து.

thaar-thaangkis selvathu thaanai thalai-vantha
poar-thaangkum thanmai arrinthu.

பகைவரின் படைத் தாக்குதலை எதிர்த்து, அதனை வீழ்த்தத் தகுந்த போர் நீதியைக் கடைப்பிடித்து, பகைவரின் காலாட் படைக்கு அஞ் சாமல் எதிர்த்து தாக்கும் பண்புதான் சிறந்த படையின் அழகாகும்.

Facing an enemy's first assault, defeat it by a military strategy;
And eliminate enemy's infantry divisions by launching a severe first blow, is the merit of a strong army.

768. அடல்தகையும் ஆற்றலும் இல்எனினும் தானை
படைத்தகையால் பாடு பெறும்.

adal-thagaiyum aatrralum ill-eninum thaanai
padait-thagaiyaal paadu perrum.

பிற நாட்டின் மேல் படை எடுத்துச் செல்லும் வீரமும், தன் நாட்டைத் தாக்கிய பகைவரை எதிர்த்து நின்று தாக்கும் ஆற்றலும், குறைந்து காணப்பட்டாலும், ஒரு படை தன் சிறந்த அணி வகுப்பால் பகைவரை நடுங்கச் செய்யும் பெருமையைப் பெறும்.

Capability to invade other countries and defend one's own against the enemies, the army may lack bravery,
But can make up for it, by its regiment formation impressively.

769. சிறுமையும் செல்லாத் துனியும் வறுமையும்
இல்லாயின் வெல்லும் படை.

sirrumaiyum sellaat thuniyum varrumaiyum
illaayin vellum padai.

வீரர்களின் எண்ணிக்கை குறைந்துவிடாமலும், அவர்கள் மனதில் அரசின் மீது எவ்வித வெறுப்பும் ஏற்படாமலும், அவர்களுக்கு நல்ல ஊதியம் வழங்கி வறுமை வராமலும், அரசன் கவனித்துக் கொண்டால், அவனின் படை எந்தப் படையையும் வெல்லும்.

Not facing large-scale attrition in army, soldiers not showing the ruler, any sign of resentment;

A king who takes care by providing adequate remuneration, his army with such soldiers, can defeat any army.

770. நிலைமக்கள் சால உடைத்துஎனினும் தானை
தலைமக்கள் இல்வழி இல்.

**nilaimakkaL saala udaitthu-eninum thaanai
thalai-makkaL il-vazhli il.**

போரில் நன்கு தேர்ச்சி பெற்ற நீண்ட காலமாக நிலைத்திருக்கும் படை வீரர்களைக் கொண்ட போதிலும், அதற்கு ஏற்ற சிறந்த படைத் தலைவர் இல்லை என்றால், அப்படை தானே அழிந்து போகும்.

Though soldiers fully trained for a long period to gear up for any eventuality,

Still if it lacks a strong and powerful general to lead it from the front, may be vanquished automatically.

78. படைச்செருக்கு (padais-serukku)
(Soldier's Pride)

771. என்னைமுன் நில்லன்மின் தெவ்விர் பலர்என்னை
முன்நின்று கல் நின்றவர்.

**ennai-mun nillan-min thevvir palar-ennai
mun-nindru kal nindravar.**

பகைவரே! என் அரசனுக்கு எதிராகப் போர்ச் செய்து, காயப்பட்டு வீழ்ந்து பின் நடுகல்லாய் மாறிய வீரர்கள் பலர். அதனால் நீங்களும் உங்கள் உயிரைப் பாதுகாத்து நிற்க விரும்பினால், அவரை எதிர்த்து நின்று போர் புரியும் எண்ணத்தை விட்டுவிடுங்கள்.

O enemy! Many, who opposed my King, fell injured and are now standing as stone monuments;
Give up your thought of opposing him, if you want to save your life and stand on your feet.

772. கான முயல்எய்த அம்பினில் யானை
பிழைத்தவேல் ஏந்தல் இனிது.

**kaana muyal-eiytha ambinil yaanai
pizhlaittha-vael aenthal inithu.**

காட்டு முயலைக் குறி தவறாமல் வேட்டையாடிக் கொல்லும் அம்பைக் கையில் பிடித்து இருப்பதைவிட, வெட்டவெளியில் நின்ற யானையைக் குறி பார்த்து எய்தியும் அதன்மேல்பட்டு, யானை சாகாமல் அதன் உடலில் இருந்து வீழ்ந்த அந்த வேலைக் கையில் பிடித்திருப்பது பெருமையாகும்.

Bravely holding a spear which just missed to kill an elephant, with dare;
Is better than an arrow held, which never misses to hit a wild hare.

773. பேர்ஆண்மை என்ப தறுகண்ஒன்று உற்றக்கால்
ஊர்ஆண்மை மற்றுஅதன் எஃகு.

**paer-aaNmai enba tharrukaN-ondru-utrakkaal
oor-aaNmai matru-athan eqku.**

பகைவரைக் கண்டு அஞ்சாமல் வீரத்துடன் போர் புரியும் வீரனின் தன்மையைப் பேராண்மை என்று கற்றவர் கூறுவர். அவரே, போரில் அடிபட்டுக் கிடக்கும் பகைவனைக் கண்டு கலங்கி அத்துன்பத்தினைப் போக்க நினைக்கும் வீரனின் இயல்பை ஆண்மையின் சிறப்பு என்பர்.

Face an enemy fearlessly and wage a war is heroism, as noted by the well-read wise;
But, if an enemy soldier is wounded and lying helpless, being compassionate to them, is said as being chivalrous.

774. **கைவேல் களிற்றொடு போக்கி வருபவன்**
மெய்வேல் பறியா நகும்.

kai-vael kaLitrrodu poakki varubavan
mey-vael parriyaa nagum.

போரில் வீரன் தன் கையில் உள்ள வேலை, அவனை எதிர்நோக்கி வந்த யானையின் மீது வீசி, அந்த யானை மீண்டும் அவனை நோக்கி ஓடி வருவதால், இன்னொரு வேலைத் தேடும்போது, தன் மார்பில் பதிந்துள்ள வேலை மகிழ்ந்து பறிக்கிறான்.

In a battle, a brave soldier hurls a spear to injure an elephant and makes it rile,
When it charges at him again, searches for another spear to throw, and plucks a pierced one in his chest with a smile.

775. **விழித்தகண் வேல்கொண்டு எறிய அழித்துஇமைப்பின்**
ஓட்டுஅன்றோ வன்க ணவர்க்கு.

vizhlittha-kaN vael-koNdu erriya azhlitthu-imaippin
oattu-androa van-kaNavarkku.

பகைவரை எப்போதும் சினத்துடன் நோக்கிய வீரனின் கண்கள், பகைவன் வேலை எடுத்துத் தன்மீது எரியும்போது அந்தத் தருணத்தில் கண் இமைகளை மூடித் திறந்தாலும், அது அவன் வீரத்திற்குக் களங்கம் அன்றோ?

A soldier who always looks sternly at an enemy's eyes, when he hurls a spear at him, that very moment,
If he shuts his eyelids once, will it not be on his heroism, a blot?

776. **விழுப்புண் படாதநாள் எல்லாம் வழுக்கினுள்**
வைக்கும்தன் நாளை எடுத்து.

vizhluppuN padaatha-naaL ellaam vazhlukkinuL
vaikkum-than naaLai edutthu.

வீரன், தான் கடந்துவந்த நாட்களைக் கணக்கிட்டுப் பார்த்தால், அவற்றுள் அவன் போரில் விழுப்புண் ஏற்படாத நாட்களைப் பயன்படாமல் கழித்துவிட்டோம் என்று எண்ணுவான்.

When a brave warrior, remembers the days passed since,
Wasted are the days, he thinks, "In war, the days when I did not get injured", and worries.

777. சுழலும் இசைவேண்டி வேண்டா உயிரார்
கழல்யாப்புக் காரிகை நீர்த்து.

suzhlalum isai-vaendi vaendaa uyiraar
kazhlal-yaappuk kaarigai neertthu.

தனக்குப் பின் மண்ணில் நிலைத்து இருக்கும் தன் புகழை விரும்பி, உயிருடன் வாழ விரும்பாத வீரர், அதற்காக, வீரக் கழலைக் காலில் அணிதல், அவருக்கு மேலும் அழகு சேர்க்கும் தன்மையுடையதாகும்.

A brave warrior who values the everlasting fame, if he dies a martyr;
Wears the heroic anklet in his feet that adds beauty to his valor.

778. உறின்உயிர் அஞ்சா மறவர் இறைவன்
செறினும்சீர் குன்றல் இலர்.

urrin-uyir anjaa marravar irraivan
serrin-um seer-kundral ilar.

போர் என்றால் தன் உயிரைத் துச்சமாக மதித்து வீரத்துடன் போர் புரியும் வீரர், போர் வேண்டாம் என்று அரசன் கவலையால் கோபத்துடன் கட்டளையிட்டாலும், தான் விரும்பிய போரைக் கைவிட நேரினும், தன் வீரத்தின் தன்மையைக் குறைக்க மாட்டான்.

A brave warrior who does not care for his life in a battlefield, even if, his king due to circumstances,
Angrily stops the war, still the soldier's valor does not diminish.

779. இழைத்த(து) இகவாமைச் சாவாரை யாரே
பிழைத்த(து) ஒறுக்கிற் பவர்.

izhlaitthathu igavaamais saavaarai yaarae
pizhlaitthathu orrukkirrpavar.

தான் எடுத்த சபதத்தை நிறைவேற்ற போர்க்களத்தில் சென்று துணிந்து போரிட்டு உயிர் துறந்த வீரனை, தோற்றவன் எனக் கூறும் தகுதியுள்ள வல்லவன் யாரேனும் உண்டோ?

A soldier who on oath fights his enemy bravely and embraces death,
Can anyone dare to blame him as a loser for his failed effort?

780. புரந்தார்கண் நீர்மல்கச் சாகிற்பின் சாக்கா[டு]
இரந்துகோள் தக்க[து] உடைத்து.

puranthaar-kaN neer-malgas saagirrpin saakkaadu
iranthu-koaL thakkathu udaitthu.

ஆண்ட அரசன், போரில் சாகும் தருவாயில் உள்ள வீரனுக்குத் தான் செய்த நன்மைகளை நினைத்து கண்களில் நீர் மல்க நின்றால், அப்படிப்பட்ட வீரச்சாவை, பிறரிடம் பிச்சை எடுத்தாவது பெற்றுக்கொள்வதில் பெருமை உண்டு.

King, who in the battlefield stands besides the brave soldier injured awaiting death and sheds tears,
Such a honorific moment should be grabbed, even if by begging, from others.

நட்பு இயல் (natpu-iyal) (Art of Friendship)
79. நட்பு (natpu) (Friendship)

781. **செயற்குஅரிய யாவுள நட்பின் அதுபோல்**
வினைக்குஅரிய யாவுள காப்பு.

seyarrkku-ariya yaavuLa natpin athu-poal
vinaikku-ariya yaavuLa kaappu.

தேடிச் சென்று சிறந்த நட்பைப் பெறுவதைப் போல அரிய பொருட்கள் ஏதேனும் உண்டோ? அப்படிப்பட்ட நட்பைப் பெற்றால், நம்மைப் பகைவர் தாக்கும் போது, நமக்கு உறுதுணையாக இருந்து காக்க வல்ல அரண் அந்நட்பினைப் போல வேறு ஏதேனும் உண்டோ?

Is there anything more precious and rare than seeking good friendship?
Except such friendship, is there anything else like a fort which can protect us from an enemy with partisanship?

782. **நிறைநீர நீரவர் கேண்மை பிறைமதிப்**
பின்னர் பேதையார் நட்பு.

nirrai-neera neeravar kaeNmai pirrai-mathip
pinnar paethaiyaar natpu.

நிலையான பெருமையுடைய அறிவுடையாரின் நட்பு சந்திரனின் பிறையைப் போன்று வளர்ந்துக் கொண்டே இருக்கும் தன்மையுடையது. ஆனால், அறிவில்லாதவரிடம் ஏற்பட்ட நட்பு முழு நிலவு முதலில் பெரியதாகவும் பின் தேய்ந்து கொண்டே போவது போன்று, நட்பும் குறையும் தன்மையுடையது.

Friendship of the wise is permanent and its radiance increases daily like the waxing crescent moon,
But friendly acquaintanceship with men of stupidity, diminishes day-by-day, like the full moon, to disappear soon.

783. **நவில்தொறும் நூல்நயம் போலும் பயில்தொறும்**
பண்புடை யாளர் தொடர்பு.

navil-thorrum nool-nayam poalum payil-thorrum
paNbudaiyaaLar thodarbu.

நல்ல நூலை எடுத்து மீண்டும் மீண்டும் கற்கும் போது கிடைக்கும் உட்பொருள், கற்றவர்க்கு இனிமை தருவது போன்றது, நல்ல குணங்களையுடையவர்களின் நட்பு பழகப் பழக இன்பத்தைச் சேர்க்கும்.

Companionship of men of virtues enriches one's joy and cheerfulness, Like a good book which brings out the inner meaning when read many times and increases a reader's happiness.

784. **நகுதல் பொருட்டன்று நட்டல் மிகுதிக்கண்**
மேற்சென்(று) இடித்தற் பொருட்டு.

naguthal poruttandru nattal miguthik-kaN
maerr-sendru iditthar poruttu.

ஒருவனோடு நட்புப் பாராட்டுதல் எப்போதும் தான் சொல்லும் சொல்லோ செயலோ எல்லோருக்கும் சிரிப்பூட்டுவதற்காக மட்டும் அன்று. ஏதேனும் தருணத்தில் நண்பன் நீதிநெறி தவறி வேண்டாத செயலைச் செய்தால், அப்போதே சென்று அதனை தட்டிக் கேட்பதற்கும் ஆகும்.

Good friendship is not to always regale with funny words or actions, It is to advise a friend who wrongs, that very moment for correction.

785. **புணர்ச்சி பழகுதல் வேண்டா உணர்ச்சிதான்**
நட்பாம் கிழமை தரும்.

puNartchi pazhlaguthal vaeNdaa uNartchi-thaan
natpaam kizhlamai tharum.

ஒருவனோடு செய்யும் நட்பு, அது அவன் அருகே இருந்தால் அல்லது நெருங்கிப் பழகினால் கிடைக்கும் உள்ளப் பூரிப்பிற்காக அன்று. நட்பு இருவர்க்கும் மனதளவில் எண்ணங்கள் ஒருசேர இருப்பதற்கான நிலையை ஏற்படுத்தும் சிறப்பு வாய்ந்தது.

One's friendship is not dependent on frequent interactions or closer associations which instill joy in the mind,
But only on mutual respect for one another which develops wavelength to inculcate friendship of the right kind.

786. **முகம்நக நட்பது நட்புஅன்று நெஞ்சத்(து)**
அகம்நக நட்பது நட்பு.

mugam-naga natpathu natpu-andru nenjatthu
agam-naga natpathu natpu.

பார்த்தவுடனே முகத்தில் மலர்ச்சியுடன் ஆனால் உள்ளத்தில் எவ்வித நல்லதையும் நினைக்காமல் கொள்ளும் நட்பு நட்பாகாது. ஒருவரைக் கண்டவுடனே நெஞ்சத்தில் ஏற்படும் இன்பத்தால் ஏற்படும் நட்பே சிறந்த நட்பாகும்.

Welcoming a friend with a charming smile on one's face when meeting him is never the sign of a true friendship,
A friend who makes another's heart pleasant when they meet, is the real art of companionship.

787. **அழிவின் அவைநீக்கி ஆறுஉய்த்[து] அழிவின்கண்
அல்லல் உழப்பதுஆம் நட்பு.**

**Azhlivin avai-neekki aarru-uytthu azhlivin-kaN
allal uzhlappathu-aam natpu.**

அழிவு தரும் தீய செயலை, நண்பன் செய்ய நினைக்கும் போது, அவனைத் தடுத்து, நீதி நெறியான பாதையில் நடக்க வைத்து, மேலும் அவன் செய்த கெட்ட செயலால் ஈட்டிய துன்பத்தால் அவன் அவதிப்படும் காலத்தில் அவனுடன் சேர்ந்து அனுபவிப்பதே, நல்ல நட்பின் அடையாளமாகும்.

Stopping a friend from doing evil deeds, when he intends, that instant, Correcting him and sharing his sorrow due to misdeeds, act of a true friend.

788. **உடுக்கை இழந்தவன் கைபோல ஆங்கே
இடுக்கண் களைவதுஆம் நட்பு.**

**udukkai izhlanthavan kai-poala aangae
idukkaN kaLaivathu-aam natpu.**

ஒருவனின் ஆடை விலகும் போது எவ்வாறு அவன் கைகள் உடனே சென்று அவன் உடல் உறுப்புகளை மறைத்து வெட்கத்தினிலிருந்து அவனைக் காப்பாற்றி உதவுமோ, அது போல, நண்பனுக்கு ஏதேனும் ஒரு துன்பம் நேர்ந்தவுடனே சென்று அப்போதே அவனுக்கு உதவி செய்து அதைத் தீர்ப்பது தான் சிறந்த நட்பாகும்.

Just like one's hand promptly goes on to hold tight his slipping garments and save him from shame,
So is one, who always helps another in sorrow, the very moment, as a true friend, worth his name.

789. **நட்பிற்கு வீற்றுஇருக்கை யாதுஎனின் கொட்புஇன்றி
ஒல்லும்வாய் ஊன்றும் நிலை.**

**natpirrku veetru-irukkai yaathu-enin kotpu-indri
ollum-vaai oondrum nilai.**

நட்பின் உயர்ந்த இருக்கை எதுவென்றால், எப்போதும், எந்த வேற்றுமையுமின்றி இரு மனதின் ஒத்த சிந்தனையில், துன்பம்

ஏற்படும்போது ஒருவனை மற்றொருவன் தாங்கிக் கொள்வதே ஆகும்.

The crowning seat of friendship is when, non-differentiating friends with the same wavelength,
During times of sorrow, lend support to each other to mitigate it and provide inner strength.

**790. இனையர் இவர்எமக்[கு] இன்னம்யாம் என்று
புனையினும் புல்லென்னும் நட்பு.**

**inaiyar ivar-emakku innam-yaam endru
punaiyinum pullennum natpu.**

‘இவர் என் நண்பர், நாங்கள் இருவரும் இவ்வளவு நட்புடன் பழகுகிறோம்’ என்று நட்பின் தன்மையினை அளந்து யாரொருவர் பெருமையுடன் கூறினால், அது நட்பின் இலக்கணத்தினைச் சீர் குலைத்துவிடும்.

One says, “He is my friend and our friendship is of this stature”,
One who measures his friendship with pride, that very moment, it destroys the friendship’s fabric of good nature.

80. நட்பு ஆராய்தல் (natpu aaraaiythal)
(Prior Enquiry of Friends)

791. **நாடாது நட்டலின் கேடில்லை நட்டபின்
வீடில்லை நட்புஆள் பவர்க்கு.**

**naadaathu nattalin kaedillai nattapin
veedillai natpu-aaLpavarkku.**

நட்பை விரும்பி அதன் இலக்கணத்தைக் கடைபிடித்து நடப்பவன், ஒருவனோடு நட்புக் கொண்டபின் அந்த நட்பை இடையில் துண்டிக்க முடியாது. ஆதலால், நன்கு ஆராய்ந்த பின் கொள்ளாத நட்பு, கெடுதல் தருவதுபோல் வேறு ஒன்றும் தராது.

One who loves to preserve the rules of friendship, cannot break up with any friend later in the interim;
Hence, if he does not choose friends after seeing the pros and cons, the suffering will be the worst to him.

792. **ஆய்ந்துஆய்ந்து கொள்ளாதான் கேண்மை கடைமுறை
தான்சாம் துயரம் தரும்.**

**aaiynthu-aaiynthu koLLaathaan kaeNmai kadaimurrai
thaan-saam thuyaram tharum.**

ஒருவனின் செயலையும் குணத்தின் பெருமையையும் தீர விசாரித்து, பலரிடம் கேட்டுத் தெரிந்து நன்கு ஆராய்ந்து அறிந்தபின் நட்புக் கொள்ளாதவன், கடைசியில் தான் சாவதற்கு வேண்டிய கொடிய துன்பத்தைக் கொண்டு சேர்த்தவனாகி விடுவான்.

One shall know the activities and traits of a person, atleast enquire about him from others, before making a friend,
Else, will bring him such sorrow equal to the pain of death in the end.

793. **குணமும் குடிமையும் குற்றமும் குன்றா
இனனும் அறிந்[து]யாக்க நட்பு.**

**guNamum kudimaiyum kutrramum kundraa
inanum arrinthu-yaakka natpu.**

நண்பனின் குணத்தையும், அவன் குடிப்பிறப்பையும், அவனிடம் உள்ள குறைகளையும், அவனின் குறையாத சுற்றத்தாரின் எண்ணிக்கையும், ஆராய்ந்து அறிந்த பிறகு நட்புக்கொள்ள வேண்டும்.

Knowing about a friend's behaviour, his family name, his faults.
And the count of his friends and relatives is to be analysed, before making one as a friend, and never by default.

794. **குடிப்பிறந்து தன்கண் பழிநாணு வானைக்**
கொடுத்தும் கொளல்வேண்டும் நட்பு.

kudippirranthu than-kaN pazhli-naaNuvaanaik
kodutthum koLal-vaeNdum natpu.

வழிவழியாகப் பெருமை மிகுந்த குடியில் பிறந்து, உலகத்தார் பழிச் சொல்லுக்கு அஞ்சி நடப்பவனை, சில பொருள் கொடுத்தாவது நட்புக் கொள்ளுவது சிறந்தது.

One born in a family of repute and is afraid to commit mistakes due to worldly blame;
Get his friendship, offering any price, for worth the name.

795. **அழச்சொல்லி அல்ல[து] இடித்து வழக்குஅறிய**
வல்லார்நட்[பு] ஆய்ந்து கொளல்.

azhlas-solli allathu iditthu vazhlakku-arriya
vallaar-natpu aainthu koLal.

வழக்கத்தில் இல்லாததைச் செய்யக் கருதினாலே, அவன் வேதனைப்படும்படி சொல்லிப் புரிய வைத்தும், தவறு செய்துவிட்டால் மிகக் கோபமாக எடுத்துக்கூறியும், இன்னொரு முறை அதைச் செய்யாதிருக்க கவனிக்கும் ஆற்றல்மிகு வல்லவரை ஆராய்ந்து, நட்புக்கொள்ள வேண்டும்.

When one thinks to do oddity, a person who advises him, bringing to tears, if he commits mistake, angrily explains,
And takes care that the mistake is not committed again, such persons should be analysed and made friends always.

796. **கேட்டினும் உண்டுஓர் உறுதி கிளைஞரை**
நீட்டி அளப்பதுஓர் கோல்.

kaettinum undu-Oar urruthi kiLainjnarai
neetti aLappathu-Oar koal.

ஒருவனுக்குத் துன்பம் ஏற்பட்டாலும் அதிலும் ஒரு வகை நன்மையும் உண்டு. துன்பம் நேர்ந்த சமயத்தில் அவனுடைய உண்மையான நண்பர்களின் இயல்பை அது நீட்டி அளந்து பார்ப்பதற்கு ஒரு கோல் ஆக, அவன் அறிவுக்குக் காட்டும்.

Even in sorrow, there is a benefit to be learnt, as only suffering brings out the true traits of one's real friends.
And pain is the measuring rod to understand this fact and is made known to his intelligence.

797. ஊதியம் என்பது ஒருவற்குப் பேதையார்
கேண்மை ஒரீஇ விடல்.

**oothiyam enbathu oruvarrkup paethaiyaar
kaeNmai oree-e vidal.**

அறிவில்லாதவருடன் இருக்கும் நட்புத் தொடர்பை உடனே துண்டித்து விடுவது ஒருவன் அடையும் பெரும் பாக்கியம்.

One's greatest fortune earned immensely,
Will be to sever his friendship with foolish friends, immediately.

798. உள்ளற்க உள்ளம் சிறுகுவ கொள்ளற்க
அல்லற்கண் ஆற்றுஅறுப்பார் நட்பு.

**uLLarrka uLLam sirrukuva koLLarrka
allarr-kaN aatru-arruppaar natpu.**

தன் ஊக்கம் குறைவதற்குக் காரணமான செயலைச் செய்ய நினைக்காமல் தவிர்க்க வேண்டும். அதேபோல, தனக்குத் துன்பம் ஏற்பட்ட சமயத்தில் தன்னை விட்டு விலகி நின்ற நண்பர்களைக் கைவிட்டு, அவர்களின் நட்பைப் பற்றி எண்ணாமல் இருக்க வேண்டும்.

One should distance himself from thinking about activities which will pull down his enthusiasm,
Similarly, friends who had deserted him during his suffering, he should let go such friendship and stop thinking about them.

799. கெடும்காலைக் கைவிடுவார் கேண்மை அடும்காலை
உள்ளினும் உள்ளம் சுடும்.

**kedum-kaalaik kai-viduvaar kaeNmai adum-kaalai
uLLinum uLLam sudum.**

ஒருவன் தான் துன்பப்பட்டு வருந்தும் காலத்தில், அவனைவிட்டு விலகிச் சென்றவர்களின் நட்பு, சாகும் தருணத்தில் நினைத்தாலும், அவன் நெஞ்சத்தில் வேதனைத் தரும்.

Friends who, in times of one's extreme sorrow, desert,
Thinking about these, at the time of death, will bring harrow to heart.

800. மருவுக மாசுஅற்றார் கேண்மைஒன்று ஈத்தும்
ஒருவுக ஒப்பிலார் நட்பு.

**maruvuga maasu-atraar kaeNmai-ondru eetthum
oruvuga oppilaar natpu.**

உலகத்தாரின் பழிச்சொல்லுக்கு அஞ்சிக் குற்றத்தைப் போக்கி நடக்கும் பண்புடையவரின் நட்பைத் தேடிப் பெற்றுப் பாதுகாக்க வேண்டும். ஆனால், அதற்கு நேர்மாறாக நடப்பவரின் நட்பை, அவர் விரும்பும் ஏதேனும் ஒரு பொருளைக் கொடுத்தாவது அவருடன் கொண்ட நட்பை உடனே அறுத்துக்கொள்ள வேண்டும்.

Inculcate friendship and embrace friends who are afraid of committing mistakes afraid of others' blame.

But, immediately sever the friendship of those with bad traits, by paying any price to save one's name.

81. பழைமை (pazhlaimai)
(Long-Standing Friendship)

**801. பழைமை எனப்படுவ[து] யாதுஎனின் யாதும்
கிழமையைக் கீழ்ந்திடா நட்பு.**

**pazhlaimai enappaduvathu yaathu-enin yaathum
kizhlamaiyaik keezhlnthidaa natpu.**

பழைமை என்னும் சொல்லின் பொருள் என்னவென்று கேட்டால், நெடுங்காலம் பழகிய நண்பர், அந்த உரிமையால் ஏதேனும் செயல் தவறாகச் செய்திருந்தால், சிறிதும் கலங்காமல், அந்த உறவைப் பாதுகாத்தலே ஆகும்.

What is the real meaning of long standing friendship?
A friend out of liberty commits a wrong deed, other friends do not get disturbed and still protect the acquaintanceship.

**802. நட்பிற்கு உறுப்புக் கெழுதகைமை மற்றுஅதற்[கு]
உப்புஆதல் சான்றோர் கடன்.**

**natpirrku urruppuk kezhluthagaiymai matru-atharrku
uppu-aathal saandroar kadan.**

நட்பிற்குச் சிறந்த அடையாளமாக இருப்பது, அந்த நட்பால் தான் நினைத்ததை உரிமையுடன் செய்தல் ஆகும். ஆதலால், உரிமைக்கு இடம் கொடுத்து மகிழ்ச்சியுடன் காணப்படுவதே நட்பைக் கடைபிடிக்கும் சான்றோரின் கடமை.

The hallmark of a great friendship is, when friends indulge with liberty.
Friends tolerate such rightful acts, adjust, and stay together happily.

**803. பழகிய நட்புஎவன் செய்யும் கெழுதகைமை
செய்துஆங்[கு] அமையாக் கடை.**

**pazhlagiya natpu-evan seiyyum kezhluthagaiymai
seiythu-aangku amaiyaak kadai.**

தமக்கு உடன்பாடில்லை என்றாலும், பழகியவர் நட்பு பாராட்டி உரிமையால் செய்த செயலைத் தான் செய்வது போலவே காட்டவில்லை என்றால், அவருடன் நெடுங்காலம் பழகிய அந்த நட்பு என்ன பயன் தரும்?

Certain acts of his friends disliked and does not tolerate liberties;
This friendly relationship, will there be any benefits?

**804. விழைதகையான் வேண்டி இருப்பர் கெழுதகையான்
கேளாது நட்டார் செயின்.**

vizhlai-thagaiyaan vaeNdi iruppar kezhluthagaiyaan kaeLaathu nattaar seyin.

தன்னுடன் பழகிய நட்பால், ஒருவர் உரிமையில் தன்னைக் கேட்காமல் ஏதேனும் ஒரு செயலைச் செய்துவிட்டால், அந்த உரிமையை விரும்பி, அதே தன்மையினால் அவர் செய்த செயலையும் விரும்பிப் போற்றுவர் நண்பர்.

An old friend, if as a matter of right, did something without permission;
A real friend will like the privilege taken by him as well as the action.

805. **பேதைமை ஒன்றோ பெருங்கிழமை என்(று)உணர்க நோதக்க நட்டார் செயின்.**

paethaiymai ondroa perungkizhlamai endru-uNarga noa-thakka nattaar seyin.

தனக்கு கோபம் ஏற்படுமாறு ஒரு செயலை, தன்னுடைய நண்பர் செய்துவிட்டால், அதன் காரணம் ஒரு பக்கம் அறிவினமாக இருந்தாலும், மறுபக்கம் அவர் மீது நண்பருக்கு இருந்த மிகுந்த உரிமையால் தான் செய்தார் என்பதனை உணர வேண்டும்.

An act committed by a friend angers one, still it should be treated as done stupidly, due to extreme liberty,
Taken by an old friend out of his long time proximity.

806. **எல்லைக்கண் நின்றார் துறவார் தொலைவுஇடத்தும் தொல்லைக்கண் நின்றார் தொடர்பு.**

ellaik-kaN nindraar thurravaar tholaivu-idatthum thollaik-kaN nindraar thodarbu.

பழகிய நட்பின் வரம்பை மீறாமல் நடக்கத் தெரிந்தவர், தம்முடன் நீண்ட காலமாக நட்பு பாராட்டிக் கொண்டிருக்கும் நண்பர் ஏதேனும் தவறு செய்தாலும், தான் துன்பப்பட்ட நேரத்தில் அவன் தன்னுடன் தோழமையாக நின்றதை நினைத்துப் பார்த்து, நட்பு உறவின் சிறப்பால், அவரின் நட்பைக் கைவிடமாட்டார்.

One who acts within the limits of friendship, but if his long time friend commits a blunder and puts him through suffering,
Will still recollect the days of old friendship and will break it never.

807. **அழிவந்த செய்யினும் அன்புஅறார் அன்பின் வழிவந்த கேண்மை யவர்.**

azhlivantha seyyinum anbu-arraar anbin vazhlivantha kaeNmai yavar.

நெடுங்காலமாக நெருக்கமாக இருக்கும் நண்பர் தனக்குக்
கெடுதல் தரும் செயலைச் செய்தவராக இருந்தாலும், அவர்மீது
அன்புடனே எப்போதும் பழகுவார்.

If an intimate friend hurts him in many ways;
He will still love his friend always.

808. **கேள்இழுக்கம் கேளாக் கெழுதகைமை வல்லார்க்கு
நாள்இழுக்கம் நட்டார் செயின்.**

**kaeL-izhlukkam kaeLaak kezhluthagaimai vallaarkku
naaL-izhlukkam nattaar seyin.**

நன்கு பழகிய நண்பன் செய்த பிழையைத் தாமாகவே தெரிந்து
கொள்ளாமல் மற்றவர்கள் கூறினாலும் ஏற்றுக்கொள்ளாமல்
இருக்கும், உரிமை பாராட்டும் வல்லவர்க்கு, நண்பன் பிழை
செய்யும் நாள், இவருக்குப் பயனுள்ள நாளாம்.

Mistakes of his old friend not known to him and, if others bring it
to his knowledge;
Still will not accept it as true, and will consider the days when such
mistakes were committed, as his beneficial days.

809. **கெடாஅ வழிவந்த கேண்மையார் கேண்மை
விடாஅர் விழையும் உலகு.**

**Kedaa-a vazhli-vantha kaeNmaiyaar kaeNmai
vidaa-ar vizhlaiyum ulagu.**

நீண்ட நாள் உரிமையின் தன்மை மாறாமல் பழகி வரும்
நட்பு உடையவரின் நட்பினை, நண்பரின் பிழைகளைப்
பொருட்படுத்தாமல் தொடர்ந்து நட்புப் பாராட்டுவதால், இவ்வுலகம்
இத்தகைய நட்பை விரும்பிப் போற்றும்.

Old friends who never changed their behaviours or the liberties;
Ignores mistakes and relationship still continues, the world praises
such friendliness.

810. **விழையார் விழையப் படுப பழையார்கண்
பண்பின் தலைப்பிரியா தார்.**

**vizhlaiyaar vizhlaiyap paduba pazhlaiyaar-kaN
paNbin thalaip-piriyaathaar.**

நீண்ட காலம் நெருங்கிப் பழகிய நண்பர், தனக்குத் தவறு
செய்திருந்தாலும், நட்பின் பண்பினைக் கடைப்பிடித்து அவரிடம்
நட்பு நீங்காமல் பழகுபவர், அவரின் பகைவராலும் சிறப்பிக்கப்படும்
இயல்பை உடையவர்.

A long time friend, if he commits a blunder, he will still ignore;
And, even his enemies will praise such a character.

82. தீ நட்பு (thee natpu)
(Morally Corrupt Friendship)

811. **பருகுவார் போலினும் பண்பிலார் கேண்மை**
பெருகலின் குன்றல் இனிது.

paruguvaar poalinum paNbilaar kaeNmai
perugalin kundral inithu.

அன்பு மிகுதியால் பருகுபவரை போன்று தோன்றினாலும், நல்ல பண்பு இல்லாதவரின் நட்பு, வளர்வதைவிடக் குறைதலே நல்லது.

Love shown by evil friends, is like the feel one gets when drinking;
Good, if such friendship does not grow and keeps diminishing.

812. **உறின்நட்(டு) அறின்ஒரூஉம் ஒப்பிலார் கேண்மை**
பெறினும் இழப்பினும் என்.

Urrin-nattu arrin-oroo-um oppilaar kaeNmai
perrinum izhlappinum en.

தனக்குச் சாதகமாக ஏதேனும் நடக்க வேண்டுமென்றால் நட்புக் கொள்வது, ஏதும் பயன் இல்லை என்றால் நட்பை விலக்கிக் கொள்வது என்று வாழும் சுயநலக்காரர்களுக்கும், தமக்கும் இணை இல்லாதவரை நண்பனாக வைத்திருந்தால் என்ன, இல்லாமல் இருந்தால் என்ன?

Selfish friends attach to get things done, separate when work is over,
Is there any benefit, if they remain as friends or sever?

813. **உறுவது சீர்தூக்கும் நட்பும் பெறுவது**
கொள்வாரும் கள்வரும் நேர்.

urruvathu seer-thookkum natpum perruvathu
koLvaarum kaLvarum naer.

ஒருவனது நட்பின் தன்மையைப் பார்க்காமல், அதனால் கிடைக்கப் பெறும் பயனின் அளவைப் பார்த்து நட்பை நாடும் நண்பரும், கொடுப்பதைப் பெற்று விலை போகும் பாலியல் தொழிலாளரும், பிறர்க்கு நேரும் துன்பத்தை எண்ணாமல் அவரிடம் பொருளை அபகரிக்கும் திருடரும், ஆகிய மூவரும் ஒரே மாதிரியான பண்புள்ளவர்களே.

One who does not value friendship and calculates benefits out of it,
A sex worker who quotes a price for self, and a thief who snatches
others' wealth ignoring their pain, are all alike in trait.

814. **அமர்அகத்[து] ஆற்றுஅறுக்கும் கல்லாமா அன்னார்**
தமரின் தனிமை தலை.

amar-agatthu aatru-arrukkum kallaamaa annaar
thamarin thanimai thalai.

அமைதியான காலத்தில் ஒரு வீரனைத் தாங்கி, போர்க் களத்தில் பயிற்சியில்லாத குதிரை வீரனைக் கீழே தூக்கி எறிந்து ஓடுவதைப் போன்றவரிடம் நட்புப் பாராட்டுவதைக் காட்டிலும், தனிமையாக இருப்பது எவ்வளவோ சிறப்பானதாகும்.

A horse carrying a soldier on its back in peace times and throws him off during war, like an untrained one and runs away,
Similar, are friends who during normal times stay together and when in distress leaves, instead it is better to be lonely.

815. செய்(து)ஏமம் சாராச் சிறியவர் புன்கேண்மை
எய்தலின் எய்தாமை நன்று.

Seiythu-aemam saaraas sirriyavar pun-kaeNmai
eiythalin eiythaamai nandru.

எவ்வளவுதான் உதவி புரிந்து பாதுகாத்தாலும், என்றும் ஒருவனுக்குத் தேவைப்படும்போது கிடைக்காத அற்பப்புத்தி கொண்ட நண்பரின் தீய நட்பு, இருப்பதைவிட இல்லாமல் இருப்பதே நல்லது.

Efforts for being friendly with mean persons, giving any assistance,
It is good to lose than gain, as they never help a friend in tense times.

816. பேதை பெருங்கெழீஇ நட்பின் அறிவுடையார்
ஏதின்மை கோடி உறும்.

paethai perung-kezhlee-e natpin arrivudaiyaar
Aethinmai koadi urrum.

அறிவில்லாதவனுடைய மிக நெருங்கிய நட்பினைவிட, அறிவில் சிறந்தவரின் நட்பில்லாத குணம் கோடி நன்மைத் தரும்.

Intimate friendship with those who lack intelligence brings remorse;
But distance from wise men, who may not behave like friends, will yet benefit more than a crore times, during times worse.

817. நகைவகையர் ஆகிய நட்பின் பகைவரால்
பத்துஅடுத்த கோடி உறும்.

nagai-vagaiyar aagiya natpin pagaivaraal
patthu-aduttha koadi urrum.

தமக்கு எந்த உதவியும் பெறாத, மற்றவர்கள் சிரிப்புக்கு ஆளாகும் நட்பைவிட, தம் பகைவரால் கிடைக்கப்பெறும் பலன் பத்துக் கோடி மடங்கு அதிகமாகும்.

Useless friendship, who only make friends to earn rebuke from others,
Enemies will prove beneficial atleast ten crore times, nonetheless.

818. ஒல்லும் கருமம் உடற்று பவர்கேண்மை
சொல்ஆடார் சோர விடல்.

ollum karumam udatrubavar kaeNmai
sol-aadaar soaravidal.

செய்ய முடிந்த செயலையும் முடிக்க முடியாது என்பதுபோல் நடித்து அல்லது சோம்பேறியாக இருந்து, அச்செயலை முடிக்காதவரை நண்பனாகக் கொண்டால், ஏதும் சொல்லாமலே அவனின் நட்பை மெல்லக் கைவிட வேண்டும்.

A friend who cannot complete a task, though possible within his means,
Drop such friendship abruptly without information, so it deems.

819. கனவினும் இன்னாது மன்னோ வினைவேறு
சொல்வேறு பட்டார் தொடர்பு.

kanavinum innaathu mannoa vinai-vaerru
sol-vaerru pattaar thodarbu.

செய்கின்ற செயலும் சொல்கின்ற சொல்லும் வேறுபட்டு நடப்பவரின் நட்பு உண்மை வாழ்வில் மட்டுமில்லாது கனவினில் நினைத்தாலும் துன்பத்தை மட்டுமே தரும் இயல்புடையதாகும்.

One whose actual actions and words spoken are always at a variance;
Brings only pain, so such friends, neither in real life nor in dreams.

820. எனைத்தும் குறுகுதல் ஓம்பல் மனைக்கெழீஇ
மன்றில் பழிப்பார் தொடர்பு.

enaitthum kurruguthal Oambal manaik-kezhlee-e
mandril pazhlippaar thodarbu.

வீட்டினுள் தனியே இருக்கும்போது தானாகவே வந்து மிகுந்த நட்பு பாராட்டியபின், பலர் கூடியிருக்கும் சபையில் தம்மைப்பற்றி பழித்துப் பேசுவோரின் நட்பைச் சிறிதளவு கூடத் தம்மைச் சேராமல் பார்த்துக் கொள்ள வேண்டும்.

Posing as a true friend when inside a house, with all love and affection;
But insults when in a group, never make friendship with such person.

83. கூடா நட்பு (koodaa natpu)
(Unholy Friendship)

821. சீரிடம் காணின் எறிதற்குப் பட்டடை
நேரா நிரந்தவர் நட்பு.

seeridam kaaNin erritharrkup pattadai
naeraa niranthavar natpu.

மனதளவில் நட்பு பாராட்டாமல், பார்ப்பவர்க்குத் தோன்றுமாறு நடித்துப் பழகும் இயல்புடையவரின் நட்பானது, சந்தர்ப்பம் தேடிக் கேடு செய்ய நினைக்கும். அது இரும்பைத் தாங்கும் பலகை போல இருப்பினும், அதனைப் பிளக்க உதவும் பட்டடை கல்லுக்கே ஈடாகும்.

Friends who are not true to heart but act as though they are very friendly and look for an opportunity to cause damage,
Are like the anvil which helps the iron to rest on its plate, for sometime, only to break the iron using a wedge.

822. இனம்போன்[று] இனமல்லார் கேண்மை மகளிர்
மனம்போல வேறு படும்.

inam-poandru inam-allaar kaeNmai magaLir
manam-poala vaerru padum.

பார்ப்பவர்க்குத் தாம் அவனுக்கு நெருங்கியவர் போலத் தோன்றி, ஆனால் மனதினில் வெறுப்புடன் பழகும் குணம் உடையவர்கள் நட்பு, பொருளுக்கு ஆசைப்பட்டு நடக்கும் மகளிர் மனம்போல வேறுபடும்.

One who outwardly acts like a very close friend, but hates by heart;
Is like a base woman who wavers as per riches received on her part.

823. பலநல்ல கற்றக் கடைத்தும் மனம்நல்லர்
ஆகுதல் மாணார்க்கு அரிது.

pala-nalla katrrak kadaitthum manam-nallar
aaguthal maaNaarkku arithu.

நல்ல பல அரிய நூல்களைக் கற்றுத் தேர்ந்து அறிந்த போதும், மனம் திருந்தி நல்ல விதமாக நட்பு பாராட்டுதல் ஒரு பகைவரால் முடியாது.

Though one has well read rare books of knowledge, still.
An enemy cannot act as a true friend by change of heart, that is impossible.

824. முகத்தின் இனிய நகாஅ அகத்துஇன்னா
வஞ்சரை அஞ்சப் படும்.

mugatthin iniya nagaa-a agatthu-innaa
vanjarai anjap padum.

கண்டபோது இன்முகத்தால் சிரித்து இனிதாகப் பேசும் இயல்பு கொண்டு மனதில் வஞ்சகத்தினை வளர்த்து வருபவரிடம் நட்பு கொள்ளாமல் எப்போதும் அஞ்சி, அவரிடமிருந்து தள்ளி இருக்க வேண்டும்.

When face-to-face friendly in all smiles, but with evil thoughtfulness,
Be afraid of such friends and always keep them at a distance.

825. மனத்தின் அமையா தவரை எனைத்துஒன்றும்
சொல்லினால் தேறற்பாற்(று) அன்று.

manatthin amaiyaathavarai enaitthu-ondrum
sollinaal thaerrarr-paatru andru.

மனதளவில் தம்மோடு நட்புடன் பழகாதவர், கூறுகின்ற எந்த ஒரு சொல்லையும் நம்பி எத்தன்மையான செயலிலும் ஈடுபடக் கூடாது.

One with no wavelength in thought, though in friendship;
Never trust him for any of his words and act based on this relationship.

826. நட்டார்போல் நல்லவை சொல்லினும் ஒட்டார்சொல்
ஒல்லை உணரப் படும்.

nattaar-poal nallavai sollinum ottaar-sol
ollai uNarap padum.

நெருங்கிய நண்பரைப் போல, எப்போதும் நன்மை கொடுக்கும் சொற்களையே சொன்னாலும், மனதளவில் உண்மையான நண்பரா அல்லது பகைவரா என்று சொல்லிய மாத்திரமே அறியலாம்.

Even if one speaks like a friend with soothing words, always beneficial,
Whether he is a scheming foe or not, sooner, his words will tell.

827. சொல்வணக்கம் ஒன்னார்கண் கொள்ளற்க வில்வணக்கம்
தீங்கு குறித்தமை யான்.

sol-vaNakkam onnaar-kaN koLLarrka vil-vaNakkam
theengku kurritthamai yaan.

வில்லின் வளைவு வணக்கத்திற்கு ஏற்பத் தோன்றினாலும், அது அம்பை எய்தி ஒருவரைத் தாக்குவதற்கு மட்டுமே பயன்படும் அதுபோல, பகைவர் கூறும் சொல்லின் வணக்கம் நன்மையானது என்று ஏற்றுக்கொள்ளக் கூடாது.

Words of an enemy, cannot be for good, though he speaks with humility,
Like the bending of a bow to shoot an arrow to attack, its intensity.

828. **தொழுதகை யுள்ளும் படைஒடுங்கும் ஒன்னார்**
அழுதகண் ணீரும் அனைத்து.

thozhlu-thagaiyuLLum padaiy-odungkum onnaar
azhlutha kaNNeerum anaitthu.

பகைவரைப் பற்றி நன்றாகத் தெரிந்து இருப்பின், அவர் கை கூப்பி வணங்கினாலும், கையினுள் ஆயுதம் ஒளித்து வைத்திருக்கக் கூடும் என்ற எண்ணம் எழ வேண்டும். அதுபோல, பகைவர் தேம்பி அழுது விடும் கண்ணீர், அவரின் வஞ்சனையைக் காட்டும் தன்மையுடையது.

An enemy, even if sheds tears will hide revenge held in its heart,
Similarly, when facing an enemy who greets with folded hands, may still hide in it a dagger to kill, should be the thought.

829. **மிகச்செய்து தம்எள்ளு வாரை நகச்செய்து**
நட்பினுள் சாப்புல்லல் பாற்று.

migas-seiythu tham-eLLuvaarai nagas-seiythu
natpinuL saap-pullal paatru.

காண்பவர்கள் பார்க்குமாறு நன்கு மகிழ்ந்து நட்புக் கொண்டாடி, ஆனால் உள்ளத்தில் தம்மைத் தாழ்வாக நினைப்பவரை, தானும் அவ்வாறே அவனுடன் நட்பு பாராட்டி அவனைச் சிரிக்கச் செய்து மனதளவில் அவனின் போலியான நட்பைத் துண்டிக்க வழி செய்ய வேண்டும்.

Those who treats one openly with all bonhomie but thinks crooked about him in their hearts,
Such friends, make them laugh outwardly but within the heart look for the first opportunity to sever their ties.

830. **பகைநட்பாம் காலம் வருங்கால் முகநட்[டு]**
அகநட்பு ஒரிஇ விடல்.

pagai-natpaam kaalam varungkaal muga-nattu
aga-natpu oree-e vidal.

தம் பகைவர் தம்முடன் நண்பராக மாறும் காலம் என்றாவது ஏற்பட்டால், அவரின் நட்பை எல்லோரின் முன் நல்ல முறையில் பழகி வருவது போல மகிழ்ச்சியுடன் இருந்தாலும், மனதளவில் அவரின் நட்பை எப்படியேனும் உதறித் தள்ள வழி தேடவேண்டும்.

A time may come, when an enemy may become a friend, respect him and pose as happier before others;

But in mind, find a good opportunity to discard his friendship without much bothers.

84. பேதைமை (paethaimai)
(Foolishness)

831. பேதைமை என்பதுஒன்[று] யாதுஎனின் ஏதம்கொண்[டு]
ஊதியம் போக விடல்.

**paethaiymai enbathu-ondru yaathu-enin Aethm-koNdu
oothiyam poaga vidal.**

ஒருவன் செய்யக்கூடிய எல்லாவிதக் குற்றங்களையும் விட மிகுதியான தன்மையுடைய குற்றம் என்ன என்று கேட்டால் முட்டாள்தனமே ஆகும். ஏனெனில், அது அவனைத் தீமை தருவனவற்றைக் கடைப்பிடிக்கச் செய்து நல்ல பயன்தரும் செயல்களை விட்டுவிடச் செய்யும்.

The greatest mistake what one can do, is to do stupid acts;
That makes him perform actions which bring evil, leaving aside those which bestow benefits.

832. பேதைமையுள் எல்லாம் பேதைமை காதன்மை
கையல்ல தன்கண் செயல்.

**paethaiymaiyuL ellaam paethaiymai kaathanmai
kaiy-alla than-kan seyal.**

ஒருவனின் முட்டாள்தனத்திலும் அதிக முட்டாள்தனம் தனக்குப் பயன் தராத ஒழுக்கமற்ற செயல்களில் தன் விருப்பத்தை ஈடுபடுத்துவதே ஆகும்.

One's maximum stupidity amongst all stupidity,
Is to be attached to all the useless and unholy actions with intensity.

833. நாணாமை நாடாமை நார்இன்மை யாதுஒன்றும்
பேணாமை பேதை தொழில்.

**naaNaamai naadaamai naar-inmai yaathu-ondrum
paeNaamai paethai thozhlil.**

தன்னை வெட்கப்படச் செய்யும் செய்யக்கூடாத தீய செயல்களைச் செய்யாமல் தவிர்த்தல், தனக்குத் தேவையானவற்றை தேடிச் செய்யாமல் விடுதல், வேண்டியவர்களிடம் அன்பு பாராட்டாமல் இருத்தல், நன்மை தரக்கூடிய எந்த ஒரு செயலையும் கவனமாகச் செய்யாமல் இருத்தல் ஆகிய நான்கும் ஒரு முட்டாளின் தொழில் ஆகும்.

Performing avoidable shameful acts, not doing essential things of action,

Lacking love and carelessness in work, are tools of a fool's profession.

834. **ஓதி உணர்ந்தும் பிறர்க்குஉரைத்தும் தான்அடங்காப்
பேதையின் பேதையார் இல்.**

**Oathi uNarnthum pirrarkku-uraitthum thaan-adangkaap
paethaiyin paethaiyaar il.**

மனதைச் சீர் படுத்தும் அரிய பல நூல்களை ஆராய்ந்து படித்து, அந்நூல்களில் கூறிய அறிவுரைகளின் ஆழமான கருத்துகளைப் புரிந்துகொண்டு, அவ்வாறு படித்துப் புரிந்த நல்ல கருத்துக்களை மற்றவரிடம் எடுத்துச் சொல்லியும், அதனைத் தன் வாழ்வில் கடை பிடித்து நடக்காமல் இருக்கும் அறிவில்லாதவர்போல் வேறு ஒரு முட்டாளும் இல்லை.

Well-read the various rare books of knowledge, and understood the essence of what is said in the texts;
Sermons these noble thoughts to others, but does not follow these in his own life, there can be a no greater fool than that.

835. **ஒருமைச் செயல்ஆற்றும் பேதை எழுமையும்
தான்புக்கு அழுந்தும் அளறு.**

**orumais seyal-aatrum paethai ezhlumaiyum
thaanpukku azhlunthum alarru.**

ஏழுபிறப்பிலும் பெறக்கூடிய துன்பத்தினை எல்லாம், அவனுக்குக் கிடைத்த இந்த ஓர் அரிய பிறப்பிலேயே தான் செய்யும் செயலால் அறிவில்லாதவன் கிடைக்கப் பெறுவான்.

The hell of a suffering put together in all the seven births of his life,
A fool by his actions, will realise it in this rare birth without strife.

836. **பொய்படும் ஒன்றோ புனைபூணும் கைஅறியாப்
பேதை வினைமேல் கொளின்.**

**poipadum ondroa punai-pooNum kaiy-arriyaap
paethai vinai-mael koLin.**

ஒரு செயலை எவ்வாறு செய்ய வேண்டும் என்பதனை அறியாமல் செய்யத் தொடங்கும் அறிவில்லாதவன், அந்தச் செயலை செய்து முடிக்க முடியாமல் திணறுவதோடு அல்லாமல் அவன் குற்றவாளியாகவும் கருதப்பட்டுத் தண்டிக்கப்படுவான்.

A fool, who starts a task without knowing how to finish it and fumbles;

Will leave the task unfinished, will be punished for being irresponsible.

837. ஏதிலார் ஆரத் தமர்பசிப்பர் பேதை
பெருஞ்செல்வம் உற்றக் கடை.

Aethilaar aarath thamar-pasippar paethai
perunj-selvam utrrak kadai.

மூடனுக்குக் கிடைத்த பெருஞ்செல்வத்தால், அவனுடன் தொடர்பில்லாத புதிய உறவுகள் அதிகமான நன்மை பெறுவர். ஆனால், அவனின் நெருங்கிய உறவினர்கள் மற்றும் நண்பர்கள் பசியால் துன்பம் அடைவர்.

Enormous wealth in the hands of a fool, will only go to benefit strangers;
And useless to his close relatives and friends, who will suffer in hunger.

838. மையல் ஒருவன் களித்துஅற்றால் பேதைதன்
கைஒன்[று] உடைமை பெறின்.

maiyal oruvan kaLitthu-atrraal paethai-than
kaiy-ondru udaimai perrin.

முட்டாளின் கையில் கிடைத்த செல்வம், அவனை மயக்க நிலைமைக்குத் தள்ளிவிடும். பைத்தியக்காரனின் மனநிலையில் வாழும்போது, மேலும் கள்ளைக் குடித்தால் எத்தகைய மயக்கம் ஏற்படுமோ, அதைப் போன்றதாகும்.

Wealth in the hands of a fool gives him a delirium effect, forever;
Like a lunatic who gets dizzy further, under the influence of liquor.

839. பெரிதுஇனிது பேதையார் கேண்மை பிரிவின்கண்
பீழை தருவதுஒன்[று] இல்.

perithu-inithu paethaiyaar kaeNmai pirivin-kaN
peezhlai tharuvathu-ondru il.

ஒருவனுக்கு மூடனுடன் பழகியப் பின்னர் பிரிந்து செல்வதில் எந்த ஒரு துன்பமும் இருவர்க்கும் ஏற்படுவதில்லை. ஆனாலும், முட்டாள்களுடனான நட்பு ஒருவனுக்கு மிகுந்த இனிமையைக் கொடுக்கும்.

One's companionship with a fool and later parting ways, do not embitter;

So, friendship with men of stupidity is always sweeter.

840. கழாஅக்கால் பள்ளியுள் வைத்துஅற்றால் சான்றோர்
குழாஅத்துப் பேதை புகல்.

**Kazhlaa-akkaal paLLiyuL vaitthu-atrraal saandroar
kuzhlaa-atthup paethai pugal.**

அறிவில் சிறந்தோங்கும் சான்றோர் கூடியுள்ள சபையில் ஒரு முட்டாள் நுழைந்தால், அது அசுத்தமானவற்றை மிதித்தபின் தன் காலைக் கழுவாமல் படுக்கையில் கால்களை வைத்தல் போன்றதாகும்.

Entry of a fool in the assembly of wise men of profound study;
Is like one with his filthy feet, making a clean bed, dirty.

85. புல்லறிவாண்மை (pullarivaanmai)
(Doltishness or Ignorance)

841. அறிவுஇன்மை இன்மையுள் இன்மை பிறிதுஇன்மை
இன்மையா வையாது உலகு.

**arrivu-inmai inmaiyuL inmai pirrithu-inmai
inmaiyaa vaiyaathu ulagu.**

ஒருவனுக்கு இல்லாதவை பல இருந்தும் மிக முக்கியமான இல்லாமை அறிவின்மை ஆகும். இந்த ஒன்றைத் தவிர மற்ற ஏனைய செல்வங்கள் இல்லாமல் இருந்தாலும் உலகத்தார் இல்லாதது ஆகக் கருத மாட்டார்.

One, even may lack many things, the worst one, is lack of knowledge,
He is not really poor to the world, even if he does not own other wealth except this.

842. அறிவுஇலான் நெஞ்சுஉவந்(து) ஈதல் பிறிதுயாதும்
இல்லை பெறுவான் தவம்.

**arrivilaan nenju-uvanthu eethal pirrithu-yaathum
illai perruvaan thavam.**

அறிவில்லாதவன் மனம் விரும்பி எந்த ஒரு பொருளைக் கொடுப்பதாக இருந்தாலும், அதற்குக் காரணம் அதைப் பெறுகின்றவன் செய்த நல்ல செயல்களால் பெற்ற சந்தர்ப்பமே அன்றி, வேறொன்றாக நினைக்க வழி இல்லை.

Out of his own will, an act of kindness by an ignorant fool, is due to the good work done by the recipient,
And is not due to anything else without a doubt.

843. அறிவுஇலார் தாம்தம்மைப் பீழிக்கும் பீழை
செறுவார்க்கும் செய்தல் அரிது.

**arrivu-ilaar thaam-thammaip peezhlikkum peezhlai
serruvaarkkum seiythal arithu.**

அறிவில்லாதவன் தாமே தம்மை துன்பத்தில் ஆட்படுத்தி அடைகின்ற துன்பம், அத்தன்மையான துன்பத்தினை அவனுக்கு எந்த ஒரு பகைவராலும் செய்ய முடியாது.

The extent of suffering inflicted by a fool on his own self;
Such a severe pain cannot be caused even by any enemy to himself.

844. வெண்மை எனப்படுவ(து) யாதுஎனின் ஒண்மை
உடையம்யாம் என்னும் செருக்கு.

veNmai enappaduvathu yaathu-enin oNmai
udaiyam-yaam ennum serukku.

அறிவில்லாமை என்று கருதப்படுவது என்னவென்றால், தன்னைத்தானே மிக்க நல்ல அறிவுடையோன் என்று எண்ணிப் பெருமிதம் கொண்டு நடக்கும் அற்பப் புத்தி ஆகும்.

The characteristics which make others assume that one is ignorant,
Is one's proud thinking in his mean mind, that he is all intelligent.

845. கல்லாத மேற்கொண்[டு] ஒழுகல் கசடுஅற
வல்லதூஉம் ஐயம் தரும்.

kallaatha maerrkoNdu ozhlukal kasadu-arra
vallathoo-um aiyam tharum.

அறிவில்லாதவன், தான் சரிவர ஆராய்ந்து அறிந்து கற்றுத் தேராத நூல்களிலிருந்து கருத்தைக் கற்று அறிந்தவர் போல் பிறர்க்குக் கூறுதலால், ஏதேனும் ஒரு நல்ல நூலைக் குற்றமில்லாமல் நல்லபடியாகக் கற்று இருந்தாலும், மற்றவர்கள் அவனின் ஆற்றலைச் சந்தேகத்துடனே நோக்குவர்.

A fool, who did not read any book of knowledge, flawlessly, but speaks wrongly about any subject;
Even if speaks on topics in which he has profound knowledge, his listeners will have a doubt.

846. அற்றம் மறைத்தலோ புல்அறிவு தம்வயின்
குற்றம் மறையா வழி.

atrram marraitthaloa pull-arrivu tham-vayin
kutrram marraiyaa vazhli.

ஒருவன் தன் வசம் கொண்ட தவறுகளைத் திருத்தி நடக்க முற்படாது செயல்படுதல் என்பது, உடலின் அந்தரங்க உடலுறுப்புக்களை மட்டுமே ஆடையால் மறைக்க எண்ணும் புல்லறிவாகும்.

If one does not correct his mind's faults because of his stupidity;
His ignorance is similar to cover with clothes, just his nudity.

847. அருமறை சோரும் அறிவுஇலான் செய்யும்
பெருமிறை தானே தனக்கு.

aru-marrai soarum arrivu-ilaan seiyyum
perumirrai thaanae thanakku.

அருமையான கருத்துக்களை உரைக்கும் அரிய பல நூல்களைக் கற்றும், சான்றோர் கூறக் கேட்டும், மனதில் உள்வாங்கிக்கொண்டு அதன் வழி நடக்க மாட்டேன் என்னும் அறிவில்லாதவனின் உறுதி, தனக்குத்தானே மிகுந்த துன்பத்தைக் கொடுக்கும்.

Ignoring, the morals read in books or the words of the wise,
A fool's resoluteness, causes greater suffering to self always.

848. ஏவவும் செய்கலான் தான்தேறான் அவ்வுயிர்
போஒம் அளவும்ஓர் நோய்.

Aevavum seiygalaan thaan-thaerraan avvuyir
poa-om aLavum-oar noaiy.

அறிவில் சிறந்தவர்கள் கூறும் புத்திமதியை ஏற்று, அதன்படி நடக்க மாட்டான். தன் சொந்தப் புத்தியைப் பயன்படுத்தித் தானாகவும் செய்ய வேண்டியவற்றைச் செய்து தன்னை உயர்த்திக்கொள்ள மாட்டான். உயிர் போகும் வரைக்கும் அறிவில்லாதவருக்கு இவை இரண்டும் வருத்தும் நோயாக ஆகும்.

Neither follow the words of wise nor use wisdom for better living,
These deficiencies are two ills, that follow a fool, till his life's ending.

849. காணாதான் காட்டுவான் தான்காணான் காணாதான்
கண்டான்ஆம் தான்கண்ட வாறு.

kaaNaathaan kaattuvaan thaan-kaaNaan kaaNaathaan
kaNdaan-aam thaan-kaNdavaarru.

தனக்கு எல்லாம் தெரியும் என்று பிறர் எண்ணுகிறார்கள் என எண்ணி நடக்கும் அறிவில்லாதவனை, அறிவுடையவனாக ஆக்க முயற்சி மேற்கொள்ளும் சான்றோன், தானே அறிவு இழந்து நிற்பான்.

That others consider him as wise is the foolish thought of an ignorant,
But efforts to educate a fool, a wise man will end up as a dolt.

850. உலகத்தார் உண்டுஎன்ப(து) இல்என்பான் வையத்(து)
அலகையா வைக்கப் படும்.

ulagatthaar uNdu-enbathu ill-enbaan vaiyatthu
alagaiyaa vaikkap padum.

உலகத்தில் வாழும் மக்கள் ஒன்றை உண்டு என்று சொல்வதை, இல்லை என்று ஆதாரமில்லாமல் சொல்கின்ற அறிவில்லாதவனை, மக்கள் தம்மில் ஒருவராக எண்ணாது, மண்ணில் தோன்றிய பேய்யாக நினைப்பார்கள்.

A fool, who without basis negates the affirmed facts of the wise,
People will reject him, and hold him an evil spirit born in their midst.

86. இகல் (igal)
(Animosity)

851. இகல்என்ப எல்லா உயிர்க்கும் பகல்என்னும்
பண்பின்மை பாரிக்கும் நோய்.

**igal-enba ellaa uyirkkum pagal-ennum
paNbinmai paarikkum noaiy.**

எல்லா உயிர்களுக்கும் பிற உயிர்களோடு சேர்ந்து இருக்கவிடாமல் இருக்கும் தீய பண்பை வளர்க்கும் குற்றத்தையே இகல் அல்லது மனவேறுபாடு என்று சொல்லுவர், அரிய நூல்களைக் கற்றுத் தேர்ந்த சான்றோர்.

The evil character of not allowing one living being to be together with another is called hatred,
Or the mind's defiance as noted by the well read.

852. பகல்கருதிப் பற்றா செயினும் இகல்கருதி
இன்னாசெய் யாமை தலை.

**Pagal-karuthip patraa seyinum igal-karuthi
innaa-seyyaamai thalai.**

ஒருவன் தம்மோடு வேற்றுமை காரணமாக சேராமல் தமக்கு இன்னலைத் தந்தாலும், அவன்மீது கோபப்படாமல், மாறுபடுதலை ஏற்று அவனுக்குத் துன்பம் செய்யாமல் இருப்பதே சிறந்ததாகும்.

One, due to difference of opinion unable to be together and continues to pose difficulty,
Still, without getting angry, accept his bent of mind and not doing any harm would be a great quality.

853. இகல்என்னும் எவ்வநோய் நீக்கின் தவல்இல்லாத்
தாவில் விளக்கம் தரும்.

**igal-ennum evva-noayi neekkin thaval-illaat
thaavil viLakkam tharum.**

ஒருவன் மனவேறுபாடு என்று சொல்லப்படும் துன்பத்தைத் தரும் நோயைத் தன் மனதில் இருந்து நீக்கிவிட வேண்டும். அவ்வாறு நீக்கினால், எக்காலத்திலும் நிலைத்திருக்கும் அழியாத புகழைக் கொடுக்கும்.

If one sheds animosity in the mind, an illness,
So done, will give him lasting fame endless.

854. இன்பத்துள் இன்பம் பயக்கும் இகல்என்னும்
துன்பத்துள் துன்பம் கெடின்.

inbatthuL inbam payakkum igal-ennum
thunbatthuL thunbam kedin.

மனவேறுபாடு எனப்படும் துன்பங்கள் எல்லாவற்றுக்கும் மிகுந்த துன்பம் ஒருவனிடம் இல்லாமலிருந்தால், அது அவனுக்கு இன்பங்கள் எனப்படும் எல்லாவற்றையும் விடச் சிறந்த இன்பத்தைக் கொண்டு சேர்க்கும்.

When one removes from his mind animosity, the greatest misery of all miseries;
It will bring one the worthiest joy amongst all joys.

855. இகல்எதிர் சாய்ந்துஒழுக வல்லாரை யாரே
மிகல்ஊக்கும் தன்மை யவர்.

igal-ethir saaiynthu-ozhluga vallaarai yaarae
migal-ookkum thanmaiyavar.

தம் உள்ளத்தில் ஏற்பட்ட மனவேறுபாட்டைத் தோன்றிய போதே அதனை ஏற்றுக்கொள்ளாமல் அந்த எண்ணத்தை எதிர்க்கும் வலிமை உள்ளவரை எதிர்த்து வெல்லும் ஆற்றல் மிக்கவர் யாரோ?

Any thought of discord arising in mind, not accepting that, very instant,
One who opposes with all his strength, is there anyone to overpower such a great person will all his might?

856. இகலின் மிகல்இனி(து) என்பவன் வாழ்க்கை
தவலும் கெடலும் நணித்து.

igalin migal-inithu enbavan vaazhlkkai
thavalum kedalum naNitthu.

பிறருடன் மனவேறுபாடு அதிகம் கொள்ளுதல் தான் தனக்கு இனிமை தருகிறது என்று அதனைச் செய்பவனுடைய வாழ்க்கை பிழைத்திருப்பது சிறிது காலமே, முற்றிலும் அழிந்து போவதும் சீக்கிரமே.

One who thinks that hatred feelings towards others gives him pleasure,
And does so, distance between being alive and ruin, end is very near.

857. மிகல்மேவல் மெய்ப்பொருள் காணார் இகல்மேவல்
இன்னா அறிவி னவர்.

திருக்குறள் // TIRUKKURRAL

migal-maeval meyp-poruL kaaNaar igal-maeval
innaa arrivinavar.

எப்போதும் மனவேறுபாட்டை விரும்பும் தீமையான அறிவைப்பெற்றவர், வாழ்க்கையில் வெற்றி பெறுபவதற்கு உதவும் நீதி நூல்களில் கூறப்படும் உண்மையான மெய்ப்பொருளைத் தன் மனதினில் அறிய மாட்டார்.

One who always takes the path of hatred in his life,
Mind will seldom understand the tips of success achievable through truth referred in moral books, with strife.

858. **இகலிற்(கு) எதிர்சாய்தல் ஆக்கம் அதனை**
மிகல்ஊக்கின் ஊக்குமாம் கேடு.

igalirrku ethir-saaiythal aakkam athanai
migal-ookkin ookkumaam kaedu.

ஒருவன் தன் உள்ளத்தில் ஒன்றினைப் பற்றி மனவேறுபாடு தோன்றிய மாத்திரமே, அதனை மனதினில் இருந்து களைத்துவிடுவது சிறந்த செயலாகும். கைவிடாமல் மிகுதியாக வளர்த்தால், அத்தகைய ஊக்கம் உள்ளவனிடம் அழிவு நெருங்க எண்ணும்.

One should dispel from his mind, the very moment, the thoughts of animosity for his prosperity;
Else, if he tries to withstand it and nurtures such spiteful thoughts, it will lead to his adversity.

859. **இகல்காணான் ஆக்கம் வருங்கால் அதனை**
மிகல்காணும் கேடு தரற்கு.

igal-kaaNaan aakkam varungkaal athanai
migal-kaaNum kaedu thararrku.

ஒருவன் தனக்குப் புகழும் செல்வமும் ஊக்கத்தால் பெறும்போது தன் மனதில் எந்த வேறுபாடு கொள்ளும் சிந்தனையையும் வளர்க்கமாட்டான். ஆனால், தனக்குத்தானே அழிவு ஏற்படுத்திக்கொள்ள நினைக்கும்போது, எந்த ஒரு காரணமும் இல்லை என்றாலும், மனவேறுபாட்டை மிகுதியாக எண்ணிக்கொள்வான்.

One who is endorsed by fame and wealth will never encourage within him arousal of hatred thoughts;
But, when he is moving towards the path of destruction, for no reason, he will think more of animosities.

860. இகலான்ஆம் இன்னாத எல்லாம் நகலான்ஆம்
நல்நயம் என்னும் செருக்கு.

**igalaan-aam innaatha ellaam nagalaan-aam
nal-nayam ennum serukku.**

ஒருவன் மனதில் ஏற்படும் வேறுபாட்டால் மட்டுமே எல்லாக் கெடுதலும் உண்டாகும். ஆனால் நட்பு என்னும் ஒன்றால் மட்டும் தான் நல்ல நீதி என்னும் பெருமைமிகு செல்வம் கிடைக்கப் பெறும்.

One's mind, when thinks of hatred, his destruction is definite, Friendliness ensures justice and ethics, the renowned wealth.

87. பகை மாட்சி (pagai maatchi)
(Enemy Traits)

861. வலியார்க்கு மாறுஏற்றல் ஓம்புக ஓம்பா
மெலியார்மேல் மேக பகை.

**valiyaarkku marru-aetrral oambuka oambaa
meliyaar-mael maega pagai.**

தம்மைவிட வலியவரைப் பகைவர் ஆக்கி எதிர்ப்பதைத் தவிர்க்க வேண்டும். மாறாக, தம்மைவிட மெலியவர் மீது பகை கொள்வதை எதிர்க்காது விரும்பி ஏற்க வேண்டும்.

Leave aside the intention of confronting a strong enemy ever,
And never hesitate to like being a foe to an enemy, who is weaker.

862. அன்புஇலன் ஆன்ற துணைஇலன் தான்துவ்வான்
என்பரியும் ஏதிலான் துப்பு.

**anbu-ilan aandra thuNaiy-ilan thaan-thuvvaan
enbariyum aethilaan thuppu.**

ஒருவன் தன் மக்கள், நண்பர்கள் மற்றும் சுற்றத்தார்மீது அன்புள்ளம் கொண்டு நடத்தாமல், அது மட்டுமேயன்றி, தம்மைவிட வலிமை வாய்ந்த நண்பர்களிடம் நட்பு பாராட்டாமல், அதற்குமேல், அவனும் வீரம் இல்லாதவனாக விளங்கினால், அவன் பகைவனுடைய வலிமையை எவ்வாறு அழிப்பான்?

One who is not kind to his kith and kin, has no stronger allies;
And lacks valor, how will such a king ever defeat his strong enemies?

863. அஞ்சும் அறியான் அமைவுஇலன் ஈகலான்
தஞ்சம் எளியன் பகைக்கு.

**anjum arriyaan amaivu-ilan eegalaan
thanjam eLiyan pagaikku.**

ஒருவன் அஞ்ச வேண்டாததற்கு அஞ்சி நின்று, ஆராய்ந்து அறிய வேண்டுவனவற்றை அறியாமல், பிறரோடு அன்பு கலந்து பணிவுடன் கூடிப் பழகாமல், இவற்றிற்கு மேலாக, தேவைப்படும்போது யாவர்க்கும் அவர்களுக்கு வேண்டியதைக் கொடுக்காமல், ஆட்சி நடத்துபவனை என்றுமே பகைவர் எளிதில் தோற்கடிப்பர்.

A king who is fearful about things not to be afraid of, lacks an analytical bent of mind as a quality,
Does not treat others with modesty and is not charitable, such a ruler, can always be defeated by an enemy easily.

864. **நீங்கான் வெகுளி நிறைஇலன் எஞ்ஞான்றும்**
யாங்கணும் யார்க்கும் எளிது.

neengkaan veguLi nirraiy-ilan enjnaandrum
yaangkanum yaarkkum eLithu.

ஒருவன் தன் கோபத்தைக் குறைக்காமல், மனதில் பாதுகாக்க வேண்டிய இரகசியங்களை மறைக்கத் தெரியாமல் ஆட்சி புரிந்தால், எக்காலத்திலும், எங்கும், எவராலும் எளிதில் தோற்கடிக்க முடியும்.

A king who is short-tempered, never knows how to keep to himself important state secrets;
Will be vulnerable to every opponent anywhere and at any point of time and can be defeated.

865. **வழிநோக்கான் வாய்ப்பன செய்யான் பழிநோக்கான்**
பண்புஇலன் பற்றார்க்கு இனிது.

vazhli-noakkaan vaaippana seiyyaan pazhli-noakkaan
paNbu-ilan patrraarkku inithu.

ஒருவன் கற்க வேண்டிய அரிய நூல்களில் கூறப்பட்ட நீதிநெறியின் வழி நடக்காமல், அதன்படி செய்ய வேண்டிய செயல்களைச் செய்யாமல், குற்றம் புரிந்தால் பிறரின் பழிச்சொல்லுக்கு ஆளாவோம் என்பதைப் பொருட்படுத்தாமல், எந்த நல்லதொரு பண்பும் இல்லாதவனாக நடப்பவனின் பகையைப் பகைவரும் விரும்புவர்.

A king who has not read rare books of knowledge, and does not follow the path of righteous act, accordingly,
Who is not bothered about the blame for his misdeeds and lacks any good traits, his opponents will like him as an enemy.

866. **காணாச் சினத்தான் கழிபெரும் காமத்தான்**
பேணாமை பேணப் படும்.

kaaNaas sinatthaan kazhli-perum kaamatthaan
paeNaamai paeNappadum.

காரணமில்லாமலேயே அறியாமையால் கொடூரமான கோபத்தை எப்போதும் வெளிப்படுத்தும் தன்மையுடைய, பெருகிக்கொண்டே இருக்கின்ற பேராசையும் தன்னகத்தே வைத்திருக்கக்கூடியவனின் பகைமை பிறரால் விரும்பப்படும்.

A king who is wild with anger for no reason and who neglects duty due to his increasing lust;
Such qualities make his enemy like him, as he is an easy and a soft target.

867. கொடுத்தும் கொளல்வேண்டும் மன்ற அடுத்துஇருந்து மாணாத செய்வான் பகை.

kodutthum koLal-vaeNdum mandra adutthu-irunthu maaNaatha seiyvaan pagai.

கையில் எடுத்த செயலைச் செய்யாமல் இருக்கத் தேவையானதைச் செய்யும் அரசினில் உள் இருந்துகொண்டே செய்யும் பகைமைத் தன்மையுள்ளவர்களை ஏதாவது பொருள் கொடுத்தாவது அவன் பகையை அருகில் உறுதியாக வைத்திருக்க வேண்டும்.

King who starts a task but does not finish it, because of internal strife, arising due to his incapability;
His enmity shall have to be bought at any price, for continuity.

868. குணன்இலனாய்க் குற்றம் பலஆயின் மாற்றார்க்(கு) இனன்இலனாம் ஏமாப்பு உடைத்து.

guNan-ilanaaik kutrram pala-aayin maatraarkku inan-ilanaam Aemaappu udaitthu.

ஒருவனுக்கு அரசாட்சி புரியும் நற்குணங்கள் ஒன்றுமே இல்லாமல், மாறாகப் பல குற்றங்களைச் செய்யக்கூடிய வழிகளைத் தேர்வு செய்து நடப்பவனுக்கு நல்ல நண்பர்களின் துணையும் கிடைக்காது. இச்சூழல்களே அவனுடைய பகைவருக்கும் பலமாகிறது.

A king who lacks able qualities of a ruler and good allies because of his various methods adopted to commit numerous faults;
Is what makes his enemies stronger, as a default.

869. செறுவார்க்குச் சேண்இகவா இன்பம் அறிவுஇலா அஞ்சும் பகைவர்ப் பெறின்.

serruvaarkkus saeN-igavaa inbam arrivu-ilaa anjum pagaivarp perrin.

நீதி நூல்களில் கூறிய அறிவுரைப்படி நல்ல நெறியில் நடக்காத அறிவில்லாதவனையும், எப்போதும் பயந்து நடுங்கும் கோழையின் இயல்பை உடையவனையும் பகைவர் பெற்றால் எப்போதும் அவனை எதிர்த்து வெற்றி பெறுவார்கள். அதோடு, அவர்களை விட்டு உயர்ந்த இன்பம் நீங்காது நிலைத்து நிற்கும்.

A king who does not administer in paths of justice prescribed in the books of knowledge, equitably,
And who is always afraid, will be attacked by an enemy, who will rejoice everlastingly.

870. கல்லான் வெகுளும் சிறுபொருள் எஞ்ஞான்றும்
 ஒல்லானை ஒல்லாது ஒளி.

kallaan veguLum sirru-poruL enjnaandrum
ollaanai ollaathu oLi.

அரிய நூல்கள் பலவற்றைக் கல்லாத கல்வி அறிவில்லாதவனைப் பகையாக்கி, அவனை வெற்றி பெற்று அவன் பொருட்களைத் தன் வசமாக்க இயலாத ஒருவனை, இவ்வுலகம் கேலி செய்யுமேயன்றி, எக்காலத்திலும் புகழ் அவனை விரும்பி நிலைத்திருக்காது.

Unless, a king who has not read books of knowledge is made an enemy, defeated and his wealth captured,
The world will mock at an able ruler at all times for not doing such an act and his fame will also be lost.

88. பகைத்திறன் தெரிதல் (pagaitthiran therithal)

(Evaluating Enemy's Strength)

871. **பகைஎன்னும் பண்பில் அதனை ஒருவன்**
நகையேயும் வேண்டல்பாற்[று] அன்று.

Pagai ennum paNbil-athanai oruvan
nagaiyaeyum vaendal-paatru andru.

பகை என்று கூறப்படும் தீமையையே என்றும் சேர்க்க வல்ல ஒருவனை விளையாட்டுக்காக இருந்தாலும் விரும்பாமல் இருப்பதே நல்லது என்று நீதி நூல்கள் சொல்லும்.

One even for the sake of fun, never desire to have an enemy, an evil,
Good to foresake enmity is prescribed in books of ethics and moral.

872. **வில்ஏர் உழவர் பகைகொளினும் கொள்ளற்க**
சொல்லேர் உழவர் பகை.

vill-aer uzhlavar pagai-koLinum koLLarrka
soll-aer uzhlavar pagai.

உழவர் தன் ஏருடன், வில்லை ஏந்திய வீரராக தோன்றினாலும், பகைவராகக் கருதலாம். ஆனால், சொல்லை ஏராகப் பிடித்து உபயோகிக்கும் பண்பு கொண்டவரோடு பகை ஆக்கிக்கொள்ளாமல் பாதுகாத்துக் கொள்ள வேண்டும்.

One may consider a farmer, who carries his plough like a bow, as his foe;
But from those who use words as their bow, avoid enmity anyhow.

873. **ஏமுற் றவரினும் ஏழை தமியனாய்ப்**
பல்லார் பகை கொள்பவன்.

Aemutravarinum Aezhlai thamiyan-aaip
pallaar pagai koLbavan.

எப்போதும் தான் தனியாகவே இருந்து கொண்டு தன் பண்பால் பலரின் பகையைச் சேர்த்துக் கொள்பவன், பைத்தியம் பிடித்தவரைக் காட்டிலும் அறிவில்லாதவனாகவே கருதப்படுவான்.

Self-centred ones, who stays alone and develops many enemies;
Is worse than a mentally ill patient lacking basic intelligence.

**874. பகைநட்பாக் கொண்டுஒழுகும் பண்புடையாளன்
தகைமைக்கண் தங்கிற்று உலகு.**

**pagai-natpaak koNdu-ozhlugum paNbudaiyaaLan
thagaimaik-kaN thangkitru ulagu.**

தமக்குத் தேவையில்லாதவரை மட்டும் பகைவராகக் கருதிச் செயல்பட்டு, தம் தேவைக்கு ஏற்பப் பகைவர் சிலைரையும் தம் நண்பர்களாகச் சேர்க்கும் திறமையைத் தன் இயல்பாகக் கொண்ட அரசனின் வார்த்தையை இந்த உலகம் பின்பற்றிச் செல்லும்.

A king who can keep his enemies away from him and has the ability to make allies out of his enemies,
The whole world follows his instructions.

**875. தன்துணை இன்றால் பகைஇரண்டால் தான்ஒருவன்
இன்துணையாக் கொள்கஅவற்றின் ஒன்று.**

**than-thuNai indraal pagaiy-iraNdaal thaan-oruvan
in-thuNaiyaak koLga-avatrrin ondru.**

தன் இயல்பால், தனக்கு உதவி செய்ய விரும்பும் நண்பர் ஒருவர் கூட இல்லை எனில் தாம் சேர்த்து வைத்த பகைவர் இருவருள், பொருந்தி வரக்கூடிய ஒருவரை அத்தருணத்தில் தக்க துணையாக நாடி, அவரை நண்பராகச் சேர்த்துக்கொள்ள வேண்டும்.

Due to his trait, lacks friends to help during need, but has two enemies,
A king can choose one of the two who is worthy as his friend, during crisis.

**876. தேறினும் தேறா விடினும் அழிவின்கண்
தேறான் பகாஅன் விடல்.**

**Thaerrinum thaerraa vidinum azhlivin-kaN
thaerraan pagaa-an vidal.**

ஒரு பகைவனைப் பற்றி முன்னர் நன்கு ஆராய்ந்து அறிந்து வைத்திருந்தாலும் வைக்காவிட்டாலும், நெருக்கடியான கால கட்டத்தில் நிலைமையைப் புரிந்து, அப்பகைவனிடம் நட்பை அதிகம் வளர்க்காமல், விலகியும் இருக்காமல் நடந்து கொள்வதே முறையாகும்.

One who has failed to study or analyse the behaviour of an enemy;
During crisis, maintain equidistance from him by not making him a foe or being friendly.

877. **நோவற்க நொந்த[து] அறியார்க்கு மேவற்க**
மென்மை பகைவர் அகத்து.

noavarrka nonthathu arriyaarkku maevarrka
menmai pagaivar agatthu.

ஒருவன் தமக்கு நேர்ந்த துன்பத்தைப் பற்றித் தெரியாத நண்பர்களிடம் தாமாகவே முன் சென்று அதனைப் பற்றி எல்லோரிடமும் சொல்வதைத் தவிர்க்க வேண்டும். அதோடு தன் பகைவரிடம் எத்தருணத்திலும் தம் குறைகளை வெளிப்படுத்தாமல் நடந்து கொள்ளவேண்டும்.

One should avoid lamenting about his pain, on his own to all his friends;
One should also never reveal his weakness, anytime to his foes.

878. **வகைஅறிந்து தற்செய்து தற்காப்ப மாயும்**
பகைவர்கண் பட்ட செருக்கு.

vagaiy-arrinthu tharrcheiythu tharrkaappa maayum
pagaivarkaN patta serukku.

ஒரு செயலைச் செய்ய வேண்டிய முறையை அறிந்து, தன் கையில் எடுத்த அச்செயலைத் திறம்படச் செய்யத் தேவையானவற்றைப் பெற்று, இரகசியங்கள் அழியாமல் காக்க வல்ல ஒருவனால், பகைவரின் மனதில் ஏற்பட்ட ஆணவம் இருந்தும் இல்லாமலே தானே அடங்கிவிடும்.

One who initiates a task after analysing and finishes with all resources;
And guards effectively state's secrets, an enemy's arrogant thought to defeat him will end without traces.

879. **இளைதாக முள்மரம் கொல்க களையுநர்**
கைகொல்லும் காழ்த்த இடத்து.

iLaithaaga muLmaram kolga kaLaiyu-nar
kai-kollum kaazhlttha idatthu.

ஒரு முள்செடி இளையதாக இருக்கும்போது தான் அதனை வெட்டிவிட வேண்டிய சரியான நேரமாகும். அதைவிட்டு, நன்கு வளர்ந்தபின் அதனை வெட்டினால், வெட்டுபவன் கையை அதன் முட்கள் குத்தித் துன்புறுத்தும். அதேபோல், பகைவர்களையும் முதலிலேயே வெட்டிச் சாய்க்க வேண்டும்.

A thorny shrub can be cut easily when young, a fully grown tree, if cleared, the prickly thorns hurt the hands,
Therefore, an enemy be destroyed before it grows, with no bounds.

880. உயிர்ப்ப உளர்அல்லர் மன்ற செயிர்ப்பவர்
செம்மல் சிதைக்கலா தார்.

uyirppa uLar-allar mandra seyirppavar
semmal sithaikkalaathaar.

தன் பகைவரின் ஆணவத்தைப் பொருட்படுத்தாமல் அவரை அழிக்க வகை செய்யாத ஒருவன், தான் உயிருடன் இருக்கும் காலத்தினுள் அப்பகைவரால் மிக எளிதாக அழிக்கப்படுவது உறுதி.

During lifetime, if no steps are taken to quell an enemy's arrogance,
He will be destroyed surely and easily, without a chance.

89. உட்பகை (utpagai)
(Traitor)

881. நிழல்நீரும் இன்னாத இன்னா தமர்நீரும்
இன்னாவாம் இன்னா செயின்.

**nizhlal-neerum innaatha innaa thamar-neerum
innaavaam innaa seyin.**

ஒருவனுக்கு இன்பம் தரும் நிழலும் நீரும் முதலில் இன்பத்தை நல்கிப் பிறகு துன்பத்தைத் தந்தால் தீயனவாகவே கருதப்படும். அதுபோல, ஆதரிக்கப்பட வேண்டிய நெருங்கிய நண்பர்களும் சுற்றத்தாரும் முதலில் நல்ல இயல்பினைப் பெற்றுப் பழகியபின் வேண்டாத செயல்களைச் செய்தால் அதனால் விளையும் துன்பம் பெருந்துன்பமே.

Shade and water, invoke joy, but if they spread disease are perilous; Kith and kin who are taken care display goodness, if unhappy, at times may cause pain by being treacherous.

882. வாள்போல பகைவரை அஞ்சற்க அஞ்சுக
கேள்போல் பகைவர் தொடர்பு.

**vaaL-poala pagaivarai anjarrka anjuga
kaeL-poal pagaivar thodarbu.**

பகைவர் வாளைப் போல வெளிப்படையாக எதிர்த்து நின்று போர் புரிந்தால், அவரை அஞ்சாமல் எதிர்கொண்டு வெல்ல வேண்டும். ஆனால், அப்படி எதிரில் நிற்காமல், நெருங்கிய உறவினர் போலப் பழகித் தன்னை வீழ்த்த நினைக்கின்ற பகைவரின் நட்பினைக் கண்டு அஞ்ச வேண்டும்.

Fearlessly face the enemies in the open, who are like sharp swords; Beware of relatives who move like close friends, but scheme behind to defeat like the worst foes.

883. உட்பகை அஞ்சித்தன் காக்க உலைவுஇடத்து
மண்பகையின் மாணத் தெறும்.

**utpagai anjit-than kaakka ulaivu-idatthu
man-pagaiyin maaNath therrum.**

ஒருவன் அவனுக்குக் கிடைத்த உட்பகையாளர்களைக் கண்டு அஞ்சித் தன்னைக் காப்பாற்றிக்கொள்ளத் தெரிய வேண்டும். ஏனெனில், அப்படித் தெரிந்து நடக்கவில்லை என்றால், தனக்குத் துன்பம் ஏற்படும் போது, அவர்கள் அந்தச் சந்தர்ப்பத்தைப்

பயன்படுத்தி, மண்பானை செய்யும் குயவர் கையில் உள்ள கூரிய கத்தி எப்படிப் பச்சை மண்பானையை அறுக்குமோ, அப்படித் தன்னை அழித்துவிடுவர்.

A king shall fear and protect himself from the traitors in his country, Else, they will use every opportunity to destroy him, like the potter's sharp knife used to cut a just made pot of clay.

884. மனம்மாணா உட்பகை தோன்றின் இனம்மாணா
ஏதம் பலவும் தரும்.

Manam-maanaa utpagai thoandrin inam-maanaa
Aetham palavum tharum.

காண்பதற்கு எல்லோரின் முன் மனம் திருந்தியவர்போல் நடித்து, ஆனால் மனதில் உட்பகையை வளர்த்துக் கொண்டிருந்தால், அவனின் சுற்றத்தாரும் நண்பர்களும் அவன் சொல்லைக் கேட்டு நடப்பவர்களாக இல்லாமல், இவை அமைந்தால் பலவித துன்பத்தையே கொடுக்கும்.

Looking rehabilitated and normal to all, but planning to dethrone the king, these persons are like enemies internally;
Will instigate his kith and kin, to act against him by not following his instructions, always is a constant worry.

885. உறல்முறையான் உட்பகை தோன்றின் இறல்முறையான்
ஏதம் பலவும் தரும்.

Urral-murraiyaan utpagai thoandrin irral-murraiyaan
Aetham palavum tharum.

ஒருவனின் உறவுமுறைக்காரனே உட்பகை கொண்டு அவனுடன் நடந்தால், அது அவனுக்கு இறப்பைப் போன்று கருதத்தக்க மிகுந்த துன்பங்களைச் சேர்க்கும்.

If one has to face sedition from his own relatives by stealth;
That will destroy him with pain caused by death.

886. ஒன்றாமை ஒன்றியார் கண்படின் எஞ்ஞான்றும்
பொன்றாமை ஒன்றல் அரிது.

ondraamai ondriyaar kan-padin enjnaandrum
pondraamai ondral arithu.

அரசனிடம் நெருங்கிப் பழகும் உறவினர்களுள் உட்பகை தோன்றினால், அப்பகை எத்தன்மையானதாக இருந்தாலும், அவன் மரணம் போன்ற அழிவினைக் கண்டிப்பாகத் தவிர்க்க இயலாது.

A king's close relatives, get unhappy and become rebellious,
The good qualities of a king will be unable to stop death like hazards.

887. செப்பின் புணர்ச்சிபோல் கூடினும் கூடாதே
உட்பகை உற்ற குடி.

**seppin puNartchi-poal koodinum koodaathae
utpagai utra kudi.**

செப்பு எனும் சிமிழின் மேல் பொருந்திய முடியைப் போல, பார்ப்பவர்கள் முன் ஒற்றுமையுடன் நடந்து கொண்டாலும், உட்பகையை வளர்த்துக்கொண்டிருக்கும் ஒருவனோடு நெருங்கிப் பழகுபவர்கள், வெளித்தோற்றத்தில் ஒன்றாக இருப்பதுபோல இருந்து மனதளவில் என்றும் ஒன்றாகச் சேரவே மாட்டார்கள்.

Relatives, looking good outwardly but acting with sinister intentions, mind's wavelength can never be in unison;
Similar to the perfect casket with its lid, the gap shall be seen within.

888. அரம்பொருத பொன்போலத் தேயும் உரம்பொரு[து]
உட்பகை உற்ற குடி.

**aram-porutha pon-poala thaeyum uram-poruthu
utpagai utra kudi.**

உட்பகையால் வேதனைப்படும் நாடு, முதலில் நன்கு செழிப்பாக இருப்பினும், அரத்தைக் கொண்டு தேய்த்து இரும்பு பிளக்கப்படுவதைப் போல, வலிமையை இழந்து அழியும்.

A country with internal squabbles in its ranks, will look prosperous;
Its fame will end, like a strong iron when filed breaks into pieces.

889. எள்பக[வு] அன்ன சிறுமைத்தே ஆயினும்
உட்பகை உள்ளதாம் கேடு.

**eL-pagavu-anna sirrumaitthae aayinum
utpagai uLLathu-aam kaedu.**

அரசனுக்கு அவன் நாட்டில் உள்ள உட்பகை, எள்ளைப் பிளந்தது போன்ற சிறிய அளவு உடையது ஆக இருப்பினும், அது அவன் நாட்டின் பெருமையையே சீர்குலைத்து அழிக்கும் பேராபத்தைத் தன் உள்ளே கொண்டதாம்.

For a king, sedition in his country small in size like the split of a sesame seed;
But, is capable of causing a huge destruction, due to such misdeed.

890. உடம்பா[டு] இலாதவர் வாழ்க்கை குடங்கருள்
பாம்போ[டு] உடன்உறைந்து அற்று.

udambaadu ilaathavar vaazhlkkai kudangaruL
paamboadu udan-urrainthu atru.

அரசன், அவனுடன் கருத்து உடன்பாடு இல்லாதவனுடன் கூடி வாழும் வாழ்க்கை, வெகு விரைவில் அவனுக்கு ஆபத்தை உண்டாக்கும். அது, ஒரு சிறு குடிசை வீட்டினுள் கொடிய நச்சுப் பாம்புடன் தங்குவது போன்றதாகும்.

A king who has persons closer who are not with his mind's wavelength will cause damage to him quite soon.

Like one who lives in a hut with venomous cobra as his companion.

90. பெரியாரைப் பிழையாமை (periyaaraip pizhlaiyaamai)
(No Disrespect of Honourable Men)

891. ஆற்றுவார் ஆற்றல் இகழாமை போற்றுவார்
போற்றலுள் எல்லாம் தலை.

**aatruvaar aatrral igazhlaamai poatruvaar
poatrraluL ellaam thalai.**

தான் எடுத்துக் கொண்ட அனைத்துப் பணிகளையும் முடிக்கும் திறமையை உடையவரின் மன வலிமையை அவமதிக்காமல் நடந்து கொள்வது, தனக்குத் தீங்கு வராமல் காத்துக்கொள்வதற்காக எடுக்கும் அத்தனை நடவடிக்கைகளைவிடச் சிறந்ததாகச் சொல்லப்படும்.

Not to demean the ability of strong willed who finish a task -in-hand
One of the steps to protect a king from evil, the best in the grind.

892. பெரியாரைப் பேணா(து) ஒழுகின் பெரியாரால்
பேரா இடும்பை தரும்.

**periyaaraip paeNaathu ozhlugin periyaaraal
paeraa idumbai tharum.**

தாம் நிறைவேற்றும் செயல்களின், ஆற்றலில் சிறந்து விளங்கும் பெரியோரை, ஒரு வேந்தர் சரிவர மரியாதைக் கொடுக்காமல் அவமதித்து நடப்பாரேயானால், அத்தகைய நடத்தை, அவர்க்கு எல்லாக் காலத்திலும் நீங்காத துன்பத்தைத் தரும்.

Great men, who finish any task undertaken, if a ruler chooses to disrespect;
Such a behaviour will cause at all times enduring sorrowful effect.

893. கெடல்வேண்டின் கேளாது செய்க அடல்வேண்டின்
ஆற்று பவர்கண் இழுக்கு.

**kedal-vaeNdin kaeLaathu seiyga adal-vaeNdin
aatru bavar-kaN izhlukku.**

ஒருவன் தான் உடனே அழிந்துவிட விரும்பினால், அக்கணமே, ஆற்றல் படைத்த வேற்று வேந்தரிடம் தவறாக நடந்து கொள்ள வேண்டும். அதுவும் உடனே கெட எண்ணினால், அரிய நீதி நூல்களில் கூறியவைகளைக் கேளாமல் அதன் வழி நடக்காமல் பிழை செய்ய வேண்டும்.

A king, who wants ruin instantly, incurs the wrath of a strong enemy,
And for faster ruin, don't give heed to words of wisdom and don't
follow the path of virtue, definitely.

894. கூற்றத்தைக் கையால் விளித்துஅற்றால் ஆற்றுவார்க்கு
ஆற்றாதார் இன்னா செயல்.

**kootrratthaik kaiyyaal viLitthu-atrraal aatruvaarkku
aatrraathaar innaa seyal.**

அரிய பல நூல்களைக் கற்ற அறிவு, நாட்டின் பெரும் செல்வம்,
உயரிய படை பலம் ஆகிய மூவகை ஆற்றலுடைய அரசரை, இவை
யாவும் இல்லாதவன் தாமே முதலில் மோதும் தவற்றைச் செய்ய
எண்ணினால், எமனை முன்னரே கை அசைத்து வரவழைப்பது
போன்றாகும்.

A king with the three traits, profound knowledge, wealth and a large
defence force, if insulted by a mean one,
Is like waving hand to God of Death to take life by an early invitation.

895. யாண்டுச்சென்று யாண்டும் உளர்ஆகார் வெந்துப்பின்
வேந்து செறப்பட் டவர்.

**yaaNdu-sendru Yaandum uLar-aagaar venthuppin
vaenthu saerrappattavar.**

பகைவரை வென்று துரத்தி அடிக்கும் மிகுந்த வலிமையுடைய
அரசனின் கடும் கோபத்திற்கு ஆளானவர், அவனிடம் இருந்து
தப்பி ஓடி எங்கே போய் ஒளிந்துக் கொள்வார்? எங்கேயும் போய்
மறைந்து வாழ வழியில்லை.

A strong king who can defeat any enemy and chase it away;
Where can his enemy run and hide, if he is angry, can it ever live in
hiding anyway?

896. எரியால் சுடப்படினும் உய்வுஉண்டாம் உய்யார்
பெரியார்ப் பிழைத்துஒழுகு வார்.

**eriyaal sudappadinum uyvu-uNdaam uiyyaar
periyaarp pizhlaitthu-ozhlugu vaar.**

தீயினால் புண் ஏற்பட்டுக் காயம் அடைந்தாலும் ஒருகால் அவன்
உயிர் பிழைக்க முடியும். ஆனால், அறிவில் சிறந்த ஆற்றல் மிகு
பெரியாரிடம் ஒழுக்கமான முறையில் நடக்காமல் அவமதித்து
வாழ்பவன், எப்படி முயற்சி செய்தாலும் உயிர் பிழைக்க மாட்டான்.

One can get grievous burns injury and yet save his life too;
But, those who disrespect the well-read and disciplined elders, can never be alive however hard they may try to.

897. வகைமாண்ட வாழ்க்கையும் வான்பொருளும் என்னாம்
தகைமாண்ட தக்கார் செறின்.

**vagai-maaNda vaazhlkkaiyum vaan-poruLum ennaam
thagai-maaNda thakkaar serrin.**

தவ வலிமையும் அரிய பல நூல்களைக் கற்றும் சிறப்பு பெற்ற பெரியவரின் கோபத்திற்கு ஆளாகும் அரசனுக்கு, அவன் பல வகையால் பராமரிக்கும் உறுப்பழகும், அரசாட்சியும், தேடிச் சேர்த்த பெரும் செல்வமும் இருந்தும் என்ன பயன்?

A king, if he incurs the wrath of men of austere penance and profound knowledge, due to disrespect,
Of what use is his strong build, administrative ability and wealth.

898. குன்றுஅன்னார் குன்ற மதிப்பின் குடியொடு
நின்றுஅன்னார் மாய்வர் நிலத்து.

**kundru-annaar kundra mathippin kudiyodu
nindru-annaar maaivar nilatthu.**

மலை போன்ற உயரிய சிறப்புடைய ஆற்றல் மிகுந்த பெரியவர், தான் ஒருவரை அழிக்க வேண்டும் என்று கருதினால், அத்தருணத்திலேயே இந்த உலகில் தாம் நிலைபெற்றுள்ளோம் என்று நினைத்து வாழுபவர், தம் குடும்பத்தாருடன் அழிந்து போவர்.

Men of honour with mountainous ability, desire any one to be ruined;
The very moment, he with all his wealth and relatives, which seemed to be always permanent, will be doomed.

899. ஏந்திய கொள்கையார் சீறின் இடைமுரிந்து
வேந்தனும் வேந்து கெடும்.

**Aenthiya koLgaiyaar seerrin idai-murinthu
vaenthanum vaenthu kedum.**

உயர்ந்த கொள்கையுடன் எளிமையாக வாழும் சிறந்த ஆற்றல் மிக்க பெரியவர் கோபப்பட்டால், வலிமை மிகுந்த வேந்தனும் இடையிலே தன் பதவியை இழந்து துன்பப்பட்டு அழிவான்.

Wise men with high principles, who leads a humble life, if angered;
Even a mighty king will lose his powerful position and will be ruined.

900. இறந்துஅமைந்த சார்புடையார் ஆயினும் உய்யார்
சிறந்துஅமைந்த சீரார் செறின்.

irranthu-amaintha saarbudaiyaar aayinum uiyyaar
sirranthu-amaintha seeraar serrin.

கடும் தவம் புரிந்து எளிமையாக அற வழியில் வாழும் பெரியோரின் கோபத்திற்கு அரசன் ஆளானால், எல்லோரும் போற்றுதற்குரிய மாபெரும் பண்புகளைப் பெற்று வாழ்ந்தாலும், அச்சினத்தால் கிடைக்கப்போகும் அழிவினிலிருந்து அவனைக் காப்பாற்றிக்கொள்ள முடியாது.

If men of austere penance, who lead a simple way of life, gets angry;
Even a famous king of virtue, cannot save himself from the agony.

91. பெண் வழிச் சேறல் (penvazhli saeral)
(Submission to Dominance by Women)

901. மனைவிழைவார் மாண்பயன் எய்தார் வினைவிழையார்
வேண்டாப் பொருளும் அது.

manai-vizhlaivaar maaN-payan eiythaar vinai-vizhlaiyaar
vaeNdaap poruLum athu.

பாசத்தால் கட்டுப்பட்டு, மனைவியின் சொல்லைக் கேட்டு எப்போதும் நடக்கும் தலைவன், என்றும் அவன் தேடிக்கொண்டிருக்கும் உயர்ந்த இலட்சியத்தை அடையமாட்டான். தம் கடமையாற்றிப் பொருள் தேடுபவர் நினைக்கும் வேண்டாத பொருளும் அதுவே ஆகும்.

Men who always listen to the words of their wives out of affection, and act, will never attain prime;
Men who do duty and seek wealth, know that is the last thing to aim.

902. பேணாது பெண்விழைவான் ஆக்கம் பெரியதோர்
நாணாக நாணுத் தரும்.

paeNaathu peN-vizhlaivaan aakkam periyathoar
naaNaaga naaNut tharum.

தான் ஆற்ற வேண்டிய கடமையை மறந்து, தலைவன் தன் மனைவியின் அன்பிலும் அரவணைப்பின் இன்பத்திலும் மூழ்கினால், அவன் தேடிச் சேர்த்த செல்வம் பற்றி நினைக்கும் ஆண்களுக்கு வெட்கத்தைத் தரும், அவனுக்கும் அவமானம் உண்டாகி, நாணுவான்.

Man, forgetting his duties, soaks in joy of his wife's loving embrace;
The menfolk will be ashamed about his pursuit of wealth and he too will don shyness.

903. இல்லாள்கண் தாழ்ந்த இயல்புஇன்மை எஞ்ஞான்றும்
நல்லாருள் நாணுத் தரும்.

illaaL-kaN thaazhlntha iyalbu-inmai enjnaandrum
nallaaruL naaNuth tharum.

தன் மனைவியிடம் அன்பினால் பயந்து பணிந்து போகும் தலைவனின் இயல்பு, அப்படி நடந்து கொள்ளாத நல்லவர்களிடையே சேர்ந்து இருக்கும் போது எக்காலத்திலும் அவனுக்கு வெட்கத்தையே தரும்.

A man who out of love for wife displays traits of timidity and fearful;
Amidst worthy men who are different, will always make him coyful.

904. **மனையாளை அஞ்சும் மறுமை இலாளன்**
வினையாண்மை வீறுஎய்தல் இன்று.

manaiyaaLai anjum marrumaiy ilaaLan
vinaiyaaNmai veerru-eiythal indru.

பாசத்தில் கட்டுப்பட்டு, தன் அன்பு மனைவியின் சொல்லுக்கு அஞ்சி, வாழ்க்கை நடத்தும் தலைவன், தான் தேடி அடைய வேண்டிய அறத்தின் பயனாகிய விதியை மதியால் வெல்லும் திறமையை, அதாவது, தனித்துவமான செயலாற்றும் தன்மையை இழந்ததால், அவனை நல்லவர்கள் பாராட்ட மாட்டார்கள்.

Out of love for his wife, man who is afraid of her words and leads his familial life, indeed;
Loses his trait to overpower fate through will power and will never earn the praise of the good for such deed.

905. **இல்லாளை அஞ்சுவான் அஞ்சுமற்று எஞ்ஞான்றும்**
நல்லார்க்கு நல்ல செயல்.

illaaLai anjuvaan anjumatru enjnaandrum
nallaarkku nalla seyal.

தன் மனைவியிடம் உள்ள அன்பால், அவள் சொல்லுக்கு அஞ்சி நடக்கும் தலைவன், அவன் தேடிச் சேர்த்த செல்வத்தை நல்லவர்களின் மூலம் நல்ல பணிகளுக்குச் செலவு செய்வதற்காகக் கூடப் பயந்து நிற்பான்.

If a man submits to his wife's words out of love and acts accordingly;
He will also not distribute his wealth, to the needy fearfully.

906. **இமையாரின் வாழினும் பாடிலரே இல்லாள்**
அமைஆர்தோள் அஞ்சு பவர்.

imaiyaarin vaazhlinum paadilarae illaaL
amai-aar-thoaL anjubavar.

தன் அன்பு மனைவியின் மூங்கில் போன்ற தோளிற்குப் பாசத்தால் கட்டுப்பட்டு அவள் சொல்லுக்குப் பயந்து நடுங்கினால், தெய்வ குணங்களைக் கொண்டவராக வாழ்ந்தபோதிலும், ஆணிற்குரிய பெருமை இல்லாதவர் என்றே கூறுவர்.

Man, submissive and shivering on hearing the words of his beloved wife who has bamboo like slender shoulders;
May have divine qualities in life but will be disrespected by all others.

907.
பெண்ஏவல் செய்துஒழுகும் ஆண்மையின் நாண்உடைப்
பெண்ணே பெருமை உடைத்து.

**peNN-aeval seiythu-ozhlukum aaNmaiyin naaNudaip
peNNae perumai udaitthu.**

தன் அன்பு மனைவியின் சொற்படி எப்போதும் அவள் கூறுகின்ற பணியினை ஏற்று நடத்த முற்படும் தலைவனின் ஆண்மையைவிட, நாணத்தையே தன் இயல்பாகக் கொண்டு நடக்கும் பெண்ணின் பெருமையே சிறந்தது.

Always carrying out the errands as per the words of his beloved wife, sincerely,
Such manliness fails before a woman's coyishness, naturally.

908.
நட்டார் குறைமுடியார் நன்றுஆற்றார் நல்நுதலாள்
பெட்டாங்[கு] ஒழுகு பவர்.

**nattaar kurrai-mudiyaar nandru-aatrraar nal-nuthalaaL
pettaangku ozhlugubavar.**

தன் மனைவியின் வார்த்தைக்குக் கட்டுப்பட்டுத் தான் நினைத்தவற்றைச் செய்யாமல், அவள் கூறியவாறு நடக்கும் தலைவன், தன் நெருங்கிய நண்பர்களுக்கு உள்ள உரிய குறைகளைத் தீர்க்க மாட்டான். அது மட்டும் அன்றி, நீதி நெறி வழியில் நடக்கவும் மாட்டான்.

A man who always act as per his wife's whims and fancies;
Will ignore dire needs of his close friends and also tread away from the path of virtues.

909.
அறவினையும் ஆன்ற பொருளும் பிறவினையும்
பெண்ஏவல் செய்வார்கண் இல்.

**arra-vinaiyum aandra poruLum pirra-vinaiyum
peN-Aeval seyvaar-kaN il.**

நீதி நெறி வழியில் நடக்கத் தேவையான பொருளைத் தேடும் முயற்சியும், தனக்கு இன்பம் தரும் செயலைச் செய்யும் தலைவன், இவ்விரண்டைத் தவிர, தன் பாசமிகுதியால் மனைவியின் சொல்லுக்கு ஆட்பட்டு அவள் கூறிய பணியினையே செய்பவன், மேற்கூறியவற்றைச் செய்ய இயலாது.

Man to follow the path of virtue and venture out to acquire wealth and derive joy to his satisfaction;

He will never be able to enjoy all the above, if he always carries out only his beloved wife's instructions.

910. எண்சேர்ந்த நெஞ்சத்து இடன்உடையார்க்[கு] எஞ்ஞான்றும்
பெண்சேர்ந்தாம் பேதைமை இல்.

eN-saerntha nenjatthu idan-udaiyaarkku enjnaandrum
peN-saernthaam paethaiymai il.

தன் கடமையைச் சிறப்பாக ஆற்றவதற்குத் தேவையான சிறந்த எண்ணத்தைக் கொண்டவனுக்கு, அதன் வழி நடந்து தேடிச் சேர்த்த செல்வம் உடையவனுக்கு, தன் அன்பு மனைவியின் பாசத்தில் அடிமைப்பட்டு, பந்தத்தால், தன் புத்தியை இழந்து, துன்பப்படும் நிலை என்றுமே வராது.

A man with the right frame of mind, performs his duty diligently and prospers;

Will never be influenced by his wife's lovable nature in his decision making and for life will not suffer.

92. வரைவின் மகளிர் (varaivin magaLir)
(Women who know no bounds to sell themselves)

911. **அன்பின் விழையார் பொருள் விழையும் ஆய்தொடியார்**
இன்சொல் இழுக்குத் தரும்.

anbin vizhlaiyaar poruL-vizhlaiyum aaiy-thodiyaar
insol izhlukkut tharum.

ஒருவன்மீது கொண்ட அன்பால் அவனை அடையாது, அவனின் பொருள்களின் மேல் விருப்பம் கொள்ளும் தொடி அணிந்த மகளிர் பேசும் இனிய சொல் அன்பு கலந்ததுபோல அப்போது இருப்பினும், பின்னர் அது அவனுக்கு மிகுந்த துன்பத்தைக் கொடுக்க வல்லது.

Bracelet worn woman, who loves a man for his gifts he given to her; Her sweet words though with all love, later will give him much bother.

912. **பயன்தூக்கிப் பண்புஉரைக்கும் பண்புஇல் மகளிர்**
நயன்தூக்கி நள்ளா விடல்.

payan-thookkip paNburaikkum paNbu-il magaLir
nayan-thookki naLLaa vidal.

ஒருவனிடம் உள்ள பொருளின் அளவை அறிந்து, அதற்கு ஏற்ப, அதனை அடையும் வரை நல்ல பண்புள்ளவர் போலப் பேசி நடிக்கும் பண்பில்லாத மகளிரின் ஒழுக்கமில்லா ஆற்றலை ஆராய்ந்து அறிந்து அவரை நாடாமல் இருக்க வேண்டும்.

Finding out one's wealth, and on that basis, acts with all goodness; Uses sweet words, till the wealth changes to her hands, such characterless women be kept far, to prevent harmfulness.

913. **பொருள்பெண்டிர் பொய்ம்மை முயக்கம் இருட்டுஅறையில்**
ஏதுஇல் பிணம்தழீஇ அற்று.

porul-peNdir poiymmai muyakkam iruttu-arraiyil
Aethu-il piNam-thazhee-e atru.

தன்னை நாடி சிற்றின்பத்தை விரும்பி வந்தவனை விரும்பாமல், அவன் கொண்டு வந்த பொருளின் மீது நாட்டம் கொண்டு வாழும் மகளிர் மனதில் எழும் பொய்யான அன்பு அரவணைப்பு, இருட்டறையில் உள்ள பிணத்தை மனதில் எவ்விதக் கூச்சமும் இல்லாமல் தழுவுதலைப் போல ஆகும்.

One seeking bodily pleasure from a woman with no love for him, but who has a keen eye on his assets, greedily;
Such a woman's false embrace without love, is like hugging a dead body placed in a dark room, shamelessly.

914. பொருள்பொருளார் புல்நலம் தோயார் அருள்பொருள்
ஆயும் அறிவி னவர்.

poruL-poruLaar pul-nalam thoayaar aruL-poruL
aayum arrivinavar.

இன்பம் எனும் உண்மைப் பொருளை விடுத்து, பொருளின் மேல் மட்டுமே உள்ள ஆசையில் நிகழும் மகளிரின் அற்பச் சுகம் நாடும் நலத்தை, அருளோடு கூடிய பொருளை, அரிய பல நூல்களைக் கற்று ஆராய்ந்து அறிந்து நாடும் அறிவுடையவர் அத்தகைய மகளிரின் அழகிய மெய்யைத் தீண்டமாட்டார்.

Leaving aside the true pleasure, women who sell themselves only for the mean desire of acquiring wealth of men;
Well-read wise men of love and compassion will never touch the lovely bodies of such women.

915. பொது-நலத்தார் புல்நலம் தோயார் மதிநலத்தின்
மாண்ட அறிவி னவர்.

pothu-nalatthaar pul-nalam thoayaar mathi-nalatthin
maaNda arrivinavar.

இயற்கையாகவே அறிவின் நன்மையால் நல்ல சிறப்புடன் வாழும் அறிவுடையவர், தமக்குப் பொருள் கொடுப்பவர்களுக்கு எல்லாம் பொதுவாக ஆசை வழங்கும் மகளிரின் அற்ப நலத்தை நாடாமல் ஒதுங்குவர்.

Men of naturally endowed wisdom who leads life with all goodness;
Will avoid women who offer their desires in public for a price.

916. தம்நலம் பாரிப்பார் தோயார் தகைசெருக்கிப்
புல்நலம் பாரிப்பார் தோள்.

tham-nalam paarippaar thoayaar thagai-serukkip
pul-nalam paarippaar thoaL.

ஆடல், பாடல் என்னும் கலைத்திறனும் அதனோடு தம் அழகும் மற்றவர் இன்பம் அடைவதற்கெனக் காட்டிப் பொருள் திரட்டும் அற்ப நலத்திற்காக வாழும் மகளிரின் தோளை, நல்லொழுக்கத்தால் தம் புகழைப் பரப்ப நினைக்கும் பெரியோர் தீண்ட மாட்டார்.

With skill of dance and song, beautiful women who for others' joy, make money by meanly selling themselves in open;
Men of high discipline who wish to lead a life of fame, will not lean on to the shoulders of such women.

917. **நிறைநெஞ்சம் இல்லவர் தோய்வர் பிறநெஞ்சின்**
பேணிப் புணர்பவர் தோள்.

nirrai-nenjam illavar thoaivar pirra-nenjin
paeNip puNarbavar thoaL.

வெளித் தோற்றத்தால் மட்டும் மகிழ்ந்து தனக்குப் பொருள் கொடுப்பவரைத் தழுவும் நெஞ்சம் கொண்ட மகளிரின் தோளை, என்றும் நிலைத்து நிற்கும் அடக்கமான மனதினைக் கொள்ளாதவரே நாடுவர்.

Thinking about one who loves her, but outwardly posing as though happy with the embrace of the man who pays,
Men with no control of mind, only seek such a woman's shoulders.

918. **ஆயும் அறிவினர் அல்லார்க்[கு] அணங்குஎன்ப**
மாயம் மகளிர் முயக்கு.

aayum arrivinar allaarkku aNangku-enba
maayam magaLir muyakku.

அழகு, சொல், செயலால் மற்றவரை வஞ்சனையால் கவரும் தொழில் புரியும் திறமை படைத்த மகளிரின் பொருள் ஈட்டுவதற்கான தழுவுதலை, அவ்வஞ்சனை பற்றி ஆராய்ந்து அறிந்து அவர்களின் அருகில் வராமல் இருக்கும் அறிவுடையாரைத் தவிர, மற்றவர் அந்த மயக்கத்தால், தாக்கப்பட்டு வீழ்வர் என்று நூலோர் கூறுவர்.

Women who by their beauty, words and actions, scheme to covet other's assets, and embrace others for a price,
Except wise men who can read their cunning moves and stay away, others are hit by the nymphical prowess.

919. **வரைவுஇலா மாண்இழையார் மெல்தோள் புரைஇலாப்**
பூரியர்கள் ஆழும் அளறு.

varaivu-ilaa maaN-izhlaiyaar mel-thoaL puraiy-ilaap
pooriyargaL aazhlum aLaru.

ஒழுக்கத்தின் வரைமுறையைக் கடைபிடிக்காது உயர்ந்தோர் இழிந்தோர் என்ற வேறுபாடின்றி, பொருள் ஒன்றை மட்டுமே எண்ணி எவரையும் தழுவும் மகளிரின் மெல்லிய தோள்கள், அறிவில்லாதவன் விழும் ஆழமான புதைக்குழி என்னும் நரகம் ஆகும்.

With no discipline, but with the only motive of earning money, women who embrace all men, good or bad who pay the price; For stupid men, it is like falling into a deep pit of hell of a crisis.

920. இருமனப் பெண்டிரும் கள்ளும் கவறும்
திருநீக்கப் பட்டார் தொடர்பு.

irumanam peNdir-um kaLLum kavarru-um
thiru-neekkappattaar thodarbu.

தாம் நெருங்கிப் பழகிய ஒருவனை மனதில் நிறுத்தி, பொருள் கொடுக்கும் மற்றவர்க்குத் தன் நெஞ்சத்தை அளித்து வாழும் அற்பப் புத்தி கொண்ட மகளிரும், கள்ளும், சூதும் என்னும் இம்மூன்று தீங்கினையும் உடையவர், திருமகளால் ஒதுக்கிவைக்கப்பட்டுத் துன்பப்படுவோருடன் நட்பு பாராட்டித் தம் செல்வத்தை இழந்து நிற்பர்.

Women of dual personality who lead life with one in mind and publicly sell themselves, toddy drinking and gambling;
Are the three associates of sure doom for a man, who Lakshmi, Goddess of Fortune, leaves alone to suffering.

93. கள்ளுண்ணாமை (kaLLunnaamai)
(Abstinence from Toddy-Drinking)

921. **உட்கப் படாஅர் ஒளிஇழப்பர் எஞ்ஞான்றும்**
கள்காதல் கொண்டுஒழுகு வார்.

utkap padaa-ar oLi-izhlappar enjnaandrum
kaL-kaathal koNdu-ozhluguvaar.

கள்ளை மிகவும் விரும்பிக் குடிப்பவர் என்றுமே தன் பகைவரால் அஞ்சப்பட மாட்டார். மேலும், தாம் சேர்த்து வைத்த மதிப்பையும் புகழையும் அறிவின்மையால் இழப்பார்.

Addicted toddy-drinkers, their enemies will fear never;
The earned respect and fame also will be lost by ignorance, forever.

922. **உண்ணற்க கள்ளை உணில்உண்க சான்றோரான்**
எண்ணப் படவேண்டா தார்.

uNNarrka kaLLai uNil-uNga saandroaraan
eNNap pada-vaeNdaathaar.

கள்ளை அருந்தக் கூடாது. கற்று ஆராய்ந்த பெரியோர் தம்மைப் பற்றி நல்ல எண்ணத்தை வளர்த்துக்கொள்ள வேண்டும் என்று விரும்பாதவர் வேண்டுமானால் பருகலாம்.

Never drink toddy, but who want wise men not have a good opinion;
Let them drink toddy, if they do not want to be looked upon.

923. **ஈன்றாள் முகத்தேயும் இன்னாதால் என்மற்றுச்**
சான்றோர் முகத்துக் களி.

eendraal mugatthu-ae-um innaathaal en-matrus
saandroar mugatthuk kaLi.

எந்தக் குற்றத்தினையும் செய்த தன் பிள்ளையைத் தாய் மன்னித்து விடுவாள். ஆனால், அவளே தன் முன் கள்ளைக் குடித்துவிட்டு மயக்கத்தில் நின்ற தன் பிள்ளையைப் பார்த்ததும் துன்பப்படுவாள். எல்லாக் குற்றங்களையும் தவிர்த்து வாழும் சான்றோர், கள் உண்டவனை நேரில் கண்டால் அவர் முகத்தில் எழும் எண்ணம் என்ன?

A mother forgives children for any mistake, but feels sorry about her child in delusion, after toddy drinking,
Then men of wisdom, who follow the path of virtue, on seeing a drunkard, what will they be thinking?

924. நாண்என்னும் நல்லாள் புறங்கொடுக்கும் கள்என்னும்
பேணாப் பெருங்குற்றத் தார்க்கு.

**naaN-ennum nallaaL purrangkodukkum kaLL-ennum
paeNaap perungkutratthaarkku.**

கள்ளைக் குடிப்பவர், எல்லோரும் இகழக்கூடிய பெருங்குற்றம் இழைத்தவராய் வாழ்வர். அப்படிப்பட்டவர் பெறும் மயக்கத்தால், நாணம் என்னும் நல்ல பண்புடையவள் அவனுக்குப் பயந்து எதிரே வராமல் விலகிச் செல்லுவாள்.

Toddy drinkers lead life of defects which is blamed by all others,
Coy, the good lady, turns her back without facing him out of fear.

925. கைஅறி யாமை உடைத்தே பொருள்கொடுத்து
மெய்அறி யாமை கொளல்.

**kaiy-arriyaamai udaitthae poruL-kodutthu
meiy-arriyaamai koLal.**

கடின உழைப்பால் பெற்ற விளைச்சலை விற்றுக் கிடைத்த பணத்தைக் கொண்டு கள்ளை விலை கொடுத்து வாங்கி, அதனால் தன்னை மயக்க நிலைக்குத் தள்ளி, தன்னை மறக்கின்றவனின் நிலைமை, என்ன செய்கிறோம் என்று தெரியாத காரணத்தால் பெற்ற அறியாமையினால் விளைந்ததாகும்.

Hard work induced harvest which fetched a good price, such money wasted to buy toddy and drink to unconsciousness;
Is due to forgetfulness of his own self out of ignorance.

926. துஞ்சினார் செத்தாரின் வேறுஅல்லர் எஞ்ஞான்றும்
நஞ்சுஉண்பார் கள்உண் பவர்.

**Thunjinaar setthaarin Vaerru-allar enjnaandrum
Nanju-unbaar KaL-unbavar.**

தூங்கிக் கொண்டு இருப்பவருக்கும் இறந்தவருக்கும், அதிக வித்தியாசம் தோன்றாது. அதேபோல், கள் அருந்துபவர்க்கும் கொடிய நஞ்சைக் குடித்தவர்க்கும் ஏற்பட்ட அறியாமையை வேறுபடுத்திக் காட்ட முடியாது, இரண்டுமே ஒன்றுதான்.

One, fast asleep and another dead, not much difference for the onlookers;
Ignorance of a toddy drinker and one who drank deadly poison, both are similar.

927. உள்ஒற்றி உள்ளூர் நகப்படுவர் எஞ்ஞான்றும்
கள்ஒற்றிக் கண்சாய் பவர்.

**uLL-otrri uLLoor nagappatuvar enjnaandrum
kaLL-otrrik kaN-saaibavar.**

யாருக்கும் தெரியாமல் கள்ளைக் குடித்து, அந்த போதையில் மயங்கி, தன் அறிவை இழப்பர். அவரைக் கண்டவுடன் உள்ளூரில் இருப்பவர்கள் அவரின் மயக்க நிலையைக் கேலிச் செய்து எப்போதும் சிரித்து மகிழ்வர்.

Drinking toddy not seen by any, still one is pushed into delirium and loses control,
This trait will be noticed by his townsfolk who will mock and revel.

928. களித்துஅறியேன் என்பது கைவிடுக நெஞ்சத்து
ஒளித்ததூஉம் ஆங்கே மிகும்.

**kaLitthu-arriyaen enbathu kai-viduga nenjatthu
oLitthathoo-um aangkae migum.**

குடிப் பழக்கத்தால், மறைந்து கள்ளைக் குடித்துவிட்டு, மயக்கம் தெளிந்தபின், தான் குடிக்கவில்லை என்று ஒழுக்கத்துடன் கூறுவதைவிட வேண்டும். கள்ளைக் குடித்தவுடனே அவன் நெஞ்சில் ஒளிந்து இருந்த குற்றம், தன்னாலே வெளியே வந்து எல்லோர்க்கும் தெரிய வரும்.

A toddy addict, after drinking secretly and waking up from delirium, should stop swearing that he was never drunk,
The moment one drinks, his mind throws out the faults and all come to know of his crank.

929. களித்தானைக் காரணம் காட்டுதல் கீழ்நீர்க்
குளித்தானைத் தீத்துரீஇ அற்று.

**kaLitthaanaik kaaraNam kaattuthal keezhl-neerk
kuLitthaanait thee-thuree-e atru.**

கள் குடிக்கும் பழக்கத்தால் மயங்கிக் கிடக்கும் குடிகாரனை, கள் குடிப்பதால் ஏற்படும் துன்பத்தைக் காரணம் காட்டித் திருத்த நினைப்பது, நீரின் ஆழத்தில் மூழ்கிக் கிடப்பவனை விளக்கு வெளிச்சத்தில் தேடிக்கொண்டிருப்பதற்கு இணையானது.

To tell a toddy addict to quit, citing its ill-effect, when he is inebriated,
Is to look for a drowned person in deep waters with a torch light.

930. **கள்ளுண்ணாப் போழ்தில் களித்தானைக் காணுங்கால்**
உள்ளான்கொல் உண்டதன் சோர்வு.

kaLLuNNaap poazhlthil kaLitthaanaik kaaNung-kaal
uLLaan-kol uNdathan soarvu.

குடிகாரன் ஒருவன், தான் கள் அருந்தாதபோது, கள்ளைக் குடித்தவனக்கு ஏற்பட்ட மயக்கத்தை நன்கு அறிவான். அப்படி இருந்தும் தானே அந்தக் கள்ளைக் குடிக்கும்போது அவனுக்கும் அதே மாதிரி மயக்கம் ஏற்படும் என்பதை நினைத்துப் பார்க்க மாட்டானோ?

A toddy drinker, when not drunk, knows its delirium effect undergone by a drunken one;
Still, when he drinks, why does he not think of how the intoxication will have effect on his own?

94. சூது (soothu)
(Gambling)

931. **வேண்டற்க வென்றிடினும் சூதினை வென்றதூஉம்**
தூண்டிற்பொன் மீன்விழுங்கி அற்று.

vaeNdarrka vendridinum soothinai vendrathoo-um
thooNdirr-pon meen-vizhlungi atru.

கண்டிப்பாக வெற்றி பெற முடியும் என்ற நம்பிக்கை இருந்தாலும், சூதாடுவதை விரும்பக் கூடாது. சூதாடிப் பெற்ற வெற்றியால் ஈட்டிய செல்வம் உடையவர் சிலர், தூண்டில் முனையில் உள்ள இரும்பு முள்ளில் வைக்கப்பட்ட இரையை விழுங்குவதாக எண்ணி மீன்கள் இரும்பு முள்ளை விழுங்கித் துன்புறுவது போல், சூதில் அவர் ஈட்டிய செல்வம் துன்பத்தைக் கொடுக்கும்.

Even if one possesses ability to win, he should resist gambling;
The gains from it is like the bait to catch a fish, which gobbles the iron hook, and is struck with suffering.

932. **ஒன்றுஎய்தி நூறுஇழக்கும் சூதர்க்கும் உண்டுஆம்கொல்**
நன்றுஎய்தி வாழ்வதுஓர் ஆறு.

Ondru-eiythi Noorru-izhlakkum sootharkkum Undu-aam-kol
Nandru-eiythi Vaazhlvathu-oar Aarru.

தூண்டில் முள்ளின் இரும்பை விழுங்கிய மீனைப்போல, ஒரு முறை பொருள் வென்று, விட்ட பொருளை மீட்பதற்காக நூறு முறை பொருள் இழந்து தவிப்பர் சூதாடிகள். இத்துன்பத்தில் இருந்து மீண்டு, ஈட்டிய பொருளால் கிடைக்கும் அறத்தின் பயனும் அதன் இன்பத்தை தேடி வாழும் நல்ல நெறியும், இவர்களிடத்து இல்லை என்று கூறலாம்.

Like the fish caught in a hook, wins once and loses hundred times and tries to recover the lost property, a gambler's trait;
They never quit and will not understand the life's pleasure of enjoying an asset derived through righteous acts.

933. **உருள்ஆயம் ஓவாது கூறின் பொருள்ஆயம்**
போஒய்ப் புறமே படும்.

uruL-aayam Oavaathu koorrin poruL-aayam
poa-oyip purramae padum.

ஒருவன் உருட்டும் கருவியைக் கொண்டு சூதாடிப் பொருள் ஈட்டி, அத்தனையும் இடைவிடாது சூதாடிக்கொண்டேயிருந்தால்,

அவன் ஈட்டிய பொருளும் அதனால் கிடைக்கப் பெறும் பொருள் வருவாயும் தோற்று, மொத்தமாக வேறோரிடம் போய்ச் சேரும்.

One who wins assets by roll of dice, brags, and continuously indulges in gambling without bothers;
Will find that the assets are lost and its ownership is changing hands.

934. **சிறுமை பலசெய்து சீரழிக்கும் சூதின்**
வறுமை தருவதுஒன்(று) இல்.

sirrumai palaseiythu seerazhlikkum soothin
varrumai tharuvathu-ondru il.

தம்மை விரும்பி வாழ்பவர்க்கு, எப்போதும் அனுபவிக்காத துன்பங்கள் பலவும் தந்து, அவர் புகழையும் அழித்துத் துயரப்படுத்தும் சூது போல் கொடிய துன்பத்தில் ஆழ்த்தும் வேறொரு துன்பம் இல்லை.

Gambling, if one likes, will subject him to untold suffering, many.
Erode his fame, the misery which can cause greater pain, not any.

935. **கவறும் கழகமும் கையும் தருக்கி**
இவறியார் இல்ஆகி யார்.

kavarrum kazhlagamum kaiyum tharukki
ivarriyaar ill-aagiyaar.

அனைத்துச் செல்வங்களும் பெற்று சூதாட்டத்தால் பின் யாவற்றையும் இழந்திருப்பவர், சூதாடும் கருவியையும், ஆடுகளத்தையும், தம் பெருமை மிக்க சூதாடும் திறமையும் மேற்கொண்ட பின் கைவிட முடியாமல் இருந்த வேந்தரே ஆவர்.

Though was wealthy, if one has lost all his possessions by gambling;
Because he was once hooked to the game of dice, the gambling den and his fine skill, he could not quit, though a king.

936. **அகடுஆரார் அல்லல் உழப்பர்சூ(து) என்னும்**
முகடியான் மூடப்பட் டார்.

agadu-aaraar allal uzhlappar-soothu ennum
mugadiyaan moodappattaar.

தன் சூதாடும் பண்பால், வாழ்வில் துன்பப்படும் போது தன் வயிற்றுப் பசியைப் போக்க முடியாமல் தவிப்பர், தன் இறப்பில் நரக துன்பத்தை அனுபவிப்பர், சூதென்னும் மூதேவியால் கவரப்பட்டவர்கள்.

One's gambling trait, makes him attracted to Goddess of Misfortune,
During misery, cannot fulfill hunger and in death, hell of a suffering inopportune.

**937. பழகிய செல்வமும் பண்பும் கெடுக்கும்
கழகத்துக் காலை புகின்.**

**pazhlagiya selvamum paNbum kedukkum
kazhlagatthuk kaalai pugin.**

ஒருவன் தன் வாழ்வில் அறத்தினால் பொருள் ஈட்டாமல், அவன் காலத்தைச் சூதாடும் களத்தில் கழித்துக்கொண்டு இருந்தால், அவனின் முன்னோர் வழியால் கிடைத்த பெருஞ்செல்வமும் நல்ல புகழும் பண்பும் பெரும் அளவு குறைத்துக் சென்று கெட்டுவிடும்.

One who does not earn income following the path of virtue but wastes a lot of time in the gambling den;
Will make him lose most of his ancestral property, family reputation and his character, over a period of time.

**938. பொருள்கெடுத்துப் பொய்மேற் கொளீஇ அருள்கெடுத்[து]
அல்லல் உழப்பிக்கும் சூது.**

**poruL-kedutthup poi-maerr koLee-e aruL-kedutthu
allal uzhlappikkum soothu.**

சூதாட்டம் ஒருவனிடம் சேர்ந்துள்ள பொருளை அழிக்க வல்லது, அவனை உண்மையின் வழியை நாடாது பொய் சொல்வதை ஊக்குவிக்கும் தன்மை கொண்டது, அவன் மனதில் உள்ள தூய அருளைக் கைவிடச்செய்து, தீராத துயரத்தில் தள்ளிவிடக் கூடியது.

Gambling destroys wealth, makes him not follow the path of virtue and induces him to adapt deceitfulness;
Completely erases from his mind, thoughts of kindness and pushes him to abject misery and wretchedness.

**939. உடைசெல்வம் ஊண்ஒளி கல்விஎன்று ஐந்தும்
அடையாளம் ஆயம் கொளின்.**

**udai-selvam ooN-oLi kalvi-endru ainthum
adaiyaavaam aayam koLin.**

ஒருவன் சூதாட்டத்தை மட்டுமே அவனின் முக்கியத் தொழிலாக மேற்கொண்டால், அவன் கடின உழைப்பால் சேர்த்த புகழ், பெற்ற கல்வி, ஈட்டிய செல்வம், உணவு மற்றும் உடுக்கும் உடை, ஆகிய ஐந்தும் அவனிடம் தங்காமல் ஒதுங்கிச் செல்லும்.

One who undertakes gambling as an important vocation;
The five, his hard earned fame, education, wealth, food and clothing, will leave him with no obligation.

940. **இழத்தொறூஉம் காதலிக்கும் சூதேபோல் துன்பம்**
உழத்தொறூஉம் காதற்(று) உயிர்.

izhlat-thorru-um kaathalikkum soothae-poal thunbam
uzhlat-thorru-um kaathatru uyir.

சூதாடுவதால் வெற்றியும் தோல்வியும் ஆகிய பயன்கள் கிடைத்தாலும், பொருளை இழந்தபின், சூதாட்டத்தின் மேல் மிகுதியான விருப்பம் ஏற்படும். அது கொடிய நோயால் தாக்கப்படும்போது உடலிற்கு உயிரின் மேல் ஏற்படும் அளவிட முடியாத ஆசையைப் போன்றதாகும்.

Both victory and loss arises in gambling, passion to gamble is aroused more at times of heavy loss;
That is like, one when falls sick with a terminal illness, his body loves his soul, and yearns to stay together always.

95. மருந்து (marunthu)
(Medicine)

941. **மிகினும் குறையினும் நோய்செய்யும் நூலோர்**
வளிமுதலா எண்ணிய மூன்று.

miginum kurraiyinum noaiy-seiyyum nooloar
vaLi-muthalaa eNNiya moondru.

ஒருவன் சாப்பிடும் உணவும் செய்யும் செயல்களும், அவனின் உடலமைப்புக்கு ஏற்றவாறு மிகுதியில்லாமலும் குறையில்லாமலும் இருத்தல் வேண்டும். மிகுதியாகவோ அல்லது குறைவாகவோ இருக்குமானால், மருத்துவ நூல்களில் கூறப்பட்டுள்ள வாதம், பித்தம், சிலேட்டுமம் என்னும் மூன்றின் மாறுபட்டால் துன்பம் ஏற்படும்.

One's food intake and physical work, is in proportion to his body mass, uneasy, if becomes excess or falls short;
Medical texts say, will lead to imbalance of wind, biles and phlegm in his body, leading to discomfort.

942. **மருந்துஎன வேண்டாவாம் யாக்கைக்[கு] அருந்திய[து]**
அற்றது போற்றி உணின்.

marunthu-ena vaeNdaavaam yaakkaikku arunthiyathu
atrrathu poatri uNin.

ஒருவன் முதலில் தான் உண்ட உணவு சீரணம் முழுதும் ஆகிவிட்டது என்பதை அறிந்த பிறகுதான் அடுத்த வேளை உணவை உண்ண வேண்டும். அவ்வாறு உண்டால், அவனின் உடல் நோய் இன்றி இருக்கும். அதனால், அவ்வுடலுக்கு மருந்து என்று வேறு எதுவும் வேண்டாம்.

Only after knowing that the food eaten has been digested by him fully;
One should eat again, then his body will be free from disease and will not require any medicines to be taken actually.

943. **அற்றால் அள[வு]அறிந்[து] உண்க அஃதுஉடம்பு**
பெற்றான் நெடிதுஉய்க்கும் ஆறு.

atrraal aLavu-arrinthu uNga aqthu-udambu
petrraan nedithu-uiykkum aarru.

ஒருவன் தான் முன்னர் உண்ட உணவு சரியாக சீரணமாயிற்று என்று ஆராய்ந்து அதன்பின் சரியான அளவு அறிந்து சாப்பிட

வேண்டும். அதுவே மனிதப் பிறப்பால் பெற்ற இவ்வுடம்பைப் பேணிக்காத்து, நோயின்றி அதனை நெடுங்காலம் கொண்டு செல்லும் வழிமுறையாகும்.

Only when one feels that food eaten earlier by him, is digested well, should he eat again, that too as per requirement;
That is how, he can preserve this body obtained in this birth, for a long duration, healthy and free from ailment.

944. **அற்ற[து] அறிந்து கடைப்பிடித்து மாறுஅல்ல**
துய்க்க துவரப் பசித்து.

atrrathu arrinthu kadaip-piditthu maarru-alla
thuiyikka thuvarap pasitthu.

ஒருவன் தான் முதலில் சாப்பிட்ட உணவு நல்லபடியாக சீரணமாயிற்று என்று தன் உடம்பின் நிலையை அறிந்து அதன்பின் நன்கு பசித்தவுடன், அவ்வுடம்பிற்கு ஒத்துப்போகும் எப்போதும் சாப்பிடும் வகைகளையே அளவுடன் சாப்பிட வேண்டும்.

Ensuring that the previous meal eaten has been digested fully as per his stomach's condition;
And then, only when hungry take afresh, food normally eaten that suits his body's composition.

945. **மாறுபா[டு] இல்லாத உண்டி மறுத்துஉண்ணின்**
ஊறுபா[டு] இல்லை உயிர்க்கு.

maarrupaadu illaatha uNdi marrutthu-uNNin
oorrupaadu illai uyirkku.

தம் உடம்பிற்கு தேவையான சீரணத்திற்கு ஒத்துப்போகும் உணவை, வேண்டிய அளவையே மீறாமல் அளவுடன் சாப்பிட்டு வந்தால், அந்த உடம்பில் உயிர் தங்குதற்கு எவ்வித நோயும் துன்பத்தைக் கொடுக்காது.

If one eats regular food in limited quantity without craving as per his body's digestive ability;
Then, the life present inside his healthy body will not be affected by any type of malady.

946. **இழிவுஅறிந்[து] உண்பான்கண் இன்பம்போல் நிற்கும்**
கழிபேர் இரையான்கண் நோய்.

izhlivu-arrinthu uNbaan-kaN inbampoal nirrkum
kazhli-paer iraiyaan-kaN noaiy.

இந்த உணவு வகையைக் குறைவாக உண்டால் நல்லது என்று அறிந்து அதன்படியே உணவின் அளவைக் குறைத்துச் சாப்பிடுபவனிடம் இன்பம் நீங்காமல் நிலைத்து நிற்கும். ஆனால், உணவின் அளவை அறியாமல் மிகுதியாக விரும்பிச் சாப்பிடுபவனை விட்டு நோய் விலகாமல் நிலைத்து நிற்கும்.

One who eats, knowing fully well that a particular type of food if eaten may cause harm, and eats it less, will be joyful;
But, one who does not control, and takes excessive food due to his desire and craving, illness takes it toll.

947. தீஅளவு இன்றித் தெரியான் பெரிதுஉண்ணின்
நோயளவு இன்றிப் படும்.

thee-aLavu indrit theriyaan perithu-uNNin
noaiy-aLavu indri padum.

ஒருவன் தன் சாப்பிடும் உணவின் சரியான அளவு, சாப்பிட ஏற்ற உணவும் நேரமும் ஆராய்ந்து பார்க்காமல், அவன் வயிற்றுப்பசியின் அளவு தெரியாமல் மிகுதியான அளவு உணவைச் சாப்பிட்டால் அவனிடம் நோய்கள் பல எல்லையில்லாமல் வளரும்.

One who does not know about the quantum, type, the time and food to be eaten as per his hunger;
But takes more food, unlimited diseases will reside in him longer.

948. நோய்நாடி நோய்முதல் நாடி அதுதணிக்கும்
வாய்நாடி வாய்ப்பச் செயல்.

noaiy-naadi noaiy-muthal naadi athu-thaNikkum
vaaiy-naadi vaaiypas seyal.

ஒரு மருத்துவர் நோயாளியைப் பரிசோதிக்கும் போது, அவனிடத்துத் தோன்றுகின்ற அறிகுறிகளால் இன்ன நோய் என்று தெரிந்து, நோயின் காரணத்தை ஆராய்ந்து தெளிவுற்று, பின்னர் அதைத் தீர்க்கும் வழியினை அறிந்து, நோயாளியின் உடம்பிற்கு ஏதுவான முறையில் அந்நோயைத் தீர்க்க வேண்டும்.

A physician shall treat a patient, observing the symptoms, diagnose the disease, identify the reasons for the sickness;
And then studying how to cure the disease as per his health condition, steps should be taken to get rid of his illness.

949. உற்றான் அளவும் பிணியளவும் காலமும்
கற்றான் கருதிச் செயல்.

utrraan aLavum piNi-aLavum kaalamum
katrraan karuthis seyal.

மருத்துவ நூல்களைக் கற்ற மருத்துவன், நோயைத் தீர்க்கும் போது, நோயாளியின் வயது, மருந்தினை ஏற்கும் உடல் திறனளவு, வலியின் அளவு மற்றும் அந்த நோய் எத்தன்மையானது என்றும், எந்த அளவுக்குப் பரவியிருக்கிறது என்று தெளிந்து, அதற்கு மருத்துவம் செய்யத் தேவையான காலத்தினைத் தீர்மானம் செய்து, நூல்களில் கூறியபடி சிகிச்சையைத் தொடங்க வேண்டும்.

Doctor well versed, before treating a disease, know the patient's age, his body condition, the nature and the disease's effects,
Analyse the period required and start treatment as per medical texts.

950. **உற்றவன் தீர்ப்பான் மருந்துஉழைச் செல்வான்என்[று]**
அப்பால்நால் கூற்றே மருந்து.

utrravan theerppaan marunthu-uzhlais selvaan-endru
appaal-naal kootrae marunthu.

நோயாளி, நோய் தீர்க்க வல்ல மருத்துவன், எடுக்கும் மருந்து, மருத்துவன் கூறியபடி நோயாளியைக் கவனித்து மருந்தைக் கொண்டு சேர்க்கும் அவனின் உதவியாளன் என்று நூல்களில் கூறப்பட்ட நான்கும் தன் தன்மையில் சரியாகச் செயல்பட்டால், வந்த நோய்க்கு மருந்து ஆகும்.

A sick patient, a renowned medical expert, quality of medicines, nursing attendants, all these four;
Mentioned in the books of medicine, if perform their tasks together well, for any illness, these become the cure.

g. ஒழிபியல் (Ozhlibiyal) (Miscellaneous)

96. குடிமை (Kudimai)
(Nobility)

951. இல்பிறந்தார் கண்அல்ல[து] இல்லை இயல்பாகச்
செப்பமும் நாணும் ஒருங்கு.

**il-pirranthaar kaN-allathu illai iyalbaaga
seppamum naaNum orungku.**

முறையான வாழ்வும் அடக்க உணர்வும் ஒரு சேர இயற்கையாகவே அமைந்து இருப்பது பெருமை மிகுந்த குடும்பத்தில் பிறந்தவர்க்கு மட்டுமேயன்றி மற்றவரிடம் இயல்பாக இருக்காது.

Probity in life and humility will be present naturally in unison;
For born in a family of repute, in others cannot expected to be seen.

952. ஒழுக்கமும் வாய்மையும் நாணும்இம் மூன்றும்
இழுக்கார் குடிப்பிறந் தார்.

**ozhlukkamum vaaimaiyum naaNum-im moondrum
izhlukkaar kudip-pirranthaar.**

பெருமைமிகு நல்ல குடும்பத்தில் பிறந்தவர்கள், தாமே தானாகவே ஒழுக்கம், உண்மை, அடக்கம் என்னும் மூன்று அரும்பண்புகளையும் பெற்று அறநெறி தவறாமல் நடந்து கொள்வார்கள்.

One born in a famous noble family will have the three good traits;
Disciplined conduct, truthfulness and humility, naturally and will never act against any of these virtuous attributes.

953. நகைஈகை இன்சொல் இகழாமை நான்கும்
வகைஎன்ப வாய்மைக் குடிக்கு.

**Nagai-eegai insol igazhlaamai naangum
vagai-enba vaaimaik kudikku.**

உண்மையை விரும்பி நடக்கும் நல்ல குடும்பத்தில் பிறந்தவர்களுக்கு, எப்போதும் முகத்தில் மகிழ்ச்சியும், தேவையென்று வருவோர்க்கு வேண்டியதைத் தந்து உதவுதலும், எல்லோரிடமும் இனிமையாகப் பேசும் இயல்பும், யாரையும் பற்றிக் குறை கூறாமல் நடக்கும் பண்பும் ஆகிய இந்நான்கும் உயரிய குணங்களாக அமைந்திருக்கும் என்பர்.

One born in a family which follows Truth, is always smiling, generous to the needy, soft spokenness,
And one who never criticizes others, are the four high value traits.

954. அடுக்கிய கோடி பெறினும் குடிப்பிறந்தார்
குன்றுவ செய்தல் இலர்.

adukkiya koadi perrinum kudippirranthaar
kundruva seythal ilar.

பல கோடிக்கணக்கான மதிப்புள்ள செல்வத்தைப் பெறுவதாக இருந்தாலும், பெருமைமிகு நல்ல குடும்பத்தில் பிறந்தவர் என்றுமே தம் குடும்பத்தின் புகழ் குறையும் வகையில் எக்காரணத்திற்காகவும் ஒழுக்கமற்ற செயல்களைச் செய்யமாட்டார்.

To receive several crores of wealth, men born in good family with great fame;
Will never act in an undisciplined manner to bring its name, any shame.

955. வழங்குவ(து) உள்வீழ்ந்தக் கண்ணும் பழங்குடி
பண்பின் தலைப்பிரிதல் இன்று.

Vazhlangkuvathu uL-veezhlnthak kaNNum pazhlangkudi
paNbin thalaip-pirithal indru.

வழி வழியாகப் பெருமையுடன் விளங்கும் குடும்பத்தில் பிறந்த உயரிய தன்மையுடையவர், தம் பொருளைத் தேவையான பிறர்க்குக் கொடுத்து உதவுதல் எனும் பண்பிலிருந்து, தம்மிடம் பொருள் குறைந்துவிட்டாலும் பின்வாங்க மாட்டார்.

Men born in traditional nobility with great name, help the needy;
Even, if they lose their wealth, do not give up trait called generosity.

956. சலம்பற்றிச் சார்பில செய்யார்மாசு அற்ற
குலம்பற்றி வாழ்தும்என் பார்.

salam-patris saalbu-ila seyyaar-maasu atrra
kulam-patri vaazhlthum-enbaar.

மற்றவர் பழிக்கு ஆளாகாமல், நல்ல பண்புடன் நடக்கும் குடும்பத்தில் வாழ்கின்றோம் என்று எண்ணி வாழ்பவர், என்றுமே வஞ்சனையான நோக்கத்தில் குடும்ப மரபுக்குக் கேடு விளைக்கும் எந்த ஒரு தவறான காரியத்தையும் செய்ய மாட்டார்.

One, born in a family not blamed by others, and has a good reputation;
He will do nothing to tarnish his image, by indulging in evil action.

957. குடிப்பிறந்தார் கண்விளங்கும் குற்றம் விசும்பின்
மதிக்கண் மறுப்போல் உயர்ந்து.

kudip-pirranthaar kaN-viLangum kutrram visumbin
mathik-kaN marruppoal uyarnthu.

நல்ல பெருமைமிகு குடும்பத்தில் பிறந்தவர் செய்யும் குற்றம் சிறியதாக இருந்தாலும், அது பரந்த வானத்தில் உலவும் நிலவின் மேல் உள்ள களங்கம், அதன் முகத்தில் தெரியும் மருப் போல எல்லோருக்கும் பெரியதாகத் தோன்றும்.

One born in the family of famous nobility, even if he commits a tiny mistake as an imperfection,
Will still look huge, like the black marks seen on the the spotless moon, in this vast universe, always in motion.

958. நலத்தின்கண் நார்இன்மை தோன்றின் அவனைக்
குலத்தின்கண் ஐயப் படும்.

nalatthin-kaN naar-inmai thoandrin avanaik
kulatthin-kaN aiyap padum.

நல்ல பெருமைமிகு குலத்தில் பிறந்த ஒருவன் அன்பும் அருளும் இல்லாமல் நடந்துகொண்டால், உலகம் அவன் அந்த உயர்ந்த குலத்தில்தான் பிறந்தானா என்று அவனின் குடும்பத்தைப் பற்றிய ஐயத்தை எழுப்பும் விதமாக அமையும்.

Born in a noble family, if one does not follow love and lacks compassion,
The world will doubt about his birth in such a family, and on its fame, and start asking probing questions.

959. நிலத்தில் கிடந்தமை கால்காட்டும் காட்டும்
குலத்தில் பிறந்தார்வாய்ச் சொல்.

nilatthil kidanthamai kaal-kaattum kaattum
kulatthil pirranthaar-vaais sol.

நாம் பார்க்கும் நிலத்தின் இயல்பை அங்கு முளைக்கும் தாவரங்களின் தன்மையைக் கொண்டு கணித்து விடலாம். அதுபோல, ஒருவன் எத்தகைய குலத்தில் பிறந்தவன் என்பதை அவன் கூறும் வாய்ச் சொற்களாலேயே கண்டுபிடித்து விடலாம்.

The nature and quality of soil, is known by the growth of the sprout;
One's nobility and its fame is known by words spoken from his mouth.

960. நலம்வேண்டின் நாண்உடைமை வேண்டும் குலம்வேண்டின்
வேண்டுக யார்க்கும் பணிவு.

nalam-vaeNdin naaN-udaiymai vaeNdum kulam-vaeNdin
vaeNduga yaarkkum paNivu.

ஒருவன், தனக்கு நல்லதே நடக்க வேண்டும் என்று எண்ணினால், மற்றவரின் பழிச்சொல்லுக்கு அஞ்சி அடக்கத்துடன் நீதிநெறி வழி செல்லும் பண்புடையவனாக இருக்க விருப்பப்பட வேண்டும். நல்ல குணமுள்ள குலத்தில் பிறந்தவன் என்று பெயர் எடுக்க விரும்பினால், ஆணவத்தை ஒழித்து எல்லா உயிரினங்களிடத்தும் பணிவாக நடந்து கொள்ள வேண்டும்.

One, who wants good and avoids others' blame, fearfully shall follow the path of virtue and act with humility;
If one wants to known by his nobility, shall act with modesty towards all living beings and shed arrogance in authority.

97. மானம் (maanam)
(Self-Respect)

961. இன்றி யமையாச் சிறப்பின ஆயினும்
குன்ற வருப விடல்.

**indri amaiyaas sirrappina aayinum
kundra varuba vidal.**

இன்றியமையாத சிறப்பான செயலே ஆனாலும், ஒருவன் தன் பெருமைமிகுந்த குலத்தின் மானத்திற்கு அவப்பெயர் வருமாறு உள்ள செயல்களை முற்றிலும் கைவிட வேண்டும்.

Doing an important task, for the sake of protecting his family's respect,
He shall stop doing such task, if it may have a negative effect.

962. சீரினும் சீர்அல்ல செய்யாரே சீரொடு
பேர்ஆண்மை வேண்டு பவர்.

**seerinum seer-alla seyyaarae seerodu
paer-aaNmai vaendubavar.**

புகழ் கிடைக்கும் என்பதற்காகத் தன் பெருமைமிகு குலத்திற்கு எந்த வகையிலும் கெட்ட பெயர் கிட்டும் செயல்களைச் செய்யாமல் விட்டுவிடுவர் புகழுடன் தன் உயர்ந்த மானத்தைக் காக்க நினைப்பவர்.

One who wants to protect his nobility's name and fame alongwith his high respect;
Just for fame, will not do a task which brings to his family's name disrespect.

963. பெருக்கத்து வேண்டும் பணிதல் சிறிய
சுருக்கத்து வேண்டும் உயர்வு.

**perukkatthu vaendum paNithal sirriya
surukkatthu vaendum uyarvu.**

நல்ல குலத்தில் பிறந்தோர்க்குச் செல்வம் பெருகி செழிப்பாக வாழும் காலத்தில் எல்லோரிடமும் பணிவுடன் நடந்து கொள்ள வேண்டும். செல்வம் குறைந்து துன்பத்தில் சிரமப்படும் போது யாரிடமும் பணிந்திடாத பெருமித உணர்வினைக் கொண்டொழுக வேண்டும்.

One born in a good family, with more wealth and life of prosperity, shall always behave with humility;
And, when one's prosperity diminishes and is suffering, never shall he bow before anyone, below his dignity.

964. தலையின் இழிந்த மயிர்அனையர் மாந்தர்
நிலையின் இழிந்தக் கடை.

**thalaiyin izhlintha mayir-anaiyar maanthar
nilaiyin izhlinthak kadai.**

நல்ல குலத்தில் பிறந்த மக்கள் தங்கள் சிறப்பான நிலை மாறி, கொடிய துயரத்திற்குத் தள்ளப்படும்போது, அவர்களின் தலையிலிருந்து அகன்று தரையில் வீழ்ந்த தலைமுடிக்கு ஒப்பிட்டுத் தன் மானத்தைக் காப்பர்.

One of noble birth, when due to adverse conditions is pushed to misery;
Will treat it as a strand of hair fallen from his head and still take all steps to protect his self-dignity.

965. குன்றின் அனையாரும் குன்றுவர் குன்றுவ
குன்றி அனைய செயின்.

**kundrin anaiyaarum kundruvar kundruva
kundri anaiya seyin.**

மலையைப் போல் உயர்ந்த நிலை உள்ள குலத்தில் பிறந்தவர், மற்றவர்ப் பழிக்கும் செயல்களில் ஒன்று, குன்றிமணி அளவு இருந்தாலும், அதைக் கடைப்பிடித்தால் தன் உயர்ந்த மானத்தை இழப்பர்.

One with towering mountain like respected nobility, indulges in an act which earns other's insult;
Even, if such an act is just the size of a tiny crab's eye seed he will lose his respectability by default.

966. புகழ்இன்றால் புத்தேள்நாட்டு உய்யாதால் என்மற்று
இகழ்வார்பின் சென்று நிலை.

**pugazhl-indraal putthaeL-Naattu uyyaathaal en-matru
igazhlvaar-pin sendru nilai.**

தன் உயர்ந்த மானத்தைக் கைவிட்டு, தன்னை இகழ்ந்து பேசுபவரின் பின்னால் சென்று நிற்கின்ற அவல நிலை, இவ்வுலகத்தில் அத்தன்மையால் அவனின் சிறப்பான புகழைப் பரவச் செய்யாது. மேலும், தேவருலகத்தில் அவனின் புகழ் நில்லாது. அப்படியிருக்க அவனின் மானத்தினால் பயன் என்ன?

Disregarding his great honour, if one follows another who heaps on him abuses;
Such a trait, spoils his fame in this world and also in the abode of Gods, then dishonour is of what use?

967. **ஒட்டார்பின் சென்றுஒருவன் வாழ்தலின் அந்நிலையே**
கெட்டான் எனப்படுதல் நன்று.

ottaar-pin sendru-oruvan vaazhthalin annilaiyae
kettaan enappaduthal nandru.

ஒருவன் தன் மானத்தை விட்டு, தன்னை எப்போதும் மதிக்காதவனின் பின்னால் சென்று அவனிடம் பொருள் பெற்று, தன் வாழ்க்கையை நடத்திப் பிழைப்பதை விட, அப்படியொரு செயலைச் செய்யாமல் இறந்துவிடுவதே நல்லது.

One, who forsaking his self-respect, goes behind those who dishonour him and begs for his living at present;
Instead of leading life committing such an action, is better to die at that very moment.

968. **மருந்தோமற்(று) ஊன்ஓம்பும் வாழ்க்கை பெருந்தகைமை**
பீடுஅழிய வந்த இடத்து.

marunthoa-matru oon-Oambum vaazhlkai perunthagaimai
peedu-azhliya vantha idatthu.

நல்ல குலத்தில் பிறந்து பெரிதும் காக்கப்படும் மானத்திற்கு, இழுக்கு நேரும் செயலைச் செய்து வாழ்வது இறந்து போவதற்குச் சமமாகும். அப்படியொரு மானமற்ற வாழ்க்கை வாழ்வதற்குத் தன் உடம்பைக் காப்பற்றுவதைவிட, தன் உயிரைத் துறப்பது மருந்து ஆகாதோ?

When one commits an act, which brings blot to the honour of his nobility, and leads life, can be deemed to be death;
Instead of trying to protect one’s body, by such living, will it not be fit to prescribe death as medicine, than breath.

969. **மயிர்நீப்பின் வாழாக் கவரிமா அன்னார்**
உயிர்நீப்பர் மானம் வரின்.

mayir-neeppin vaazhlaak kavarimaa annaar
uyir-neeppar maanam varin.

கவரிமான் தன் உடம்பில் உள்ள ஒரு மயிர் நீங்கினாலும் தன் உயிரை விட்டுவிடும் இயல்புடையது. அது போல, தன் மானம்தான் பெரியது என்று காத்து வாழும் ஒருவன், அதற்குத் தீங்கு வருமானால், அதனைப் பொறுக்காமல் தான் உயிர் வாழ்வது எதற்கு என்று உயிரை மாய்த்துக்கொள்வான்.

The chamari stag of yak family dies when its wool falls from its body,
One who preserves his honour, if anytime any action brings disrepute, he will choose to die than live dishonourably.

970. **இளிவரின் வாழாத மானம் உடையார்**
ஒளிதொழுது ஏத்தும் உலகு.

iLivarin vaazhlaatha maanam udaiyaar
oLi-thozhluthu Aetthum ulagu.

தன் மானத்திற்கு அவப்பெயர் ஏற்பட்டதே என்று வருத்தப்பட்டு உயிர் வாழ்வதைவிட சாவதே மேல் என்று எண்ணித் தன் உயிரை விடுபவரின் நிலையான புகழை இவ்வுலகத்தார் எக்காலத்திலும் அந்தப் பெருமையைப் போற்றி வணங்கி நிற்பர்.

One, who considers disgrace to his honour, as a befitting reason to die instead of being alive, such reputation·
Is praised permanently by the world, and it bows with adoration.

98. பெருமை (perumai)
(Greatness)

971. **ஒளிஒருவற்[கு] உள்ள வெறுக்கை இளிஒருவற்[கு]**
அஃதுஇறந்து வாழ்தும் எனல்.

oLi-oruvarrku uLLa verrukkai iLi-oruvarrku
aqthu-irranthu vaazhlthum enal.

ஒருவனின் வாழ்க்கையினைப் பெருமையை நோக்கி வழிநடத்திச் செல்லும் ஒளியே, மற்றவர்கள் செய்ய முடியாத செயலைச் செய்து காட்டுவோம் என்ற மன உறுதியும் அதிக ஊக்கமும் தான். ஒருவனுக்கு வாழ்க்கையில் கெடுதல் உண்டாக்குவது அத்தகைய ஊக்கமின்றி, அரிதான செயலைத் தான் செய்யாமல் உயிர் வாழலாம் என்று எண்ணுவதே ஆகும்.

Shining light in one's life towards greatness is his will power and zeal to do things which others think cannot be done;
Lack of these rare acts and to live, is enough to destroy life of one.

972. **பிறப்புஒக்கும் எல்லா உயிர்க்கும் சிறப்புஒவ்வா**
செய்தொழில் வேற்றுமை யான்.

pirrappu-okkum ellaa uyirkkum sirrappu-ovvaa
seiythozhlil vaetrrumaiyaan.

பிறக்கும் எல்லா மனித உயிர்க்கும் பிறப்பு என்பது பொதுவான இயல்பு எனினும் அவர்கள் செய்யும் வெவ்வேறு தொழிலின் தன்மையால்தான் கிடைக்கும் உயர்வு தாழ்வு என்ற வேறுபாடு அமைகின்றது.

For all human beings born in this world, their birth is a common trait;
But, the difference in greatness or fall, is only determined on the basis of their occupations exercised.

973. **மேல்இருந்தும் மேல்அல்லார் மேல்அல்லர் கீழ்இருந்தும்**
கீழ்அல்லார் கீழ்அல் லவர்.

mael-irunthum mael-allaar mael-allar keezhl-irunthum
keezhl-allaar keezhl-allavar.

பெருமைமிகு உயர்ந்த நிலையில் இருந்தும், செய்வதற்கு அரிய செயல்களைச் செய்ய முடியாத பண்பில்லாதார், மேலோர் என்று அழைப்பதற்கான தகுதியை இழப்பர். ஆனால், தான் மோசமான

நிலையில் இருப்பினும் உயர்ந்த சிந்தனை உடையவர், பெருமை மிக்கவர் ஆவர்.

Though highly placed in birth, those who cannot perform rare tasks, are not befitting to have that quality of nobleness;
But, born in appalling condition, one who possesses high noble thoughts, is fit to be termed as a man of greatness.

974. ஒருமை மகளிரே போலப் பெருமையும்
    தன்னைத்தான் கொண்டுஒழுகின் உண்டு.

**orumai magaLirae poalap perumaiyum
thannait-thaan koNdu-ozhlugin undu.**

தன் மனதை ஒரு நிலைப்படுத்தி கற்புக்கு இலக்கணமாகத் திகழும் உயர்ந்த பண்புகளுடைய மகளிர், எவ்வாறு தம்மை நீதிநெறியில் இருந்து தவறாமல் தன்னைக் காப்பாற்றிக்கொண்டு வாழ்க்கையை நடத்துகிறார்களோ, அவ்வாறே, ஒருவன் எப்போது தன் சிந்தனையையும் செயலையும் உயர்ந்த நிலைக்கு எடுத்துச் சென்று அறநெறியில் இருந்து தவறாமல் தன்னைக் காப்பாற்றிக் கொள்கிறானோ, பெருமை அவனிடம் போய்ச் சேரும்.

Women of chastity control their minds to swerve not from the path of virtue, so protect themselves and lead their life;
When one keeps his thoughts and actions in unison and follows virtue, greatness will reach without much strife.

975. பெருமை உடையவர் ஆற்றுவார் ஆற்றின்
    அருமை உடைய செயல்.

**perumai udaiyavar aatruvaar aatrrin
arumai udaiya seyal.**

ஒருவன் நல்ல நிலையில் இல்லையென்றாலும் பெருமை மிக்கவர் என மற்றவரால் போற்றப்படுவர். ஏனெனின், அவர் தன் மனதினை ஒரு நிலைப்படுத்தி அடக்கத்துடன் மற்றவர் செய்வதற்கு அரிதான செயல்களைத் தாம் கைவிடாது செய்யும் மன உறுதியும் ஊக்கத்துடனும் அச்செயலைச் செய்து முடிக்கும் ஆற்றலும் உடையவர்.

One is called great by others, even if he is of ordinary upbringing;
As he keeps control over his mind and can perform rare tasks with will power and enthusiasm, he is also good in finishing.

976.
சிறியார் உணர்ச்சியுள் இல்லை பெரியாரைப்
பேணிக்கொள் வேம்என்னும் நோக்கு.

**sirriyaar uNartchiyuL illai periyaaraip
paeNik-koLvaem-ennum noakku.**

உயர்ந்த பண்புகளுடன் திகழும் பெருமையுடைய பெரியோரைப் போற்றி அவரின் இயல்புகளை நாமும் பின்பற்றுவோம் என்ற உயரிய எண்ணம், பண்புள்ள குடும்பத்தில் பிறக்காத, செல்வமும், கல்வியறிவும் இல்லாதவர்களிடம் ஏற்படாது.

Great men's characteristics are worth emulating, is a good thought
and will be followed only by some;
But those not born in nobility, lacking education and wealth, cannot think none.

977.
இறப்பே புரிந்த தொழிற்றாம் சிறப்புந்தான்
சீர்அல் லவர்கண் படின்.

**irrappae purintha thozhliltraam sirrappun-thaan
seer-allavar-kaNpadin.**

எல்லாச் சிறப்பையும் பெருமையையும் கொண்டிருந்தாலும், அடக்கத்துடன் நடந்துக்கொள்ளும் பெரியோரைப் போன்ற சிறப்பும் பெருமையும் தகுதியில்லாதவனிடம் திடீர் என்று கிடைக்குமானால், அதனைப் போற்றிக் காப்பாற்றத் தெரியாமல், அடக்கத்தைத் தவிர்த்து அறநெறி மீறிய செயல்களைச் செய்யத் துணிவான்.

Fame and greatness is always safe with wise men of humility;
In the hands of unworthy men suddenly, who do not know to preserve,
will act with arrogance and without virtuosity.

978.
பணியுமாம் என்றும் பெருமை சிறுமை
அணியுமாம் தன்னை வியந்து.

**paNiyum-aam endrum perumai sirrumai
aNiyum-aam thannai viyanthu.**

எக்காலத்திலும் தம் பணியை மன அடக்கத்துடன் செய்பவர்கள்தான் பெருமை என்னும் பண்புடைய பெரியோர். ஆனால், அத்தகைய பண்பில்லாதவர் செய்ய வேண்டிய பணியைச் செய்யாமலே, கர்வத்துடன் தன்னைப் பற்றித் தானே எப்போதும் பாராட்டிப் பேசிக் கொள்வர்.

Great men will always handle their tasks with humility,
Those who lack this trait, will without doing the task which is to be done, will brag more about self and with pride.

979. பெருமை பெருமிதம் இன்மை சிறுமை
பெருமிதம் ஊர்ந்து விடல்.

**perumai perumitham inmai sirrumai
perumitham oornthu vidal.**

பெருமைக்கு இலக்கணம் என்பது பெருமைக்குரிய பணி பல செய்தும் மார்பு தட்டிக்கொண்டு தான் செய்ததை மற்றவர்களுக்குச் சொல்லாமல் அடக்கத்துடன் தன்னைக் காப்பாற்றிக்கொண்டு வாழ்பவரைக் குறிக்கும். ஆனால், சிறுமைக் குணம் என்பது பணி ஏதும் செய்யாமல் மிகுதியான கர்வத்தை வளர்த்து, அடக்கத்தின் எல்லையில் தன்னை நிறுத்துபவரைக் குறிக்கும்.

Greatness is never to browbeat to others about any of the many great tasks finished, but live with all humility;
But, lowly men, brag with arrogance even unfinished task and take them to the heights of vanity.

980. அற்றம் மறைக்கும் பெருமை சிறுமைதான்
குற்றமே கூறி விடும்.

**atrram marraikkum perumai sirrumai-thaan
kutrramae koorri vidum.**

பெருமையின் இலக்கணப்படி நடந்து கொள்பவர் பிறரைப் பற்றிய நற்குணங்களையும் நல்ல செயல்களை எடுத்துக்காட்டி அவர்களின் குறைகளை எவரிடமும் சொல்லாமல் இருப்பர். ஆனால், சிறுமைப் பண்புகளைப் போற்றிப் நடப்பவர் பிறரைப் பற்றிய குறைகளை மட்டுமே எடுத்துக் கூறி எல்லோரிடமும் அவர்களின் பெருமையை மறைத்துவிடுவர்.

Great men disclose other's goodness and able deeds and hide shortfalls from outsiders;
Men of low character, will tell all about other's mistakes and hide from them, the greatness of others.

99. சான்றாண்மை (saandraanmai)
(Perfectionism)

981. **கடன்என்ப நல்லவை எல்லாம் கடன்அறிந்து**
சான்றாண்மை மேற்கொள் பவர்க்கு.

kadan-enba nallavai ellaam kadan-arrinthu
saandraaNmai maerrkoLbavarkku.

தாம் செய்ய வேண்டிய கடமைகள் இவை என அறிந்து, அதற்குத் தகுந்தவாறு, திட்டமிட்டு உயர் பண்புகளால் அக்கடமையை மேற்கொண்டு முடிக்க முற்படுபவர்க்கு, நல்ல பண்புகள் அத்தனையும் இயல்பாகவே அமையும் என்று சொல்லுவர் கற்றறிந்தவர்.

A person knows his duty and who organises and plans to finish it with perfection;
Good traits are naturally attracted to him, is the well read's assertion.

982. **குணநலம் சான்றோர் நலனே பிறநலம்**
எந்நலத்து உள்ளதூஉம் அன்று.

guNa-nalam saandroar nalanae pirra-nalam
en-nalatthu uLLathoo-um andru.

சான்றோர்க்கு அழகு சேர்ப்பது அவர்களுடைய மனதில் உள்ள உயர்ந்த குணங்களே. அதைத் தவிர, வெளியில் தோன்றும் அவர்களின் எவ்வித அழகும், எந்த அழகு வகையிலும் சேராது.

For the well-read wise, the higher level of thinking arising within their minds, their most attractive beauty;
All other external charm of theirs, can never be classified as contributing to their excellent quality.

983. **அன்புநாண் ஒப்புரவு கண்ணோட்டம் வாய்மையொ[டு]**
ஐந்துசால்பு ஊன்றிய தூண்.

Anbu-naaN oppuravu kaNNoattam vaaimaiyodu
ainthu-saalbu oondriya thooN.

தன் உறவினரிடம் மட்டுமேயன்றி எல்லோரிடமும் அன்பு பாராட்டும் பண்பு, மற்றவர்களின் பழிச்சொல்லுக்கு ஆளாகாமல் பயந்து நடப்பது, எல்லோரிடமும் ஒற்றுமையுடன் கிடைத்ததைப் பங்கிட்டு வாழ்வது, எல்லோர்க்கும் உதவி புரியும் எண்ணம் மற்றும் உண்மையை எப்போதும் தழுவி நடப்பது ஆகிய இந்த ஐந்து

நல்ல பண்புகளும், ஒருவனின் நல்ல நடத்தை என்னும் பாரத்தைத் தாங்கும் ஐந்து தூண்கள் ஆகும்.

Kindness to all, actions taken afraid of other's insults, stays united and partakes with all, benevolence and virtuous;
These traits are the five pillars on which a noble character rests.

984. கொல்லா நலத்தது நோன்மை பிறர்தீமை
சொல்லா நலத்தது சால்பு.

**kollaa nalatthathu noanmai pirrar-theemai
sollaa nalatthathu saalbu.**

நல்ல அறங்கள் வேண்டுபவன், தவத்தைக் கடைபிடிக்க வேண்டும். ஏனெனில், அது எந்த உயிர்களையும் கொல்லாமல் இருக்கும் அறங்களுள் அடங்கும். அதைப்போல, நல்ல பல குணங்களை வேண்டுபவன், மற்றவர்களின் குற்றங்களை எடுத்துச் சொல்லாத குணத்தைப் பின்பற்றும் அழகில் உள்ளதாம், சான்றாண்மை என்னும் உயரிய பண்பு.

One to practice virtue, has to do penance, as it recommends non-violence, conforming to the righteous acts;
One who wants good traits, shall not point out at other's mistakes, a perfect character depends on that.

985. ஆற்றுவார் ஆற்றல் பணிதல் அதுசான்றோர்
மாற்றாரை மாற்றும் படை.

**aatruvaar aatral paNithal athu-saandroar
maatrraarai maatrum padai.**

ஒரு கடமையைச் செய்து முடிக்கும் ஆற்றல் மிக்கவரின் ஆற்றலின் முக்கியத் தன்மை, அப்பணிக்கு உதவி செய்பவரை, தான் அடக்கத்துடன் நடந்து தட்டிக்கொடுத்து வேலை வாங்குவதாகும். சான்றோரும் தம் பகைவரின் பகைமையை மாற்றி நட்பு பாராட்ட உதவி புரியும் கருவியும் அதுவே ஆகும்.

A good administrator has to be modest to his assistants and encourage them to do their duty;
The wise can convert their enemies to friends by using the same tool, that is the trait of humility.

986. சால்பிற்குக் கட்டளை யாதுஎனின் தோல்வி
துலைஅல்லார் கண்ணும் கொளல்.

saalbirrkuk kattaLai yaathu-enin thoalvi
thulai-allaar kaNNum koLal.

ஒரு கடமையைச் செய்து முடிக்கும் பண்பு, சான்றாண் மையை அளக்க உதவும், எவ்வாறு உயர்வில் அடக்கம் கொள்கிறோமே அதேபோல, தன்னைவிடக் கீழே இருப்பவரிடம் தோல்வியை மனம்விட்டு மிக்க பணிவுடன் ஏற்றுக் கொள்ளுதலும் வேண்டும்.

The character of one who finishes his task through perfection,
And the touchstone to measure it, is his modesty towards superiors and accept faults of lower level, gracefully as his own.

987. இன்னாசெய் தார்க்கும் இனியவே செய்யாக்கால்
என்ன பயத்ததோ சால்பு.

innaa-seythaarkkum iniyavae seyyaakkaal
enna payatthathoa saalbu.

தமக்குத் துன்பத்தைக் கொடுத்தவரிடமும், தம் கடமையைச் சரியாகச் செய்பவரின் சான்றாண்மை என்னும் உயரிய பண்பு அவர்களுக்கு நல்லதையே செய்யும். அப்படி நடந்து கொள்ளவில்லை என்றால், சான்றாண்மையினால் என்ன பயன்?

One who is perfect in his duty, even to those are evil, do good is a trait,
If he does not act in that manner, what else will his perfection benefit?

988. இன்மை ஒருவற்[கு] இளிவன்று சால்பென்னும்
திண்மைஉண் டாகப் பெறின்.

inmai oruvarrku iLivandru saalbennum
thiNmai-uNdaagap perrin.

சான்றாண்மை என்ற உயரிய பண்பு ஒருவரிடம் மிகுந்து வலிமையுடன் காணப்பெற்றால், அவரை எவ்வித வறுமையும் இழிவைத் தராது.

One who has a perfect character, held in magnificent proportion;
No amount of poverty will ever give him a disgraceful proposition.

989. ஊழி பெயரினும் தாம்பெயரார் சான்றாண்மைக்[கு]
ஆழி எனப்படு வார்.

oozhli peyarinum thaam-peyaraar saandraaNmaikku
aazhli enappaduvaar.

சான்றாண்மை என்னும் கடலுக்குக் கரை என்று கூறப்படுவது, எத்தனை முறைதான் கடல் கொந்தளிப்பால் கடல் கரை புரண்டு

ஓடினாலும், அதன் தன்மை மாறுவதில்லை. அதேபோல், வாழ்க்கையில் எத்தனை பெரிய இன்னல்களைச் சந்தித்தாலும் தன் மனதின் நிலை மாறாமல், ஆழமான பெருங்கடல்போல அமைதியாகத் திகழ்வர் சான்றோர்.

Perfect men's character is like the sea shore, even if the turbulent sea overflows many times, still retains its feature.

Any suffering is faced by them, still they don't change their thinking and remain calm like the vast sea's nature.

990. சான்றவர் சான்றாண்மை குன்றின் இருநிலம்தான்
தாங்காது மன்னோ பொறை.

saandravar saandraaNmai kundrin irunilam-thaan
thaangkaathu mannoa porrai.

சான்றோர், பல நல்ல குணங்கள் மிகுந்து காணப்படுவர். ஆனால் அத்தன்மை உடையவர் குற்றத்தால் தன் உயரிய தன்மையிலிருந்து குறைய நேர்ந்தால், இந்தப் பெரிய பூமி அந்தப் பாரத்தை தாங்க முடியாமல் திணறும்.

Wise and perfect, if fall down from higher level due to their mistakes; This vast earth, unable to bear the burden of fault, terribly shakes.

100. பண்புடைமை (panbudaimai)
(Courteous Behaviour)

991. **எண்பதத்தால் எய்தல் எளிதுஎன்ப யார்மாட்டும்**
பண்புடைமை என்னும் வழக்கு.

eN-pathatthaal eiythal eLithu-enba yaar-maattum
paNbudaiymai ennum vazhlakku.

எல்லோரும் எளிதில் வந்து தம்மிடம் பேசும்போது தன் காதைக் கொடுத்துக் கேட்கும் உயரிய குணம் உள்ளதால், அரிய பண்புடைமை என்னும் நல்ல நெறியினைப் பின்பற்றி வாழ்வது எளிது என்று கூறுவர் கற்றறிந்த அறிவுடையோர்.

Providing ease of access to all, one who lends his ears to listen keenly to those who speak, a great character;
Simply helps him to follow the path of virtue, say the wiser.

992. **அன்புடைமை ஆன்ற குடிப்பிறத்தல் இவ்விரண்டும்**
பண்புடைமை என்னும் வழக்கு.

anbudaimai aandra kudippirratthal iv-iraNdum
paNbudaimai ennum vazhlakku.

பிறரிடம் அன்புடையவராக இருத்தலும், நல்ல பெருமை மிகுந்த குடும்பத்தில் பிறத்தலும் ஆகிய இவ்விரண்டையும் பெற்றுள்ள ஒருவன் பண்புடைமை என்னும் உயரிய நெறியினை உடையவன் என உலக மக்கள் கூறுவர்.

One who is compassionate to others and born in a family of good reputation, the two;
The world praises him as the courteous one who leads life with virtue.

993. **உறுப்புஒத்தல் மக்கள்ஒப்(பு) அன்றால் வெறுத்தக்க**
பண்புஒத்தல் ஒப்பதாம் ஒப்பு.

urruppu-otthal makkaL-oppu andraal verrutthakka
paNbu-otthal oppathaam oppu.

ஒருவனின் அழகான உடலுறுப்பின் தன்மையை நல்ல மக்களோடு சேர்த்து ஒப்பிட்டுப் பேசுவது சரியன்று. ஆனால், ஒப்பிட்டுப் பார்க்க வேண்டியது அவன் உயிரோடு ஒத்துப் போகின்ற உள்ளத்தின் நல்ல பண்பே ஆகும்.

Comparing one's physical traits with good people is inappropriate;
What actually requires to be compared is his intrinsic good behaviour which moves in tandem with life's heartbeat.

994. **நயனொடு நன்றி புரிந்த பயன்உடையார்**
பண்புபா ராட்டும் உலகு.

nayanodu nandri purintha payan-udaiyaar
paNbu paaraattum ulagu.

நீதியையும் நல்ல அறத்தையும் விரும்பி அவ்வழிச் சென்று, பிறர்க்கு நன்மையைத் தேடி வழங்கும் அரிய பண்புடையவராக வாழ்பவரை இவ்வுலக மக்கள் போற்றிக் கொண்டாடுவர்.

One who is just, follows the path of righteous act, and also extends his help to others in need;
Person of such an exemplary character is praised by the world for his great deeds.

995. **நகையுள்ளும் இன்னாது இகழ்ச்சி பகையுள்ளும்**
பண்புஉள பாடறிவார் மாட்டு.

nagaiyuLLum innaathu igazhltchi pagaiyuLLum
paNbu-uLa paadarrivaar maattu.

ஒருவன் தன்னை விளையாட்டிற்காகக்கூட ஏளனமாகப் பேசினால் மனதில் துன்பத்தைத் தரும் என்பதை அறிந்து, மற்றவர் மனம் நோகும் என்று இகழாமல் நடந்து, பகைவரிடத்தும் நல்ல பண்புகள் உடையவராகப் போற்றப்படுவர்.

One who knows that even for fun, if anyone insults him, causes pain in the mind,
Will not abuse others and even his enemy will praise his good traits which keep him in bind.

996. **பண்புஉடையார்ப் பட்டுண்[டு] உலகம் அதுஇன்றேல்**
மண்புக்கு மாய்வது மன்.

paNbu-udaiyaarp pattuNdu ulagam athu-indrael
maNbukku maaivathu man.

பண்புடையவர்கள் வாழ்ந்து வருவதால்தான் உலகம் நிற்காமல் இயங்கிக் கொண்டிருக்கிறது, அவ்வாறு அன்றி ஒழுக்கமின்றி நடந்து இருந்திருந்தால், என்றோ உலகம் மண்ணிற்குள் புதைப்பட்டு அழிந்து போயிருக்கும்.

Men of good character reside here, hence this world exists and is continuously functional;
Else, if it had only men with acts of indiscipline, would have buried itself into the earth long ago and crumble.

997. **அரம்போலும் கூர்மையர் ஏனும் மரம்போல்வர்**
மக்கள்பண்[பு] இல்லா தவர்.

aram-poalum koormaiyar-aenum maram-poalvar
makkal-paNbu illaathavar.

மக்களுக்கு உரிய நல்ல பண்புகளோடு வாழாதவர், தனக்கு அறிவு, கூர்மையான அரத்தைப் போலிருப்பினும், ஏதும் செய்ய இயலாத மரக்கட்டைக்குச் சமமாவர்.

Men who possess high intelligence like the sharp razor;
But lacks courteous behaviour, possess wooden blocks' feature.

998. **நண்புஆற்றார் ஆகி நயம்இல செய்வார்க்கும்**
பண்புஆற்றார் ஆதல் கடை.

naNbu-aatraar aagi nayam-ila seyvaarkkum
paNbu-aatrraar aathal kadai.

தம்மிடம் நட்பினைக் கொள்ளாமல் பகைமையைக் கடைப்பிடித்துத் தமக்குத் தீங்கு செய்பவரிடமும், நல்ல பண்புடையவராக நடந்து கொள்ளாமல் இருப்பது அறிவுடையவர்க்கு இழுக்கு ஆகும்.

Not friendly towards him and cause evil like an enemy,
As a wise person, if he is not courteous will add insult to injury.

999. **நகல்வல்லர் அல்லார்க்கு மாயிரு ஞாலம்**
பகலும்பாற் பட்டன்[று] இருள்.

nagal-vallar allaarkku maayiru njnaalam
pagalum-paarr pattandru iruL.

நல்ல பண்பினை மறந்து, பிறரோடு நெருங்கிப் பழகி மகிழச்சியுடன் இருக்க முடியாதவர்க்கு, மிகப் பெரிய இந்த உலகம், ஒளிமிகு பகல் நேரத்திலும் இருட்டில் மூழ்கி இருப்பது போல் தோன்றும்.

One who forgets good traits and are unable to be close friends with others and maintain happiness with harmony;
Even in this vast world, the bright and sunny day will always seem to be like dark nights and gloomy.

1000. **பண்புஇலான் பெற்ற பெருஞ்செல்வம் நல்பால்**
கலம்தீமை யால்திரிந்து அற்று.

paNbu-ilaan petra perunj-selvam nal-paal
kalam-theemaiyaal thirinthu-atru.

பண்பு இல்லாதவன் முன்னோரிடமிருந்து தனக்குக் கிடைத்த பெருஞ்செல்வம், நல்ல பசுவின் பால், வைத்திருந்த பாத்திரத்தின் தன்மையால் எப்படிக் கெட்டுத் திரிந்து எதற்கும் உதவாதது போன்றது. அச்செல்வம் யார்க்கும் நன்மையைத் தராது.

For a bad man, his immense wealth left by his forefathers, is useless, It is like the pure cow's milk kept in a vessel, which spoilt the milk, and is of no benefit to others.

101. நன்றியில் செல்வம் (nandri-il selvam)
(Unbeneficial Wealth)

1001. **வைத்தான்வாய் சான்ற பெரும்பொருள் அஃதுஉண்ணான்**
செத்தான் செயக்கிடந்த[து] இல்.

Vaitthaan-vaai saandra perumporul Aqthu-unnaan
setthaan seyakkidanthathu il.

ஒருவன் மிகக் கடின உழைப்பால் சம்பாதித்து, பேராசையால் வீட்டில் கிடைத்த இடமெல்லாம் அதனைக் கொட்டி வைத்து, கஞ்சத்தனமாக இறுக்கிப் பிடித்து அனுபவிக்கத் தெரியாமல் இறந்து போனால், அச்செல்வத்தால் பயன் ஏதும் இல்லை.

One who works hard to earn huge wealth and greedily hoards it in his house without enjoying,
Like a miser and dies, is such wealth of any use, befitting?

1002. **பொருளானாம் எல்லாம்என்று ஈயாது இவறும்**
மருளானாம் மாணாப் பிறப்பு.

poruLaan-aam ellaam-endru eeyaathu ivarrum
maruLaan-aam maaNaap pirrappu.

பொருள் மட்டும் இருந்தால் வாழ்க்கையில் எல்லாம் கிடைக்கும் என்று எண்ணி, கடின உழைப்பால் செல்வத்தைச் சம்பாதித்து, தேவை என்று வருவோர்க்கு உதவாமல் அச்செல்வத்தை விடாமல் பற்றிக்கொண்டிருக்கும் மயக்கம்தான் ஒருவனுக்கு இந்தப் பிறப்பைவிட மோசமான அடுத்த பிறப்பு, நிறைவில்லாத பேய்ப்பிறப்புக் கிடைக்கும்.

One's thinking that wealth is primary, works hard to amass it and does not distribute it to the needy;
Attaches himself to it as a miser in delirium, will be reborn as a ghost in rebirth, more suffering surely.

1003. **ஈட்டம் இவறி இசைவேண்டா ஆடவர்**
தோற்றம் நிலக்குப் பொறை.

eettam ivarri isai-vaeNdaa aadavar
thoatrram nilakkup porrai.

பிறரைவிட நிறைய சம்பாதித்து, செல்வம் சேர்க்க வேண்டும் என்ற வெறி, சம்பாதித்தல் மட்டுமே முதல் கடமையாகக் கொண்டு விரும்பி, அச்செல்வத்தைத் தேவை என்று வருவோர்க்குக் கொடுக்காமல் இருப்போரின் பிறப்பு, இந்த பூமிக்குப் பாரமாக மட்டுமே இருக்கும்.

Urge to earn wealth more than others, as a primary duty, ignoring distribute to the needy, due to miserliness;
Such a life, to be born in this earth is only treated as a huge onus.

1004. **எச்சம்என்(று) என்எண்ணும் கொல்லோ ஒருவரால்**
நச்சப் படாஅ தவன்.

etcham-endru en-eNNum kolloa oruvaraal
natchap padaathavan.

உதவி என்று வந்தவர்க்கு எதுவும் கொடுத்து உதவாமல், வாழ்ந்து வந்தால் ஒருவராலும் விரும்பப்படாதவன், தான் இறந்ததற்குப் பிறகு என்ன நிலைத்து நிற்கும் என்று எதைக் கருதுவானோ?

Always denying help to the needy, who approached him, therefore, disliked by all during his lifetime;
What does he consider as permanent after his death, worth a dime?

1005. **கொடுப்பதூஉம் துய்ப்பதூஉம் இல்லார்க்(கு) அடுக்கிய**
கோடிஉண் டாயினும் இல்.

Koduppathoo-um thuiyppathoo-um illaarkku adukkiya
koadi-uNdaayinum il.

தேவை என்று வந்த பிறர்க்கு உதவி செய்யாமலும், தானும் சேர்த்துவைத்த செல்வத்தைச் செலவு செய்யாமலும் என்ற இரண்டு இயல்புகளைக் கொண்டவர்க்கு அடுக்கிய கோடி பெருமானமுள்ள சொத்தினாலும் யார்க்கும் எந்தப் பயனும் இல்லை.

One who does not help the needy and does not enjoy his wealth, out of miserliness;
With these two traits, even if he has amassed multiple crores of wealth, none benefits from such riches.

1006. **ஏதம் பெருஞ்செல்வம் தான்துவ்வான் தக்கார்க்குஒன்(று)**
ஈதல் இயல்புஇலா தான்.

Aetham perunjselvam thaan-thuvvaan thakkaarkku-ondru
eethal iyalbu-ilaathaan.

சம்பாதித்த தன் சொத்தினைத் தானும் அனுபவிக்காதவனாக, தேவை என்று கேட்டு வருவோர்க்கும் அவர் வேண்டியதை, சொத்து மிகுதியாக இருந்தும் அவர்களுக்குக் கொடுத்து உதவாமல், இந்த இரண்டு இயல்பைக் கடைபிடித்து வாழ்பவருக்கு, அவரிடம் உள்ள பெருஞ்செல்வமே அவர்க்குப் பிடித்திருக்கும் பெரியதொரு நோய்.

Miserly in spending, and not distributing excess wealth to the seeking and needy,

One who follows these two traits as important in his life, the huge wealth owned is the major illness earned through parsimony.

1007. **அற்றார்க்குஒன்[று] ஆற்றாதான் செல்வம் மிகநலம்**
பொற்றாள் தமியள்மூத் தற்று.

atrraarkku-ondru aatrraadhaan selvam miga-nalam
petrraaL thamiyaL-mootthatru.

ஒரு பொருளும் இல்லாமல் தவிப்பவனுக்கு, தேவை என்று விரும்பிக் கேட்கும் அந்தப் பொருளைக்கூடக் கொடுக்காதவனின் செல்வம், பெண்மையின் அத்தனை சிறப்பை மிகுதியாகப் பெற்றும், ஒருத்தி திருமணம் ஆகாமல் தனி ஆளாய் வாழ்க்கை நடத்தி மூதாட்டி ஆக ஆவதைப் போல ஆகும்.

One's wealth, not helpful to a poor,who needs and seeks a thing,
Is like a woman with all beautiful features, remains a spinster, and leads life alone as a woman, ageing.

1008. **நச்சப் படாதவன் செல்வம் நடுவூருள்**
நச்சு மரம்பழுத் தற்று.

natchap padaathavan selvam nadu-vooruL
natchu maram-pazhlutthatru.

தேவையென்று கேட்டு வருவோர்க்குப் பெரும் செல்வமிருந்தும் எந்த ஒரு உதவியும் புரியாமல் எல்லோராலும் வெறுக்கப்படுபவனாக வாழும் ஒருவனின் செல்வம், ஊருக்கு நடுவே படர்ந்து நிற்கும் ஒரு பெரிய மரம் நச்சு மிகுந்த பழத்தைக் கொடுப்பது போன்றது ஆகும்.

A wealthy miser, who does not help the needy, and lives life earning the hatred of all;
His wealth is like the large tree with ripe poisonous fruits in the middle of the town, not useful.

1009. **அன்புஒரீஇத் தன்செற்[று] அறம்நோக்கா[து] ஈட்டிய**
ஒண்பொருள் கொள்வார் பிறர்.

anbu-oree-ith than-setrru arram-noakkaathu eettiya
oNporuL koLvaar pirrar.

பிறரிடம் அன்பு பாராட்டாமல், உதவி என்று கேட்டு வந்தவர்க்கு உதவிடாமல், அதனால், தன்னை மிகவும் துன்பத்திற்கு ஆளாக்கி, நீதிநெறியின் வழி கடைபிடிக்காமல் சேர்த்த பெருஞ்செல்வத்தை அவன் இறந்த பிறகு மற்றவர்களே அனுபவித்து வாழ்வர்.

One who is not kind, and does not help the needy out of his wealth;
Thus puts himself into much suffering, his ill-gotten wealth will only be enjoyed by others after his death.

1010. சீர்உடைச் செல்வர் சிறுதுனி மாரி
வறம்கூர்ந்து அனையது உடைத்து.

**seer-udais selvar sirru-thuni maari
varram-koornthu anaiyathu udaitthu.**

பெருஞ்செல்வத்தைப் பெற்று மற்றவர்க்குக் கொடுத்து வாழும் புகழ் மிக்கவர்கள், சிறிது காலம் உதவ முடியாமல் வறுமையில் வாடினால், அது இவ்வுலகத்தைக் காக்கும் மழையைப் பொழியும் மேகம், சில சமயம் மழை பொழியாமல் நிற்கும் இயல்பைப் போன்றது.

The famous, who live, distributing their wealth to the needy, if, for a short period suffers from poverty;
Is like the rain bearing clouds, Protector of this world, which for a small period does not rain, only to replenish, a great quality.

102. நாணுடைமை (Naan-udaimai)

(Possessing Coyness)

1011. **கருமத்தால் நாணுதல் நாணுத் திருநுதல்
நல்லவர் நாணுப் பிற.**

**karumatthaal naaNuthal naaNut thiru-nuthal
nallavar naaNup pirṟa.**

நல்லவர்களின் நாணம் எனப்படுவது மற்றவர்கள் பழிச்சொல்லுக்கு அஞ்சி நடக்கும் வகையில் அமைந்த எந்தச் செயலும் செய்ய வெட்கப்படுதலாகும். மற்ற வகையானது அழகிய நெற்றியையுடைய பெண்களுக்கு இயல்பான நாணம் ஆகும்.

Good men's shame is the fear of hearing insulting words of others borne out of their evil action, if any;
Other shames are what the women with beautiful foreheads display, their natural coy.

1012. **ஊண்உடை எச்சம் உயிர்க்குஎல்லாம் வேறல்ல
நாண்உடைமை மாந்தர் சிறப்பு.**

**ooN-udai etcham uyirkku-ellaam vaerralla
naaN-udaiymai maanthar sirrappu.**

உண்ணும் உணவு, உடுத்தும் உடை இவை தவிர மற்றவை எல்லா மக்களுக்கும் பொதுவானதே. ஆனால், நல்ல மக்களுக்குச் சிறப்பாக விளங்குவது அவர்கள் மற்றவர் பழிச் சொல்லுக்கு அஞ்சி நீதிநெறியில் நடக்கும் நாணமுடைமையே பொதுவானவை அல்ல.

Food eaten, clothes worn and some others, are common to all people;
The good one's shame, an important trait, is that they are afraid to hear insults from others, so, they follow path of virtue, as a principle.

1013. **ஊனைக் குறித்த உயிர்எல்லாம் நாண்என்னும்
நன்மை குறித்தது சால்பு.**

**oonaik kurrittha uyir-ellaam naan-ennum
nanmai kurritthathu saalbu.**

எல்லா உயிர்களும், அதற்குத் தேவையான உடம்பினைப் பற்றிக் கொண்டு தங்களின் தங்குமிடமாகக் கொண்டு, அதனை விடாமல் இருக்கும். அது போல, கையில் எடுத்த காரியத்தை எப்படியாவது முயற்சி செய்து ஊக்கத்துடன் நல்ல நெறியில் முடிக்கும் இயல்புடையவர், நாணம் என்னும் நல்ல குணத்தையே தனது தங்குமிடமாகக் கொண்டு அதனை விடாமல் இருப்பர்.

All lives cling on to their perfect bodies to make it their abode fully;
Men of persistent efforts who take a task and finish it perfectly, hold their good trait in place called shame permanently.

1014. **அணிஅன்றோ நாண்உடைமை சான்றோர்க்கு அஃதுஇன்றேல்
பிணிஅன்றோ பீடு நடை.**

**aNi-androa naaN-udaimai saandroarkku aqthu-indrael
piNi-androa peedu nadai.**

சான்றோர்க்கு உயரிய பண்பு நாணுடைமை என்னும் சிறப்பான அணிகலம் ஆகும். அதுவில்லை என்றால் அவர் பெருமிதத்தால் கிடைக்கும் நிமிர்ந்த நடை காண்பவர்க்குத் துன்பத்தைக் கொடுக்கும்.

Great men, a vital character is shamefulness, a valuable ornament;
If it does not exist, they cannot have that proud gait in their walk and others will treat it as an ailment.

1015. **பிறர்பழியும் தம்பழியும் நாணுவார் நாணுக்[கு]
உறைபதி என்னும் உலகு.**

**pirrar-pazhliyum tham-pazhliyum naaNuvaar naaNukku
urrai-pathi ennum ulagu.**

பிறர்க்கு வரும் பழியையும் தமக்குக் கிடைக்கப் போகும் பழியையும் ஒருங்கே மதித்து வெட்கப்படும் ஒருவரை, இவ்வுலக மக்கள் மொத்த நாணத்தின் உருவம் என்று சொல்லுவர்.

One who is unhappy with others' faults and is also ashamed of the insults of others upon him, equally;
People of the world, call him as the complete epitome of modesty.

1016. **நாண்வேலி கொள்ளாது மன்னோ வியன்ஞாலம்
பேணலர் மேலா யவர்.**

**naaN-vaeli koLLaadhu mannoa viyan-njnaalam
paeNalar maelaayavar.**

உயர்ந்தோர், தமக்குக் காவலாக நாணுடைமையை மட்டுமே கொள்வர். அது இல்லாமல், இந்தப் பரந்த உலகத்தில் வாழும் வாழ்க்கையை விரும்பி ஏற்றுக்கொள்ள மாட்டார்கள்.

Great men, hold on as security, only their sensitivity to shame;
Except this, they do not desire to live in this vast world, for name.

1017. நாணால் உயிரைத் துறப்பர் உயிர்ப்பொருட்டால்
நாண்துறவார் நாணாள் பவர்.

**naaNaal uyirait thurrappar uyirp-poruttaal
naaN-thurravaar naaN-aaLbavar.**

நாண் என்னும் சிறப்பான பண்பின் தன்மை அறிந்து தம் வாழ்க்கையை நடத்துபவர். ஏதேனும் ஒரு நேரத்தில், நாணமா, உயிரா என்று கேள்வி எழும்போது, நாணம்தான் பெரிது என்று உயிரை விடவும் துணிவர். ஆனால் உயிரைக் காப்பாற்றுவதற்குத் தன் நாணத்தை விட்டுக்கொடுக்க மாட்டார்.

One who considers modesty as a fine trait and leads life, if required to choose between life and modesty;
Will give up his life bravely to protect modesty but to save his life will never give up his delicate sense of propriety.

1018. பிறர்நாணத் தக்கது தான்நாணான் ஆயின்
அறம்நாணத் தக்கது உடைத்து.

**pirrar-naaNath thakkathu thaan-naaNaan aayin
arram-naaNath thakkathu udaitthu.**

பிறர் கேட்பதற்கும் காண்பதற்கும் வெட்கப்படும் பழியை, ஒருவன் நாணாமல் மேற்கொண்டால், அவனிடமிருந்து அறம் நீங்கிச் செல்வதற்கு அத்தகைய நாணமின்மை ஒரு பெரும் குற்றமாக அமையும்.

Actions which others insult, when they see or hear, and, if one continues to do so without shame;
Virtue will leave him and his lack of modesty will be the one to blame.

1019. குலம்சுடும் கொள்கை பிழைப்பின் நலம்சுடும்
நாண்இன்மை நின்றக் கடை.

**kulam-sudum koLgai pizhlaippin nalam-sudum
naaN-inmai nindrak kadai.**

ஒருவன் ஒழுக்கமின்றி நடந்தால், அது அவன் பிறந்த குலத்தின் பெயரைக் கெடுக்கும். ஆனால், மற்றவர்கள் பழிச்சொல்லிற்கு அஞ்சி நல்லதையே செய்பவன், அவனின் உயர்ந்த பண்பாகிய நாணத்தைக் கைவிட்டால், அவனுக்குப் பிறப்பு, கல்வி, குணம், செயல், இனம் ஆகியவற்றால் கிடைத்த அத்தனை பயனையும் இழப்பான்.

For an indisciplined, his family name will be tarnished, but one who do good, afraid of other's abuse;

If he sheds modesty, a higher quality, all the benefits out of birth, education, trait, action and clan will be of no use.

1020. நாண்அகத்து இல்லார் இயக்கம் மரப்பாவை
நாணால் உயிர்மருட்டி அற்று.

**naaN-agathu illaar iyakkam marappaavai
naaNaal uyir-marutti atru.**

ஒருவன் மனத்தினுள் நாணம் என்னும் உயர்ந்த பண்பைக் கொண்டு வாழாதவன், உயிரோடு நடமாடினாலும், மரத்தால் செய்யப்பட்ட பெண் உருவ பொம்மையை மெல்லிய கயிற்றால் ஆட்டி உயிர்ப்பித்துக் கதை சொல்லுவதுபோல், மயக்கத்தில் உயிருடன் இருப்பது போன்ற தன்மை உடையவனாவான்.

One who lacks modesty in mind, a good trait and performs life's action,

He is like a wooden puppet dressed like a woman which is controlled by thin strings and tells stories, an imagination.

103. குடிசெயல் வகை (Kudi seyal vagai)
(Steps to improve family honour)

1021. கருமம் செயஒருவன் கைதூவேன் என்னும்
பெருமையின் பீடுஉடைய[து] இல்.

**karumam seya-oruvan kaithoovaen ennum
perumaiyin peedu-udaiyathu il.**

தான் பிறந்த குடும்பத்தின் பெயரை உயர்த்தத் தான் எடுத்துக் கொண்ட கடமை முடியும் வரை, சோர்வில்லாமல் முயற்சி செய்வேன் என்னும் பெருமையைப் போல, வேறு எந்த எண்ணமும் அதைவிட அதிக பெருமையைக் கொடுக்காது.

To raise the family's honour where one is born, by finishing a task undertaken with untiring efforts;
No other thought would bring higher benefits with lasting effect.

1022. ஆள்வினையும் ஆன்ற அறிவும் எனஇரண்டின்
நீள்வினையால் நீளும் குடி.

**aaL-vinaiyum aandra arrivum ena-iraNdin
neeL-vinaiyaal neeLum kudi.**

விடா முயற்சியும், அரிய பல நூல்களைக் கற்றுத் தேர்ந்த அறிவும் ஆகிய இவ்விரண்டும் இருப்பதால், ஒருவன் ஊக்கத்தினை இழக்காமல் தொடர்ந்து செய்யும் கடமையினால் தான், அவன் பிறந்த குடும்பம் வளர்ச்சி பெறும்.

Persistent effort and knowledge gathered by reading rare books, with these two available aplenty;
One who performs duty with zeal, his family will gain higher prosperity.

1023. குடிசெய்வல் என்னும் ஒருவற்குத் தெய்வம்
மடிதற்றுத் தான்முந் துறும்.

**Kudi-seyval ennum oruvarrkut theiyvam
madi-thattrut thaan-munthurrum.**

என் குடிமக்களை உயர்த்த நான் கடமையாற்றுவேன், என்று எடுத்த செயலை விடா முயற்சியால் முடிக்க முயலும் ஒருவனுக்கு, அவன் வணங்கும் தெய்வம், அவனுக்காக அது கட்டியிருக்கும் ஆடையை இறுக்கிக் கட்டிக்கொண்டு அவன் முன்னே அவனுக்கு உதவி செய்ய நிற்கும்.

One who says, "I will do my duty to raise the reputation of my family," and persistently works hard,
Lord to whom he bows, will hear and arrive near him, by tightening the gird up His loins, to extend His hand.

1024. **சூழாமல் தானே முடிவுஎய்தும் தம்குடியைத்
தாழாது உஞற்று பவர்க்கு.**

**soozhlaamal thaanae mudivu-eiythum tham-kudiyaith
thaazhlaathu unjnatrubavarkku.**

தம் குடும்பத்தாரை உயர்த்த என்ன செயலைச் செய்ய வேண்டுமோ, அதை அறிந்து விரைந்து செயல்பட்டு முடிக்க முயல்பவருக்கு, அவருக்குத் தெரியாமலே அச்செயலை முடிக்கும் முறை அவருக்குத் தானாகவே புலப்படும்.

One who works to uplift his family status, analyses the methods and puts it into effect,
So done, without his knowing the manne: and mode of finishing, ways will appear on its own to complete his effort.

1025. **குற்றம் இலன்ஆய்க் குடிசெய்து வாழ்வானைச்
சுற்றமாச் சுற்றும் உலகு.**

**kutrram ilan-aaik kudi-seiythu vaazhlvaanais
sutramaas sutrrum ulagu.**

தான் எந்தக் குற்றமும் செய்யாமல் நல்ல நெறியின் வழி நடந்து, பிறந்த குலத்தின் நிலையினை உயர்த்தும் செயலைத் தேர்ந்தெடுத்து அதனை முடிக்க விடாமுயற்சி விரும்பி மேற்கொள்ளும் ஒருவனை, அவன் வாழ்க்கையில் உலகத்தார் அனைவரும் அவனைப் போற்றித் தன் உறவினராக ஏற்றி நெருங்கிப் பழகுவர்.

One who does not commit any mistakes and follows righteousness to uplift the family's reputation,
One, who takes the task and puts in painstaking efforts to finish, world praises and considers him as their relation.

1026. **நல்ஆண்மை என்ப[து] ஒருவற்குத் தான்பிறந்த
இல்ஆண்மை ஆக்கிக் கொளல்.**

**nal-aaNmai enbathu oruvarrkut thaan-pirrantha
il-aaNmai aakkik koLal.**

ஒருவனுக்கு நல்ல ஆளும் திறமை உள்ளது என்று பெருமையாக எடுத்துரைப்பது, அவன், தான் பிறந்த குலத்தில் இருந்து பெற்ற தன் ஆளும் திறனைத் தனக்கே உள்ளதாக ஆக்கிச் செயல்படுவதே ஆகும்.

One's good leadership, an excellent trait, his family's honour,
When in his duty, natural skills are shown as own, and moves higher.

1027. **அமர்அகத்து வன்கண்ணர் போலத் தமரகத்தும்**
ஆற்றுவார் மேற்றே பொறை.

amar-agatthu van-kaNNar poalat thamaragatthum
aatruvaar maetrae porrai.

போர்க்களத்தில் போர் புரிய பல வீரர்கள் இருந்தாலும், அந்தப் போரை எதிர்த்து நின்று அஞ்சாமல் இருக்கும் ஓரிரு சிறந்த வீரருக்கே அப்போரை முன் நின்று நடத்தும் பொறுப்பு கிடைக்கிறது. அதேபோல், தான் பிறந்த குலத்தின் நிறையப் பேர் இருந்தாலும், அந்தக் குடும்பப் பாரத்தை ஏற்றி நடத்திச் செல்ல வல்ல ஒருவர்க்குத் தான் அந்தப் பாரத்தினைச் சுமக்கும், இயலும் வல்லமை கிட்டும்.

Many soldiers throng the battlefield, but only few face the enemy bravely and can assume responsibility to lead the army.
Though many are born in a family, only one takes the onus of maintaining the family's reputation as a duty.

1028. **குடிசெய்வார்க்கு இல்லை பருவம் மடிசெய்து**
மானம் கருதக் கெடும்.

kudi-seiyvaarkku illai paruvam madi-seiythu
maanam karuthak kedum.

தன் குலத்தின் பெயரை உயர்த்துவதில் கவனம் செலுத்தி அச்செயலைச் செய்ய முற்படுபவர், அச்செயலைச் செய்து முடிக்க ஏற்ற காலத்திற்காகப் பொறுமையுடன் இருந்து அரிய பொழுதை வீணடித்துக்கொண்டு அச்செயலைச் செய்தால், அவன் மானம் என்ன ஆகுமோ என்று எண்ணிய வண்ணம் இருந்தால், அவனும் கெடுவான், அவன் பிறந்த குடியும் கெடும். ஆகையால், அவர்க்கு அச்செயலாற்ற கால வரைமுறை ஏதும் கிடையாது.

One to uphold a family's name, bides time to finish a task, wastes valuable time, always worrying about dignity, if done,
Will not only be doomed, he will pull down his family's glory, hence, time frame to do a task is none.

1029. இடும்பைக்கே கொள்கலம் கொல்லோ குடும்பத்தைக்
குற்றம் மறைப்பான் உடம்பு.

**idumbaikkae koL-kalam kolloa kudumbatthaik
kutrram marraippaan udambu.**

தன் குலத்திற்கு ஏற்படப்போகும் துன்பத்தை முன்னரே அறிந்து கொண்டு அதனை நீக்க முயலும் ஒருவனின் விடா முயற்சி, இவ்வளவு துன்பத்தையும் தாங்கக்கூடிய இவன் உடம்பு ஒரு தனிப் பாத்திரமோ என்று துன்பமே இவனைப் பற்றி எண்ணுமாம்.

One who can foresee the pitfall to be faced by his family and works persistently to eliminate it,
"Is his body a lone vessel who can hold so much suffering?" is what, even misery will give a thought.

1030. இடுக்கண்கால் கொன்றிட வீழும் அடுத்துஊன்றும்
நல்லாள் இலாத குடி.

**idukkaN-kaal kondrida veezhlum adutthu-oondrum
nallaaL ilaatha kudi.**

துன்பம் என்னும் கோடாரி ஒரு குலத்தைத் தாக்க வரும்போது, அக்குலத்திற்குத் தக்க துணையாக இருந்து அந்தக் கோடாரியின் அடியைத் தாங்கக் கூடிய ஆற்றல் மிக்க ஒருவன் பிறந்திருந்தால், அந்தக் குலம் வீழாமல் உயரும். அப்படியொருவன் அக்குலத்தில் பிறக்கவில்லை என்றால், படர்ந்து வளர்ந்த மரத்தைத் துன்பமாகிய கோடாரி ஒரே வெட்டில் வெட்டிச் சாய்த்துவிடும் அது போல குலப்பெயரும் அழிந்துவிடும்.

Suffering, an axe, when ready to hit at the roots of a family, a worthy son born, should protect;
Else, the family like a large tree, will fall with a single stroke by the axe, bringing down the family's name with it.

104. உழவு (uzhlavu)
(Agriculture)

1031. **சுழன்றும்ஏர்ப் பின்னது உலகம் அதனால்**
உழந்தும் உழவே தலை.

suzhlandrum-aerp pinnathu ulagam athanaal
uzh!anthum uzhlavae thalai.

உலகத்தில் உழவுத் தொழிலின் கடின உடல் உழைப்புத் தாங்காமல், மற்ற தொழில் புரிவோரும், சுற்றி வந்து, முடிவில் உழவுத் தொழில் செய்பவர் பின் தன் உணவுக்காகக் காத்திருப்பார். ஆதலால், எவ்வளவு கடினத் தொழிலாக இருப்பினும் உழவுத் தொழிலே சிறந்தது.

In this world, unable to withstand the painful labour intensive agriculture, some take up other occupation,
Wandering, they too return to stand behind the farmer for food, so, with all difficulties, agriculture is in the foremost position.

1032. **உழுவார் உலகத்தார்க்(கு) ஆணிஅ∴து ஆற்றா(து)**
எழுவாரை எல்லாம் பொறுத்து.

uzhluvaar ulagatthaarkku aaNi-aqthu aatrraathu
ezhluvaarai ellaam porrutthu.

உழவுத் தொழில் புரிய முடியாமல், அதனைச் செய்யாமல் விட்டு மற்ற தொழில் புரியச் செல்லுபவர் எல்லோரையும் தாங்குவதால், உழவுத் தொழில் செய்யும் உழவரே, உலகத்தார் என்னும் உருண்டோடும் தேர்க்கு அச்சாணியாக விளங்குபவர்.

Unable to pursue agriculture, leave it and take up other occupations;
They are taken care of by the farmers, hence, for the world to move, like a chariot, agriculturists are its axle-pins.

1033. **உழுதுஉண்டு வாழ்வாரே வாழ்வார்மற் றெல்லாம்**
தொழுதுஉண்டு பின் செல்பவர்.

uzhluthu-uNdu vaazhlvaarae vaazhlvaar-matrrellaam
thozhluthu-uNdu pin selbavar.

உழவுத் தொழில் செய்து, அதனால் மற்றவர்க்கு உணவு கிடைக்கச் செய்து, தாமும் உண்டு வாழ்கின்றவரே, தனக்கு என உரிமை கொண்டாடி வாழ்கின்றவர். மற்றவர்கள் எல்லாம் பிறரை வணங்கி அவர் கொடுப்பதை வைத்து உண்டு, பின் செல்கின்றவரே.

The farmers who produce food for others and also consume their produce, can be said to live rightfully,
Others bow to them, eat what is given to them and follow dutifully.

1034. **பலகுடை நீழலும் தம்குடைக்கீழ்க் காண்பர்**
அலகுஉடை நீழல் அவர்.

pala-kudai neezhlalum tham-kudaikkeezhlk kaaNbar
alagu-udai neezhlal avar.

உழவுத் தொழிலைச் செய்து நெல் வளத்தையுடையவர், குளிர்ந்த அருள் உடைய உழவர், மற்ற அரசர்களின் குடை நிழல் படும் மண் முழுதினையும், அதாவது அரசாளும் நிலம் அனைத்தையும் தன் அரசனின் குடையின் கீழ் காணும் சிறப்புப் பெறுவர்.

Farmer, with bountiful harvest, is like the shade, most generous,
And can bring the other rulers' lands under the umbrella of his king's rule, such influence.

1035. **இரவார் இரப்பார்க்குஒன்று ஈவர் கரவாது**
கைசெய்துஊண் மாலை யவர்.

iravaar irappaarkku-ondru eevar karavaathu
kai-seythu-ooN maalaiyavar.

தம் கையால் உழவுத் தொழில் செய்து பின் அதனால் கிடைக்கும் உணவை உண்ணும் இயல்பை உடையரே மற்றவரிடம் கையேந்த மாட்டார்கள். ஆனால், தம்மிடம் வந்து யாராவது யாசித்தால், அவர் கேட்ட ஒன்றை, மறைக்காமல் அவர்க்குக் கொடுத்து விடுவர்.

Toiling hard with hands, farmers eat the same produce, hence, never beg for food before others;
And generously gives without hiding, to anyone who seeks alms.

1036. **உழவினார் கைம்மடங்கின் இல்லை விழைவதூஉம்**
விட்டேம்என் பார்க்கும் நிலை.

uzhlavinaar kai-madangkin illai vizhlaivathoo-um
vittaem-en paarkkum nilai.

உழவுத் தொழில் செய்பவர் தம் கையைப் பின்வாங்கி, உழவினைச் செய்ய மாட்டோம் என்று கூறினால், எல்லோரும் விரும்பிய அறுசுவையினை விரும்ப மாட்டோம் என்று வாழ்க்கையில் பற்று இல்லாமல் வாழும் துறவிகளும் கூட, அந்த நெறியில் நிலைத்து நிற்காமல் திணறுவர்.

If a farmer sits with folded hands and stops toiling in his fields;
The sages who lead life with no attachment and no desire for tasty food, will suffer without the protective shield.

1037. **தொடிப்புழுதி கஃசா உணக்கின் பிடித்துஎருவும்**
வேண்டாது சாலப் படும்.

thodip-puzhluthi kaqsaa uNakkin piditthu-eruvum
vaeNdaathu saalap padum.

ஒரு நிலத்தை உழுபவன், அந்த நிலத்தில் உள்ள ஒரு பலம் அளவு புழுதியை, கால் பலம் அளவிற்கு ஆகும் வரை உழுது பின் காயவிட்டு அதன் பிறகு ஒரு பிடி எரு கூட இடாமல் அந்த நிலத்தில் பயிர் செய்தால் சிறப்பான விளைச்சல் கிடைக்கும்.

If a measure of soil in a land is ploughed till it becomes one-fourth and left to be dried;
Farmer, can then reap bountiful harvest from the crops, without even adding a handful of manure in the field.

1038. **ஏரினும் நன்றால் எருவிடுதல் நட்டபின்**
நீரினும் நன்றுஅதன் காப்பு.

Aerinum nandraal eruviduthal nattapin
neerinum nandru-athan kaappu.

உழவுத் தொழிலில், விளையும் பயிர்க்கு உழுவுவதைவிட முக்கியமானது, அந்நிலத்தில் எரு இடுதல் நல்லது. இந்த இரண்டிற்கும் அடுத்து, களை எடுக்க வேண்டும். பிறகு அப்பயிரைக் காப்பாற்ற வழிச் செய்ய வேண்டும், அது நீர்ப் பாய்ச்சுதலை விட மிகச் சிறந்தது.

In agriculture, better than ploughing the land for raising crops, is mixing the soil with manure;
And, still better is to take the weeds out and then water the fields, but the best is to keep the crops in the field, secure.

1039. **செல்லான் கிழவன் இருப்பின் நிலம்புலந்[து]**
இல்லாளின் ஊடி விடும்.

sellaan kizhlavan iruppin nilam-pulanthu
illaaLin oodi vidum.

விளை நிலத்தின் சொந்தக்காரன், அடிக்கடி அவன் நிலத்தில் நடப்பது என்னவென்று கவனிக்கத் தவறி, அடுத்து செய்ய வேண்டியதைச் செய்யாமல் விட்டுவிட்டால், மனைவியைக்

கவனிக்கும் கடமையைப் பேணாமல் விட்டுவிட, அவள் மனதால் அவனை வெறுத்து பின் அவனை விட்டு விலகியிருப்பது போல, அந்நிலம் எந்தப் பயனும் தராது போகும்.

A land owner shall make frequent visits to his field, to have a watch over its basic nature;
Else, it will like his wife who was not taken proper care, will hate him, then desert him, with no benefits to offer.

1040. இலமென்(று) அசைஇ இருப்பாரைக் காணின்
நிலமென்னும் நல்லாள் நகும்.

**ilam-endru asai-e iruppaaraik kaaNin
nilam-ennum nallaaL nagum.**

தம்மிடம் எந்தப் பொருளும் இல்லை எனக் கருதி வறுமையால் வாடித் தன் நிலத்தை உழாமல் சோம்பேறித்தனமாகக் காலம் கடத்துபவரைக் கண்டால், நிலமகள் தனக்குள்ளேயே அவனின் துன்பமான நிலையைக் கண்டு ஏளனமாகச் சிரிப்பாள்.

Brooding that he is left with no wealth and suffers misery, due to not tilling his fields and bides his time lazily.
About him, Mother Earth, who grants boon for prosperity, will laugh within, at his condition, mockingly.

105. நல்குரவு (nalguravu)
(Impoverishedness)

1041. இன்மையின் இன்னாதது யாதுஎனின் இன்மையின்
இன்மையே இன்னா தது.

inmaiyin innaathathu yaathu-enin inmaiyin
inmaiyae innaathathu.

ஒருவனின் வாழ்க்கையில் மிக்க துன்பமானது எது என்று கேட்டால், வறுமை கொடுக்கும் துயரத்தைவிட ஒருவனுக்கு மற்றொரு துன்பம், வறுமையே அன்றி வேறு எதுவுமில்லை.

If a question arises about what is more painful in one's life,
It is the pain of poverty which has no equal and is all rife.

1042. இன்மை எனஒரு பாவி மறுமையும்
இம்மையும் இன்றி வரும்.

inmai ena-oru paavi marrumaiyum
immaiyum indri varum.

வறுமை எனச் சொல்லப்படுகின்ற ஒரு பாவி, ஒருவனைத் தொற்றிக் கொண்டால், அவனிடம் மற்றவர்க்கு உதவி செய்யப் பொருள் இல்லாமலிருப்பதால், அடுத்த பிறப்பிலும் இன்பம் கிடைக்காது. இப்பிறப்பிலும் இன்பம் இன்றி வறுமையில் வாட வேண்டும்.

Poverty, the worst sinner, if it clings on to one's life duly;
No charity due to scarcity, a miserable life in rebirth and life of unhappiness in this birth, surely.

1043. தொல்வரவும் தோலும் கெடுக்கும் தொகையாக
நல்குர[வு] என்னும் நசை.

tholvaravum thoalum kedukkum thogaiyaaga
nalguravu ennum nasai.

வறுமை நிலையினால் மற்றவர் கொடுப்பதனைத்தைம் பெற்றுக் கொள்ளும் ஆசை மனதில் ஏற்பட்டால், அது ஒருவனுக்கு அவன் பிறந்த குலத்தின் நல்ல பெருமையையும், புகழையையும் ஒரே சமயத்தில் இல்லாமல் ஆக்கிவிடும்.

Due to poverty, if one wishes to accept with pleasure whatever given by others;
May hurt his ancestral family's reputed honour and fame at the same time together.

1044. இற்பிறந்தார் கண்ணேயும் இன்மை இளிவந்த
சொற்பிறக்கும் சோர்வு தரும்.

irrpirranthaar kaNNaeyum inmai iLivantha
sorr-pirraakkum soarvu tharum.

மற்றவரைத் தீயச் சொற்களால் இகழ்ந்து பேசாத உயர்ந்த குலத்தில் பிறந்தவரிடத்து, வறுமையின் துயரத்தால், மற்றவர்கள் கொடுப்பதனைப் பெறுவதனால், மனதில் தளர்ச்சி ஏற்பட்டு மற்றவரை இகழ்ந்து பேசும் சொற்கள் தானாகவே வெளிப்படும்.

One born in a reputed family, not known to hurt anyone with harsh words, when suffering from poverty,
In a weak state of mind, accepts alms from others and uses uncouth words out of frustration, losing dignity.

1045. நல்குர[வு] என்னும் இடும்பையுள் பல்குரைத்
துன்பங்கள் சென்று படும்.

Nalguravu ennum idumbaiyuL palkurait
thunbangaL sendru padum.

ஒருவன் வறுமையான நிலைக்குத் தள்ளப்பட்டால், அத்துயரமான நிலையில், அவனிடம் வேறு பல துன்பங்களும் வந்து ஒட்டிக்கொள்ளும்.

If one is inflicted with poverty, such a condition;
Brings with it various other pains and which clings on.

1046. நற்பொருள் நன்குஉணர்ந்து சொல்லினும் நல்கூர்ந்தார்
சொற்பொருள் சோர்வு படும்.

Narr-porul Nangu-unarnthu sollinum Nalkoornthaar
sorr-porul soarvu padum.

கற்பதற்கு அரிய பல நூல்களைக் கற்று மெய் அறிந்து, மற்றவர்க்கு நல்லபடியாக எடுத்துரைக்கத் தேர்ந்தவர், வறுமையால் வாடுபவராக இருந்தால், அவர் சொல்லும் மிக அற்புதமான கருத்துக்களைக் கேட்பவரிடம், அதனைக் கேட்பதால் பயன் ஏதும் தராதோ என்று நினைக்க வைக்கும்.

One who has mastered the truth in the renowned scriptures and is able to explain its contents lucidly to all,
If he is poor, however skilfully he presents the concepts, listener will not grasp it due to doubts, on how it would be beneficial.

1047. அறம்சாரா நல்குர(வு) ஈன்றதா யானும்
பிறன்போல நோக்கப் படும்.

**arram-saaraa nalguravu eendra thaayaanum
pirran-poala noakkap padum.**

ஒருவன் வறுமையைக் காரணம் சொல்லி, நல்ல நெறியின் வழியில் தன் வாழ்க்கையை நடத்தத் தவறினால், அவனைப் பெற்ற தாயே அவனை முன்பின் அறிமுகமில்லாத ஒருவனைப் பார்ப்பது போல், மகனைப் பார்ப்பாள்.

One's actions, away from the path of righteousness citing poverty;
Even his mother will look at him like a stranger, one really unworthy.

1048. இன்றும் வருவது கொல்லோ நெருநலும்
கொன்றது போலும் நிரப்பு.

**indrum varuvathu kolloa nerunalum
kondrathu poalum nirappu.**

நேற்றைய தினம் என்னைக் கொன்றது போல, எனக்கு மிகவும் துன்பத்தைக் கொடுத்த வறுமைநிலை, இன்றும் என்னிடம் வந்து தன் கடமையைச் செய்தால், இனிமேல் நான் என்ன செய்வேன், என்று வறுமையில் வாடியவனை வருந்தச் செய்யும்.

Yesterday, my poverty killed me, by subjecting me to a lot of suffering,
If it returns today again, what will I do then, is what a needy one will be grumbling.

1049. நெருப்பினுள் துஞ்சலும் ஆகும் நிரப்பினுள்
யாதுஒன்றும் கண்பா(டு) அரிது.

**neruppinuL thunjalum aagum nirappinuL
yaathu-ondrum kaNpaadu arithu.**

மந்திர சக்தியினால் ஒருவன் நெருப்பினுள்ளே கூடப் படுத்து உறங்க முடியும். ஆனால், கொடிய நெருப்பு என்னும் வறுமை நிலைக்குத் தள்ளப்பட்டால் அவனுக்கு எதைச் செய்தாலும் உறக்கம் என்பது இல்லை.

With magical powers, one can prove that he can sleep amidst fire;
One suffering with abject misery can never sleep, however hard he tries and tires.

1050. துப்புரவு இல்லார் துவரத் துறவாமை
உப்பிற்கும் காடிக்கும் கூற்று.

**thuppuravu illaar thuvarat thurravaamai
uppirrkum kaadikkum kootrru.**

வறுமையால், அனுபவிக்கப் பொருள்கள் தன் வீட்டில் இல்லாத நிலை ஒருவனை வாழ்க்கையில் முற்றும் துறந்த துறவியின் நிலைக்கு தள்ளினாலும், துறவறத்தை விரும்பி ஏற்க மறுப்பர். ஏனெனில், அவன் கொடுப்பதை வாங்கும் குணத்தால், ஆசைப்பட்டு தன் உயிரைக் காக்க விரும்பி, மற்றவர் வீட்டில் உள்ள உப்புக்கும் கஞ்சிக்கும் எமனாக இருப்பர்.

One in poverty, lacks valuable possessions, and lives life without any attachment like an ascetic, will still won't be willing to be one; His desire to accept alms given by others and live, will bring his neighbour's salt and porridge to an end, eyeing it as his own.

106. இரவு (iravu)
(Seeking Alms)

1051. **இரக்க இரத்தக்கார்க் காணின் கரப்பின்**
அவர்பழி தம்பழி அன்று.

irakka iratthakkaark kaaNin karappin
avar-pazhli tham-pazhli andru.

தம்மிடம் தேவையான பொருள் இல்லையென்ற போது, தகுதியான சில நல்லவர்களிடம் சென்று தமக்குத் தேவையான பொருளைக் கேட்க வேண்டும். அச்சமயத்தில், அவர் தன்னிடம் பொருள் இருந்தும் உதவவில்லை என்றால், அந்த பழி அவரையே சேரும் கேட்டவருக்குப் பழியன்று.

Seek basic things you lack, only from few good ones, charitable;
If they do not help, the blame falls not on those who seek alms but on these persons, as the incapable.

1052. **இன்பம் ஒருவற்[கு] இரத்தல் இரந்தவை**
துன்பம் உறாஅ வரின்.

inbam oruvarrku iratthal iranthavai
thunbam urraa-a varin.

ஒருவன், அவனுக்குத் தேவையான பொருளைப் பிறரிடம் கேட்டுப் பெறுவது பிச்சை என்றாலும் இன்பமாகும். தான் உதவிக்கு அணுகிய நபர், அவரே பொருள்களைக் கேட்கும் முன்னரே தாமே முன் வந்து கொடுத்து, கேட்டு வாங்கியவரை மகிழ்ச்சியடையச் செய்வதைத் தாமும் இன்பம் என்று உணர்ந்து கொள்ளத் தகும்.

One, who seeks his basic needs by seeking alms, may be a pleasure;
If the person from whom help is sought gives away on his own without his asking, and makes him happy for sure.

1053. **கரப்புஇலா நெஞ்சின் கடன்அறிவார் முன்நின்[று]**
இரப்பும்ஓர் ஏஎர் உடைத்து.

karappu-ilaa nenjin kadan-arrivaar mun-nindru
irappum-oar ae-er udaitthu.

தான் சம்பாத்தித்த அல்லது தனக்கு உரிமையான சொத்தை யாரிடமிருந்தும் மறைக்காமல் வைத்திருக்கும் மனமும், தான் பிறந்த குலத்தின் புகழை அறிந்தும், கேட்பவர் கேட்கும் முன்னரே அவர் தேவை தெரிந்து அவருக்கு உதவும் கடமை உணர்ச்சியும்,

கொண்ட நல்லவரிடம் நின்று தமக்கு வேண்டிய பொருளைக் கேட்பதே ஓர் அழகான செயலாகும்.

One who does not hide his rightful wealth from others even in his heart, and protects the family honour and fame,
Does charity, even before asked by others as a duty, it is befitting to seek alms before persons worthy of such name.

1054. இரத்தலும் ஈதலே போலும் கரத்தல்
கனவிலும் தேற்றாதார் மாட்டு.

**iratthalum eethalae poalum karatthal
kanavilum thaetraathaar maattu.**

தம்மிடம் உள்ள செல்வத்தைக் கனவிலும் பிறரிடம் இருந்து மறைக்க அறியாதவரிடம் சென்று தனக்கு வேண்டிய பொருள் ஒன்றைக் கேட்பது, கேட்பவனுக்கு, பிறர்க்குப் பொருள் கொடுப்பதைப் போன்ற சிறப்புடையது.

One who does not hide his wealth even in his dreams,
If one seeks alms from him, it is similar to helping others with no means.

1055. கரப்புஇலார் வையகத்[து] உண்மையால் கண்நின்[று]
இரப்பவர் மேற்கொள் வது.

**karappu-ilaar vaiyagatthu uNmaiyaal kaN-Nindru
irappavar maerrkoLvathu.**

தன் முன் நின்று எதுவும் சொல்லாமலே, அவன் கண்ணைப் பார்த்து அறிந்து, தன் உயிரைக் காக்கும் பொருட்டு அவனுக்கு வேண்டியதைச் செய்பவரின் உள்ளம் உயர்வானது. தன் செல்வத்தை மறைக்காமல் மற்றவர் கேட்காமல் கொடுக்கும் சிலர் இவ்வுலகில் உள்ளதால் தான், உலகில் நன்மை தொடர்கிறது.

One, just looking at the eyes of a needy person standing before him, to save his life, generously satisfies his needs,
Because of these few great minds, who do not hide their wealth and help the poor, the world benefits from them, still indeed.

1056. கரப்புஇடும்பை இல்லாரைக் காணின் நிரப்புஇடும்பை
எல்லாம் ஒருங்கு கெடும்.

**karappu-idumbai illaaraik kaaNin nirappu-idumbai
ellaam orungku kedum.**

தம் மனதால்கூட, தம் செல்வத்தை மறைத்து வைக்கும் நோய் இல்லாத மனிதர்கள், பொருள் இல்லாமல் வாடுபவரைக் கண்டால், வெட்கத்தை விட்டுப் பொருள் கேட்போர்க்கு, அவர்களின் துன்பம் எல்லாம் அழியும்படி உதவி புரிவர்.

One who never suppress wealth, even in minds, if they come across men with misery,
Who face no qualms on seeking alms, even their suffering will be eliminated by their generous acts of charity.

1057. **இகழ்ந்துஎள்ளா(து) ஈவாரைக் காணின் மகிழ்ந்துஉள்ளம்**
உள்ளுள் உவப்பது உடைத்து.

igazhlnthu-eLLaathu eevaarai kaaNin magizhlnthu-uLLam
uLLuL uvappathu udaitthu.

பொருளில்லாமல் துன்பப்படுபவர், தம்மிடம் பொருள் கேட்கும் போது, அவரை அவமதிக்காமலும், திட்டாமலும், அவர்க்குத் தேவையானவற்றைக் கொடுப்பவரைக் கண்டவுடன் தங்கள் உள்ளத்தில் உள்ள வருத்தத்தை மறந்து மனதின் உள்ளுக்குள் பேரின்ப மகிழ்ச்சி கொள்வர்.

When a poor seeks support, one who helps without disrespecting them or hurting them with words,
The sight of such persons, immediately erases poverty from the poor minds, who express happiness.

1058. **இரப்பாரை இல்ஆயின் ஈர்ங்கண்மா ஞாலம்**
மரப்பாவை சென்றுவந்து அற்று.

irappaarai il-aayin eerng-kaN-maa njnaalam
marappaavai sendru-vanthu atru.

வறுமையின் கொடுமையால் வாடிப் பிறரிடம் பொருள் கேட்பவர் இவ்வுலகத்தில் இல்லாமல் போனால், குளிர்ந்த இடத்தைத் தன் வசம் கொண்டு சிறந்த வாழ்க்கை நடத்துபவரின் வரவு செலவு கணக்கு, பிறப்பு இறப்பு என்னும் இரண்டும் வந்து போவது, இரண்டு கயிறுகளால் ஆட்டுவிக்கப்படும் பாவை போன்றது.

If this world held none who were poor and lead life begging;
For men who live in shade with comfort, then life and death will be like a marionette's, moving its limbs with two strings.

1059. **ஈவார்கண் என்உண்டாம் தோற்றம் இரந்துகோள்**
மேவார் இலாஅக் கடை.

eevaar-kaN eN-undaam thoatrram iranthukoaL
maevaar ilaa-akkadai.

தங்களிடம் பொருள் இல்லையென்றாலும், அதனைக் கொடுப்பவரின் இயல்பால், அவரிடம் கேட்டுப் பெறுவதற்கு விருப்பமில்லாதவர்கள் இருக்கும் போது, பொருள் கொடுப்பவர்க்கு என்ன புகழ் கிடைக்கும்.

Poor, if they decide not to seek alms, due to the donor's bad trait,
How will a generous person, improve his famous attribute?

1060. இரப்பான் வெகுளாமை வேண்டும் நிரப்புஇடும்பை
தானேயும் சாலும் கரி.

irappaan veguLaamai vaeNdum nirappu-idumbai
thaanaeyum saalum kari.

தன்னிடம் பொருள் இல்லாமல் துன்பப்பட்டு மற்றவரிடம் கேட்கும் இயல்பையுடையவர்கள், அவர்கள் கேட்டு உதவி கிடைக்கவில்லை என்றால் கோபப்பட்டு, அவன் கொடுக்க மனதில்லாதவன் என்று எண்ணக் கூடாது. ஏனெனில், அவனுக்குத் தேவைப்படும்போது பொருள் கிடைக்காது என்ற அவனுடைய வாழ்க்கையில் ஏற்பட்டுள்ள துன்ப நிலையே, அதற்குச் சிறந்த சாட்சியாக அமையும்.

A poor when he does not get help, need not comment in anger, "He does not have a mind to help me";
Being denied help at times, his present condition of life is a stark proof, the others can presume.

107. இரவச்சம் (iravatcham)
(Fear of Begging)

1061. கரவா[து] உவந்தீயும் கண்அன்னார் கண்ணும்
இரவாமை கோடி உறும்.

**karavaathu uvanthu-eeyum kaNN-annaar kaNNum
iravaamai koadi urrum.**

கண் போன்று தம்மிடம் உள்ளதை ஒளிக்காது கொடுக்கும் தன்னிடம் உள்ள செல்வத்தை மறைக்காமல், உதவி கேட்டு வந்தவர்க்கு உள்ளம் மகிழ்ந்து அவர் கேட்பதைக் கொடுக்கும் உயரிய பண்பு கொண்டோரிடம் கேட்காமல் வறுமையின் துன்பத்தை அனுபவிப்பதே, கோடி மடங்கு பெருமையைச் சேர்க்கும்.

Just like the eyes which do not hide, one who does not suppress his wealth and to the needy, happily distributes;
Leading life in poverty and suffering without seeking alms from them, is worth more than a crore times.

1062. இரந்தும் உயிர்வாழ்தல் வேண்டின் பரந்து
கெடுக உலகுஇயற்றி யான்.

**iranthum uyir-vaazhlthal vaeNdin paranthu
keduga ulagu-iyattriyaan.**

உலகத்தைப் படைத்தவன், இவ்வுலகில் வாழும் மக்கள் சிலரைத் தங்கள் முயற்சியால் உயிர் வாழ வழி செய்யாமல், மற்றவரிடம் தமக்கு வேண்டியதைக் கேட்டுத் துன்பப்படும் வாழ்க்கையை நடத்தும் நிலையை விதித்திருந்தால், அந்தக் கொடிய குணமுடையவன், இந்தப் பரந்த உலகில் தானும் அவர்களைப் போல அலைந்து திரியட்டும்.

Creator of the world, if for some men has codified that they lead life without putting any efforts but resort to begging;
Then He, the Cruel, like them seek alms in this vast world, wandering.

1063. இன்மை இடும்பை இரந்துதீர் வாம்என்னும்
வன்மையின் வன்பாட்டது இல்.

**inmai idumbai iranthu theervaam-ennum
vanmaiyin van-paattathu il.**

வறுமையால் கிட்டும் துன்பத்தைத் தன் விடாமுயற்சியால் நீக்காமல், பிறரிடம் தமக்கு வேண்டிய பொருளைக் கேட்டுப்

பெற்று வாழ்க்கை நடத்துவோம் என்று எண்ணும் கொடுமையான இயல்பைப் போல முரட்டுத்தனமான சிந்தனை வேறு ஒன்றும் இல்லை.

Suffering endured through one's poverty, if it is not eliminated through one's persistent efforts,
Instead thinking of leading life by seeking alms from others, such a nasty trait, can only arise out of worst thoughts.

1064. இடம்எல்லாம் கொள்ளாத் தகைத்தே இடம்இல்லாக்
காலும் இரவுஒல்லாச் சால்பு.

idam-ellaam koLLaat thagaitthae idam-illaak
kaalum iravu-ollaas saalbu.

தனக்கு வேண்டிய பொருள் தன்னிடம் இல்லை என்றாலும், அதனைப் பெற எல்லா முயற்சியிலும் ஈடுபட்டு முயன்றும் கிடைக்காது, பிறரிடம் கேட்க மாட்டோம் என்ற உயரிய மனத்துணிவுடையவனின் அமைதியை இந்த உலகத்தில் உள்ள இடங்களையெல்லாம் சேர்த்தாலும், கொள்ளாது அவன் பெருமை.

Though lacking basic necessities, through hard work unable to gather,
Still does not seek alms from others, his mental resolve cannot be measured, even if the lands in this world is put together.

1065. தெள்நீர் அடுபுற்கை ஆயினும் தாள்தந்த(து)
உண்ணலின் ஊங்குஇனிய(து) இல்.

theL-Neer adupurrkai aayinum thaaL-thanthathu
uNNalin oongku-iniyathu il.

தன் விடாமுயற்சியால் உழைத்துக் கிடைத்த பொருளால், தெளிந்த நீரைப் போல சமைத்த கூழானாலும், அதனை உண்பதைவிட இனிமையானது வேறொன்றும் இல்லை.

A clear watery porridge cooked with fruits of laborious work, and partaken,
Nothing more is sweeter in taste than it, in comparison.

1066. ஆவிற்கு நீர்என்(று) இரப்பினும் நாவிற்(கு)
இரவின் இளிவந்த(து) இல்.

aavirrku neer-endru irappinum naavirrku
iravin iLi-vanthathu il.

குடிக்கத் தண்ணீர் இல்லாமல் இறக்கும் நிலையில் உள்ள தன் பசுவின் துன்பத்தைக் கண்டு நீதிநெறியின் வழியில்

அதற்குத் தண்ணீர் வேண்டும் என்று கேட்கும் தன்மை பிச்சை எனப்படுவதால், அதனைவிடத் தன் நாவிற்குப் பழியைத் தருவது வேறு எந்தச் செயலும் இல்லை.

A cow at the brink of death due to thirst, if one as a righteous act, chose to seek water for it,
Is called begging, and no greater disgrace to tongue than this trait.

1067. இரப்பன் இரப்பாரை எல்லாம் இரப்பின்
கரப்பார் இரவன்மின் என்று.

irappan irappaarai ellaam irappin
karappaar iravan-min endru.

தன்னிடம் பொருள் இல்லாமல் மற்றவரிடம் கேட்டுப் பெற்றுத் தான் தன் துன்பத்தைப் போக்க வேண்டும் என்று இருந்தால், தம்மிடம் உள்ள செல்வத்தை மறைக்கும் இயல்புடையவரிடம் கேட்காமல் விட்டு விடுங்கள் என்று கேட்பவர் எல்லோரிடமும் கேட்டுக் கொள்கிறேன்.

Lacking basic necessities, if one is to eradicate poverty by seeking alms from others;
I request them never to seek help from all those who have the attitude to hide their wealth from poor beggars.

1068. இரவுஎன்னும் ஏமாப்பில் தோணி கரவுஎன்னும்
பார்தாக்கப் பக்கு விடும்.

iravu-ennum aemaappil thoaNi karavu-ennum
paar-thaakkap pakkuvidum.

வறுமை என்னும் விரிந்த கடலைக் கடக்க வேண்டும் என்று எண்ணி, ஒருவன் பிறரிடம் தனக்கு வேண்டியதைக் கேட்டுப் பெறலாம் என்ற பாதுகாப்பற்ற மோசமான தோணியில் ஏறி வாழ்க்கைப் பயணத்தை மேற்கொண்டால் சீக்கிரமே, தம் பொருளை மறைத்து வைத்து இல்லை என்று சொல்லும் பாறை நிலத்தைப் போன்றவர் மீது அத்தோணி மோதி உடைய நேரிடும்.

With a hope to cross the vast ocean of life's poverty, by begging, is like getting into an unsafe boat of beggary;
Sooner, it will dash against the rocks, in the form of men who hide wealth to deny and push him to greater misery.

1069. இரவுஉள்ள உள்ளம் உருகும் கரவுஉள்ள
உள்ளதூஉம் இன்றிக் கெடும்.

iravu-uLLa uLLam urugum karavu-uLLa
uLLathoo-um indrik kedum.

ஒருவன் தன்னிடம் பொருள் இல்லை என்பதால், மற்றவரிடம் கேட்டுப்பெற்று வாழும் துன்பத்தை நினைத்தாலே உள்ளம் உருகும். ஆனால், அவ்வாறு கேட்டு வந்தவரின் துன்பத்தைக் கண்ட பிறகும், தம்மிடம் உள்ள செல்வத்தை மறைத்து இல்லை என்று கூறுபவரின் கொடுமையான குணத்தினை எண்ணினால், அப்படி உருகிடும் உள்ளம் இல்லாமல் அழிந்துவிடும்.

Due to poverty, the suffering faced while seeking alms, even, thinking one's heart melts;
But, when he meets one who hides all his wealth and tells 'no' to him, when he thinks about it, his heart swelts.

1070. **கரப்பவர்க்[கு] யாங்குஒளிக்கும் கொல்லோ இரப்பவர்**
சொல்லாடப் போஒம் உயிர்.

karappavarkku yaangku-oLikkum kolloa irappavar
sollaadap poa-Om uyir.

தன்னிடம் பொருள் கேட்டு வந்தவரிடம் இல்லை என்று கொடுப்பவர் கூறினாலே, அக்கணமே உயிர் போகின்றதே என்று அழுவர். ஆனால், தம்மிடம் உள்ள செல்வத்தை மறைத்து பொருள் கேட்டவரிடம் இல்லை என்று கூறுபவரின் உயிர் எங்கு தான் புகுந்து ஒளிந்து கொள்ளுமோ?

From a generous person's mouth when he hears 'no', a beggar, feels at that very moment, his life is ending.
But, one who hides wealth and always says "no" to alm seekers, where does his life enter and stays in hiding?

108. கயமை (Kayamai)
(Ignobility)

1071. மக்களே போல்வர் கயவர் அவர்அன்ன
ஒப்பாரி யாம்கண்ட[து] இல்.

**makkaLae poalvar kayavar avar-anna
oppaari yaam-kaNdathu il.**

தனது உருவத்தால் மக்களைப் போலவே தோற்றத்தில் தெரிவர் கயவர். அவர் மக்களைப் போன்றே தோற்றத்தைக் கொண்டு வெளியே நல்லவராகவும் உள்ளே கயவராகவும் நடந்துகொள்வதைப் போல், ஒற்றுமையான இன்னொரு உயிரினத்தைக் காண முடியாது.

Ignoble men are identical to other human beings in form and shape; And they look normal from outside but have mean minds, which no other living beings can ape.

1072. நன்றுஅறி வாரிற் கயவர் திருவுடையர்
நெஞ்சத்[து] அவலம் இலர்.

**nandru-arrivaarirr kayavar thiruvudaiyar
nenjatthu avalam ilar.**

பழிச்சொல்லுக்கு ஆளாகாமல் நீதிநெறியின் வழி நடப்பர் அறிவுடையவர். ஆனால், அவை என்ன என்று அறியாமல் நடக்கும் அற்பச் சிந்தனையுடன் வாழும் மக்களில் சிலர் நன்மை அடைவர். ஏனெனில், அறிவுடையரைப் போல நல்ல வழியில் நடக்காமல், கயவர் எதைப் பற்றியும் கவலை இல்லாமல் இருப்பர்.

Wise men of honour act in the path of virtues, safeguarding against insults;
Men of mean minds act with no knowledge of these and benefit more, as they neither fear evil action nor worries.

1073. தேவர் அனையர் கயவர் அவரும்தாம்
மேவன செய்துஒழுக லான்.

**thaevar anaiyar kayavar avarum-thaam
maevana seiythu-ozhlugalaan.**

தேவரும் கயவரும் ஒரே தன்மையை உடையவர். தேவர்கள் யாருக்கும் கட்டுப்பட்டு நடக்க வேண்டியதில்லை, தமக்கு வேண்டியதை மக்களின் நன்மையின் பொருட்டுச் செய்வர்.

ஆனால், கயவர், எந்தச் சொல்லிலும் செயலிலும் நன்மை தீமை அறிந்து ஆராயாமல் யாருடைய பேச்சையும் கேட்டு நடக்காததனால், அவரும் தேவருடன் ஒப்பாவர்.

Gods and dishonourable persons hold the same traits, God acts with free will and always for the benefit of mankind;
Disgraceful persons know no difference between good and bad either in words or actions enacted with no control of their minds.

1074. அகம்பட்டி ஆவாரைக் காணின் அவரின்
மிகப்பட்டுச் செம்மாக்கும் கீழ்.

agam-patti aavaaraik kaaNin avarin
migappattus semmaakkum keezhl.

தன் விருப்பப்படி இழிவான செயலில் ஈடுபடும் கயவர், தன்னைவிடத் தகுதியில் குறைந்த, இழிவான குணம் கொண்டு நடக்கும் கீழானவரைக் கண்டுவிட்டால், தான் அவரைவிடச் சிறந்தவர் என்று தன்னை உயர்த்திக் காட்டி இறுமாப்பு கொள்வர்.

Mean men who act in an evil manner as per their whims and fancies, when they face persons of base minds, still meaner;
To impress them with their own lowliness, act, as if superior.

1075. அச்சமே கீழ்கள[து] ஆசாரம் எச்சம்
அவாஉண்டேல் உண்டாம் சிறிது.

atchamae keezhlgaLathu aasaaram etcham
avaa-uNdael uNdaam sirrithu.

கயவரின் நல்லொழுக்கம் ஏதோ ஒரு காரணத்தினால் தான் முக்கியமாக சட்டத்திற்கு, உட்பட்டு நடக்க வேண்டும், அது தண்டனை கிடைக்கும் என்னும் பயத்தினால் ஏற்பட்ட கட்டாயம். அதன்பின், எஞ்சிய சிறிது நல்ல குணத்தையும் தாம் விரும்பும் ஏதேனும் பொருளுக்கு ஆசைப்பட்டு அதற்காகவும் சிறதளவு ஒழுக்கத்துடன் நடப்பர்.

The only good trait in the minds of ignoble men, is their fear of punishment for illegal acts against the law of land;
A part of the goodness is borne out of desire for a thing, will act with discipline till they get it in their hands.

1076. அறைபறை அன்னர் கயவர்தாம் கேட்ட
மறைபிறர்க்[கு] உய்த்துஉரைக்க லான்.

arrai-parrai annar kayavar-thaam kaetta
marrai-pirrarkku uiytthu-uraikkalaan.

கயவர், தான் கேட்ட இரகசியங்களை மனதில் தாங்கிக் கொண்டு எங்குச் சென்றாலும் தாமே பிறர்க்குச் சொல்லும் இயல்புடையவர். அதனால், கழுத்தில் மாட்டிக்கொண்டு கையால் தட்டினால் ஒலி எழுப்பும் பறை போன்றவர்.

Ignoble men, cannot hold any secrets which they hear and disclose to others, wherever they land;
So, they are like the tom-tom drum around the neck which raises sound when hit on its surface by the hands.

1077. **ஈர்ங்கை விதிரார் கயவர் கொடிறுஉடைக்கும்**
கூன்கையர் அல்லா தவர்க்கு.

eerng-kai vithiraar kayavar kodirru-udaikkum
koon-kaiyar allaathavarkku.

கயவர், தன் தாடையை இடித்துத் தாக்கும், வளைத்து முறிக்கும் முரட்டுக் கையை உடைய மனிதர்களிடம் அல்லாது, மற்ற எவர் முன்னும் உண்ட உணவு ஒட்டிக்கொண்டிருக்கும் ஈரமான தன் எச்சில் கையைக்கூட உதற மாட்டார்கள்.

Ignoble men, except to those who breaks their jaws with strong fists;
Will never ever wave their food-stuck hands for others' benefits.

1078. **சொல்லப் பயன்படுவர் சான்றோர் கரும்புபோல்**
கொல்லப் பயன்படும் கீழ்.

sollap Payanpaduvar saandror Karumbu-poal
Kollap Payanpadum Keezhl.

தன்னிடம் பொருள் இல்லாமல், தனக்கு வேண்டியதைக் கேட்டுப் பெற ஒருவரிடம் தம் நிலையை எடுத்துக்கூறினால், சொன்னவுடனே கொடுக்கும் இயல்புடையவர், தயங்காது அவன் வேண்டிய ஒன்றைக் கொடுப்பர். ஆனால், கயவரோ, கரும்பை ஆலையில் இட்டு சாற்றைப் பிழிந்து எடுப்பது போல நெருக்கடி செய்தால் தான், பொருள் இல்லாத மற்றவர்க்கு முன் வந்து உதவி புரிவர்.

Poor men, when they approach and request for needs, will be helped by the good natured generous ones at that instant;
But, men of meaner minds, are like sugarcane which require to be crushed, before they help the needy in the present.

1079. உடுப்பதூஉம் உண்பதூஉம் காணின் பிறர்மேல்
வடுக்காண வற்றுஆகும் கீழ்.

Uduppathoo-um uNbathoo-um kaaNin pirrar-mael
vadukkaaNa vatru-aagum keezhl.

தன் அருகினில் எவரேனும் நல்ல துணிமணியை உடுத்தியதைக் கண்டோ அல்லது நல்ல ருசியான உணவைத் தின்பதைக் கண்டோ, உடனே, அதைப் பொறுத்துக்கொள்ளாமல், அவரைப் பற்றி, ஏதும் குற்றம் இல்லையானாலும் வீம்புக்கு அவதூறுகளைப் பரப்புவதில் வல்லவர்கள், கீழ்மக்கள்.

Ignoble men, if they find anyone near them wearing good clothes or eating quality food;
Out of envy, can never bear and spreads canard about him, to establish that he is not good.

1080. எற்றிற்கு உரியர் கயவர்ஒன்று உற்றக்கால்
விற்றற்கு உரியர் விரைந்து.

Etrrirku uriyar Kayavar-ondru Utrrakkaal
vitrarku uriyar virainthu.

கயவர், தமக்கு ஏதேனும் துன்பம் ஏற்பட்டதும், உடனே விரைந்து சென்று அதைத் தீர்ப்பதற்காக யாரிடத்திலேயும் தம்மை விற்றுவிடும் இயல்பை உடையவர். இதைத் தவிர, கயவர் இவ்வுலகில் வேறு எந்தத் தகுதிக்கு ஏற்புடையவர்.

Men of mean nature, when in distress, will immediately rush to anybody to resolve by selling themselves, a known trait.
Other than this, how else can an ignoble man be beneficial to this world, out of habit.

III. காமத்துப்பால் (kaamatthuppaal)

(A) களவியல் (kaLaviyal)

109. தகையணங்குறுத்தல்

(thagaiyanangkurrutthal)
(Fascinated by Her Beauty)

1081. **அணங்குகொல் ஆய்மயில் கொல்லோ கனம்குழை**
மாதர்கொல் மாலும்என் நெஞ்சு.

aNangu-kol aaiy-mayil kolloa kanam-kuzhlai
maadharkol maalum-en nenju.

"இந்தக் கனமான குழையினைத் தன் காதில் அணிந்திருப்பவள், இந்த மலையில் தங்கும் தெய்வப் பெண்ணோ, அழகிய மயிலோ அல்ல மானிட குலத்தில் பிறந்த அழகு மங்கையோ? அவளைக் கண்டு மயங்குதிறதே, என் நெஞ்சம்" என்று தலைவன் தலைவியை முதன்முதலில் பார்த்தபோது சொன்னது.

She who has worn the heavy earrings, is she a celestial damsel of the mountains, is she a rare variety of pea-hen,
Or is she a beautiful lady born as a human being? My heart is enamoured by this maiden.

1082. **நோக்கினாள் நோக்குஎதிர் நோக்குதல் தாக்குஅணங்கு**
தானைக்கொண்டு அன்ன[து] உடைத்து.

noakkinaaL noakku-ethir noakkuthal thaakku-aNangku
thaanaik-koNdu annathu udaitthu.

'மேற்கூறிய பெண்ணின் இயல்புடைய அழகிய மங்கை என்னை நோக்கினாள். அவளை எதிரே பார்த்தபோது, அவள் பார்வை, வானத்தில் இருந்து கீழே இறங்கி வந்து தாக்கும் தெய்வப் பெண், கூடவே ஒரு படையையும் சேர்த்துக்கொண்டு வந்து தாக்குவது போல இருந்தது' என்று தலைவன் கூறினான்.

Such a beautiful maiden with above said features, fondly gazed at me and when I returned the glance at her face, her looks,
Was like the celestial nymph coming down upon earth to attack, with her entire army backing her to the brook.

1083. **பண்டுஅறியேன் கூற்றுஎன் பதனை இனிஅறிந்தேன்**
பெண்டகையால் பேர்அமர்க் கட்டு.

paNdu-arriyaen kootru-enbathanai ini-arrinthaen
peN-thagaiyaal paer-amarkkattu.

"இதுவரை எமன் யார் என்று கற்றறிந்தவர் வழிவழியாகச் சொல்வதைத்தான் கேட்டிருக்கிறேன், கண்டறிந்ததில்லை. இப்போது அவளைக் கண்டதால் புரிந்து கொண்டேன். அது பெண்மைக்குரிய குணங்களுடன் என் நெஞ்சில் போர் புரியக்கூடிய பெரியதாக அமைந்த அவள் கண்களில் தெரிந்தது" என்றான் தலைவன்.

Till now, I heard about Yama (Lord of Death), stories of the wise, but had never seen; but after seeing her, I learnt,
That it is the combination of her feminine beauty and her large eyes, which can wage a war with my heart.

1084. கண்டார் உயிர்உண்ணும் தோற்றத்தால் பெண்டகைப்
பேதைக்[கு] அமர்த்தன கண்.

kaNdaar uyir-uNNum thoatrratthaal peN-thagaiyp
paethaiykku amartthana kaN.

"பெண்ணின் சிறப்பான நான்கு குணங்களான நாணம், மடம், அச்சம், பயிர்ப்பு மிக்கவளான அவளின் கண்கள், தம்மைப் பார்ப்பவரின் உயிரைக் குடிக்கும் தோற்றத்தோடு கூடியதால், அவள் குணமும் அழகும், எப்படி ஒன்றோடு ஒன்று மாறுபட்டுச் செயல்படுகிறது" என்று தலைவன் எண்ணினான்.

This maiden with features of coyness, innocence, fear and modesty, her eyes sent those who see it to life's deadly banishment;
Then, how can her traits and her beauty work in disagreement.

1085. கூற்றமோ கண்ணோ பிணையோ மடவரல்
நோக்கம்இம் மூன்றும் உடைத்து.

kootrramoa kaNNoa piNaiyoa madavaral
noakkam-immoondrum udaitthu.

"என்னை வருத்தத்தில் ஆழ்த்தும் எமனோ? என் மேல் எங்கும் படர்வதால் கண்ணோ? ஏதோ ஒரு பயம் கொண்டிருப்பதால் பெண் மானோ? இந்த இளம் பெண்ணின் பார்வை இந்த மூன்று குணங்களையும் தன்னுள் அடக்கிப் பேதைமை தெரியுமாறு என்னைக் காண்கின்றதே" என்று தலைவன் ஐயத்தில் மூழ்கினான்.

Is it Yama, pushing me into a state of sorrow? Are these eyes, as they are all over me? Or is she a beautiful doe?

This beautiful women's glance with all these three qualities, makes me seem foolish, the moment it falls upon me.

1086. **கொடும்புருவம் கோடா மறைப்பின் நடுங்குஅஞர்**
செய்யல மன்இவள் கண்.

kodum-puruvam koadaa marraippin nadungu-anjnar
seiyyala man-ivaL kaN.

"பிரியாத நட்புடன் கூடிய அவளின் வளைந்த இருபுருவங்கள் நேராக நின்று தடுத்திருந்தால், அவற்றைக் கடந்து அவள் கண்கள் எனக்கு நடுக்கம் தரும்படியான துயரத்தைச் செய்யாமல் இருக்கும்" என்று தலைவன் புலம்பினான்.

Her two bent eye brows, friendly with her eyes and together, had it been straight and obstructed her view,
She would not have looked at me and not given me shivers and not caused me misery too.

1087. **கடாஅக் களிற்றின்மேல் கண்படாம் மாதர்**
படாஅ முலைமேல் துகில்.

Kada-ak kaLitrrin-mael kan-padaam maathar
padaa-a mulai-mael thugil.

இந்த அழகிய பெண்ணின் சாயாத மார்பகங்கள் மேலுள்ள அவளின் புடவையின் முந்தானை அவைகளைக் மற்றவர் பார்வையிலிருந்து காத்துக்கொள்கிறது. ஆனால், மதங்கொண்ட ஆண் யானையின் கொல்லும் வெறியை அடக்க அதன் கண்களின் மேல் போட்டு மறைக்கும் போர்வையைப் போன்றதற்கு அது ஒப்பாகும்.

Woman's saree protect her upright breasts from the eyes of others;
But, it is like the piece of cloth covering the eyes of an enraged elephant in a killing mood, with no fetters.

1088. **ஒள்நுதற்கு ஓ உடைந்ததே ஞாட்பினுள்**
நண்ணாரும் உட்கும்என் பீடு.

oL-Nutharrku-Oa udainthathae njnaatpinuL
naNNaarum utkum-en peedu.

"போர்க்களத்தில் என்னை எதிரே சந்திக்காத பகைவர்கூட என் வீரத்தைப் பற்றி மற்ற பகைவரிடம் அறிந்து என் வலிமையைக் கண்டு அஞ்சி நடுங்குவர். ஆனால், இந்த அழகிய பெண்ணின்

ஒளி மிகுந்த நெற்றியைக் கண்டவுடனே நடுங்குகிறதே" என்று
ஒரு வீரன் தன் காதலியின் அழகைச் சித்தரிக்கிறான்.

My heroic deeds heard by my enemies, who I have not faced in
battlefield, are afraid of my strength, even when out of sight.
But, such strength is gone and am shivering out of fear, when I see
this beautiful maiden's little forehead, bright.

1089. பிணையேர் மடம்நோக்கும் நாணும் உடையாட்(கு)
அணிஎவனோ ஏதில தந்து.

piNaiy-aer madam-noakkum naaNum udaiyaatku
aNi-evanoa aethila thanthu.

"அழகிய இளம் பெண்மானின் அச்சத்துடன் கூடிய பார்வையைப்
பெற்றவளும், தானே நாணத்தால் வெட்கத்தைக் கொண்டவளும்,
சேர்ந்து ஒற்றுமையாகச் சிறந்த அணிகலனாக அமைந்துள்ளபோது,
வேற்றுமையால் நிறைந்த ஆபரணங்களைத் தேர்ந்து அணிவதால்
என்ன பயன் கிடைக்கப் போகிறது" என்று தலைவன் அவள்
அணிந்த அணிகலனைப் பற்றி விவரித்தது.

This beautiful young woman with the glance borne out of fear as of
a doe, and her natural coyish timidity;
When together available as her jewels, of what use will her wearing
different ornaments, enhance her natural beauty.

1090. உண்டார்கண் அல்ல[து] அடுநறாக் காமம்போல்
கண்டார் மகிழ்செய்தல் இன்று.

undaar-kaN allathu adu-narraak kaamam-poal
kandaar magizhl-seythal indru.

"காய்ச்சித் தயாரிக்கப்படும் கள், குடிப்பவர்க்குக் குடித்தபின் தான்
மனதில் மகிழ்ச்சியை ஏற்படுத்தும். ஆனால், காதலில் ஈடுபட்டவர்கள்,
ஒருவர் விரும்பியவரைக் கண்டவுடனே மகிழ்ச்சியைக் கொடுப்பது
காதலே, வேறு எதுவும் அன்று" எனத் தலைவன் காமத்தின்
புகழைப் பற்றி கூறினான்.

The fermented palm toddy, induces pleasure only to the drinker when
he drinks,
But, for the lovers, even the sight of his beloved instills delight, and
only love can push one to this brink.

110. குறிப்பறிதல் (kurripparrithal)
(Reading the sign language of her heart)

1091. இருநோக்[கு] இவள்உண்கண் உள்ள[து] ஒருநோக்கு
நோய்நோக்கு ஒன்றுஅந்நோய் மருந்து.

iru-noakku ivaL-uN-kaN uLLathu oru-noakku
noaiy-noakku ondru-an-noaiy marunthu.

'இவளின் மை தீட்டப்பட்ட கண்களால் என்னைப் பார்க்கும் பார்வை எப்போதும் இரு வகையானதாகும். ஒன்று, அவள் அழகின் தன்மையை வெளிப்படுத்தி எனக்கு மனதில் நோயைத் தரும். மற்றொன்று, அவள் வழங்கிய அதே நோயைக் குணப்படுத்தும் பார்வை ஆகும்' என்று தலைவன் அறிந்ததைக் கூறினான்.

The collyrium applied eyes of my beloved, its looks at me are two pronged always;
One look reveals her beauty enough to make me sick in my heart and the other prescribes medicine to cure such illness.

1092. கண்களவு கொள்ளும் சிறுநோக்கம் காமத்தில்
செம்பாகம் அன்று பெரிது.

kaN-kaLavu koLLum sirru-noakkam kaamatthil
sembaagam andru perithu.

"இவள் கண்கள் என்னை நேராகப் பார்க்காமல், என்னை அக்கண்களால் ஓரமாக பார்க்கும் மிகச் சிறிய காலத்து நிலைக்கும் பார்வை, அது தான் அவளைத் தொட்டுக் கிடைக்கும் என் காதல் இன்பத்தின் சரிபாதி அன்று, அதையும் மிஞ்சும், பாதியைவிடப் பெரிய பகுதி" என்று தலைவன் அவளின் பார்வையின் சிறப்பைச் சித்தரித்தான்.

Her glance at me through the corner of her eyes, when I am not looking at her though the duration is short;
Is just not half of her love's desire which I beget from her touch but a larger part.

1093. நோக்கினாள் நோக்கி இறைஞ்சினாள் அஃதுஅவள்
யாப்பினுள் அட்டிய நீர்.

noakkinaaL noakki irrainjinaaL aqthu-avaL
yaappinuL attiya neer.

"அவள் என்னை அன்போடு நோக்கினாள். ஆனால், நான் அவளைப் பார்த்தவுடனே ஏதோ மனதில் நினைத்து நாணம் கொண்டு வணங்கினாள். அந்தச் செயல், எங்கள் இருவரின் அற்புதமான காதல் என்னும் வாடிய பயிர் வளர, அவள் ஊற்றிய நீராக அமைந்தது" என்று தலைவன் காதலியின் எண்ணத்தின் தன்மையை விளக்கினான்

She looked at me with all love, the moment I returned her glance,
she drooped her head as if thinking of some other thing;
Her act, is enough water for the dried, our love plant's nurturing.

1094. யான்நோக்கும் காலை நிலன்நோக்கும் நோக்காக்கால்
தான்நோக்கி மெல்ல நகும்.

**Yaan-noakkum kaalai nilan-noakkum noakkaakkaal
thaan-noakki mella nagum.**

"நான் அவளைப் பார்த்த போது, அவள் உடனேயே, என்னைப் பார்க்காமல் நிலத்தை நோக்குவாள். பிறகு, நான் என் பார்வையை அவளிடம் இருந்து விலக்கிய போது, என்னைப் பார்த்து, யாருக்கும் தெரியாத வண்ணம் தன் மனதினுள்ளே சிரித்து மகிழ்வாள்" என்று தலைவன் கூறி மகிழ்ந்தான்.

When I look at her, to avoid me, instantly she looks at the ground and bows;
The moment I look away from her, she gazes at me unnoticed by others, she has a wry smile inside her heart, which she hides.

1095. குறிக்கொண்டு நோக்காமை அல்லால் ஒருகண்
சிறக்கணித்தாள் போல நகும்.

**kurrik-koNdu noakkaamaiy allaal oru-kaN
sirrakkaNithhaal poala nagum.**

என்னைத் தன் கண்களால் நேராகக் குறி வைத்து உற்றுப் பார்க்கவில்லை என்றாலும், ஒரு கண்ணை மட்டும் சிறிது சுருக்கி நாணத்தில் என்னைப் பார்த்துத் தனக்குள்ளேயே மகிழ்ச்சி கொள்கிறாள், என்று தலைவன் தன் ஒரு தலையான காதலின் வசத்தால், காதலியின் பார்வையின் சிறப்பைக் கூறுகிறான்.

Though she did not look at me directly with both her eyes,
She shrunk an eye and coyishly glanced at me through the corner and expressed her joy by her smiles.

1096. **உறாஅ தவர்போல் சொலினும் செறாஅர்சொல்
ஒல்லை உணரப் படும்.**

**Urraa-athavar-poal solinum seraa-ar-sol
ollai uNarap padum.**

"நான் அவளிடம் பேசிய போது எல்லோர் முன் அவள் என்னை முன் பின் அறியாதவர் போல நடத்திக் கடுமையான சொற்களால் திட்டினாலும், அவள் மனதில் என் மீது பகை இல்லை என்பது அவள் கூறிய சொற்களாலும், கோபம் இல்லாமல் அன்பு பாராட்டுகிறாள் என்பது வெகு சீக்கிரமே வெளிப்பட்டு விடும்" என்று தலைவன், அவனின் ஒரு தலையான காதலை விவரித்துத் தேற்றிக்கொள்கிறான்.

When I spoke to her, before all, outwardly she treated me like a stranger and chided me with harsh words angrily;
I could guage her mind and understood her words, she is not inimical at me and loves me and her love will be known shortly.

1097. **செறாஅச் சிறுசொல்லும் செற்றார்போல் நோக்கும்
உறாஅர்போன்[று] உற்றார் குறிப்பு.**

**serraa-atch sirru-sollum setrraar-poal noakkum
urraa-ar-poandru utraar kurrippu.**

எல்லோர்க்கும் தெரியுமாறு, ஆனால், பகை உணர்வு இல்லாமல் கூறும் கடுமையான சொற்களும், பகைவரைப் பார்ப்பது போல் கடுமையான பார்வையும், எல்லோர் முன் தலைவனை முன் பின் அறியாதவர் போல் நடத்துவதும் தான், மனதினில் அன்பு பாராட்டிக்கொண்டிருக்கும் காதலியை அடையாளம் காட்டும் குறிப்புகளாகும்.

Using bitter words before others which don't hurt, a very angry look as seeing an enemy, and treating her beloved as a stranger;
Are the qualities of real love which exists in the heart of my lover.

1098. **அசைஇயற்[கு] உண்டுஆண்டோர் ஏ-எர்யான் நோக்கப்
பசையினள் பைய நகும்.**

**asaiy-iyarrku uNdu-aaNdoar Ae-eryaan noakkap
pasaiyinaL paiya nagum.**

"நான் பேசிக்கொண்டிருப்பதை யாரோ பேசுவது போலக் காது கொடுத்துக் கேளாமல், நான் எதையோ அவளிடம் கேட்பதுபோல் பார்த்தபோது, அதை அவள் அறிந்து மனம் உருகி மனதினுள் மெல்ல மகிழ்ச்சியுடன் சிரித்தாள். அதனால், இயல்பாகவே அழகு

நிறைந்த என் காதலியின் அந்தச் சிரிப்பில், நன்மையான குறிப்பு ஒன்று தோன்றுகின்றது" என தன் காதலியின் சம்மதத்தைப் பெற்ற மகிழ்ச்சியைக் காதலன் சித்திரிக்கிறான்.

When I speak to her she does not give heed but when I look at her, as though posing a question,
She understands and her heart melts shown by her joyous smile, my naturally beautiful maiden expresses love, a good indication.

**1099. ஏதிலார் போலப் பொதுநோக்கு நோக்குதல்
காதலார் கண்ணே உள.**

**Aethilaar poalap pothunoakku noakkuthal
kaathalaar kaNNae uLa.**

பொதுநோக்குடன் ஒருவரை ஒருவர் பார்த்தாலும் முன்பின் அறியாதவர்கள் தங்கள் காதலைப் பார்வையால் காட்டிக் கொள்வதில்லை, அது உண்மையாகக் காதலிக்கும் காதலர்களின் கண்ணில் உள்ள சிறப்பான குணமாகும்.

Behaving like strangers with a general outlook, real lovers don't look at each other with loving eyes,
Those are the eyes of the true lovers' highest qualities.

**1100. கண்ணொடு கண்இணை நோக்குஒக்கின் வாய்ச்சொற்கள்
என்ன பயனும் இல.**

**kaNNodu kaN-inai noaku-okkin vaaitch-sorrgaL
enna payanum ila.**

காதலர் இருவரும், ஒருவர் கண்களோடு மற்றவரின் கண்கள் சந்தித்துப் பார்வையால் அன்பு பாராட்டி நின்றால், அவர்கள் வாயில் இருந்து வரும் சொற்களால் பேசி எந்தப் பயனும் இல்லை.

The two lovers, when they see eye-to-eye and stand to exchange their love expressions;
Words from their mouths spoken will prove no effect and will definitely lack orientation.

111. புணர்ச்சி மகிழ்தல் (punartchi magizhlthal)
(Joy of Togetherness)

1101. **கண்டுகேட்[டு] உண்டுஉயிர்த்[து] உற்றுஅறியும் ஐம்புலனும்
ஒண்டொடி கண்ணே உள.**

**kaNdu-kaettu uNdu-uyirththu utru-arriyum aim-pulanum
oNdodi kaNNae uLa.**

“கண், காது, வாய், மூக்கு, மெய் என்னும் ஐம்புலன்களின் இயல்புகளால் ஒளி, ஓசை, சுவை, நாற்றம், ஊறு ஆகிய அதனால் கிடைக்கும் இன்பங்கள் அனைத்தும் ஒளி பொருந்திய வளையல் அணிந்த இந்த அழகிய காதலியிடம் சேர்ந்து அமைந்துள்ளளது” என்று மகிழ்ச்சியுடன் தலைவன் கூறினான்.

The joy obtained through the five senses, seeing, hearing, tasting, smelling and touching from the respective body parts,
Beautiful lady love with sparkling bangles, together has all these.

1102. **பிணிக்கு மருந்து பிறமன் அணியிழை
தன்நோய்க்குத் தானே மருந்து.**

**piNikku marunthu pirra-man aNiyizhlai
than-noaiykkuth thaanae marunthu.**

“எல்லா நோய்களுக்கும் மருந்து பொதுவாக மாற்று இயல்பைக் கொண்டதாகத் தான் இருக்கும். ஆனால், அணிகலன் அணிந்த அழகி, இவள் வளர்த்த நோய்க்குத் தானே மருந்தாகவும் இருக்கிறாள்” என்று காதலியைப் பற்றித் தலைவன் பெருமையுடன் கூறுகிறான்.

The characteristics of all medicines are generally opposite to the diseases, so as to cure,
This ornaments bedecked beauty, she causes love sickness and is also the panacea, for sure.

1103. **தாம்வீழ்வார் மெல்தோள் துயிலின் இனிதுகொல்
தாமரைக் கண்ணான் உலகு.**

**thaam-veezhlvaar mel-thoaL thuyilin inithu-kol
thaamaraik kaNNaan ulagu.**

“ஐம்புலன்களின் இன்பத்தை நாடுபவர்க்குத் தாம் விரும்பும் காதலியின் மென்மையான தோளில் சாய்ந்து தூங்குவது போல வேறு இன்பம் அனுபவிக்க இயலுமோ? அந்த தாமரைக் கண்ணனின் உலகத்தை நாடுகின்றனரே, இவை அனைத்தும்

துறந்தவர்கள், அவ்விடம் நான் உறங்கும் தலைவியின் தோளைவிட இனிமை உடையதோ?" என்று காதலியின் சிறப்பைப் பற்றி தலைவன் கூறுகிறான்.

One seeking joy of the five senses, rest on the slender shoulders of beloved, any other ideal place for sleep and its joy;
Why do some renounce all this joy and seek the abode of the Lotus-eyed Lord, can it bestow more than what I enjoy?

1104. **நீங்கின் தெறூஉம் குறுகுங்கால் தண்ணென்னும்**
தீயாண்டுப் பெற்றாள் இவள்.

neengkin therroo-um kurrugungkaal thaNNennum
thee-yaaNdup petrraaL ivaL.

"தன்னை விட்டு பிரிந்து சென்றால், நிற்காமல் சுட்டுக் கொண்டே இருக்கும், தன்னிடம் நெருங்கி வந்தால், நிற்காமல் குளிர்ந்து கொண்டே இருக்கும், இத்தன்மையான காதல் தீயை எனக்கு வழங்குவதற்கு, இவள் இதனை எந்த உலகத்தில் இருந்து பெற்றாளோ?" என்று தலைவன் அவன் அடைந்த இன்பத்தைச் சொல்லியது.

When separated from her, the heat is fierceful and continuous, but when closer, to her, it is always freezing cold;
This love's fiery attribute she partakes with me, my beloved got this from which world?

1105. **வேட்ட பொழுதின் அவைஅவை போலுமே**
தோடுஆர் கதுப்பினாள் தோள்.

vaetta pozhluthin avai-avai poalumae
thoadu-aar kathuppinaaL thoaL.

"மிகவும் இன்பம் தரும் பொருள்கள் கையில் இல்லாமல் அவற்றின் மேல் விருப்பம் வைத்தால், மனதில் அவை அனைத்தும் தானே முன் வந்து இன்பத்தை இயல்பாகவே தரும். இந்தப் பூ முடித்த கூந்தலை உடைய இவளுடைய தோள்கள் எப்போதும் எனக்கு இன்பத்தைத் தருகிறது" என்று தலைவன் தான் பெற்ற மகிழ்ச்சியைப் பற்றிக் கூறுகிறான்.

Though not in hand, if one desires to enjoy any material things, it is instantly brought by the mind before one's eyes for sheer joy;
Likewise, this flower braided love's shoulders, gives me enjoyment always.

1106. **உறுதோறு உயிர்தளிர்ப்பத் தீண்டலால் பேதைக்(கு)
அமிழ்தின் இயன்றன தோள்.**

**urruthoarru uyir-thaLirppath theeNdalaal paethaikku
amizhlthin iyandrana thoaL.**

"அவளைப் பெறாமல் வாடிய என்னுடைய உயிர், அவளை நெருங்கி அணைக்கும் போது பெற்ற இன்பத்தால், நான் அடைந்த பயனும் எனக்குக் கிடைத்த புத்துயிர் எனத் தோன்றுவதால், இவளின் தோள்கள், அமிழ்தத்தினால் செய்யப்பட்டதாகத் தான் இருக்க வேண்டும்" என்று தலைவன் தான் பெற்ற இன்பத்தைப் பற்றிக் கூறி மகிழ்ந்தான்.

I suffer in life while separated from her, but when I am near, a fresh lease of life is experienced, in her embrace;
This feeling within me, maybe, her shoulders must be of ambrosia.

1107. **தம்மில் இருந்து தமதுபாத்து உண்டுஅற்றால்
அம்மா அரிவை முயக்கு.**

**tham-il irunthu thamathu-paaththu uNdu-atrraal
ammaa arivai muyakku.**

"அழகிய மா நிறத்தில் உள்ள அந்தப் பெண்ணின் அணைப்பு, தன் வீட்டுக் கூரையின் கீழ் இருந்து, தான் உழைத்துச் சேர்த்த பொருளைக் கொண்டு, பெரியோருக்கும், தன் மூதாதையருக்கும் படைத்து, பின் தன் பிற கடவுளுக்கும் உறவினர்க்கும் விருந்து கொடுத்துப் பகுத்து உண்ணும் தன்மையைப் போன்றது" என அவன் காதலியின் தழுவுதலைப் பெருமையுடன் கூறியது என்க.

Beautiful wheatish woman's embrace feels, like one, who beneath the roof of his house partakes his hard earned wealth, firstly;
With elders, forefathers and God, and then feasts with his relatives and eats the remaining food, lastly.

1108. **வீழும் இருவர்க்கு இனிதே வளியிடை
போழப் படாஅ முயக்கு.**

**veezhlum iruvarkku inithae vaLi-idai
poazhlap padaa-a muyakku.**

"என் காதலியைக் கட்டியணைத்து நீங்காமல் இருக்கின்ற போது, காற்றுகூட இடையூறு செய்ய முடியாமல், எங்களுள் புகுந்து வெளியே செல்ல முடியாத அளவு வாயந்த எங்களின் தழுவுதல், எங்களுக்கு ஒருவரை ஒருவர் விரும்பியமையால் கிடைத்த

இன்பமே. இனியதே" என்று தலைவன் தன் மகிழ்ச்சியை வெளிப்படுத்தினான்.

When in close embrace with my beloved, even air could not disturb us, as it could not pass through both of us;
Such expresssion of love derived the sweetest joy, which we are both desirous.

1109. ஊடல் உணர்தல் புணர்தல் இவைகாமம்
கூடியார் பெற்ற பயன்.

**oodal uNarthal puNarthal ivai-kaamam
koodiyaar petrra payan.**

காதலர் விரும்பிச் செய்த பொய்யான சினம் என்னும் ஊடலும், அதனை அளவுக்குள்ளே வைத்துப் பின் நீக்கி விடுவதும், அதன் பிறகு இணைவதால் பெறும் இன்பமும், இவை திருமணம் செய்து கொண்ட காதலர் இடைவிடாது கடைபிடிப்பதனால் பெறும் நன்மைகள்தானே" எனக் காதலன் தன் திருமண வாழ்வை சிறப்பித்துக் கூறினான்.

The lovers, their feigned anger, keeping it within limits, letting it go quick and unlock;
To attain pleasure of reunion afresh, the hallmark of lovers dedicated to derive benefits of love through wedlock.

1110. அறிதோறு அறியாமை கண்டற்றால் காமம்
செறிதோறும் சேயிழை மாட்டு.

**arrithoarru arriyaamaiy kaNdatraal kaamam
serrithoarrum saeyizhlai maattu.**

"எப்படி ஒருவன் தான் கற்றறிந்த நூல்கள் பல இருந்தும், தேடிப் பல அரிய நூல்கள் மேன்மேலும் கற்பதால், அவன் முன்னே இருந்த அறியாமையை நீங்குகிறதோ, அது போல, நல்ல பல சிவந்த அணிகலன்களை அணிந்த என் மனைவியிடம் இடைவிடாது காதல் புரிவதால் ஒவ்வொரு முறையும் புதிய இன்பத்தை ஏற்படுத்துகின்றது" என மகிழ்ச்சியுடன் காதலன் சொல்லிக் கொண்டது.

One with profound knowledge enriches himself by reading rare books which removes his previous level of ignorance;
The red coloured ornaments - worn lady, everytime I am with her in love, the pleasure I get is newer, every instance.

112. நலம் புனைந்துரைத்தல்

(nalam punainthu uraitthal)
(In praise of the beauty of his lady love)

1111. நல்நீரை வாழி அனிச்சமே நின்னினும்
மெல்நீரள் யாம்வீழ் பவள்.

**nal-neerai vaazhli anitchamae ninninum
mel-neeraL yaam-veezhlbavaL.**

"அனிச்சப்பூவே, நீ வாழ்வாயாக! எல்லாப் பூக்களையும்விட நீ மிகவும் மென்மையானதால் சிறந்த இயல்பை உடையதாக இருக்கிறாய். அப்படி இருந்தும், நான் விரும்பும் காதலி, உன்னைவிட மெல்லிய தன்மையை உடையவள்".

Oh! Anitcham flower, may you live long! You are more tender than all the flowers, a great quality bestowed by nature;
Yet, my lady love is the tenderest of all, due to her soft feature.

1112. மலர்காணின் மையாத்தி நெஞ்சே இவள்கண்
பலர்காணும் பூஒக்கும் என்று.

**malar-kaaNin maiyaatthi nenjae ivaL-kaN
palar-kaaNum poo-Okkum endru.**

"நெஞ்சே! நான் மட்டும் காண்கின்ற இவள் கண்களை, பலராலும் காணப்படும் மலர்களுக்கு இணையாக நினைப்பதால், அம்மலர்களைக் கண்டதும் மயங்கி நின்றாயோ."

Oh! my heart, my lady love's eyes which look only at me, her lover;
Why you link her eyes to flowers, and stay in gaze, when you see the flowers.

1113. முறிமேனி முத்தம் முறுவல் வெறிநாற்றம்
வேல்உண்கண் வேய்த்தோள வட்கு.

**murri-maeni muttham murruval verri-naatrram
vael-un-kaN vaeiy-thoaLavatku.**

மூங்கிலைப் போல மெல்லிய தோளினை உடையவள், அவளின் புறம் இளம் மாந்தளிரின் நிறமாக இருக்கும். அழகிய சிரிப்பினை வெளிப்படுத்தும் பற்கள் முத்துப் போன்றிருக்கும். அவள் உடல் இயல்பாகவே நல்ல நறுமணத்தை வீசுகின்றது. அவளின் மை தீட்டிய கண் வேலின் வலிமை போலக் காயப்படுத்தும் தன்மை மிக்கது.

Her shoulders slim like the bamboo, colour of her complexion as the tender mango leaf, she smiles with pearl like teeth;
Breathes with natural sweet fragrance and her collyrium applied eyes is sharp like the spear, enough to cause scathe.

1114. **காணின் குவளை கவிழ்ந்து நிலன்நோக்கும்**
மாண்இழை கண்ஒவ்வேம் என்று.

kaaNin kuvaLai kavizhlnthu nilan-noakkum
maaN-izhlai kaN-ovvaem endru.

குவளைப்பூக்கள் காணும் தொழிலை மேற்கொள்ள நினைத்தால், என் காதலியின் கண்களைப் பார்த்த பிறகு, "நல்ல அணிகலன் அணிந்த இவளின் கண்களுக்கு நாங்கள் என்றும் ஒப்பில்லை" என்று எண்ணி நாணித் தலை குனிந்து வணங்கி நிலத்தைப் பார்க்கும்.

Blue lotus, if it can only start to see, after looking at my lady love's eyes, will sound
"We are not comparable to this jewel bedecked lady's eyes" and bow their heads in shame to the ground.

1115. **அனிச்சப்பூக் கால்களையாள் பெய்தாள் நுசுப்பிற்கு**
நல்ல படாஅ பறை.

anitchap-pook kaal-kaLaiyaaL peythaaL nusuppirrku
nalla padaa-a parrai.

அவள் தன் மெல்லிய தன்மையின் சிறப்பை அறியாமல், அனிச்சம் பூவின் காம்பை நீக்காமல் தன் தலையில் சூடினாள். அவைகளின் எடையை அவள் இடுப்பு தாங்காமல் ஒடிந்து போகும், அதனால், அவை எழுப்பும் நல்ல பறை ஓசையின் ஒலி இனி கேட்க இயலாது.

Under estimating her tenderness she has worn the anitcham flower with its stalk in her hair braid,
Little does she know that her supple waist may break on this weight and the good drum beat will no more be heard.

1116. **மதியும் மடந்தை முகனும் அறியா**
பதியின் கலங்கிய மீன்.

mathiyum madanthai muganum arriyaa
pathiyin kalangkiya meen.

வானத்தின் விண்மீன்கள், என் காதலியின் அழகிய முகத்திற்கும் நிலாவின் அழகிற்கும் பெரிதாக வேறுபாடு கண்டுப்பிடிக்கத்

தெரியாமல், எது, என்னவென்று குழம்பிப் போய், தன் நிலையில் கலங்கி, தன் இயல்பைவிட்டு நகர்ந்து அலைகின்றன.

The stars of the sky unable to differentiate between the face of my lady love and the moon;
Totally confused, not sticking to their orbit, are wandering as a loon.

1117. **அறுவாய் நிறைந்த அவிர்மதிக்குப் போல**
மறுஉண்டோ மாதர் முகத்து.

arruvaai nirraintha avir-mathikkup poala
marru-uNdoa maathar mugatthu.

திங்களின் முகத்தில் உள்ள குறைகளை மெதுவாக இன்னமும் கூட அது திருத்திக் கொண்டிருக்கின்றது. ஆனால், இதைப் போல என் காதலியின் தெளிவான முகத்தில் மறு என்ற ஏதேனும் குறையிருந்ததோ.

The moon's facial scars are still corrected by waxing and waning;
But, can any spot be seen in my lady love's clear face, ever shining.

1118. **மாதர் முகம்போல் ஒளிவிட வல்லையேல்**
காதலை வாழி மதி.

maathar mugam-poal oLi-vida vallai-yael
kaathalai vaazhli mathi.

மதியே வாழ்க. நீ, என் காதலியின் முகத்தைப் போல ஒளியை என்றேனும் வீசினால், அன்று நீயும் என்னைக் காதலிக்கும் உரிமையை உடையவளாகக் கருதப்படுவாய்.

O moon live long! If only you could show any day, the lustre as in my lady love's face, so bright;
That day, you will be considered eligible to fall in love with my heart, as a matter of right.

1119. **மலர்அன்ன கண்ணாள் முகம்ஒத்தி ஆயின்**
பலர்காணத் தோன்றல் மதி.

malar-anna kaNNaaL mugam-otthi aayin
palar-kaaNat thoandral mathi.

மதியே! இந்த மலரைப் போன்ற கண்ணை உடைய அவள் முகத்தைப் போல என்றேனும் நீ ஆக விரும்பினால், அவளைப் போல நீ எனக்காக மட்டும் தோன்று, நான் மட்டும் காணவே பலரும் உன்னைக் காண்பதை நீ தவிர்க்க வேண்டும்.

O moon! If you desire to resemble this flowery-eyed face of my lady love, any time;
You should appear before me only like her and hide yourself away from the eyes of all, as prime.

1120. அனிச்சமும் அன்னத்தின் தூவியும் மாதர்
அடிக்கு நெருஞ்சிப் பழம்.

anitchamum annatthin thooviyum maathar
adikku nerunjip pazhlam.

அனிச்ச மலரும், அன்னப் பறவையின் சிறகின் மென்மையும், ஆகிய இவ்விரண்டின் தன்மையையுடைய என் தலைவி தரையில் நடக்கும் போது அவளின் மெல்லிய காலடியை நெருஞ்சிப் பழத்தின் முள் வருத்தும், அதனால், அவள் காலடி அவை இரண்டின் மென்மையைவிட மிகச் சிறந்தது.

With features of the renowned tenderly anitcham flower and the soft downy feathers of the swan, my lady love her soft feet,
If fall on earth will be painful to her feet by the pain caused by the little thorns of the land caltrops, her softness so neat.

113. காதல் சிறப்புரைத்தல்

(kaathal sirrappuraitthal)
(Expression of love-in-excess)

1121. பாலொடு தேன்கலந்து அற்றே பணிமொழி
வால்எயி(று) ஊறிய நீர்.

paalodu thaen-kalanthu atrrae paNi-mozhli
vaal-eyirru oorriya neer.

மென்மையான மொழியில் எப்போதும் பேசும் என்னுடைய தலைவியின் வெண்ணிறப் பற்களின் இடையே இருந்து ஊறும் உமிழ் நீர், பாலுடன் தேனைக் கலந்தது போல் சுவைமிக்கதாக இருக்கும்.

Soft spoken beloved's white coloured teeth oozing saliva taste;
Is like a mixture of milk and honey paste.

1122. உடம்பொ(டு) உயிர்இடை என்னமற்று அன்ன
மடந்தையொ(டு) எம்மிடை நட்பு.

udambodu uyiridai enna-matru anna
madanthaiyodu em-midai natpu.

இந்த உடம்பிற்கும் உயிர்க்கும் உள்ள நட்பு எத்தன்மை வாய்ந்ததோ, அதே இயல்புடன் தான், எனக்கும் தலைவிக்கும் உள்ள நட்புறவு.

This body and its soul within, their ties of friendly relationship,
Such is the bondage between me and my lady love in our intimate friendship.

1123. கருமணியில் பாவாய்நீ போதாய்ஆம் வீழும்
திருநுதற்கு இல்லை இடம்.

karu-maNiyil paavaai-nee poathaaiy-aam veezhlum
thirunutharrku illai idam.

என் கண்ணின் கருமணியினுள் வசிக்கும் அழகிய பெண்ணே, நீ அங்கிருந்து போய்விடு. போகாமல் தங்கிவிட்டால், நான் விரும்புகின்ற அழகிய நெற்றியை உடைய என் காதலிக்கு என் கண்ணுக்குள் இருக்க இடமில்லாமல் போய்விடும்.

O, the image of the lady residing in the dark pupil of my eye, from there, soon you vacate;

Else, how will my lady love with her beautiful forehead reside in my eyes, you state.

1124. வாழ்தல் உயிர்க்குஅன்னள் ஆய்இழை சாத[ல்]
அதற்குஅன்னள் நீங்கும் இடத்து.

Vaazhlthal Uyirkku-annaL Aay-izhlai saathal
Atharrku-annal Neengkum Idatthu.

நன்கு ஆராய்ந்து தேர்ந்த அரிய பண்புகளுடைய அழகிய அணிகலன்களைக் கையில் அணிந்த என் தலைவி, என்னுடன் சேரும்போது என் உயிர் என் உடம்புடன் கூடி வாழ்வதைப் போலவும், என்னை விட்டு அவள் பிரிந்தபோது, அந்த உயிர் என் உடம்பை விட்டு நீங்கும் இறப்பு போலும் தோன்றுகிறது.

My love, who wears the most beautiful bracelets after carefully selecting each one of these;
When she unites with me, life is in my body, when she moves away, life leaves it and death seems close.

1125. உள்ளுவன் மன்யான் மறப்பின் மறப்புஅறியேன்
ஒள்அமர்க் கண்ணாள் குணம்.

uLLuvan man-yaan marrappin marrappu-arriyaen
oLL-amark kaNNaaL guNam.

ஒளியுடன் கூடிய போர் புரியும் கண்களையுடைய என் தலைவியின் குணங்களை நான் மறந்தால் தானே, நினைப்பதற்கு, ஒரு பொழுதும் மறந்ததில்லை. அதனால்தான் நினைத்திருப்பதைப் பற்றியும் தெரியவில்லை.

My lady love's bright battle ready eyes, such a trait how do I forget to remember, not so easy;
Never do I forget, thus, I know not how to retain her in my memory.

1126. கண்உள்ளின் போகார் இமைப்பின் பருவரார்
நுண்ணியர்எம் காத லவர்.

kaNN-uLLin poagaar imaippin paruvaraar
nuNNiyar-em kaathalavar.

என் காதலர் என் கண்ணின் உள்ளிருந்து போக மாட்டார், நான் அறியாமல் கண்ணைச் சிமிட்டினாலும் அவர் அதற்கு வருத்தப்படவும் மாட்டார், அவர் யாரும் பார்க்க முடியாத அவ்வளவு நுட்பமானவர்.

My lover will not step out of his dwelling place, from inside of my eyes;
Even, if I unknowingly wink my eye-lids, he will not feel hurt, as he has such a subtle form, barely noticeable to others.

1127. **கண்உள்ளார் காத லவர்ஆகக் கண்ணும்**
எழுதேம் கரப்பாக்கு அறிந்து.

kaNNuLLaar kaathalavar-aagak kaNNum
ezhluthaem karappaakku arrinthu.

என் காதலர் எப்பொழுதும் என் கண்ணுக்குள் தான் இருக்கின்றார், அதனால்தான் என் கண்ணினைக் கருப்பு மையினால் தீட்டுவது கூட இல்லை, அந்த சில நொடி என்னை விட்டு அவர் மறைய நேரும் என்றே.

My lover, resides within my eyes, so I do not want to apply black collyrium to these,
Thinking that he will vanish,for even those few moments, from my eyes.

1128. **நெஞ்சத்தார் காத லவர்ஆக வெய்துஉண்டல்**
அஞ்சுதும் வேபாக்கு அறிந்து.

Nenjatthaar Kaathalavar-aaga Veythu-undal
Anjuthum Vaepaakku arrinthu.

என் காதலர் எப்பொழுதும் என் நெஞ்சத்தினுள் வசிக்கின்றார். அதனால் தான், உண்ணுகின்ற உணவு அதிக சூடாக இருந்தால் பயந்து சாப்பிடுவதில்லை. ஏனெனில், அந்த வெப்பம் அவரைச் சுடக் கூடும் என்றே அஞ்சுகிறேன்.

My beloved always is in my heart, that is why, I do not take hot food;
I know, even that heat can cause burns injury to him, and am afraid.

1129. **இமைப்பின் கரப்பாக்கு அறிவல் அனைத்திற்கே**
ஏதிலர் என்னும்இவ் வூர்.

imaippin karappaakku arrival anaitthirkae
Aethilar ennum-ivvoor.

என் கண்ணின் இமைகளை மூடினால், என் கண்ணின் உள் வசிக்கும் என் காதலர் சற்றே மறைந்து விடுவார் என்பதனை அறிந்து நான் இமையை மூடாமலிருப்பேன். எனக்கு நீங்காத நோய் கொடுத்துத் தூக்கமில்லாமல் செய்துவிட்டார் என்றும், அவரை அன்பில்லாதவர் என்றும் இந்த ஊர் மக்கள் திட்டிக் கொண்டிருப்பார்கள். அதற்குப் பயந்துதான், இமைகளை நான் மூடவில்லை.

My lover who is in my eyes may disappear for a moment, if I wink them a bit, so, I will not do so.
That very moment, the town folk blames him for causing insomnia to me and calls him a deserter, afraid of this too.

1130. **உவந்துஉறைவர் உள்ளத்துள் என்றும் இகந்துஉறைவர்**
ஏதிலர் என்னும்இவ் வூர்.

uvanthu-urraivar uLLaththuL endrum iganthu-urraivar
Aethilar ennum-ivvoor.

என் காதலர், எக்காலத்திலும் எப்பொழுதும் என்னுடைய உள்ளத்தினுள்ளே மகிழ்ச்சியாக வாழ்கின்றார். ஆனால், அதனை அறியாத இவ்வூர் மக்கள், அவர் என்னை பிரிந்துப் வாழ்கின்றார், என்னிடம் அன்பில்லாதவர் என்று அவரைப் பழிப்பர்.

My lover, is always happily dwelling within my heart out of his own desire and volition;
Unaware of this, people of the town blame him for not loving me and living in separation.

114. நாணுத் துறவுரைத்தல்

(naanut thurravuraitthal)
(Disclosing the Relationship Unashamed)

1131. காமம் உழந்து வருந்தினார்க்[கு] ஏமம்
மடல்அல்லது] இல்லை வலி.

**kaamam uzhlanthu varunthinaarkku aemam
madal-allathu illai vali.**

அழகிய மகளிரோடு காதலை அனுபவித்துப் பின் அதைப் பெறாமல் வருத்தத்தில் உள்ள ஆண் மகன்களுக்கு எப்பொழுதும் அத்துன்பம் நீக்க காவலாய் நிற்பது, மடலேறுதலைத் தவிர தனக்கு வேறு எதுவும் வலிமையானதாகத் தோன்றவில்லை.

Enjoying together the fruits of love with beautiful maiden, then left in the lurch and down with sorrow;
Those men, to remove the pangs of grief has to mount the palmyra-fond horse, to prove true love and strengthen their resolve.

1132. நோனா உடம்பும் உயிரும் மடல்ஏறும்
நாணினை நீக்கி நிறுத்து.

**noanaa udambum uyirum madal-aerrum
naaNinai neekki nirrutthu.**

காதலால் பெற்ற துன்பத்தைப் பொறுக்க முடியாத எனது உடம்பும் உயிரும் காத்துக் கொள்ள ஏதுவாக மடலேற எண்ணிவிட்டன. அச்செயலைத் தடுக்கும் நாணத்தின் நிலைபாட்டையும் தள்ளி வைத்துவிட்டன.

Unable to bear this love induced pain, my body and soul to protect themselves,
Have aptly decided to mount the palmyra-fond horse to lament in public, disregarding shamefulness.

1133. நாணொடு நல்லாண்மை பண்டுஉடையேன் இன்றுஉடையேன்
காமுற்றார் ஏறும் மடல்.

**Naanodu Nallaanmai Pandu-udaiyen Indru-udaiyaen
Kaamutraar aerum Madal.**

காதலிக்கும் முன்னர் நானும் நல்ல ஆண்மகனின் எல்லாப் பண்புகளுடனும் இருந்தேன். இப்போது காதலியைப் பிரிந்த வருத்தத்தால் நிலை மாறி, எல்லாக் காதலர்களும் ஏறும் மடலையே விரும்பி நிற்கிறேன்.

Before, during my indulgence in love, I had modesty and good manliness, the best traits;
Bearing pain from separation, I too have changed and like all lovers, desire to mount the palymra fond horse, a wont.

1134. **காமக் கடும்புனல் உய்க்குமே நாணொடு**
நல்லாண்மை என்னும் புணை.

kaamak kadumpunal uykkumae naaNodu
nallaaNmai ennum puNai.

நான் வாழ்க்கை என்னும் நதியைக் கடக்கக் காதலுக்கு உதவியாகக் கடைபிடித்த நாணம், ஆண்மை என்னும் படகுகளை, காதல் பிரிவு என்னும் கடுமையான வெள்ளம் அடித்துக்கொண்டு போய்விட்டது.

My intention to cross the river of life with the help of the rafts,namely chivalry and manliness;
Have been swept away by the strong current of my love's forlornness.

1135. **தொடலைக் குறந்தொடி தந்தாள் மடலொடு**
மாலை உழக்கும் துயர்.

thodalaik kurrunthodi thanthaaL madalodu
maalai uzhlakkum thuyar.

நான் இப்பொழுது மாலை நேரத்தில் அனுபவிக்கும் துயரத்திற்கு மருந்து, மடல் என்பதனை நான் முன்னர் அறிந்ததில்லை. இப்போது, எனக்கு மாலையாக என் கழுத்தில் மாட்டிவிட்டாள், சிறுவளையல் அணிந்துள்ள என் அழகிய காதலி.

Till now, the disease of sorrowful lonely evenings and its cure of mounting the palymra-fond horse, I never before experienced;
Gift in the form of garland in my neck has been given by the small bracelet wearing beloved.

1136. **மடல்ஊர்தல் யாமத்தும் உள்ளுவேன் மன்ற**
படல்ஒல்லா பேதைக்[கு]என் கண்.

madal-oorthal yaamatthum uLLuvaen mandra
padal-ollaa paethaikku-en kaN.

என் காதலியைப் பற்றிய நினைவால் என் கண்கள் தூக்கத்தை மறந்துவிட்டன. அதனால், எல்லோரும் தூங்கிக்கொண்டிருக்கும் போதும், நான் மட்டும் மடலேறுதலைப் பற்றிய எண்ணத்தைக் கைவிடாமல் நினைத்துக் கொண்டிருக்கிறேன்.

With thoughts filled of my lady love, my eyes have lost their sleep;
Thus, at this odd hour when all are fast asleep, I am awake and thinking of mounting the palymra fond horse, for relief.

**1137. கடலன்ன காமம் உழந்தும் மடல்ஏறாப்
பெண்ணின் பெருந்தக்கது இல்.**

**kadal-anna kaamam uzhanthum madal-aerraap
peNNin perunthakkathu il.**

கடல்போல விரிந்த கரையற்ற காமநோயினை அனுபவித்தும் கூட மடல் ஏறுவதைப் பற்றி யோசிக்காமல் தன்னைத் துன்பத்தில் ஆழ்த்தும் பெண்ணின் பிறப்புபோல, இவ்வுலகத்தில் வேறு ஒரு பிறப்பும் அதன் பெருமைக்கு ஈடாகாது.

The vast and endless ocean like disease of love, a woman, though experienced,
Still she does not think of riding the palymra fond horse, her birth, is superior to any other birth in this world.

**1138. நிறைஅரியர் மன்அளியர் என்னாது காமம்
மறைஇறந்து மன்று படும்.**

**nirraiy-ariyar man-aLiyar ennaathu kaamam
marraiy-irranthu mandrupadum.**

இவர் ஒழுக்கத்தால் பணிவுடன் நடந்து கொள்பவர், ஏதும் அஞ்சும்படி செய்யாதவர், மிக்க இரக்க குணம் கொண்டவர் என்பதைக் கூடக் கருதாமல் மறைத்து வைத்திருந்த அந்தப் பெண்ணின் காதலை, அவள் மறைத்ததை மீறி அது பொதுவான மன்றத்தின் முன் வெளிப்படையாக எல்லோர்க்கும் தெரியப் போகிறது.

She is known for discipline and modesty, does not do anything to earn blame and is full of generosity.
Still, that love kept in wraps by her, forces out itself into the open before all and with full public glare and audacity.

**1139. அறிகிலார் எல்லாரும் என்றுஎன் காமம்
மறுகின் மறுகும் மருண்டு.**

**arrigilaar ellaarum endru-en kaamam
marrugin marrugum marundu.**

அமைதியாய் இருந்ததால் என் காதல் யாருக்கும் தெரியவில்லை என்று எண்ணி, அதைத் தெரிவிக்க ஊர் எங்கும் மகிழ்ச்சியின் மயக்கத்தில், காதல் அதனை வெளிப்படுத்திச் சுற்றித் திரிகின்றது.

My humility hid my secret love from all,
My love itself is announcing it to the townfolk, in a confused state going round in circles.

1140. யாம்கண்ணின் காண நகுப அறிவில்லார்
யாம்பட்ட தாம்படா ஆறு.

**yaam-kaNNin kaaNa naguba arrivillaar
yaam-patta thaam-padaa aarru.**

காதலால் நான் பட்ட துன்பங்களைத் தான் அனுபவிக்கவில்லை என்ற காரணத்தால், அறிவில்லாதவர் கூட நான் கேட்குமாறு, என்னைப் பார்த்துச் சிரிக்கின்றனர்.

The pain of love as I had experienced, they have never been subjected to;

Hence, these fools have started giggling at me, well before my eyes too.

115. அலரறிவுறுத்தல் (alar-arrivurrutthal)
(Disclosing Rumours about their Love)

1141. அலர்எழ ஆருயிர் நிற்கும் அதனைப்
பலர்அறியார் பாக்கியத் தால்.

alar-ezhla aaruyir nirrkum athanaip
palar-arriyaar baakkiyatthaal.

அந்தப் பெண்ணுடன் என்னுடைய நட்பை ஊர் மக்கள் பழித்துப் பேசிக்கொண்டிருப்பது, அவளை நான் காதலியாகப் பெறாததை நினைத்து வருத்தத்துடன் இருக்கும் என் அரிய உயிர், அவளைப் பெற்றது போல நிலைத்து நிற்கும். அந்நிலையைப் பெற்றது தெய்வத்தின் பயன் என்று, அதைப் பற்றிப் பேசும் பலரும் அறிய மாட்டார்கள்.

The insults of the townsfolk linking our friendship, while in separation and in a state of sorrow in my life, make me happier; I assume that my love has been accepted by her, this godly benefit is only due to my past deeds, none knows better.

1142. மலர்அன்ன கண்ணாள் அருமை அறியா[து]
அலர்எமக்கு ஈந்ததுஇவ் வூர்.

malar-anna kaNNaaL arumai arriyaathu
alar-emakku eenthathu-ivvoor.

மலரைப் போன்ற கண்ணை உடையவளின் அருமையை அறியாமல், இவ்வூர் மக்கள் அவளை எளிமையானவள் என நினைத்து அவளைப் பற்றிப் பழிச்சொல் கூறி எனக்கு உகந்தவள் ஆக ஆக்கினர்.

Without knowing the great characteristics of this flowery eyed lady, This town has linked me with her in their insults about her as simple, and have given her away to me rather easily.

1143. உறாதுஓ ஊர்அறிந்த கௌவை அதனைப்
பெறாது பெற்றுஅன்ன நீர்த்து.

Urraathu-Oa oor-arrintha kauvai athanaip
perraathu petru-anna neertthu.

எங்களுடைய தொடர்பைப் பற்றி இவ்வூர் மக்கள் அறிந்ததால் அவர்கள் கூறிய பழிச்சொல் எனக்குப் பொருந்துமோ பொருந்தாதோ? ஆனால், அதைக் கேட்ட பின், என் மனம்,

பெறமுடியாதவளை இப்போது என் காதலியாக பெற்றது போன்ற நன்மையை அடைந்தது போல உள்ளது.

The townsfolk knowing about our relationship have heaped insults which may or may not be applicable.
But, after hearing these, my heart knowing well that my lady love is in separation from me, rejoices at our reunion attainable.

1144. கவ்வையால் கவ்விது காமம் அதுஇன்றேல்
தவ்வென்னும் தன்மை இழந்து.

kavvaiyaal kavvithu kaamam athu-indrael
thavvennum thanmai izhlanthu.

என் காதல், இவ்வூர் மக்கள் கூறிக்கொண்டிருக்கும் பழிச் சொல்லால் தான் மேன்மேலும் மிகுதியாக வளர்ந்து கொண்டிருக்கின்றது. அந்தப் பழிச் சொல் இல்லையானால், காதல் தன் இயல்பை இழந்து எங்கோ காணாமல் போயிருக்கும்.

My love is up only because of the help of this townsfolk's tittle tattle,
With no such insults, love would have lost its charm and been brittle.

1145. களித்தொறும் கள்உண்டல் வேட்டற்றால் காமம்
வெளிப்படுந் தோறும் இனிது.

kaLitthorrum kaLL-uNdal vaettatrraal kaamam
veLippadun thoarrum inithu.

கள் உண்பவர்க்குக் கிடைக்கும் மயக்கம், அவரை இன்னும் அதிகமான கள் குடிக்க வைக்கும். அதேபோல் தான், பழிச் சொல் அதிகமாகக் கேட்கக் கேட்க, அவள் மீது நான் கொண்டிருக்கும் காதலைப் பற்றிய நினைவு மிகவும் இனிமையாக இருக்கிறது.

Intoxication induces a toddy drinker to drink more toddy,
Likewise, the more I hear the insults heaped about my love, the fond feeling is getting more joyful day-by-day.

1146. கண்டது மன்னும் ஒருநாள் அலர்மன்னும்
திங்களைப் பாம்புகொண் டற்று.

kaNdathu mannum oru-naaL alar-mannum
thingaLaip paambu-koNdatru.

நான் என் காதலரை இரகசியமாகச் சந்தித்தது ஒரே ஒரு நாள் தான். ஆனால், அதனால் கிடைத்த பழிச் சொல்லோ, சந்திரனை விழுங்கிய பாம்பினைப் பற்றிய செய்தியைப் போல உலகெங்கும் பரவிவிட்டது.

I met my lover only one day secretly, but the insults about him has spread far,
Throughout the world, like the moon's eclipse, where the serpent swallowed the moon, and made it disappear.

1147. ஊரவர் கௌவை எருஆக அன்னைசொல்
நீராக நீளும்இந் நோய்.

**ooravar kauvai eru-aaga annai-sol
neer-aaga neeLum-in noaiy.**

நான் கொண்ட காதல் நோயாகிய பயிருக்கு ஊர்மக்கள் சொல்லும் பழிச் சொல்லை எருவாகவும், அதனைக் கேட்டு அன்னை கோபத்தால் என்னைத் திட்டும் சொல் நீராகவும் இருந்து, எங்களின் காதலை வளர்த்து வருகின்றது.

My nurturing of this crop called love sickness, the townsfolk's insults is the manure,
Upon hearing this, my mother's angry harsh words is the water flow, which cultivate well my love to grow more.

1148. நெய்யால் எரிநுதுப்பேம் என்றுஅற்றால் கௌவையால்
காமம் நுதுப்பேம் எனல்.

**neiyyaal eri-nuthuppaem endru-atrraal kauvaiyaal
Kaamam nuthuppaem enal.**

ஊர்மக்கள் கூறும் பழிச்சொல்லால் எங்களின் காதல் தீர்ந்துவிடும் என்று நினைப்பது, நெய் ஊற்றி, எரியும் நெருப்பை அணைத்துவிடலாம் என்ற எண்ணம் போன்றதாகும்.

Assumption that our love will be subdued by the insulting rumours of the townfolk;
Is like trying to extinguish a raging fire by pouring ghee in bulk.

1149. அலர்நாண ஒல்வதோ அஞ்சல்ஓம்பு என்றார்
பலர்நாண நீத்தக் கடை.

**Alar-naaNa olvathu-Oa anjal-oambu endraar
palar-naaNa neetthak kadai.**

என்னைச் சந்தித்த போது, என் தலைவன், "உன்னை விட்டு என்றும் பிரிய மாட்டேன், எதற்கும் அஞ்ச வேண்டாம்" என்று கூறினான். ஆனால், இன்று அதனைக் கண்டவர் பலரும் வெட்கப்படுமாறு என்னை விட்டு விலகிச் சென்றுவிட்டான். இதன் பிறகு, ஊர் மக்கள் கூறும் பழிச் சொல்லுக்கு நான் வெட்கப்படலாமா?

My lover when he last met said, "I will not leave you anytime, never fear anything."
But, he has abandoned me and left me at the mercy of rude words of many, still shall I be ashamed of the townsfolks' insults, never, I think.

1150. **தாம்வேண்டின் நல்குவர் காதலர் யாம்வேண்டும்**
கௌவை எடுக்கும்இவ் வூர்.

thaam-vaeNdin nalguvar kaathalar yaam-vaendum
kauvai edukkum-ivvoor.

எங்கள் இருவரின் காதலைச் சேர்த்து வைப்பதற்கு உதவியாகத் தான், இவ்வூர் மக்கள் பழிச் சொல்லைப் பரப்பிக் கொண்டிருக்கிறார்கள். இனி என் காதலரும் நான் விரும்பிய போது என்னுடன் சேர்ந்து கொள்வார்.

The townsfolks' rumours about our love is spreading, only to help us get together,
My lover, will join me anytime whenever I desire.

III. (B) கற்பியல் (Karrpiyal) (Chastity)

116. பிரிவாற்றாமை (Pirivaatrraamaiy) (Unbearable Separation)

1151. செல்லாமை உண்டேல் எனக்குஉரை மற்றுநின்
வல்வரவு வாழ்வார்க்கு உரை.

**sellaamai uNdael enakku-urai matru-nin
val-varavu vaazhlvaarku urai.**

நீ என்னை விட்டுப் பிரியாமல் இருப்பாய் என்பதனைச் சொல்வதென்றால் எனக்குச் சொல். பிரிந்து சென்று விரைந்து திரும்பி வருவேன் என்று சொல்வதானால், நீ வரும்போது யார் உயிர் வாழ்வரோ அவரிடம் போய்ச் சொல்.

Talk to me, if you will tell me that you will not separate from me at all;
But, if you are going to tell me that you are leaving now and will return soon, tell it to those who would be alive till then, to recall.

1152. இன்கண் உடைத்துஅவர் பார்வல் பிரிவுஅஞ்சும்
புன்கண் உடைத்தால் புணர்வு.

**in-kan udaitthu-avar paarval pirivu-anjum
pun-kan udaitthaal punarvu.**

காதல் நிரம்பிய அவர் பார்வை என் மேல் பட்டவுடன் எனக்கு மிகுந்த இன்பத்தைக் கொடுப்பதாக இருந்தது. ஆனால், அவர் என்னை விட்டுப் பிரிந்து செல்லப் போகிறார் என்ற அச்சம் மனதில் ஏற்பட்டு, இன்று என்னுடன் கூடியதுகூட அஞ்சுகின்ற துன்பத்தைத் தருவதாக இருக்கிறது.

His love filled looks when it fell on me gave me excess pleasure;
But, now when he is in embrace with me, I am scared of the fear of his separation, for sure.

1153. அரிதரோ தேற்றம் அறிவுஉடையார் கண்ணும்
பிரிவுஓர் இடத்துஉண்மை யான்.

**aritharoa thaetrram arrivu-udaiyaar kannum
pirivu-oar idatthu-unmaiyaan.**

நான் உன்னைப் பிரியமாட்டேன் என்று சொல்லுவது நம்பத்தக்கது அல்ல என்று நான் அறிவேன். அறிவுடைய காதலர் என்னை விட்டுக் கண்டிப்பாகப் பிரியும் நேரம் விரைவில் வரக்கூடும். ஆதலால், என்னைச் சமாதானப்படுத்துகிறார்.

I will never leave you alone, told by him cannot be trusted at all, my comprehension;
The intelligent lover is soon going to leave me alone, that is why he is trying to give me solace with this expression.

1154. **அளித்துஅஞ்சல் என்றவர் நீப்பின் தெளித்தசொல்**
தேறியார்க்கு உண்டோ தவறு.

aLitthu-anjal endravar neeppin theLittha-sol
thaerriyaarkku uNdoa thavarru.

மிகவும் இனிய சொற்களை முகமலர்ச்சியுடன் "உன்னை விட்டுப் பிரிய மாட்டேன், பயப்படாதே" என்று சொன்னவரின் இனிய பேச்சை, உண்மையென நம்பித் தெளிந்தவர்க்கு குற்றம் உண்டோ?

One who used polite words with a smiling face told that he will not separate from me and nothing to fear, assuringly;
Is it this lady's fault to believe such words as truthful and act, accordingly.

1155. **ஓம்பின் அமைந்தார் பிரிவுஓம்பல் மற்றுஅவர்**
நீங்கின் அரிதால் புணர்வு.

Oambin amainthaar pirivu-oambal matru-avar
neengkin arithaal puNarvu.

என் உயிரை ஆளுவதற்குத் தகுதியானவரை என்னை விட்டு பிரிந்து செல்லாமல் காத்துக் கொள்ள வேண்டும். அவரை தடுக்கவில்லையென்றால் அவருடன் மீண்டும் கூடுவது அரிது.

Capable one, who has to rule over my life, prevail that he shall not leave me alone,
You don't stop him, later when he returns, impossible for a reunion.

1156. **பிரிவுஉரைக்கும் வன்கண்ணர் ஆயின் அரிதுஅவர்**
நல்குவர் என்னும் நசை.

pirivu-uraikkum van-kannar aayin arithu-avar
nalguvar ennum nasai.

என்னிடம் அவர் பிரிந்து செல்லப்போகிறேன் என்று தைரியமாகக் கூறும் கொடுமையான இயல்பையுடையவர் ஆக இருப்பதால், பின்னர் நான் பிரிவால் வாடுவதைக் கண்டு என்னிடம் இனிய சொற்களைப் பேசி முகமலர்ச்சியுடன் என்னை அரவணைத்துக் காதல் கொள்வார் என்ற நம்பிக்கைப் பயனற்றது.

My master, who could inform me daringly that he is going to depart, is such a cruel hearted person;
I have lost all hope that on his return, seeing my sad plight, he will say nice words smilingly, love me and stay in unison.

1157. துறைவன் துறந்தமை தூற்றாகொல் முன்கை
இறைஇறவா நின்ற வளை.

**thurraivan thurranthamai thootrraa-kol mun-kai
irrai-irravaa nindra vaLai.**

தலைவன், தன் பிரிவை உணர்த்தவில்லையென்றாலும், என் முன்னங் கைகளில் கழலாமல் இருந்து கழலும் என் வளையல்கள், கழன்று, என்னை விட்டு அவர் பிரிந்து சென்ற செய்தியை ஊரில் எல்லோருக்கும் தெரிவிக்கின்றன? எனக்குச் சொல்ல வேண்டுமோ?

My love, though does not inform me of his separation, the bracelets in my forearm are falling to the ground on its own;
So informed all in this town, is it required to inform me of separation?

1158. இன்னா(து) இனன்இல்ஊர் வாழ்தல் அதனினும்
இன்னா(து) இனியார்ப் பிரிவு.

**innaathu inan-il-oor vaazhlthal athaninum
innaathu iniyaarp pirivu.**

நமக்கு அன்பு பாராட்டும் உறவினர்களும், நண்பர்களும் இல்லாத ஊரில் வாழ்வது மிகவும் துன்பத்தைக் கொடுக்கும். அதைவிடத் துன்பம் மிக்கது என் உயிரினும் மேலான இனியவரைப் பிரிந்து வாழ்வது.

To live in a town with no relatives or friends means sadness;
Even that pain is bearable, leading a life of separation from one who I love dearly above all, is extreme sorrowfulness.

1159. தொடின்சுடின் அல்லது காமநோய் போல
விடின்சுடல் ஆற்றுமோ தீ.

**thodin-sudin allathu kaama-noayi poala
vidin-sudal aatrumoa thee.**

தீ தன்னைத் தீண்டியவரை மட்டும் சுடும். ஆனால், காதலால் ஏற்படும் கொடிய நோய், தன்னைவிட்டு பிரிந்து போனால் கூட, நெஞ்சத்தை விடாமல் சுடும்.

Touching fire causes burns, fatal love sickness given to one another;
Can cause severe heartburn, even when far away from each other.

1160. **அரிதுஆற்றி அல்லல்நோய் நீக்கிப் பிரிவுஆற்றிப்
பின்இருந்து வாழ்வார் பலர்.**

**arithu-aatrri allal-noayi neekkip pirivu-aatrrip
pin-irunthu vaazhlvaar palar.**

தலைவன் தன்னை விட்டுப் பிரிந்துச் செல்லும் காரணத்தை உணர்த்தியபோது அதற்குச் சம்மதித்து, தனியே வாழ்ந்து, அதனால் கிடைத்த துன்பத்தை அனுபவித்து, அப்பிரிவையும் பொறுத்து அவனுக்காகக் காத்து இருந்து, பின்னர் அவன் வந்தபின் அவனுடன் கூடி உயிர் வாழும் மகளிர் பலர் இவ்வுலகத்தில் உள்ளனர்.

Accepting her master's words of reason for separation and lived alone enjoying the resultant pain,
Patiently waiting for his return, who then live with him uniting in love, world has many such love lorn women.

117. படர்மெலிந்து இரங்கல்
(padarmelinthu irangal)
(Lamentation of sorrowfulness on account of separation)

1161. மறைப்பேன்மன் யான்இஃதோ நோயை இறைப்பவர்க்(கு)
ஊற்றுநீர் போல மிகும்.

marraippaen-man yaan-iqthoa noaiyai irraippavarkku
ootrru-neer poala migum.

என் காதல் நோயைப் பிறர் அறியாமல் இருக்க நாணத்துடன் அதை நான் மறைக்கின்றேன். ஆனால் அதுவோ, நீர் தேவை என இறைப்பவர்க்கு ஊற்று நீர் குறையாமல் அதிகமாகக் கிடைப்பது போல், பெருகிக் கொண்டே இருக்கிறது.

I am trying hard to hide my love sickness from others by coyishness, But like water in an artesian spring, the more one bales out, it gives more water, I suppress more my sorrow, the more I express.

1162. கரத்தலும் ஆற்றேன்இந் நோயைநோய் செய்தார்க்(கு)
உரைத்தலும் நாணுத் தரும்.

karatthalum aatren-in noaiyai-noaiy seiythaarkku
uraitthalum naanut tharum.

எனக்கு ஏற்பட்ட காதல் நோயை இங்குள்ளவர்களிடமிருந்து முற்றிலுமாக மறைக்கவும் முடியவில்லை. இந்த நோய் தந்தவரிடம் இதைப் பற்றிச் சொல்லவும் நாணம் தடுக்கின்றது.

My love sickness, I am unable to hide from the persons here fully; Nor am I able to complain to the giver, my coy prevents me, naturally.

1163. காமமும் நாணும் உயிர்காவாத் தூங்கும்என்
நோனா உடம்பின் அகத்து.

kaamamum naanum uyir-kaavaat thoongkum-en
noanaa udambin agatthu.

நான் அனுபவிக்கும் காம நோயையும், அதைத் தந்தவரிடம், நாணம் மிகுதியால் கூற இயலாத நிலைமையையும் தாங்கிக் கொள்ள முடியாத என் உடம்பு, என்னுடைய உயிரைக் காவடித் தண்டாகக் கொண்டு, அதன் ஒரு முனையில் காம நோயையும் மற்றொரு முனையில் என் நாணத்தையும் தாங்கும்படிச் செய்கின்றன.

My love sickness experienced and the inability to express it to my lover due to my coyishness,
My body is unable to bear these two burdens, my life is like the supporting pole ends on a shoulder, carrying these two weights.

1164. **காமக் கடல்மன்னும் உண்டே அதுநீந்தும்
ஏமப் புணைமன்னும் இல்.**

**kaamak kadal-mannum undae athu-neenthum
aemap punai-mannum il.**

எல்லோருக்கும் உள்ளதுபோல, எனக்கும் காதல் நோயும் அந்நோயைத் தந்தவர்க்கு அதைக் கூற இயலாத நாணமும் உண்டு. ஆனால் என்னிடம் பரந்து கிடக்கும் காதல் நோய் என்னும் கடலை நான் கடந்துச் செல்லத் தான் சரியான பாதுகாப்புடன் கூடிய படகு இல்லாமல் தவிக்கின்றேன்.

Like all, I am also affected by love sickness and unable to complain about this due to coyishness,
But to undertake a safe journey across this vast sea of love sickness, I am yet to locate a secure raft for this purpose.

1165. **துப்பின் எவன்ஆவர் மன்கொல் துயர்வரவு
நட்பினுள் ஆற்று பவர்.**

**thuppin evan-aavar man-kol thuyar-varavu
natpinul aatrubavar.**

இன்பத்தைத் தருகின்ற நட்பைப் பாராட்டும்போதே எனக்குத் துன்பத்தைக் கொடுப்பதில் வல்லவரான அவர், எப்போதும் துன்பத்தைத் கொடுக்க வல்ல பகைவரைச் சந்திக்கும்போது தேவையான வலிமைக்கு என்ன செய்வாரோ?

When he is capable of giving pain to me, his friend, who gives pleasure;
What mighty power, will he show against his ruthless enemies, who will cause him suffering for sure?

1166. **இன்பம் கடல்மற்றுக் காமம் அஃதுஅடுங்கால்
துன்பம் அதனின் பெரிது.**

**inbam kadal-matruk kaamam aqthu-adungkaal
thunbam athanin perithu.**

காதலில் சேர்ந்திருக்கும்போது கிடைக்கும் இன்பம், கடல் போல் பெரியதாகத் தோன்றும். ஆனால், பிரிவினையின்போது ஏற்படும் துன்பம் அந்த இன்பக்கடலை விடவும் பெரியதாகும்.

When united in love, its expanse seems like the vast sea of joy,
But, in separation, the pain is a much larger sea of melancholy.

1167. காமக் கடும்புனல் நீந்திக் கரைகாணேன்
யாமத்தும் யானே உளேன்.

**kaamak kadum-punal neenthik karai-kaanen
yaamatthum yaane uLaen.**

காதல் என்னும் கடலை நான் நீந்தாமல் இல்லை. ஆனால் எவ்வளவு நீந்தியும் அக்கடலின் கரையைக் காண முடியவில்லை. அதனால் தான் நள்ளிரவில் நான் தனியாக என் கண்களைத் திறந்து வைத்து, எல்லோரும் தூங்கும் நேரத்தில்கூட அத்துயரத்தில் விழித்துக் கொள்பவளாக உள்ளேன்.

I am swimming in this sea of love, but is yet to locate the sea shore;
So, in this dark midnight, when all are asleep, I am lonely and awake with my eyes wide open, with pain deep in my core.

1168. மன்உயிர் எல்லாம் துயிற்றி அளித்துஇரா
என்அல்ல[து] இல்லை துணை.

**man-uyir ellaam thuyitri aLitthu-iraa
en-allathu illai thunai.**

இந்த இரவு அருள் குணம் படைத்தது. ஏனெனில், அந்நேரத்தில் எல்லா உயிரையும் தூங்க வைத்துவிட்டு, தான் தனியாகவே வாழ்கிறது. அதற்கு என்னைத் தவிர அந்நேரத்தில் வேறு துணை ஏதுமில்லை.

The dark night possesses kindness as a trait;
Because, after ensuring that all living beings are fast asleep, it is awake, with only me as its lone confidante.

1169. கொடியார் கொடுமையின் தாம்கொடிய இந்நாள்
நெடிய கழியும் இரா.

**kodiyaar kodumaiyin thaam-kodiya innaaL
nediya kazhliyum iraa.**

அவர் பிரிவால் துன்பப்பட்டுத் தவிக்கிற இந்நாட்களில், நீண்டு குறையாத இரவுகளைக் கழிப்பதற்கு மிகவும் சிரமமாக

இருக்கின்றது. என் காதலர் எனும் கொடியவர் செய்தக் கொடுமையைவிட பல மடங்கு கொடுமையை இந்த இரவு எனக்குச் செய்கின்றது.

On my separation from him, nights are nowadays extended and rather difficult to spend;
Cruelty is many times more than what my lover, the perpetrator causes me sorrow, so difficult to comprehend.

**1170. உள்ளம்போன்(று) உள்வழிச் செல்கிற்பின் வெள்ளநீர்
நீந்தல மன்னோஎன் கண்.**

**uLLam-poandru ul-vazhlis selgirr-pin vella-neer
neenthala mannoa-en kan.**

என் காதலர் இருக்கும் இடத்திற்கு என் மனம் செல்ல முடிந்தது போல், என் கண்களும் செல்லும் இயல்பு பெற்றிருந்தால், அவர் பிரிவின் வேதனையால், எனது கண்கள் வெள்ளக் கண்ணீரில் நீந்த வேண்டா.

Just like my thoughts that could fly to the spot my lover dwells;
My eyes, if only it could travel, pained by his absence, would not be swimming in the flood of tears, which swells.

118. கண் விதுப்பழிதல் (kan vithuppazhlithal)
(Suffering of the yearning eyes)

1171. கண்தாம் கலுழ்வது எவன்கொலோ தண்டாநோய்
தாம்காட்ட யாம்கண் டது.

kan-thaam kaluzhlvathu evan-koloa thandaa-noaiy
thaam-kaatta yaam-kandathu.

தீராத காதல் நோயை எனக்கு அறிய வைத்தது, என் கண்கள்.
இவர் தான் உன் காதலர் என்று காட்டியதன் விளைவு தானே?
அன்று அச்செயலைப் புரிந்துவிட்டு, இவை இப்போது என்னை
அவரைக் காட்டு என்று சொல்லிக் கண்ணீர் விட்டு அழுவது,
எதனை எண்ணி?

This endless love sickness was caused to me by my eyes, did they not introduce him to me as my lover?
Then, they acted in that manner and now pestering me to show him to them and weeping, shedding tears, what for?

1172. தெரிந்(து)உணரா நோக்கிய உண்கண் பரிந்துஉணராப்
பைதல் உழப்பது ஏவன்.

Therinthu-unaraa noakkiya un-kan parinthu-unaraap
paithal uzhlappathu evan.

வரும் விளைவுகளை ஆராய்ந்து அறியாமல் அன்று என் காதலரைக்
கண்டவுடன் நோக்கி நின்றன என் மையிட்ட கண்கள். இன்று இது
நம்மால் வந்தது, ஆதலால் பொறுத்துக்கொள்ள வேண்டும் என
அன்புடன் கூறுவதை விடுத்துத் துன்பத்தால் வருத்தம் கொள்வது
ஏன்?

My collyrium applied eyes, in those days, without knowing the pros and cons, stood gazing at my lover;
Today, instead of consoling me, saying we the eyes are the reason and kindly bear, why do they suffer.

1173. கதுமெனத் தாம்நோக்கித் தாமே கலுழும்
இதுநகத் தக்கது உடைத்து.

kathumenat thaan-noakkit thaamae kaluzhlum
ithu-nagat thakkathu udaitthu.

என் கண்கள் அன்று என் காதலரைக் கண்டவுடன் தாமே
விரைந்து பார்த்தன. ஆனால், இன்றோ அவரின் பிரிவால் அவரைக்
காணாமல் தாமே அழுது கொண்டிருக்கிறது. இது எனக்குத்
தங்களின் சிரிக்கத்தக்க இயல்பினை உணர வைக்கிறது.

My eyes, those days, used to rush towards my lover on seeing him,
But, now on his separation, are crying, which is laughable about them.

1174. பெயல்ஆற்றா நீர்உலந்த உண்கண் உயல்ஆற்றா
உய்வுஇல்நோய் என்கண் நிறுத்து.

peyal-aatrraa neer-ulantha un-kan uyal-aatrraa
uyvu-il-noaiy en-kan nirutthu.

என் மையிட்ட அழகிய கண்கள், அன்று நான் வாழ்வதற்கு இயலாத தீராத காதல் நோயை என் கண் முன்னே நிறுத்தி, இன்று தாமும் அழ முடியாத வண்ணம் இப்போது கண்ணீரின் ஊற்று வற்றிப் போகும்படி ஆயின.

My collyrium applied beautiful eyes, those days, gave me a wretched life due to this love malady, all known to these,
But, now, unable to cry, as the flow of tears have dried in distress.

1175. படல்ஆற்றா பைதல் உழக்கும் கடல்ஆற்றாக்
காமநோய் செய்தஎன் கண்.

padal-aatrraa paithal uzhlakkum kadal-aatrraak
kaama-noaiy seiytha-en kan.

கடலை விடப் பெரியதாக உள்ள காதல் நோயைத் தந்த என் கண்கள், இப்போது அந்தத் தீய செயலால் தாமும் தூங்க இயலாமல் அதனால் ஏற்படும் துன்பத்தையும் அனுபவிக்கின்றன.

My eyes, which gave me love malady vaster than the sea,
Now-a-days, due to the evil deed, are unable to sleep and bear the pain, for all to see.

1176. ஓஒ இனிதே எமக்குஇந்நோய் செய்தகண்
தாஅம் இதன்பட் டது.

Oa-o inithae emakku-innoaiy seiytha-kan
thaam ithan pattathu.

இந்தக் கொடுமையான காதல் நோயை எனக்குக் கிடைக்கச் செய்த என் கண்கள் தாமும் இன்று தூக்கமில்லாமல் வருத்தப்பட்டுக் கொண்டிருக்கின்றன. இது எனக்கு மிகவும் இனிமை தருவதாக உள்ளது.

Oh ho, I am so joyful to see my eyes feeling the strain,
On coming to know that these eyes which caused love sickness to me are facing insomnia and the resultant pain.

1177. **உழந்துஉழந்[து] உள்நீர் அறுக விழைந்துஇழைந்து**
வேண்டி அவர்க்கண்ட கண்.

Uzhlanthu-uzhlanthu uL-neer arruga vizhlainthu-izhlainthu
vaendi avar-kanda kan.

என் காதலரை அன்று கண்டதும் விரும்பி உள்ளே நெகிழ்ந்து விடாமல் அவரைக் கண்ட கண்களே, இன்று பிரிவால் அவரைக் காணாமல் மிகுந்த துன்பத்தினை அனுபவித்துக்கொண்டு உன்னுள்ளே இருக்கும் கண்ணீரின் கடைசிச் சொட்டு வற்றிப் போகும் வரை அழுது கொண்டே இருங்கள்.

These eyes, which gazed at my lover then, without even a pause,
Now on his separation, unable to see him, suffers more, let these keep crying till its last tear drop dries.

1178. **பேணாது பெட்டார் உளர்மன்னோ மற்றுஅவர்க்**
காணா[து] அமைவில கண்.

paenaathu pettaar ular-mannoa matru-aravark
kaanaathu amaivila kan.

தன் மனதில் விரும்பாமல், வாய்ச்சொல்லால் என்னை விரும்பியவர் ஒருவர் இந்த இடத்தில் உள்ளார். அந்த உண்மையினால் என்ன பயன்? அவரைக் காணாமல் என் கண்கள் அசையாமல் நிற்க அவற்றுக்கு அமைதி கிட்டவில்லையே!

Indeed there is one here, who loves me outwardly with his words and never from his heart;
Who benefits out of this? My roving eyes, have lost its peace for not having seen him, and is unable to rest.

1179. **வாராக்கால் துஞ்சா வரின்துஞ்சா ஆயிடை**
ஆர்அஞர் உற்றன கண்.

vaaraak-kaal thunjaa varin-thunjaa aayidai
aar-anjnar utrana kan.

காதலர் வராவிட்டால் எப்போது வருவார் என்று வழிமேல் விழி வைத்த ஏக்கத்தால் கண்கள் உறங்குவதில்லை. அவர் வந்துவிட்டால் அவர் எப்போது பிரிந்து போவாரோ என்ற பயத்தில் தூங்காமல் இருக்கும். ஆதலால் தான் என் இரு கண்களுக்கும் கடும் துன்பத்தைப் பொறுத்துக்கொள்ளும் உயரிய குணம் உண்டு.

My lover does not visit me, they yearn, fixated and do not sleep;
When he visits, they think of his departure and seldom sleep, that is why my eyes can bear any pain, so deep.

1180. மறைபெறல் ஊரார்க்(கு) அரிதுஅன்றால் எம்போல்
அறைபறை கண்ணார் அகத்து.

marrai-perral ooraarkku arithu-andraal em-poal
arrai-parrai kannaar agatthu.

அடித்தால் ஓசை மிக எழுப்பும் பறையைப் போன்ற கண்களை நான் பெற்றிருப்பதால், என் மனதில் உள்ளதை மறைத்து வைத்திருக்கும் இயல்பில்லாத அவர்களின் மனநிலையை அறிந்து கொள்வது இவ்வூர் மக்களுக்கு மிகவும் எளியது.

The big noise raising drumbeats are like my eyes;
These can never hide secrets of my mind, thus, this townfolk know what is happening, looking at my prying eyes, at ease.

119. பசப்புறு பருவரல் (pasappuru paruvaral)
(Expression of suffering due to change of skin complexion into sallow)

1181. நயந்தவர்க்கு நல்காமை நேர்ந்தேன் பசந்தஎன்
பண்(பி)யார்க்[கு] உரைக்கோ பிற.

**nayanthavarkku nalgaamai naernthaen pasantha-en
panbi-yaarkku uraikkoa pirra.**

என்னை விரும்பிய தலைவர், என்னைப் பிரிந்து செல்ல நேர்ந்தபோது, சம்மதித்தேன். அந்தப் பிரிவைப் பொறுக்காமல் என் நிறத்தில் மாற்றம் உண்டாக்கும் பசலை நோயால் வருத்தப்படுவதை யாரிடம் சொல்லுவேன்?

My beloved, when he desired to depart from me, I gave him consent; My suffering from separation has caused my skin sallowness, to whom can I prefer this complaint?

1182. அவர்தந்தார் என்னும் தகையால் இவர்தந்[து]என்
மேனிமேல் ஊரும் பசப்பு.

**avar-thanthaar ennum thagaiyaal ivar-thanthu-en
maeni-mael oorum pasappu.**

நான் அனுபவிக்கும் இந்தப் பசலை நோயைத் தந்தது என் தலைவரின் பிரிவுதானே என்ற பெருமிதத்தால், என் மேனி முழுதும் நிறத்தின் மாற்றம் ஊர்ந்து பரவி வருகிறது.

The sallowness borne by me is due to his separation, so with pride; On my entire body, this faded complexion has crept and has fully spread.

1183. சாயலும் நாணும் அவர்கொண்டார் கைம்மாறா
நோயும் பசலையும் தந்து.

**saayalum naanum avar-kondaar kaim-maarraa
noaiyum pasalaiyum thanthu.**

என் தலைவர் என்னைப் பிரிந்து சென்றபோது, எனக்குத் தீராத காதல் நோயையும் பசலை நிறத்தையும் தந்து, கைம்மாறாக என் மேனி அழகையும் எனக்கே உரிய நாணத்தையும் என்னிடம் பெற்றுக்கொண்டு சென்றுவிட்டார்.

My love when he left me, bestowed me with incurable love sickness and the resultant sallowness,

And as barter, he has taken away from me, my only possessions, my physical beauty and coyishness.

1184. **உள்ளுவன் மன்யான் உரைப்பது] அவர்திறம்ஆல்**
கள்ளம் பிறஓ பசப்பு.

uLLuvan man-yaan uraippathu avar-thirram-aal
kaLLam pirra-Oa pasappu.

நான் எப்போதும் என் தலைவர் என்னிடம் பேசிய அருமையான உரையாடலையே என் மனதில் நினைத்துக் கொண்டிருக்கின்றேன். நான் எப்போதும் கூறுவது அவரின் நல்ல பண்புகளையே. அவ்வாறு இருக்க, இந்தப் பசலை நோய் என்னைத் தழுவியது, நான் செய்வதைத் தடுக்கச் செய்த ஏதோ சூழ்ச்சி போலத் தோன்றுகிறது.

I always think of the loving conversation with my beloved and always keep praising only his good qualities;
Then, why this sallowy sickness has afllicted me, I feel some conspiracy is done to stop my abilities.

1185. **உவக்காண்எம் காதலர் செல்வார் இவக்காண்என்**
மேனி பசப்புஊர் வது.

uvakkaan-em kaathalar selvaar ivakkaan-en
maeni pasappu oorvathu.

என் காதலர் என்னைப் பிரிந்து இப்போது வெகுதூரம் சென்று கொண்டு இருக்கிறார். ஆனால், என் மேனி பசலை நோய் பற்றி வாடிக்கொண்டிருக்கிறதே !

My love has left me in separation, departed from me, far he has gone;
And all over my body, I got this sickness of fading complexion.

1186. **விளக்[கு]அற்றம் பார்க்கும் இருளேபோல் கொண்கன்**
முயக்[கு]அற்றம் பார்க்கும் பசப்பு.

Vilakku-atrram paarkkum irulae-poal kon-kan
muyakku-atrram paarkkum pasappu.

விளக்கின் ஒளி குறையக் குறைய எவ்வாறு இருள் அதனை நோக்கி நெருங்குகிறதோ, அதைப் போல, என் நெய்தல் நிலத் தலைவன் எப்போது என்னைத் தழுவுவதில் தளர்ச்சி கொடுக்கிறான் என்பதை அறிந்து, இந்தப் பசலை நோய் என்னைப் பற்றிக்கொள்ள நெருங்கி வரும்.

The darkness waits for light from the lamp to fade, for it to react;
The sickly sallow to spread upon me, awaits the ruler of the sea shore, to loosen a little of his embrace.

1187. புல்லிக் கிடந்தேன் புடைபெயர்ந்தேன் அவ்வளவில்
அள்ளிக்கொள்வு அற்றே பசப்பு.

**pullik kidanthaen pudai-peyarnthaen avvaLavil
aLLik-koLvu atrrae pasappu.**

என் தலைவனைத் தழுவிக்கொண்டு படுத்து இருந்த நான், சற்று விலகினேன். அவ்வளவுதான், இந்தப் பசலை நோய் என்னை அள்ளித் தழுவிக்கொள்வது போல் என் உடல் முழுவதும் பரவிவிட்டது.

While in embrace with him, momentarily, I shrugged off his hold;
This sallow disease clinged on to my body, as fast as it could spread.

1188. பசந்தாள் இவள்என்ப[து] அல்லால் இவளைத்
துறந்தார் அவர்என்பார் இல்.

**pasanthaaL ivaL-enbathu allaal ivaLait
thurranthaar avar-enbaar il.**

இவள், பசலை நோயால் தன் உடல் நிறம் மாறிக் காணப்படுகிறாள் என்றுதான் எல்லோரும் என்னைக் குறை கூறுகின்றனர். இவளை, அவள் தலைவன் பிரிந்துவிட்டுச் சென்றார் என்று கூறுவதற்கு ஒருவர்கூட இல்லை.

Insulting me for not able to bear his separation, all say, "She has a pale complexion due to love sickness";
"Oh, she has been deserted by him", not even one says.

1189. பசக்கமன் பட்டாங்கென் மேனி நயப்பித்தார்
நல்நிலையர் ஆவர் எனின்.

**pasakka-man pattaangken maeni nayappitthaar
nal-nilaiyar aavar enin.**

என் தலைவன் இந்தத் துன்பமான பிரிவிற்கு என்னை உடன்படச் செய்து சென்றுவிட்டார், அவர் நல்ல நிலையில் மகிழ்ச்சியாக உள்ளார் என்றால், என் மேனியைப் பிடித்து இருக்கும் பசலை நோய் மேலும் பரவட்டும்.

My master persuaded me and made me consent to this painful separation;

If he is now doing well and happy, let this sallow disease on my body continue its expansion.

1190. பசப்புஎனப் பேர்பெறுதல் நன்றே நயப்பித்தார்
நல்காமை தூற்றார் எனின்.

pasappu-enap paer-peruthal nandrae nayappitthaar
nalgaamai thootrraar enin.

என்னைப் பிரிந்து சென்ற தலைவனை, மற்றவர் இன்றும், அவன் குறையைக் காணாமல், அவனைப் பழிக்காமல் இருப்பதை எண்ணி என்னுடைய பசலை நோயைப் பழிப்பதை ஏற்றுக் கொள்கிறேன்.

I am ready to shoulder the entire blame, for the sickly faded change in my complexion;
If only, others do not blame my master, who cajoled me before parting and got my consent for this separation.

120. தனிப்படர் மிகுதி (thanippadar miguthi)
(Excessive Suffering from Loneliness)

1191. தாம்வீழ்வார் தம்வீழப் பெற்றவர் பெற்றாரே
காமத்துக் காழ்இல் கனி.

**thaam-veezhlvaar tham-veezhlap petrravar petrraarae
kaamatthuk kaazhl-il kani.**

தான் காதலிக்கும் கணவர், தன்னைக் காதலிக்கும் இயல்புடையவராகப் பெற்ற மகளிர், வெறும் தன் தலைவனை பெற்றவர் அல்லர், கூடவே காதல் இன்ப வாழ்வில், விதை இல்லாத பழத்தின் சுவையை அனுபவிப்பர் ஆவர்.

Woman who has a husband whom she loves, who also loves her in return;
Such women, not only have their beloved ones in joyful love life but also enjoy the seed-less sweet fruit of passion.

1192. வாழ்வார்க்கு வானம் பயந்துஅற்றால் வீழ்வார்க்கு
வீழ்வார் அளிக்கும் அளி.

**vaazhlvaarkku vaanam payanthu-atrraal veezhlvaarkku
veezhlvaar aLikkum aLi.**

தலைவன் இன்றி வாழ விரும்பாத அருமை மனைவி, தன் மனைவியைப் பிரிந்து வாழ இயலாத கணவர், தன் மனைவியிடம் செலுத்தும் அதிகமான அன்பு, வானத்தைப் பார்த்து நிற்கும் இந்நிலத்தில், உயிர் வாழ்வார்க்கு அந்த வானம் அளவிட முடியாத மழையை வழங்கியது போலும்.

Husband and wife who love each other dearly and cannot live without one another, his show of tender love in excess to her;
Is like the sky which opens up to the earth when living beings look up for its mercy and bountiful rain pours.

1193. வீழுநர் வீழப் படுவார்க்[கு] அமையுமே
வாழுநம் என்னும் செருக்கு.

**veezhlunar veezhlap-paduvaarkku amaiyumae
vaazhlu-nam ennum serukku.**

தாம் விரும்பும் கணவர், தம்மை அன்பு பாராட்டி வாழ்க்கை நடத்த விரும்பும் கணவராக அமைவதால், அம்மகளிர் தம் கணவரிடம்

பிரிந்து இருந்தாலும், சிறிய காலத்திற்குத் தான் அந்த துன்பம் என்றும், அவர் கணவர் கண்டிப்பாக திரும்பி வந்து விடுவார், வந்தால் நாம் பழையபடி இன்பமாகச் சேர்ந்து வாழலாம் என்ற பெருமிதத்துடன் நடப்பர்.

The doting husband who returns the love of his wife, if they live in separation, though for sometime may suffer;
Still, walk with pride with the thought that the husband when he returns, love life again will be hers.

1194. வீழப் படுவார் கெழீஇயிலர் தாம்வீழ்வார்
வீழப் படாஅர் எனின்.

veezhlappaduvaar kezhlee-e-ilar thaam-veezhlvaar
veezhlap padaa-ar enin.

கற்புடைய பெண்களால் மதிக்கப்படும் நல்ல கணவரால், தாம் விரும்பப் படாதவராக இருந்தால், அப்பெண்கள் நல்ல நெறியின் வழி நடப்பவர் ஆகக் கருதப்படமாட்டார்கள்.

Husband held in respect by other chaste women, who though do not return the love of his doting wife,
Such women will not be considered as following the principles of righteousness, in their lives.

1195. நாம்காதல் கொண்டார் நமக்குஎவன் செய்பவோ
தாம்காதல் கொள்ளாக் கடை.

naam-kaathal kondaar namakku-evan seiybavoa
thaam-kaathal koLLaak kadai.

நான் கணவர் மேல் காதல் கொள்வதைப் போல, அவரும் என்னிடம் அதே அளவு காதல் செய்யவில்லை எனில், எனக்கு என்ன இன்பத்தை அவரால் தர முடியும்?

To the extent, I shower love upon my husband, if he does not reciprocate,
What great pleasure can be given to me, which I can anticipate?

1196. ஒருதலையான் இன்னாது காமம்காப் போல
இருதலை யானும் இனிது.

oru-thalaiyaan innaathu kaamam-kaap poala
iru-thalaiyaanum inithu.

மகளிரும் ஆடவரும் ஒரு தலையாகக் காதலிப்பது துயரத்தைக் கெடுக்கும். இருவரும் ஒருவரை ஒருவர் ஒத்தக் காதல் கொள்வது, இன்பத்தைத் தரும். அது காவடியின் பாரம் இருபக்கமும் சமமாக இருப்பின், சிறப்பானது போல.

For both, men and women, one-sided love causes suffering;
When love each another, the joy in life, is like the equal weights from both sides of the shoulder-pole found balancing.

1197. பருவரலும் பைதலும் காணான்கொல் காமன்
ஒருவர்கண் நின்றுஒழுகு வான்.

**paruvaralum paithalum kaanaan-kol kaaman
oruvar-kan nindru-ozhluguvaan.**

காதல் கொள்ளும் இருவரிடத்தும் காதலைச் சரிசமமாகக் கொடுப்பதை விடுத்து, ஒருவரிடம் மட்டும் சாய்ந்து நிற்கும் காதல் தெய்வம், அவர் பசலையால் ஏற்படும் என் நிற மாற்றம், என் உடல் முழுதும் பரவுவதை, காதல் நோயால் ஏற்படும் துயரம் என்று அறியாரோ?

Instead of showering his kindness equally to both the lovers, the God of Love, why does he take sides, leaving the other out;
Will he not understand the pangs of love separation, I undergo, by my faded complexion of my body and its spread throughout?

1198. வீழ்வாரின் இன்சொல் பெறாஅ(து) உலகத்து
வாழ்வாரின் வன்கணார் இல்.

**veezhlvaarin in-sol peraa-athu ulagatthu
vaazhlvaarin van-kanaar il.**

தான் விரும்பும் கணவர் தன்னை விட்டுப் பிரிந்து சென்றிருந்தாலும், அவரிடம் இருந்து ஓர் இனிய சொல் அடங்கிய செய்தியைப் பெறாது வாழும் மனைவியைப் போலக் கொடுமையான குணத்தைப் படைத்தவர் இவ்வுலகத்தில் வேறு எவரும் இல்லை.

Though beloved husband lives far away from a woman,
Without kind words as message from him, she is still alive, there is none more cruel hearted in this world's domain.

1199. நசைஇயார் நல்கார் எனினும் அவர்மாட்(டு)
இசையும் இனிய செவிக்கு.

**nasai-iyaar nalgaar eninum avar-maattu
isaiyum iniya sevikku.**

நான் விரும்பும் காதலர், என்னிடம் அன்பில்லாமல் நடந்து கொண்டாலும், என்னைவிட்டுப் பிரிந்து அவர் புகழுடன் இருக்கும்போது அவரைப் பற்றிச் சொல்லும் எந்த ஒரு செய்தியும் என் காதுகளுக்கு இனியதாக இருக்கும்.

Though my beloved, does not reciprocate my love in the same manner;
When living far away from me, still any message about his fame is always pleasant to my ears.

1200. உறாஅர்க்கு உறுநோய் உரைப்பாய் கடலைச்
செறாஅஅய் வாழிய நெஞ்சு.

**urraa-arkku urru-noaiy uraippaai kadalais
serraa-a-ayi vaazhliya nenju.**

நெஞ்சே நீ வாழி! உன்னிடம் அன்பில்லாதவரிடம் நீ வாழ்க்கையில் அடைகின்ற அளவற்ற காதல் நோயைப் பற்றி ஏன் சொல்லிக் கொண்டிருக்கிறாய்? அதற்குப் பதிலாக, கடலைத் தூர்க்க முயற்சி செய், அது உன்னால் இயலும்.

Long live my heart! Why do you plead about the pain of love sickness, which you bear, to your unkind lover;
Instead, try filling up the sea, a task which you can finish better.

121. நினைந்தவர் புலம்பல் (ninainthavar pulambal) (Lamenting Nostalgic Moments)

1201. **உள்ளினும் தீராப் பெருமகிழ் செய்தலால்
கள்ளினும் காமம் இனிது.**

**ullinum theeraap perumagizhl seiythalaal
kaLLinum kaamam inithu.**

எப்போது எங்களின் காதலைப் பற்றி நினைத்தாலும், நாங்கள் கூடியிருந்த நேரம் நினைவுக்கு வந்து இணையில்லாத இன்ப மகிழ்ச்சியை அக்கணமே தரும். ஆதலால், பருகினால் மட்டுமே மகிழ்ச்சி தரும் கள்ளைவிட, காதல் மிக அதிக இன்பமானது ஆகும்.

Anytime I recollect the good moments of togetherness in love in the past, brings incomparable joy, enormous;
Thus, love is more joyful than the toddy, which gives pleasure only when one drinks.

1202. **எனைத்துஒன்(று) இனிதேகாண் காமம்தாம் வீழ்வார்
நினைப்ப வருவதுஒன்று இல்.**

**enaitthu-ondru inithe-kaan kaamam-thaam veezhlvaar
ninaippa varuvathu-ondru il.**

தன்னைவிட்டுப் பிரிந்து இருக்கும் தம்மை விரும்புவரை நினைத்தாலே அப்பிரிவினால் ஏற்பட்ட துயரம் உடனே நீங்கி விடுகிறது. அதனால் தான் காதல் அளவிட முடியாத இன்பத்தைத் தருவதே ஆகும்.

A lover, though separated, if, anytime remembers the sweet moments with the beloved, that instant, the suffering vanishes;
Is the reason why love confers boundless joy as its features.

1203. **நினைப்பவர் போன்று நினையார்கொல் தும்மல்
சினைப்பது போன்று கெடும்.**

**ninaippavar poandru ninaiyaar-kol thummal
sinaippathu poandru kedum.**

எனக்குத் தும்மல் வருவதுபோல வந்து உடனே நின்றுவிடுகிறதே! அதனால், என் கணவர் என்னை நினைப்பார்போல் இருந்து, மறு கணமே என்னை நினைக்க வேண்டாம் என்று எண்ணுகிறாரோ?

I had an urge to sneeze, but it stopped immediately,
I think my loving husband remembered me, and then why did it stop, did he decide to forget me instantly?

1204. **யாமும் உளேம்;கொல் அவர்நெஞ்சத்(து) எந்நெஞ்சத்(து)
ஓஒ உளரே அவர்.**

yaamum uLaem-kol avar-nenjatthu en-nenjatthu
Oa-O uLarae avar.

என்னுடைய மனதினுள்ளே என் காதலர் எப்போதும் நீங்காத இடம் பெற்று நிலையாக நிற்கிறார். அவ்வாறே, அவருடைய மனதினில் நானும் இடம் பெற்றிருப்பேனோ, இல்லையோ?

In my heart, my beloved always has a permanent place, to dwell;
Similarly, have I also secured such permanency in his heart as well?

1205. தம்நெஞ்சத்து எம்மைக் கடிகொண்டார் நாணார்கொல்
எம்நெஞ்சத்து ஓவா வரல்.

tham-nenjatthu emmaik kadi-kondaar naanaar-kol
em-nenjatthu Oavaa varal.

அவர் மனதினுள் நுழையாமல் இருப்பதற்குக் காவல் வைத்திருக்கிறார். ஆனால், அவர் மட்டும் என் மனதில் ஓயாமல் வந்து தங்குவதற்கு வெட்கப்படமாட்டாரோ?

My beloved, never allows me to enter his heart, so, posted a guard;
But, he keeps on ceaselessly entering my mind, is he not ashamed?

1206. மற்றுயான் என்உளேன் மன்னோ அவரொடுயான்
உற்றநாள் உள்ள உளேன்.

matru-yaan en-uLaen manno avarodu-yaan
utrra-naal uLLa uLaen.

என் காதலனுடன் அந்நாளில் கூடிப் பெற்ற இன்பத்தை நினைத்தாலே, என்னை இன்ப வெள்ளத்தில் தள்ளிவிடும் தன்மையால் தான், இப்பிரிவின் சமயத்திலும் உயிர் வாழ்கிறேன். அதுவும் இல்லை என்றால் எதன் பொருட்டு நான் உயிர் வாழ்வேன்.

The fond memories of my bonding with my beloved, the pleasure so attained, gives me adrenaline,
Just because of this, I am still alive, if that lovely thought had not been there, why would I live, and for what gain.

1207. மறப்பின் எவன்ஆவன் மற்கொல் மறப்புறியேன்
உள்ளினும் உள்ளம் சுடும்.

marrappin evan-aavan marr-kol marrappu-arriyaen
uLLinum uLLam sudum.

இன்றும் என் காதலன் கொடுத்த இன்பத்தை மறக்கத் தெரியாமல், நினைத்தால் என் உள்ளத்தைச் சுட்டு எனக்குத் துயரத்தைக் கொடுக்கின்றது. மொத்தமாக மறந்துவிட்டால் நான் என்ன ஆவேனோ?

Unable to erase fond memories of love with my beloved, even in separation, whenever I recall, my heart aches;
What would happen to me, if I forget it entirely, as such?

1208. **எனைத்து நினைப்பினும் காயார் அனைத்துஅன்றோ**
காதலர் செய்யும் சிறப்பு.

enaitthu ninaippinum kaayaar anaitthu-androa
kaathalar seyyum sirappu.

நான் என் காதலரை எத்தனை முறை நினைத்தாலும், அதற்காக என் மேல் கோபப்பட மாட்டார். அது என் காதலர் எனக்குச் செய்யும் சிறந்த இன்பத்தின் தன்மை அன்றோ?

My beloved never gets upset with me, for remembering him any number of times, such kindness;
Is this not the greatest pleasure given to me by his lovingness?

1209. **விளியும்என் இன்உயிர் வேறுஅல்லம் என்பார்**
அளிஇன்மை ஆற்ற நினைத்து.

viLiyum-en in-uyir vaeru-allam enbaar
aLi-inmai aatrra ninaitthu.

அந்நாளில் என்னிடம் என் காதலர் எப்போதும், நாம் இருவரும் ஈருயிர் அல்ல ஓருயிர் என்று அன்புடன் சொல்லுவாரே. ஆனால், இப்போது, பிரிவைக் கொடுத்த அவரின் பரிவற்ற தன்மையை நினைத்து மிகவும் வருத்தப்பட்டு, இனிய என் உயிர் அழிந்துக் கொண்டிருக்கிறது.

In those days of togetherness, he used to lovingly say that though we are two different souls, but, we are only one;
Now when I am in pain due to separation, when I think of his cruelty, I suffer, I can feel my life going down.

1210. **விடாஅது சென்றாரைக் கண்ணினால் காணப்**
படாஅதி வாழி மதி.

vidaa-athu sendraaraik kanninaal kaanap
padaa-athi vaazhli mathi.

திங்களே! பிரியாமல் இருந்த என் காதலர் எனக்குப் பிரிவுத் துன்பத்தைக் கொடுத்துவிட்டுப் போய்விட்டார். நான் என் கண்ணால் அவரை எதிரே காணும் வரை நீ மறையாமல் என்னுடன் இருப்பாயாக!

Oh Moon! My beloved who was united with me in love, separated from me, giving me enduring pain; Till I see him face-to-face with my own eyes, stay close to me without disappearing from the horizon.

122. கனவு நிலை உரைத்தல் (kanavu nilai uraitthal)
(Dreamy Narrative)

1211. **காதலர் தூதொடு வந்த கனவினுக்கு
யாதுசெய் வேன்கொல் விருந்து.**

**kaathalar thoothodu vantha kanavinukku
yaathu seyvaen-kol virunthu.**

நான் அவர் பிரிவால் வருந்துவதை அறிந்து, என் வலி தீர என் காதலர் எனக்கு அனுப்பிய செய்தியைத் தூது கொண்டு வந்து சேர்த்த என் கனவுக்கு என்ன விருந்து படைத்துப் பாராட்டுவேன்.

Knowing my pain of separation, to mitigate it, a message was sent by him in my dreams;
What banquet of honour shall I hold as gratitude for this realm.

1212. **கயல்உண்கண் யான்இரப்பத் துஞ்சின் கலந்தாார்க்[கு]
உயல்உண்மை சாற்றுவேன் மன்.**

**kayal-unkan yaan-irappat thunjin kalanthaarkku
uyal-unmai saatruvaen man.**

அவன் பிரிவில் வாடுகின்ற மீன் போன்ற மை தீட்டிய என் கண்கள், நான் வேண்டியதின் பேரில் தூங்கும். கனவில் காணும் என் காதலரிடம், நான் வருத்தப்பட்டு வாழும் வாழ்க்கையைப் பற்றி விரிவாக எடுத்துச் சொல்வேன்.

My carp fish like eyes with collyrium, suffers from pain in separation, it could sleep, only on my request;
I can in my dreams, tell my beloved, the painful life I withstand, as a vexatious inquest.

1213. **நனவினால் நல்கா தவரைக் கனவினால்
காண்டலின் உண்டுஎன் உயிர்.**

**nanavinaal nalgaathavaraik kanavinaal
kaandalin undu-en uyir.**

பிரிந்து சென்ற என் தலைவர், கனவில் என் முன் வந்து என்னுடன் அன்பு கூர்ந்து இனிய சொற்களைப் பேசி என்னை மகிழ்ச்சியுடன் இருக்க செய்வதால் தானே இன்னும் என் உயிர் என்னைவிட்டு நீங்காமல் உள்ளது.

My beloved, in separation, is unable to be mild mannered and unite in love to keep me in happiness;

He appears in my dreams, that is why, my life is still clinging on to me, in a sense.

1214. **கனவினான் உண்டாகும் காமம் நனவினான்
நல்காரை நாடித் தரற்கு.**

**kanavinaan undaagum kaamam nanavinaan
nalgaarai naadit thararrku.**

பிரிந்து சென்ற என் தலைவன், என் முன் நேரில் வந்து என்னுடன் அன்பு கூர்ந்து இனிய சொற்களைப் பேசி என்னை மகிழ்ச்சியாக வைக்கவில்லை. அவரைத் தேடி என்னிடம் கொண்டு சேர்க்கும் கனவில், நான் அவருடன் காதல் கொண்டு இன்பமாக இருக்கிறேன்.

My beloved, in separation, does not come before me and speak kind words and fails to keep me in joyfulness;
Hence, I search for him in my dreams and he appears, I am happier with him in his fondness.

1215. **நனவினால் கண்டதூஉம் ஆங்கே கனவும்தான்
கண்ட பொழுதே இனிது.**

**nanavinaal kandathoo-um aangae kanavum-thaan
kanda pozhluthae inithu.**

என்னுடன் அன்பு பாராட்டி இணைந்த நாட்களில் அவரைக் கண்ட போதே எனக்கு இன்பம் மிகுதியாக உண்டாயிற்று. ஆனால், இன்று அவர் பிரிந்து இருந்தாலும், அவரை நான் கனவில் கண்டதும் அனுபவிக்கும் இன்பமும் அதே போல மகிழ்ச்சியைத் தான் எனக்கு ஏற்படுத்துகிறது.

The days when we were united in love, his very sight, brought immense happiness;
Now, though in separation, I recall all those moments,

1216. **நனவுஎன ஒன்றில்லை ஆயின் கனவினால்
காதலர் நீங்கலர் மன்.**

**nanavu-ena ondrillai aayin kanavinaal
kaathalar neengkalar man.**

பகலில் விழித்துக் காணும் காட்சி என்று ஒரு கொடுமை இல்லாமலிருந்தால், நான் என் கனவில் வந்து என்னுடன் கூடிய என் காதலரை என்றும் நீங்காமலே இருப்பேன்.

If only waking up through the day, a cruelty, if had not been present,
I would always be united in love with him in my dream's precinct.

1217. நனவினால் நல்காக் கொடியார் கனவினான்
என்எம்மைப் பீழிப் பது.

nanavinaal nalgaak kodiyaar kanavinaan
en-emmaip peezhlippathu.

பிரிந்து இருக்கும் காதலர் ஒரு போதும் நேரில் வந்து காதல் செய்யாத கொடியவர். நான் காணும் கனவில் எப்போதும் வந்து என்னை வருத்தத்தில் மூழ்க வைக்கும் இயல்பை எங்கிருந்து பெற்றாரோ?

My beloved in separation, never comes to me and makes love, heartless;
Where did he learn to incessantly appear in my dreams and pushes me into pain, endless.

1218. துஞ்சுங்கால் தோள்மேலர் ஆகி விழிக்குங்கால்
நெஞ்சத்தார் ஆவர் விரைந்து.

thunjungkaal thoal-maelar aagi vizhlikkungkaal
nenjaththar aavar virainthu.

என் மனதினுள் வசிக்கும் என் காதலர், நான் தூங்கும் போது எப்போதும் கனவில் என் தோளில் தங்குகிறார், ஆனால் நான் கண் விழிக்கும்போது விரைந்து சென்று மனதினுள் குடி கொள்கிறார்.

My beloved dwells in my heart, when I am asleep visits me in my dreams and rests always on my shoulders;
The moment I wake up, he re-enters my heart faster.

1219. நனவினால் நல்காரை நோவர் கனவினால்
காதலர்க் காணா தவர்.

nanavinaal nalgaarai noavar kanavinaal
kaathalark kaanaathavar.

தங்கள் கனவில் காதலரைப் பார்க்காத மகளிர் தான், தன்முன் நேரில் வந்து நின்று அன்பு பாராட்டி இனிய சொல் கூறாத தன் காதலரை, அவர் பிரிந்து சென்ற பின், அவர் வராமல் இருந்த காரணத்தைப் பற்றித் தெரிந்து கொண்டு அவரைத் திட்டிக் கொண்டிருப்பர்.

Women, who never see their lovers in their dreams, and in person, have not seen them use sweet words of love;
When in separation, identify reasons to blame them, as it behoves.

1220. நனவினால் நம்நீத்தார் என்பர் கனவினால்
காணார்கொல் இவ்வூ ரவர்.

**nanavinaal nam-neetthaar enbar kanavinaal
kaanaar-kol ivvooravar.**

இந்த ஊர் மகளிர் என் காதலர் பிரிந்து சென்றதைக் கண்டு, அவர் என்னைவிட்டு நீங்கிச் சென்றார் என்று இகழ்ந்து பேசிக் கொண்டிருக்கிறார்கள். அவர்கள் என் காதலர் எப்போதும் என் கனவில் வந்துச் சந்திப்பதை அறிந்திருக்க வாய்ப்புண்டோ?

The townswomen, seeing me suffering in separation, are insulting my beloved for this reason,
But, will they ever be aware that he meets me always in my dreams and never leaves me alone.

123. பொழுது கண்டிரங்கல்
(pozhluthu kandirangkal)
(Sorrowfulness at the Sight of Twilight)

1221. **மாலையோ அல்லை மணந்தார் உயிர்உண்ணும்**
வேலைநீ வாழி பொழுது.

maalai-Oao allai mananthaar uyir-unnum
vaelai-nee vaazhli pozhluthu.

பொழுதே, நீ வாழ்க! நீ அந்நாட்களில் என் காதலர் என்னுடன் இருந்தபோது வந்த மாலைப் பொழுதா நீ, அல்ல. மணந்த மகளிரைப் போன்றோர், அவர் பிரிவில் ஏங்கி வருத்தத்தில் வாடுவோரின் உயிர் குடிக்கும் இறுதிக்காலமாக வந்தாயா?

Twilight, be blessed! Are you the one who used to onset when I was with my beloved, staying all along;
Now, for the wives in pain on separation, you are the death knell evening.

1222. **புன்கண்ணை வாழி மருள்மாலை எம்கேள்போல்**
வன்கண்ண தோநின் துணை.

pun-kannai vaazhli maruL-maalai em-kaeL-poal
van-kannathoa nin thunai.

மயக்கத்தில் வாழும் மாலைப் பொழுதே! நீயும் என்னைப் போலத் துயரத்தில் மூழ்கி, உன் ஒளியை இழந்து நிற்கின்றாயே, என் கணவர் போலத் தான் உன் துணையும் உன்னைப் பிரிவுக் கொடுமை செய்பவனோ?

Oh! Delirium struck evening!! You too are like me, suffering in pain and have lost the shining band;
Does your companion act cruelly, deserting you, like my husband.

1223. **பனிஅரும்பிப் பைதல்கொள் மாலை துனிஅரும்பித்**
துன்பம் வளர வரும்.

pani-arumbip paithal-kol maalai thuni-arumbit
thunbam vaLara varum.

என்னுடன் காதலர் கூடி இருந்த போதெல்லாம், நடுக்கத்துடன் தோன்றி ஒரு வித மங்கிய நிறத்துடன் காணப்பட்டாய். இன்றோ, மாலையே, நான் பிரிவால் துயரத்தில் உள்ளபோது வந்து என்முன் தைரியமாக நின்று மேன்மேலும் துன்பம் வளரக் காரணமாக இருக்கின்றாய்.

You used to be trembling and were pale in colour, when my beloved was near me, in those days;
Oh evening, when I am pain stricken in my separation, you approach me fearlessly, causing more sorrow, nowadays.

1224. காதலர் இல்வழி மாலை கொலைக்களத்(து)
ஏதிலர் போல வரும்.

**kaathalar il-vazhli maalai kolaikkaLatthu
aethilar poala varum.**

மாலைப் பொழுதே, இப்போது அவரைப் பிரிந்து துயரத்தில் வாழ்ந்து கொண்டிருக்கும்போது, உன் வருகை, போர்க்களத்தில் பகைவர் கொலை செய்ய வருவது போன்று, என் உயிரை எடுக்க வருவது போல் உள்ளது.

O twilight, when I live in pain on separation from him, your onset;
Now, is like the enemy's approach to kill in a battlefield, you want to take my life, such intent.

1225. காலைக்குச் செய்தநன்(று) என்கொல் எவன்கொல்யான்
மாலைக்குச் செய்த பகை.

**Kaalaikkus seiytha-nandru En-kol Evan-kol-yaan
Maalaikkus seiytha pagai.**

அவர் பிரிவால் துயரத்தில் மூழ்கி இருக்கும் போது, நல்ல நினைவு கொடுக்கும் காலையே நான் உனக்குச் செய்த நன்மைதான் என்ன? மாலையே நான் உனக்குச் செய்த தீமைதான் என்ன? ஏன் என்னைத் துன்புறுத்துகிறாய்?

Oh Morning! When I am in pain on separation, why are you considerate, what good did I bring upon you?
Oh Evening! Why you cause me such distress, have I harmed you?

1226. மாலைநோய் செய்தல் மணந்தார் அகலாத
காலை அறிந்த(து) இலேன்.

**maalai-noaiy seythal mananthaar agalaatha
kaalai arinthathu ilaen.**

முன்னர் என் காதலர் என்னோடு இருந்தபோது மகிழ்ச்சியில், மாலை இவ்வாறு துன்பப்படுத்தும் என்பதை அறியாமல் இருந்தேன். ஆனால், இன்று நான் அவர் பிரிவில் துன்பப்படும்போது தான் அதன் உண்மையான தன்மையை அறிகிறேன்.

Earlier, when my beloved was with me, in happiness, I never knew that twilight can cause so much hurt;
Today, due to the pangs of his separation, I am able to understand the evening's true torturous effect.

1227. காலை அரும்பிப் பகல்எல்லாம் போதுஆகி
மாலை மலரும்இந் நோய்.

kaalai arumbip pagal-ellaam poathu-aagi
maalai malarum-in noaiy.

என்னை வருத்தும் காதல் நோய், காலையில் சிறிய அரும்பாகத் தோன்றி, பின் பகற்பொழுதில் பேரரும்பாக விரிந்து, மாலையில் ஒரு முழு மலராகக் காட்சி அளிக்கிறதே.

My painful love sickness, juts out as a small bud in the morning,
Grows into a big flower in the day and blossoms fully in the evening.

1228. அழல்போலும் மாலைக்குத் தூதுஆகி ஆயன்
குழல்போலும் கொல்லும் படை.

azhlal-poalum maalaikkuth thoothu-aagi aayan
kuzhlal-poalum kollum padai.

கணவரின் பிரிவால் தீராத துயரத்தில் வாடும் எனக்கு, இப்போது மேய்ப்பனின் குழல் ஓசை நெருப்பைப் போல் சுடும் மாலை பொழுதுக்குத் தூதாகி என்னைக் கொல்லும் படையாகவும் தோன்றுகிறது.

In excess pain on separation, the sound of a shepherd's flute is like a messenger to further ignite, the hot evening;
It also seems like a murderous weapon kept ready for my killing.

1229. பதிமருண்டு பைதல் உழக்கும் மதிமருண்டு
மாலை படர்தரும் போழ்து.

pathi-marundu paithal uzhlakkum mathi-marundu
maalai padar-tharum pozhlthu.

மாலைப்பொழுது இப்போது காண்பவரைத் தன் புத்தியை நிலை கலங்கச் செய்யும் இயல்பைக் கொண்டு வருகிறது. அதனால், அதைக் காணப் போகும், இவ்வூரில் உள்ள எல்லோரும் என்னைப் போல அதில் மயங்கித் துன்பப்படப் போகின்றனர் என்று தோன்றுகிறது.

Twilight, now approaches with an aim to push the onlookers into confusion;
Hence, I feel this townfolk who will face it, like me, will suffer from delirium.

1230. பொருள்மாலை ஆளரை உள்ளி மருள்மாலை
மாயும்என் மாயா உயிர்.

**poruL-maalai aaLarai uLLi maruL-maalai
maayum-en maayaa uyir.**

என் கணவரைப் பிரிந்து இருந்தாலும், என் உயிர் போகவில்லை. ஆனால், என் கணவர் பொருள் சேர்க்கும் முயற்சியில் ஈடுபட்டு என்னை மறந்திருக்கிறார் என்று நினைக்கும்போது, இந்த மயக்கம் தரும் மாலைப் பொழுதில் என்னால் உயிருடன் வாழ இயலுமோ என்ற ஐயம் ஏற்படுகிறது.

Though I lived in separation from my husband, I did not die, but, when I think about his unending quest for wealth; I doubt my own survival from this delirium causing twilight.

124. உறுப்பு நலனழிதல் (urruppu nalan-azhlithal)
(Weakness of the Limbs)

1231. சிறுமை நமக்குஒழியச் சேண்சென்றார் உள்ளி
நறுமலர் நாணின கண்.

sirumai namakku-ozhliyas saen-sendraar uLLi
narrumalar naanina kan.

என் கணவரின் பிரிவனைத் தாங்க முடியாத துன்பமான சிறுமையை எனக்கு அளித்துவிட்டு, வெகு தொலைவுள்ள நாட்டிற்குப் பொருள் சேர்க்கச் சென்றவரை நினைத்து என் மனம் அழுது கொண்டேயுள்ளது. நறுமலர்கள் முன்னர் நான் காணும்போது, வெட்கப்படும். இப்போது என் கண்கள் ஒளி இழந்ததால் அவைகளைக் காண என் கண்கள் நாணுகின்றன.

Leaving my heart to weep due to my pangs of separation of my husband, who went to faraway land in quest of wealth;
The fragrant flowers which never could look into my eyes, now, my eyes lack sparkle and are coyish at their sight.

1232. நயந்தவர் நல்காமை சொல்லுவ போலும்
பசந்து பனிவாரும் கண்.

nayanthavar nalgaamai solluva poalum
pasanthu pani-vaarum kan.

பிரிந்து சென்ற கணவரை நினைத்துத் துயரத்தில் என் மேனி ஒளியிழந்தும் நிறம் மாறியும் கண்கள் தொடர்ந்து கண்ணீர் சொரிந்து கொண்டே இருக்கின்றன. நான் விரும்பும் கணவரின் அருளில்லாத தன்மையை என்னுடைய சுற்றத்தார்க்குச் சொல்லிக் கொடுப்பதைப் போன்று உள்ளன.

Separation from my husband makes my body fade in complexion and my eyes too continuously shed tears;
This trait shows his merciless attitude to my relatives near and dear.

1233. தணந்தமை சால அறிவிப்ப போலும்
மணந்தநாள் வீங்கிய தோள்.

thananthamai saala arrivippa poalum
manantha-naal veengkiya thoal.

என் திருமண நாளன்று இன்ப மிகுதியால் என் தோள்கள் பூரித்துத் தோன்றின. ஆனால், இன்று என் கணவரின் பிரிவைத் தாங்காமல் அப்பிரிவைச் சொல்வதைப் போல, என் தோள்கள் மெலிந்து காணப்படுகின்றன.

On the day of my marriage, my shoulders seemed to have broadened, a sign of extreme happiness;
Today, due to this unbearable separation, these are slimmer now, naturally explaining to all, that the reason is my sadness.

1234. **பணைநீங்கிப் பைந்தொடி சோரும் துணைநீங்கித்
தொல்-கவின் வாடிய தோள்.**

**panai-neengkip pynthodi soarum thunai-neengkit
thol-kavin vaadiya thoaL.**

என் கணவரின் பிரிவால், தன் இயற்கையான அழகினை என் தோள்கள் இழந்தன. அதன் பெருமை இழந்து, மெலிந்ததால் நான் கையில் அணிந்த வளையல்கள் தாமே கழன்று விழுகின்றன.

My beloved's separation have left my naturally beautiful shoulders lose their charm;
And also become too slim to allow the bracelets to slip off my arms.

1235. **கொடியார் கொடுமை உரைக்கும் தொடியொடு
தொல்கவின் வாடிய தோள்.**

**kodiyaar kodumai uraikkum thodiyodu
thol-kavin vaadiya thoaL.**

என்னைப் பிரிந்து சென்ற கொடியவரான என் கணவரைப் பற்றி எல்லோர்க்கும் தானே உணர்த்துவது போல, இயற்கை அழகை இழந்த இரு தோள்களும், மெலிந்த கையில் அணிந்த வளையல்கள் தாமே கழன்று தரையில் விழுகின்றன. என்னால் இதனை மறைக்க முடியவில்லை.

To inform that my husband is cruel,as he left me to suffer in grief,
My bangles are slipping off my arms from the now slim shoulders lacking natural beauty, I am unable to cover up.

1236. **தொடியொடு தோள்நெகிழ நோவல் அவரைக்
கொடியர் எனக்கூறல் நொந்து.**

**thodiyodu thoaL-negizhla noval avaraik
kodiyar enak-kooral nonthu.**

அவர் பிரிவைத் தாங்காமல், என் தோள்கள் மெலிந்து, நான் அணிந்த வளையல்களும் தாமே கழன்று விழுவதைக் காண்பவர்கள், என் கணவரைக் கொடுமையானவர் என்று கூறுவதைக் கேட்டு மிகவும் வருத்தப்படுகிறேன்.

Unable to bear his separation, my firm shoulders have become slimmer and the bangles in my arms on its own are slipping off,
On seeing this, all are insulting him as a cruel person, pushing me into profound grief.

1237. பாடு பெறுதியோ நெஞ்சே கொடியார்க்(கு)என்
வாடுதோள் பூசல் உரைத்து.

paadu peruthiyo nenjae kodiyaarkku-en
vaadu-thoaL poosal uraitthu.

நெஞ்சமே! என்னைப் பிரிந்து வாழும் என் கணவரை, எல்லோரும் கொடுமைக்காரர் என்று அழைப்பதைக் கண்டு அதைப் பொறுக்காமல், என்னுடைய மெலிந்த தோள்களினால் எழுப்பப்படுகின்ற ஆரவாரத்தைப் பற்றி எடுத்துச் சொல்லி, எனக்கு நல்லது நடக்குமாறு ஏதாவது ஓர் உதவியைச் செய்து நீ பெருமை அடைந்து கொள்வாயா?

Oh my heart! My husband is living alone away from me and inform him that others are calling him as cruel;
And in anger, a commotion was caused by my shrunk shoulders, take this message, once for my sake and may you earn name as well.

1238. முயங்கிய கைகளை ஊக்கப் பசந்தது
பைந்தொடிப் பேதை நுதல்.

muyangkiya kaigaLai ookkap pasanthathu
pynthodip paethai nuthal.

நான் என் தலைவியைத் தழுவிய கைகளை அவளுக்குத் துன்பத்தைக் கொடுக்கும் என்று கருதிச் சிறிது தளர்த்தினேன், உடனே அதைப் பொறுக்காமல், அழகிய வளையல்கள் அணிந்த அவள், தன் நெற்றியில் உடனே பசலை நிறம் படர்ந்து இருப்பதைக் கண்டேன். அப்படிப்பட்ட இயல்பையுடைய நெற்றியைப் பெற்ற அவள், இப்போது தொடரும் இப்பிரிவை எப்படித் தாங்கிக் கொள்வாளோ?

The moment, I relaxed my arms from her tight embrace, not to hurt her,
She shrugs her bracelet worn arms and her forehead turned pale, with such traits, how does this separation, she bears.

1239. முயக்கிடைத் தண்வளி போழப் பசப்புற்ற
பேதை பெருமழைக் கண்.

**muyakkidait than-vaLi poazhlap pasapputrra
paethai peru-mazhlaik kan.**

நான் என் தலைவியை இறுக்கித்தழுவிக் கொண்டு, அவள் வலி எண்ணிச் சற்றே தளர்த்தியதும், சிறுகாற்று எங்களுள் நுழைந்தது. அந்த இடையூறையும் பொறுக்காமல், உடனே அவளின் பெரிய கண்கள், கண்ணீரால் நிறைந்து நிறம் மாறின. இப்போது அவை எப்படி இருக்கின்றனவோ?

I eased a bit of my embrace of my beloved, as I thought of her pain, at that moment a whiff of air,
Entered between us, and as she did not tolerate that intrusion, instantly, her big eyes were in tears and colour faded, in despair.

1240. கண்ணின் பசப்போ பருவரல் எய்தின்றே
ஒண்ணுதல் செய்தது கண்டு.

**kannin pasappoa paruvaral eiythindrae
onnuthal seiythathu kandu.**

நான் தழுவியதைச் சற்றுத் தளர்த்தியதால், அதைப் பொறுத்துக் கொள்ளாத அவள் பொறுக்காமல், உடனே தன் நெற்றியில் சிறிய நிற மாற்றம் ஏற்பட்டது, அதனால், அவள் கண்களும் துன்பத்தில் மூழ்கி, கண்ணீரால் நிரம்பி வழிந்தன.

The moment I eased my embrace, she did not tolerate it and instantly, her forehead complexion changed to pallor;
So, her eyes emoted sorrow, and were filled with overflowing tears.

125. நெஞ்சொடு கிளத்தல் (nenjodu kiLatthal)
(Complaining to her own mind)

1241. நினைத்துஒன்று சொல்லாயோ நெஞ்சே எனைத்துஒன்றும்
எவ்வம்நோய் தீர்க்கும் மருந்து.

ninaitthu-ondru sollaayo nenjae enaitthu-ondrum
evvam-noaiy theerkkum marunthu.

நெஞ்சே! என்னுடைய இந்தத் தீராத கொடிய காதல் நோயைத்
தீர்க்க ஏதேனும் ஒரு மருந்து இருந்தால் அறிந்து அதனை நீ
எனக்குச் சொல்வாயாக.

Oh my heart! I am afflicted with this chronic love sickness,
Think and prescribe me a medicine for cure from this illness.

1242. காதல் அவர்இலர் ஆகநீ நோவது
பேதைமை வாழிஎன் நெஞ்சு.

kaathal avar-ilar aaga-nee noavathu
paethaiymai vaazhli-en nenju.

என் நெஞ்சே நீ வாழ்க! நான் காதலிக்கும் தலைவர் என் மேல்
காதல் கொள்ளவில்லை என்றாலும், நீ அவரின் வரவு நோக்கி
வருந்துவது எதற்காக! அது உன் அறிவின்மையைக் குறிக்கிறது.

Long live my heart! Why are you yearning for my beloved who has
stopped loving me, awaiting his arrival,
Who is unlikely to return to me, it shows that you are a stupid, after
all.

1243. இருந்துஉள்ளி என்பரிதல் நெஞ்சே பரிந்துஉள்ளல்
பைதல்நோய் செய்தார்கண் இல்.

irunthu-uLLi en-parithal nenjae parinthu-uLLal
paidhal-noaiy seythaar-kan il.

ஓ! நெஞ்சே, நீ என்னுடன் சேர்ந்து, அவர் வரவை நினைத்து நீ
துன்பப்படுவதில் பயன் ஏதேனும் உண்டோ? நீ அனுபவிக்கும்
இந்தக் கொடிய காதல் நோய் கொடுத்த என் தலைவர்க்கு இரக்க
குணம் கொள்ளும் தன்மை இல்லையே.

Oh my heart! Is there any benefit of being with me here and suffering,
thinking about my beloved's return?
He, who inflicted you with this terrible love sickness, lacks
compassion, to think about you and rejoin.

1244. **கண்ணும் கொளச்சேறி நெஞ்சே இவைஎன்னைத்**
தின்னும் அவர்க்காணல் உற்று.

kannum kolas-saerri nenjae ivaiy-ennait
thinnum avark-kaanal utrru.

நெஞ்சே! நீ, நான் நேசிக்கும் தலைவரிடம் செல்லும் போது இந்தக் கண்களையும் கையில் எடுத்துச் செல்லக் கோருகிறேன். ஏனெனில், இவை அவரைக் காணாமால், தாம் நேரில் காண வேண்டும் என்று வற்புறுத்தி, 'காட்டு காட்டு' என்று என்னைத் தின்பது போலத் தொல்லைக் கொடுக்கின்றன.

O heart, when you go to join my beloved, I request you to take these eyes along with you,
Not having seen him, these are pestering me to show him, and eating my life away.

1245. **செற்றார் எனக்கை விடல்உண்டோ நெஞ்சேயாம்**
உற்றால் உறாஅ தவர்.

setrraar enak-kai vidal-undoa nenjae-yaam
utrraal urraa-a thavar.

நெஞ்சே! நான் விருப்பத்துடன் நாடினாலும், அவர் என்னை அணுகாமல் இருப்பதனால், என் காதலர் என்னை வெறுத்துவிட்டார் என்று எண்ணி அவரிடம் கோபம் கொண்டு, அவரை நான் கைவிட முடியுமா, அது அன்பின் தன்மையாகுமா?

O heart! I approach him with fondness, but he does not reciprocate;
Can I presume that he hates me and sever my relationship angrily, will it qualify as a lover's trait?

1246. **கலந்துணர்த்தும் காதலர்க் கண்டால் புலந்துணராய்**
பொய்க்காய்வு காய்திஎன் நெஞ்சு.

kalanthu-unartthum kaathalark kandaal pulanthu-unaraai
poik-kaaivu kaaithi-en nenju.

என் நெஞ்சே! நான் என் காதலரோடு கூடியிருக்கும் போது, ஊடல் கொள்ளும் என்னை அவர் சமாதானப்படுத்த முற்படும் போது அதனை மறந்துவிடுகிறாய். பொய்யான கோபத்தைக் கூடக் காட்ட விட மாட்டேன் என்று கூறுகிறாய். இப்போது, அவர் பிரிவின் துயரத்தை அனுபவிக்கும்போது அவரை மிகவும் கொடியவர் என்று பொய்யான சினத்தைக் காட்டுகிறாய்.

Oh my heart! When I am united with my beloved, and I feign anger, you don't allow me to be angry, when he tries to harbor peace;

Now, when I suffer from his separation, you call him ruthless and you want to falsely displease.

1247. **காமம் விடுஒன்றோ நாண்விடு நல்நெஞ்சே**
யானோ பொறேன்இவ் விரண்டு.

kaamam vidu-ondroa naan-vidu nal-nenjae
yaanOa porraen-ivvirandu.

என் நல்ல நெஞ்சே! ஒன்று காதல் எண்ணத்தைத் தூக்கி எறிந்துவிடு அல்லது உன் நாணத்தை விட்டு விடு. இவ்விரண்டையும் விடாமல் பிடித்துக்கொண்டு, இவை மாறி மாறிச் செயல்பட்டு என்னைத் துயரத்தில் ஆழ்த்துகிறது. அதன் பாரத்தைத் தாங்கக்கூடிய வலிமை எனக்குக் கிடையாது.

O my kind heart! You must give up one, either your love for him or your coyishness;
Holding to both tightly, I am confused and in pain, I cannot bear the load due to my weakness.

1248. **பரிந்தவர் நல்கார்என்(று) ஏங்கிப் பிரிந்தவர்**
பின்செல்வாய் பேதைஎன் நெஞ்சு.

parinthavar nalgaar-endru aengip pirinthavar
pin-selvaai paethai-en nenju.

என் நெஞ்சே! காதலின் தன்மையை அறியாமல், அவர் என்னிடம் அன்பு பாராட்டாமல் இன்சொல் கூறாமல் பிரிந்து சென்றுவிட்டார் என்று அறிந்து, அது அவர் அறிவுக்கு எட்டும் பொருட்டு, அவரிடம் செல்கிறாயே, நீ ஒரு பேதை.

O my heart! you know well that my beloved did not love me, with kindness or soft spoken words, he just left me in lurch.
You are a fool, if you want to search for him and make him realise.

1249. **உள்ளத்தார் காத லவர்ஆக உள்ளிநீ**
யாருழைச் சேறிஎன் நெஞ்சு.

uLLatthaar kaathalavar-aaga uLLi-nee
yaaruzhlais saerri-en nenju.

என் நெஞ்சே! என் காதலர் என் மனதிற்குள் எப்போதும் குடி கொண்டிருந்தார் என்பதை நீ அறிவாய். ஆனால், இப்போது நீ அவரைத் தேடி, வெளியே எங்கு சென்று கொண்டிருக்கிறாய்.

Oh my heart!You know my lover lives in my mind with no interruption;

Still, where are you roaming around outside, searching for his location.

1250. துன்னாத் துறந்தாரை நெஞ்சத்(து) உடையேமா
இன்னும் இழத்தும் கவின்.

**thunnaat thuranthaarai nenjatthu udaiyaem-aa
innum izhlatthum kavin.**

என் காதலர், என்னை விட்டுப் பிரிந்து சென்றார். அதை அறிந்தும், என் நெஞ்சே, நீ அவரை மனதினுள் நினைந்து இருப்பதால், சிறந்த மேனி மெலிந்து புற அழகையும் மனத்தின் உள் அழகையும் இழந்து நிற்கிறேன்.

My dear, left me in separation, yet you chose to keep remembering him, my heart;
My natural beauty is a waste and the beauty of my inner mind is lost.

126. நிறையழிதல் (nirraiyazhlithal)
(Loss of Self-Control of One's Mind)

1251. **காமக் கணிச்சி உடைக்கும் நிறைஎன்னும்**
நாணுத்தாழ் வீழ்த்த கதவு.

Kaamak Kanitchi Udaikkum Nirraiy-ennum
Naanut-thaazhl Veezhlttha Kathavu.

நாணம் என்னும் தாழ்ப்பாள், பூட்டியுள்ள கதவு என்னும் மன அடக்கத்தை இரும்புக் கோடாலி என்னும் காதல் உணர்ச்சி, தன் முயற்சியால் மிக எளிதில் உடைத்து விடுகிறது.

Coyishness, the bolt which locks a door, the self control of one's mind;
Is smashed easily by passionate love, with an iron axe to grind.

1252. **காமம் எனஒன்றோ கண்ணின்(று)என் நெஞ்சத்தை**
யாமத்தும் ஆளும் தொழில்.

kaamam ena-ondroa kannindru-en nenjatthai
yaamatthum aaLum thozhlil.

எல்லோரும் ஒய்வாகத் தூங்கும் இரவு வேளையிலும் என் நெஞ் சத்தை இந்தக் காதல் வருத்தித் துன்பத்தில் ஆழ்த்துகிறது. அதனால் தான் காதல் என்று சொல்லப்படும் ஒன்று, இரக்கமற்றதாக இருக்கிறது.

When all take rest and are in sound sleep at midnight, this cruel love keeps me awake, and makes my heart suffer;
That is why love, is the one which has brute power.

1253. **மறைப்பேன்மன் காமத்தை யானோ குறிப்புஇன்றித்**
தும்மல்போல் தோன்றி விடும்.

maraippaen-man kaamatthai yaanoa kurippu-indrit
thummal-poal thoandri vidum.

எனக்கு ஏற்பட்டிருக்கும் காதலை நான் எனக்குள்ளேயே மறைக்க எண்ணுவேன். ஆனால், எனக்கு முன்பின் அறிவிப்பு இல்லாமல், என் காதல் தும்மலைப் போலத் தடுக்க முடியாமல் வெளிப்படையாக எல்லோர்க்கும் தெரியும் வகையில் வந்து தன் வரவை அறிவித்து விடுகிறது.

Harder I try to control my mind, to keep my love under wraps;
It juts out with no prior indication to me, as a sneeze which does not stop.

**1254. நிறையுடையேன் என்பேன்மன் யானோஎன் காமம்
மறைஇறந்து மன்று படும்.**

**Nirraiyudaiyaen Enbaen-man Yaanoa-en Kaamam
Marraiy-irranthu mandru padum.**

இதுவரை, என் மன அடக்கம் மிகவும் உயரிய பண்பினையுடையது. அதனால் தான் யார்க்கும் தெரியாமல் என் காதல் மறைந்திருந்தது, என்று எண்ணி இருந்தேன். ஆனால், என் காதல், மனதினுள்ளேயே ஒதுங்கி நிற்க முடியாமல் எல்லோர் முன்னும், மன்றத்தில் வெளிப்பட்டு விடுகிறது.

Till now, I was thinking that my mind's self-restraint was of high quality, hence, my love was kept hidden;
But, my love could not stay still inside my heart and has come out to show itself in the open.

**1255. செற்றார்பின் செல்லாப் பெருந்தகைமை காமநோய்
உற்றார் அறிவதுஒன்(று) அன்று.**

**setrraar-pin sellaap perunthagaimai kaama-noaiy
utrraar arrivathu-ondru andru.**

தம்மைப் பிரிந்து சென்ற தலைவர் பின் செல்லாமல் தாமும் அவரை நினையாமல் பிரிந்து வாழும் மன அடக்கத்தைக் காதல் நோயால் பாதிக்கப்படாதவரே அறிந்து பெற முடியும். ஆனால் அந்நோயால் வாடுபவரால் பெற முடியாது.

Not trailing the one who does not love and forgetting him for life, self-control of mind is only by those not in love sickness;
But those bitten by love and in pain cannot gain such experience.

**1256. செற்றவர் பின்சேறல் வேண்டி அளித்தரோ
எற்றுஎன்னை உற்ற துயர்.**

**setrravar pin-saerral vaendi aLittharoa
etru-ennai utra thuyar.**

என்னைவிட்டுப் பிரிந்து சென்ற என் தலைவரைத் தேடி என் மனம் விரும்பி அவரைச் சேர விரும்புவதால், எனக்கு ஏற்பட்டிருக்கும் துன்பம் எத்தன்மையானதோ, அறிய முடியவில்லை. மிகமிகக் கொடியது.

My heart yearns to follow my beloved who has deserted me, to unite;
Hence, I am unable to guage the extent of pain caused by my love, but looks like a very painful trait.

1257. **நாண்என ஒன்றோ அறியலம் காமத்தால்
பேணியார் பெட்ப செயின்.**

**naan-ena ondroa arriyalam kaamaththaal
paeniyaar petpa seyin.**

நான் விரும்பிய காதலர், எம்மிடம் வந்து காதலுடன் நாம் விரும்பியவற்றைச் செய்பவராக இருந்ததால் நாணம் என்று சொல்லப்படும் ஓர் உயரிய பண்பையும் அறியாமலே இருந்துவிட்டேன்.

My beloved who with his passion for love did whatever I desired;
A fine characteristic of mine called coyishness, I never understood.

1258. **பன்மாயக் கள்வன் பணிமொழி அன்றோநம்
பெண்மை உடைக்கும் படை.**

**panmaayak kaLvan panimozhli androa-nam
penmaiy udaikkum padai.**

என் பெண்மையின் மன அடக்கமாகிய உறுதியான கோட்டையை உடைத்துச் சிதறச் செய்யும் ஒரே படை, பல விதமான பொய்களை வல்லமையாகச் சொல்லும் மாயக்கலையைப் பெற்ற என் தலைவனின் அன்பு கூர்ந்த இனிமையான சொற்கள் அன்றோ?

My womanhood's self-restraint of mind, a fortress, is destroyable by the only armed forces,
The soft-spoken loving words of my lover, who enchants me with his many vanishing tricks.

1259. **புலப்பல் எனச்சென்றேன் புல்லினேன் நெஞ்சம்
கலத்தல் உறுவது கண்டு.**

**pulappal enas-chendraen pullinaen nenjam
kalatthal urruvathu kandu.**

என் தலைவர் திரும்பி வந்தபோது ஊடலினால் அவர் முன் செல்லாமல் இருப்பேன் என்று மனவுறுதியுடன் இருந்தேன். பின்னர் அவரை நேரில் கண்டதும் வேறு ஓர் இடத்துக்குப் போய் விட்டேன். ஆனால், அங்குப் போனாலும், என் நெஞ்சம் தன் அடக்கத்தைத் தொலைத்து அவரிடம் போவதை அறிந்ததும், அவரை இனி பிரிந்து இருப்பது ஆகாது என்று அவரை நெருங்கித் தழுவிக்கொண்டேன்.

To show my false anger against my beloved who returned, not wanting to go before him, I went away to another place;

But, I found that my mind had lost control and against my wishes united with him, hence, I thought of not resisting his fond embrace.

1260. நிணம்தீயில் இட்டுஅன்ன நெஞ்சினார்க்(கு) உண்டோ
புணர்ந்[து] ஊடி நிற்பேம் எனல்.

**ninam-theeyil ittu-anna nenjinaarkku undoa
punarnthu-oodi nirrpaem enal.**

தீயில் இட்ட கொழுப்பு கரைந்து உருகுவதைப் போல, தம் காதலரைக் கண்டால் தம் மன அடக்கம் இழந்து தவிக்கும் நெஞ் சினையுடைய மகளிரால், அவருடன் கூடியபின் நாம் சிறிது நேரம் கோபத்துடன் ஊடலியற்றுவோம், பின்பு அந்நிலையினை மறந்து ஏதும் அறியாததுபோல் நடந்து கொள்வோம் என்று கருதுவது முறையோ?

Fat poured into fire melts, similarly, woman's hearts loses all the self-restraint at her beloved's sight;
To feign anger, when united with him and to forget and act as though nothing happened, is it right?

127. அவர்வயின் விதும்பல் (avarvayin vithumbal)
(Lover's Passionate Yearning)

1261. **வாள்அற்றுப் புற்கென்ற கண்ணும் அவர்சென்ற**
நாள்ஒற்றித் தேய்ந்த விரல்.

vaaL-atrup purrkendra kannum avar-sendra
naaL-otrit thaeyntha viral.

அவர் என்னைப் பிரிந்த சென்ற நாள் முதல் சுவற்றில் விரலால் கோடிட்டு எண்ணிக் கொண்டிருப்பதால், என் விரல்கள் தேய்ந்தன. அவர் வரும் நாளை வழிமேல் விழி வைத்துப் பார்த்துக் கொண்டிருந்த என் கண்களும் ஒளியிழந்து, காணும் திறனைத் தொலைத்துவிட்டன.

From the day he is separated from me, my fingers are worn out, as I marked with my fingers, the days on the wall;
My eyes too have lost their radiance, looking out at the path for the day of his long expected arrival.

1262. **இலங்குஇழாய் இன்று மறப்பின்என் தோள்மேல்**
கலம்கழியும் காரிகை நீத்து.

ilangku-izhlaayi indru marrappin-en thoal-mael
kalam-kazhliyum kaarigai neetthu.

அணிகலன் அணிந்து நிற்கும் என் தோழியே. இன்றும் நான் அவரை மறந்துவிட்டால், இருக்கும் என் மீதமுள்ள அழகு மேலும் கெட்டுவிடும். என் தோள்கள் மெலிந்து கைகளின் வழி வளையல்கள் கழன்று விழுந்துவிடும்.

Oh my friend with bedecked jewels! If I forget him this day, when in separation, my balance beauty will lose its charm;
My shoulders will get slimmer to allow my bangles slide off my arms.

1263. **உரன்நசைஇ உள்ளம் துணையாகச் சென்றார்**
வரல்நசைஇ இன்னும் உளேன்.

Uran-nasai-e uLLam thunaiyaagas sendraar
Varal-nasai-e innum uLaen.

என் துணையைக் கைவிட்டு, தன் ஊக்கத்தை முன்வைத்து வெற்றிப் பெற்று பொருள் ஈட்ட வேண்டும் என்று எண்ணி வெளிநாட்டுக்குச் சென்ற என் காதலர், அதன்பின் என்னைக் காண வருவார் என்று கருதியே, நான் இந்தக்காலத்தில் உயிருடன் உள்ளேன்.

Leaving me behind, he went to a foreign land seeking a brave victory and his enthusiasm to earn wealth;
After this he will return to see me, so, I am still alive, and biding time now, with this only yearning thought.

1264. **கூடிய காமம் பிரிந்தார் வரவுஉள்ளிக்**
கோடுகொடு ஏறும்என் நெஞ்சு.

koodiya kaamam pirinthaar varavu-uLLik
koadu-kodu aerum-en nenju.

இன்பமாகக் கூடியிருந்து பின் என்னை விட்டுப் பிரிந்த அவர், மீண்டும் தம் காதலை விரும்பித் திரும்பி வருவதை நினைத்து மகிழ்ச்சியில் என் நெஞ்சம், மரத்தின் உச்சிக் கிளைகளில் ஏறி நின்று அவர் வருகையை எதிர்பார்க்கின்றது.

United we were, then he left me in separation, and with the hope that he will return to love intensely;
My thoughtful heart has climbed up the tree's tallest branch and is watching for his home coming, happily.

1265. **காண்கமன் கொண்கனைக் கண்ஆரக் கண்டபின்**
நீங்கும்என் மெல்தோள் பசப்பு.

kaangka-man konkanaik kann-aarak kanda-pin
neengum-en mel-thoaL pasappu.

பிரிந்து சென்ற என் கணவர் திரும்பி வந்த பின் கண்கூடாக என் கண்கள் போதும் போதும் என்று நினைக்கும் வரை அவரைக் காண்பேன். அவ்வாறு கண்டபின், என் மெல்லிய தோளில் படர்ந்துள்ள பசலை நோயால் உண்டான நிற மாற்றம் தானே நீங்கிவிடும்.

My husband who departed, when he returns, I shall scan him with my eyes, to the best of their satisfaction;
Then, my sallow afflicted slender shoulders will return to its original colour, shedding the pale complexion.

1266. **வருகமன் கொண்கன் ஒருநாள் பருகுவன்**
பைதல்நோய் எல்லாம் கெட.

varuga-man konkan oru-naaL paruguvan
paithal-noaiy ellaam keda.

இத்தனை நாளும் வராமல் இருந்த என் தலைவன், ஒரு நாள் என் காதலை விரும்பித் திரும்பி என்னைத் தேடி வருவான். அப்போது, என் நிறம் மாற்றும் இந்தத் துன்பமான காதல் நோய் நீங்க, நான் அவனுடன் என் ஆசைத் தீரக் காதலில் கூடி, அவ்வின்பத்தை நுகர்வேன்.

When my beloved returns after a long sojourn, in search of me, to love again;
To get cured of my love sickness once for all, I shall unite with him and enjoy the pleasure for my gain.

1267. புலப்பேன்கொல் புல்லுவேன் கொல்லோ கலப்பேன்கொல்
கண்அன்ன கேளிர் வரின்.

**pulappaen-kol pulluvaen kolloa kalappaenkol
kan-anna kaeLir varin.**

என் கண்ணான தலைவன் என்னிடம் திரும்ப வந்தால், அவனிடம் பொய்யான கோபம் கொள்வேனோ? அல்லது மகிழ்ச்சியில் கட்டித் தழுவிக்கொள்வேனோ? அல்லது மேற்கூறிய இரண்டினையும் சேர்த்து ஏதாவது செய்வேனோ? இந்த இன்ப அதிர்ச்சியில் மூழ்கிய எனக்கு, ஒன்றுமே புரியவில்லையே.

When my eyes-like dear beloved returns, shall I show him my feigned anger? Or shall I embrace him in happiness?
Or do I combine these two? Due to joyful shock, I am in indecisiveness.

1268. வினைகலந்து வென்றீக வேந்தன் மனைகலந்து
மாலை அயர்கம் விருந்து.

**Vinai-kalanthu vendreega vaenthan manai-kalanthu
maalai ayarkam virunthu.**

அரசன் அவன் தொடுத்த போரில் பகைவரை வெற்றி காண்பானாக. அப்போது தான் நானும், என் அன்பு மனைவியைக் கூடி மகிழ்ந்து, நாங்கள் அன்று வரும் அந்த அருமையான மாலைப் பொழுதிற்கு விருந்து படைப்போம்.

May my King get triumphant over the enemy and win the war;
Only then, can I unite with my dear and loving wife happily and hold a banquet for the twilight together.

1269. ஒருநாள் எழுநாள்போல் செல்லும்சேண் சென்றார்
வருநாள்வைத்[து] ஏங்கு பவர்க்கு.

**oru-naaL ezhlu-naaL-poal sellum-saen sendraar
varu-naaL-vaitthu aengubavarkku.**

என் தலைவன் என்னைப் பிரிந்து வெகு தொலைவான இடத்திற்குச் சென்றவன், மீண்டும் திரும்பி என்னிடம் வரும் நாளை எதிர்பார்த்து ஏங்கி, உயிர்த் துன்பத்தில் வாழும் என்னைப் போன்ற மகளிர் கழிக்கும் ஒவ்வொரு நாளும் பல நாட்கள் போல நீண்டு கழியும்.

Knowing my beloved's arrival day, who returns from a faraway land,
For women like me who undergo the pain of separation, every day in waiting is equal to many agonising days to spend.

1270. பெறின்என்னாம் பெற்றக்கால் என்னாம் உறின்என்னாம்
உள்ளம் உடைந்துஉக்கக் கால்.

**perrin-enn-aam petrrakkaal enn-aam urrin-enn-aam
uLLam udainthu-ukkak kaal.**

என் தலைவி என் பிரிவால் உள்ளம் உடைந்து, இறந்தவள் போல் இப்போது வாழ்ந்து கொண்டிருக்கிறாள். இத்தருணத்தில் அவள் என்னைத் திரும்பப் பெறுவதால் என்ன பயன் பெறப்போகிறாள்? பெற்றால்தான் என்ன பயன்? அல்லது கூடிக் கலந்தால் தான் என்ன நன்மை கிடைக்கும்?

Due to separation, if my wife is heart-broken and is leading life now like a dead person;
To her, by my return what will she get? What benefit will she get by my presence? If together with me, will she gain for any reason?

128. குறிப்பறிவுறுத்தல் (kurripparrivurrutthal)
(Tell Tale Feelings)

1271. கரப்பினும் கையிகந்[து] ஒல்லாநின் உண்கண்
உரைக்க[ல்] உறுவதொன்று உண்டு.

karappinum kaiy-iganthu ollaa-nin un-kan
uraikkal urruvathondru undu.

நீ என்னிடம் சொல்லாமல் மறைத்தாலும், அதற்கு உடன்பாடு இல்லாமல் நில்லாது, உன்னையும் மீறி உன் கண்களே எனக்கு நீ மறைத்து வைத்திருக்கும் துயரமான செய்தி ஒன்றைத் தெரியப்படுத்துகிறது.

You intend to hide from me, but your eyes do not agree with you;
It wants to divulge a secret grievance to me, in my view.

1272. கண்நிறைந்த காரிகைக் காம்[பு]ஏர்தோள் பேதைக்குப்
பெண்நிறைந்த நீர்மை பெரிது.

kan-nirraintha kaarigaik kaambu-aer-thoaL paethaikkup
pen-nirraintha neermaiy perithu.

என் கண்ணால் கண்டு பெருமைப்படும் அழகினையும், மூங்கிலைப் போன்ற வளமான தோளினையும் உடைய என் தலைவிக்கு, பெண்களுக்கே உரிய அழகிய இயல்புகள் அளவின்றி மிக அதிகமாக உள்ளன.

Her charms are eye-catching and her bamboo stem-like shoulders,
My beloved, her natural feminine traits are in excess than others.

1273. மணியில் திகழ்தரு நூல்-போல் மடந்தை
அணியில் திகழ்வதுஒன்[று] உண்டு.

maniyil thigazhl-tharu nool-poal madanthai
aniyil thigazhlvathu-ondru undu.

கோக்கப்பட்ட பளிங்கு மணி மாலையில் மறைந்திருக்கும் நூல் சில சமயங்களில் வெளியே தெரிவது போல, என் தலைவியின் இன்பமிகு அழகினுள் மறைந்திருக்கும். ஆனால் புலப்படுகின்ற குறிப்பு ஒன்றும் உண்டு.

Like the woven crystal beads sometimes reveal the shining threads;
Lady love's beautiful charm lets out a tell tale sign, her mind hides.

1274. முகைமொக்குள் உள்ளது நாற்றம்போல் பேதை
நகைமொக்குள் உள்ளதுஒன்[று] உண்டு.

mugai-mokkuL uLLathu naatram-poal paethai
nagai-mokkuL uLLathu-ondru undu.

பூக்களின் அரும்புகளுள் நறுமணம் மறைந்து இருந்து வெளியே புலப்படாததைப் போல, என் தலைவி என்னோடு மகிழ்ச்சியுடன் இருக்க எண்ணிக் கொஞ்சம் சிரித்தாலே, வெளியே யாரின் கண்களுக்கும் தெரியாத குறிப்பு ஒன்றும் உண்டு.

Like a flower's bud suppresses its fragrance within it, unknown to others;
My beloved's smile when she wants to be united with me, her eyes hold secrets difficult for others to garner.

1275. செறிதொடி செய்துஇறந்த கள்ளம் உறுதுயர்
தீர்க்கும் மருந்துஒன்[று] உடைத்து.

serri-thodi seiythu-irrantha kaLLam urru-thuyar
theerkkum marunthu-ondru udaitthu.

வளையல்களை நெருக்கமாக அணிந்திருக்கும் என் தலைவி, என்னைப் பார்த்தபோது, ஒரு குறிப்பை மறைவாக உணர்த்திவிட்டுச் சென்றாள். அதுவே, என் மீளாத் துயர் தீர்க்கும் அரிய ஒரு மருந்தினைக் கொண்டது.

My beloved with bangles worn tight, she glances at me and departs;
She gave a hint of her secret thoughts, for my endless pain, an antidote.

1276. பெரிதுஆற்றிப் பெட்பக் கலத்தல் அரிதுஆற்றி
அன்புஇன்மை சூழ்வ[து] உடைத்து.

perithu-aatrrip petpak kalatthal arithu-aatri
anbu-inmai soozhlvathu udaiththu.

பெரிதும் அன்பு சொரிந்து என் தலைவன் விரும்பிக் கூடிய கூடல், இவனால் ஏற்பட்ட அரிதான பிரிவைத் தாங்கி இப்போது நான் மகிழ்ச்சியுடன் இருக்க உதவியது. ஆனால், அதுவே மீண்டும் அவர் என்னை விட்டுச் செல்லப்போகும் குறிப்பை உணர்த்துவது போலவும் இருக்கிறது.

My lover's fond love in our union has made me happy, forgetting the painful memories of separation;
It also denotes his parting from me in future, a clear indication.

1277. தண்ணந் துறைவன் தணந்தமை நம்மினும்
முன்னம் உணர்ந்த வளை.

**thannan thurraivan thananthamaiy namminum
munnam unarntha vaLai.**

குளிர்ந்த நீர்த் துறைகளையுடைய நெய்தல் நிலத்தின் தலைவன், என் உடலால் கூடியிருந்து, ஆனால், மனதால் பிரிந்திருப்பதைக் குறிப்பால் என்னைவிட முன்னரே அறியும் திறன் படைத்த என் வளையல்கள், உணர்ந்து தாமாகவே கழன்று விழுகின்றன.

The tell tale signs of my Lord of the cool sea shore who stays united with me in love but is mentally separated,
Is known to my bracelets before hand better than me, they fall off my arms on their own accord.

1278. நெருநற்றுச் சென்றார்எம் காதலர் யாமும்
எழுநாளேம் மேனி பசந்து.

**nerunatrus sendraar-em kaathalar yaamum
ezhlu-naalaem maeni pasanthu.**

என் காதலர் என்னை விட்டு நேற்றுதான் பிரிந்து சென்றுள்ளார். ஆனால், என் மேனி காதல் நோயால் ஏழு நாட்களாகத் துன்பப்பட்டு நிறம் மாறிய நிலையில் இருக்கின்றது.

My lover separated from me only yesterday;
But the pallor all over my body, denotes that the love sickness due to his absence is there for more than seven days.

1279. தொடிநோக்கி மெல்தோளும் நோக்கி அடிநோக்கி
அஃ[து]ஆண்டு அவள்செய் தது.

**thodi-noakki mel-thoaLum noakki adi-noakki
aqthu-aandu aval-seiythathu.**

நான் பிரியப்போகிறேன் என்று கூறியவுடனே, என்னால் எப்படி இங்கு பிரிந்து வாழ முடியும், இவைகளாலே முடியாது என்று வளையலைப் பார்த்தாள், பின்னர், அவள் தோள்களும் மெலிந்துவிடும் என்று அதனையும் நோக்கினாள். பின் இவ்விரண்டும் நிகழாமலிருக்க வேண்டும் என்று அவள் காலடியினைக் காண்பித்து, குறிப்புகளால் உணர்த்தினாள். அவை தானும் என்னுடன் வருவேன் என்று சொல்லுவது போல் இருந்தது.

The moment I said I had to leave, she showed her bangles, her shoulders and her feet, all giving tell-tale signs separately,
Her fond look indicated that she cannot bear the pain of separation and wanted me to take her along, clearly.

1280. பெண்ணினால் பெண்மை உடைத்துஎன்ப கண்ணினால்
காமநோய் சொல்லி இரவு.

**penninaal penmai udaitthu-enba kanninaal
kaama-noaiy solli iravu.**

மகளிர், தம் கண்ணினால் தம் காதல் நோயை வெளிப்படுத்தி, அதன் துயரத்தில் இருந்து தீர்க்க வழி செய்ய வேண்டும் என்பதனையும் கண்களால் சொல்லிக் கேட்கும் உயரிய பண்பு, பெண் இயல்பைச் சேர்த்தது போல அமையும் என்றும் கூறுவோர் அறிவில் சிறந்தவர்.

Women can emote with their eyes love sickness and begs for a solution from the separation, such a fine ability;

Thus wise men say, modesty adds to their natural feminine quality.

129. புணர்ச்சி விதும்பல் (punartchi vithumbal)
(Yearning for Togetherness)

1281. **உள்ளக் களித்தலும் காண மகிழ்தலும்**
கள்ளுக்குஇல் காமத்திற்[கு] உண்டு.

uLLak kaLitthalum kaana magizhthalum
kaLLukku-il kaamatthirkku undu.

நினைத்த மாத்திரமே மயக்கம் ஏற்படுத்தும் தன்மையும், கண்ட பொழுதிலேயே உள்ளத்தில் மகிழ்ச்சியைப் பெருக வைக்கும் இயல்பும் ஆகிய இவ்விரண்டும், கள் பருகுவோர்க்குக்கூடக் கிடைப்பது இல்லை. ஆனால் காதல் வசப்பட்டோர்க்கு இனிதே கிடைக்கும்.

Causing delirium just by thought and rejoicing in heart at sight, are love's two finest attributes;
Such joy can never be felt by a toddy drinker, even in an inebriated state.

1282. **தினைத்துணையும் ஊடாமை வேண்டும் பனைத்துணையும்**
காமம் நிறைய வரின்.

thinait-thunaiyum oodaamai vaendum panait-thunaiyum
kaamam nirraiya varin.

காதல், பனை மர உயரத்தையும் விட அதிகமாக வளர்ந்துவிட்ட பின் காதலரோடு மிகச் சிறியதாயினும் தினையளவுகூடக் கோபப்படாமல் இருக்க வேண்டும்.

When in perfect love, as tall as the palmyrah tree,
With lover, never feign anger, even of the size of a millet grain, so tiny.

1283. **பேணாது பெட்பவே செய்யினும் கொண்கனைக்**
காணாது அமையல கண்.

paenaathu petpavae seyyinum konkanaik
kaanaathu amaiyala kan.

என்னை அவமதித்துத் தனக்கு வேண்டியதையே செய்து கொண்டிருந்தாலும், என் கணவனைக் காணாமல் கண்கள் அமைதி அடைந்ததில்லை.

My husband, he disregards my feelings and does what he desires fit;
Still my eyes, unless it finds him cannot take rest.

1284. ஊடற்கண் சென்றேன்மன் தோழி அதுமறந்து
கூடற்கண் சென்றதுஎன் நெஞ்சு.

**oodarrkan sendraen-man thoazhli athu-marranthu
koodarrkan sendrathu-en nenju.**

தோழி! காதலரைக் கண்டவுடன் அவர் செய்த தவற்றைச் சுட்டிக்காட்டி, அவருடன் பொய்யாகக் கோபப்படலாம் என்று எண்ணிதான் அவர் எதிரே சென்றேன். ஆனால், அவரைக் கண்டதும் என் நெஞ்சம் வந்த வேலையை மறந்து அவரோடு மகிழ்ந்து கூடுவதற்குச் சென்றது.

My friend! I made up my mind to feign anger with my beloved pointing out his mistakes, at first sight,
But, the moment I saw him, my heart forgot its work-in-hand and embraced him in delight.

1285. எழுதுங்கால் கோல்காணாக் கண்ணேபோல் கொண்கன்
பழிகாணேன் கண்ட இடத்து.

**ezhluthungkaal koal-kaanaak kannae-poal konkan
pazhli-kaanaen kanda idatthu.**

கண்ணில் மைதீட்டும்போது அந்த மை தீட்டும் கோலின் இயல்பு கண்ணுக்குப் புலப்படாதது போல, என் கணவன் நேரில் இல்லாத போது எண்ணிய அவனின் குறைகளை, அவன் எதிரில் நிற்கக் கண்டபோது அவை அத்தனையும் கண்டுகொள்ளாமல் விட்டுவிடுகிறேன்.

When collyrium is applied to the eyes, the pencil cannot be seen from close,
My husband's faults which comes to my mind when not before me, is entirely gone, when he comes face-to-face.

1286. காணுங்கால் காணேன் தவறுஆய காணாக்கால்
காணேன் தவறுஅல் லவை.

**kaanungkaal kaanaen thavaru-aaya kaanaakkaal
kaanaen thavaru allavai.**

என் கணவரை நேரில் காணும்போது அவர் செயலில் உள்ள தவறானவற்றைக் காண முற்படுவதில்லை. ஆனால், அதே அவர் என் நேரில் இல்லாதபோது, செயலில் உள்ள தவறில்லாத நன்மைகளைக் காண்பதில்லை.

When my husband is near me, seldom do I see faults in his deeds;
Out of my sight, I see no good done by him except his faults, indeed.

1287. **உய்த்தல் அறிந்து புனல்பாய் பவரேபோல்**
பொய்த்தல் அறிந்துஎன் புலந்து.

uyitthal arrinthu punal-paaibavarae-poal
poiytthal arrinthu-en pulanthu.

நதியின் வெள்ளம் தன்னை அடித்துக்கொண்டு போய்விடும் என்பதனை நன்கு அறிந்தும், தண்ணீரில் பாயும் ஒருவர்போல, பொய்யாகக் கோபப்பட்டு எந்த நன்மையும் இல்லையென்பதை அறிந்து இருந்தும் தலைவனிடம் ஊடல் கொள்வதால் என்ன பயன் பெறப் போகின்றோம்?

Knowing that the river floods will drag him away, if one jumps to swim,
Why feign anger, which do not derive any benefit, from him.

1288. **இளித்தக்க இன்னா செயினும் களித்தார்க்குக்**
கள்அற்றே கள்வநின் மார்பு.

iLitthakka innaa seiyinum kaLitthaarkkuk
kaLL-atrae kaLva-nin maarbu.

என்னை விரும்பும் கள்வனே, கள் குடிக்க விரும்புவோர் கள் இன்னும் கொஞ்சம் அதிகம் குடித்தால் என்ன ஆகும் என்று அதன் தன்மை அறிந்தும் மேன்மேலும் குடித்துக்கொண்டே இருப்பர். அதுபோல, நான் உன் மீது உள்ள காதலினாலே, உன் மார்பை மேன்மேலும் விரும்பி நெருங்க ஆசைப்படுகிறேன்.

Oh my lovable cheat! Toddy drinking induces joy and ignoring ill-effects, if one drinks more, pushes him to an inebriated state;
So, is my yearning out of love, repeatedly, I intend embracing your chest.

1289. **மலரினும் மெல்லிது காமம் சிலர்அதன்**
செவ்வி தலைப்படு வார்.

malarinum mellithu kaamam silar-athan
sevvi thalaip-paduvaar.

காதலின் இன்பம் பூவின் இதழைவிட மெல்லியதாக இருக்கும். அதன் மென்மையான பண்பை அறிந்து, அதன் நறுமணத்தை அன்புடன் அடைய முற்பட்டு நன்மையைப் பெறுபவர் சிலரே.

Love's pleasure is more gentle and tender than the petals of a flower;
Few know this delicate trait, and wish to smell its fragrance with love to attain all its benefits forever.

1290. கண்ணின் துனித்தே கலங்கினாள் புல்லுதல்
என்னினும் தான்விதுப் புற்று.

**kannin thunitthae kalangkinaal pulluthal
enninum thaan-vithupputrru.**

நான் செய்த பிரிவுக் கொடுமையை எண்ணி என் மேல் இருந்த கோபத்தை அவள் கண்களால் வெளிப்படுத்துவதுபோல என் மேல் ஊடல் கொண்டாள். ஆனால், அதற்கு முன்னரே, என்னைக் கண்டதும் என்னை விரைந்து வந்து சேர்த்துத் தழுவிக்கொள்ள விரும்பி, என்னுடன் கூடிவிட்டாள்.

Her feigned angry look at me was evident from her fiery eyes, Before that, she on seeing me rushed towards me, and embraced me with love, such was her desire.

130. நெஞ்சொடு புலத்தல் (nenjodu pulatthal)
(Angry with the Heart in Love)

1291. அவர்நெஞ்சு அவர்க்[கு]ஆதல் கண்டும் எவன்நெஞ்சே
நீஎமக்[கு] ஆகா தது.

avar-nenju avarkku-aathal kandum evan-nenjae
nee-emakku aagaathathu.

நெஞ்சே! அவரின் நெஞ்சம் நம்மிருவரைப் பற்றிக் கவலைப்படாமல் அவர் நினைப்பதையே நடப்பதற்கு உதவி புரிகிறது என்று தெரிந்தும், நீ நான் நினைப்பதனைச் செய்யாமல் அவரைப் பற்றியே நினைத்திருக்கும் காரணம் தான் என்ன?

O my heart! Knowing well that his heart does not think about both of us and follows only his instructions;
Still why do you keep thinking of him always and what is the reason that you don't stick to my plans in all your actions?

1292. உறாஅ தவர்க்கண்ட கண்ணும் அவரைச்
செறாஅர்எனச் சேறிஎன் நெஞ்சு.

Urraathavark-kanda kannum avarais
serraar-enas saerri-en nenju.

என் நெஞ்சே! நம்மீது அன்பில்லாதவர் என்று உள்ளதைத் தெரிந்து வைத்தும், என் காதலரிடம் நாம் சென்றால் அவர் நம் மீது கோபப்படமாட்டார் என்று எண்ணி எப்படித்தான் அவரை நாடிச் செல்கின்றாயோ?

My dear heart! You know the fact that my lover does not love us both;
Still, with what confidence, do you approach him, that when he sees us, he will not show his wrath?

1293. கெட்டார்க்கு நட்டார்இல் என்பதோ நெஞ்சேநீ
பெட்டாங்கு அவர்பின் செலல்.

kettaarkku nattaar-il enbathoa nenjae-nee
pettaangku avar-pin selal.

நெஞ்சே! என்னை ஆதரிக்காமல் நீ உன் விருப்பத்திற்கு ஏற்ப, அவர் பின் செல்லக் காரணம்தான் என்ன? துன்பத்தால் அவதிப்படுவோர்க்கு இவ்வுலகில் நண்பர்கள் இல்லை என்னும் சொல்லுக்கேற்ப நீ நடக்கின்றாயோ?

Oh my heart! You leave me alone and follow him as you wish,
Is it for the reason, in adversity, one lacks friends, to prove this.

1294. இனிஅன்ன நின்னொடு சூழ்வார்யார் நெஞ்சே
துனிசெய்து துவ்வாய்காண் மற்று.

ini-anna ninnodu soozhlvaar-yaar nenjae
thuni-seiythu thuvvaai-kaan matru.

நெஞ்சே! நீ அவரைக் கண்டவுடன், அவர்மேல் பொய்யான கோபம் கொண்டதையும் மறந்து அவரைத் தழுவச் செல்கிறாய், ஊடலின் பயன் என்ன என்று அறியாமல். ஆகையால், இனி இவையெல்லாம் பற்றி உன்னுடன் யார் கலந்து ஆலோசனை செய்வர், நான் செய்ய மாட்டேன்.

O my heart, at first sight, you forget your feigned anger against him and rush to embrace him, ignoring the benefits;
Will anyone discuss anymore about any strategy to you, I will not.

1295. பெறாஅமை அஞ்சும் பெறின்பிரிவு அஞ்சும்
அறாஅ இடும்பைத்துஎன் நெஞ்சு.

Peraamai anjum perrin-pirivu anjum
arraa-a idumbaitthu-en nenju.

காதலர் சேர்ந்து இல்லாத போது, காதல் பெறாமைக்கு அஞ்சிடும், காதலர் சேர்ந்து இருப்பின் வரப் போகும் பிரிவின் துயர் கண்டு அஞ்சும். இப்படியே என் நெஞ்சு, அஞ்சுவதையே தொழிலாக மேற்கொண்டு தீராத துன்பத்தால் அவதிப்படுகிறது.

If my lover is far, my heart fears I will not gain his love, when near and we are united, it fears the impending separation;
My heart's vocation is to keep fearing and suffer unending pain.

1296. தனியே இருந்து நினைத்தக்கால் என்னைத்
தினிய இருந்ததுஎன் நெஞ்சு.

thaniye irunthu ninaitthakkaal ennait
thiniya irunthathu-en nenju.

என் காதலர் என்னைவிட்டுப் பிரிந்து சென்றபொழுது அதன் கொடுமைகளை நான் நினைக்கையில், என் நெஞ்சம் என்னிடமே இருந்து, எல்லாவற்றையும் அறிந்தும் என்னைத் தின்பதைப் போன்ற உணர்வைக் கொடுத்தது.

During separation from my lover, when I think of the cruelty faced, My heart, was very close to me and knowing very well what happened next, acts like eating me, I observed.

1297. **நாணும் மறந்தேன் அவர்மறக் கல்லாஎன்**
மாணா மடநெஞ்சில் பட்டு.

naanum maranthaen avar-marrakkallaa-en
maanaa mada-nenjil pattu.

என்னை மறந்த காதலரை மறக்க முடியாத என் பெருமையற்ற அறிவில்லாத நெஞ்சுடன் கூடி எனது மறக்கக் கூடாத நாணத்தையும் மறந்து விட்டேன்.

In the foolish company of my heart which cannot make me forget my lover who has forgotten my love;
I have lost my unforgettable modesty and allowed it to rove.

1298. **எள்ளின் இளிவாம்என்று எண்ணி அவர்திறம்**
உள்ளும் உயிர்க்காதல் நெஞ்சு.

eLLin iLivu-aam-endru enni avar-thirram
uLLum uyirk-kaathal nenju.

என் உயிர் மேல் காதல் கொள்ளும் என் நெஞ்சம், என்னைத் தவிக்கவிட்டுப் பிரிந்து சென்ற என் காதலரைத் திட்டினால், நமக்கு இழிவான செயல் என்று எண்ணி, எப்போதும் அவரின் உயர்ந்த பண்புகளையே நினைத்துக் கொண்டிருக்கின்றது.

My heart, which loves my soul, when I abuse my lover who left me in the lurch,
Considers it as an insult and always think only about all his higher qualities.

1299. **துன்பத்திற்கு யாரே துணைஆவார் தாம்உடைய**
நெஞ்சம் துணையல் வழி.

thunbatthirku yaarae thunaiy-aavaar thaam-udaiya
nenjam thunai-al-vazhli.

ஒருவர் அடைந்த துன்பத்தை நீக்குவதற்கு, தம்மிடம் உரிமையாகப் பெற்று உள்ள தம் நெஞ்சமே தன்னோடு துணையாக நிற்காமல் செல்லுமானால், வேறு தக்க துணை என்று யார் நம்மோடு நிற்பர்?

To remove one's sorrows, if one's own heart does not stand in support;
Who best can be an acquaintance who would side with us for rapport.

1300. தஞ்சம் தமரல்லர் ஏதிலார் தாமுடைய
நெஞ்சம் தமரல் வழி.

**thanjam thamar-allar aethilaar thaam-udaiya
nenjam thamar-al vazhli.**

துன்பத்தில் மூழ்கி இருக்கும்போது, தான் உரிமையாகப் பெற்ற தன் நெஞ்சமே தன் நெருங்கிய துணைபோல் இல்லையென்றால், அத்தகைய நேரத்தில் அயலார் நம் உறவினர்களாக இல்லாமல் இருப்பதைச் சொல்லவும் வேண்டுமோ.

When drowned in sorrow, if, one's rightful heart, does not act as a close aid;

In such pitiful times, our relatives who act as strangers and their deeds, is it anything worthy to be said.

131. புலவி (pulavi)
(Feigned Sulkiness)

1301. புல்லாது இராஅப் புலத்தை அவர்உறும்
அல்லல்நோய் காண்கம் சிறிது.

pullaathu iraa-ap pulatthai avar-urrum
allal-noaiy kaankam sirrithu.

காதலருடன் நீ கொண்டுள்ள பொய்யான கோபத்தால் அவர் அடையும் காதல் நோயின் தன்மையை நாம் சிறிது காணலாம். ஆகையால், நீ அவரிடம் விரைந்து சென்று அவருடன் ஊடல் கொண்டு அவரைத் தழுவாமல் துன்புறுத்திக் கொண்டிருப்பாயாக.

The effect of your feigned anger in the form of love sickness inflicted upon your lover could be watched for a while;
You rush to him to show your feigned anger and avoid his embrace to make him suffer as well.

1302. உப்புஅமைந்(து) அற்றால் புலவி அதுசிறிது
மிக்குஅற்றால் நீள விடல்.

Uppu-amainthu atrraal pulavi athu-sirrithu
mikku-atrraal neeLa vidal.

காதலரிடம் பொய்யான கோபம் கொள்வது அளவோடு அமைந்திருத்தல் வாழ்விற்குத் தேவையானது. நாம் சாப்பிடும் உணவின் சுவையை உப்பின் அளவு மாற்றும் பண்பு பெற்றது. உப்பு சிறிது அதிக அளவு உணவில் சேர்த்துவிட்டால், உணவைச் சாப்பிட முடியாது. அதுபோலத் தான் ஊடலின் அளவையும் காதலில் கவனிக்க வேண்டும்.

Feigning anger with a lover shall be in correct portion to pep up life;
Like the effect of salt in one's food, a little more makes the food waste, so, watch the measure of sulkiness to keep joy rife.

1303. அலந்தாரை அல்லல்நோய் செய்துஅற்றால் தம்மைப்
புலந்தாரைப் புல்லா விடல்.

alanthaarai allal-noaiy seiythu-atrraal thammaip
pulanthaaraip pullaa vidal.

தலைவரின் பிரிவால் துன்பத்தில் இருக்கும் காதலியை, அவளின் கோபத்தை அன்புடன் அடக்கி காதலர் அவளுடன் சேர்ந்து கூடவில்லையென்றால், காதல் நோயின் துயரத்தில் உள்ளவளை மேலும் மிகுந்த துன்பத்தில் மூழ்கடிப்பது போல ஆகும்.

The lady love's feigned dislike to the lover who returns, if he ignores to pacify her and stay united in love as before;
Pushes the lovelorn wife to further harm, more than the enduring love sickness she bore.

1304. ஊடி யவரை உணராமை வாடிய
வள்ளி முதல்அரிந்து அற்று.

**oodiyavarai unaraamyai vaadiya
vaLLi muthal-arinthu atru.**

காதலனிடம் தான் காட்டிய பொய்யான கோபத்தை அவன் அன்புடன் உணர்த்தி ஊடலை அடக்கிப் பின் அவளுடன் சேர்ந்து கூடாமல் இருக்கும் பண்பு, அவளுக்கு மேலும் வருத்தத்தைக் கொடுக்கும். அது ஏற்கனவே நீர் பாய்ச்சாமல் வாடிய கொடியை, வேரின் அடியில் வெட்டி எறிவதுபோல ஆகும்.

Not pacifying the lady love to leave her feigned anger, and not embracing her and staying united will hurt her more,
It is like cutting at the roots of an unwatered, already parched and withering creeper.

1305. நலம்தகை நல்லவர்க்கு ஏர் புலத்தகை
பூஅன்ன கண்ணார் அகத்து.

**nalam-thagai nallavarkku aer pulat-thagai
poo-anna kannaar agatthu.**

குற்றமற்ற பல நல்ல குணங்களைத் தன்னிடம் கொண்டுள்ள தலைவனின் உயரிய பண்பு எனப்படுவது, பூவைப் போன்ற அழகிய கண்களைப் பெற்ற தன் காதலியின் நெஞ்சில் ஏற்படும் பொய்யான கோபமாகிய ஊடலின் மிகுதியே ஆகும்.

A perfect man with all goodness, his best of his quality is being chivalrous,
By accepting the excessly feigned sulkiness of the heart of his lady love with flower like beautiful eyes.

1306. துனியும் புலவியும் இல்ஆயின் காமம்
கனியும் கருக்காயும் அற்று.

**thuniyum pulaviyum il-aayin kaamam
kaniyum karukkaayum atru.**

காதலில் ஏற்படும் மிகுதியான சினமும் சிறிய வெறுப்பும் ஆகிய இவ்விரண்டு இன்பமும் இல்லை ஆயின், பிஞ்சுக் காயாகவோ, முதிர்ந்த அழுகிய பழமாகவோ சுவையின்றி இருப்பதைப் போன்றது ஆகிவிடும்.

In love, without these two, excessive anger or little dislike, life is not enjoyable;
Like a ripe fruit which is relished, but an unripe fruit or a rotten fruit lacks taste and is inedible.

1307. ஊடலின் உண்டுஆங்கோர் துன்பம் புணர்வது
நீடுவ[து] அன்றுகொல் என்று.

oodalin undu-aangku-Oar thunbam punarvathu
needuvathu andrukol endru.

காதலில் கூடியது இன்னும் நீட்டிக்குமோ அல்லது நீட்டிக்காதோ என்ற ஐயம் காதலர் மனதில் எழுவதால், இன்பத்திற்கு இன்றியமையாத உதவி புரியும் ஊடலால் கூடக் காதலர்க்கு ஒரு வகையான துன்பம் ஏற்படுகின்றது.

Whether the joy of love will extend further or come to an end is the doubt arising in the lovers' minds.
Feigned anger which assists specially to beget the joy in love also induces pain to bind.

1308. நோதல் எவன்மற்று நொந்தார்என்[று] அஃதுஅறியும்
காதலர் இல்லா வழி.

noathal evan-matru nonthaar-endru aqthu-arriyum
kaathalar illaa vazhli.

ஏற்பட்டிருக்கும் நோயினை அறிந்து, நம்மால் தான் இவர் துன்பப்படுகிறார் என்று அறியும் அன்புள்ளம் படைத்தவர், அருகில் இருந்து அதைத் தீர்க்கவில்லையென்றால், அவ்வாறு நோயினால் வருத்தப்பட்டு யாருக்கு என்ன பயன்?

Understanding that the cause for sickness is only self and, if the lover does not stay close and cure with lovingness;
Of what use, is to lament regarding this love sickness?

1309. நீரும் நிழல[து] இனிதே புலவியும்
வீழுநர் கண்ணே இனிது.

neerum nizhlalathu inithae pulaviyum
veezhlunar kannae inithu.

உயிர்க்குத் தேவையான இனிமையான நீர் நிழலில் தான் கிடைக்கும். அது போல காதலர், தம் காதலால் கூடி மகிழ்வதற்கும், முக்கியத் தேவையான பொய்யான கோபத்தை, அன்புள்ளம் படைத்த காதலரிடமே காட்ட வேண்டும். அது காதலுக்கு மிக்க இன்பத்தைத் தரும்.

Water for sustaining life is pleasant and sweet, only if the source is in a shady place;
Likewise, to enjoy the fruits of love, an important trait, feigned anger will be joyous, only when shown to a lover with kindness.

1310. ஊடல் உணங்க விடுவாரோ[டு] என்நெஞ்சம்
கூடுவேம் என்பது அவா.

**oodal unangka viduvaaroadu en-nenjam
kooduvaem enbathu avaa.**

காதலரோடு பொய்யான கோபத்தைக் காட்டி, என் அன்புக் காதலர் அதனைத் தவறு என்று உணர்ந்தும் என்னைக் காதலால் சேர்த்துக்கொண்டு இன்பத்தைக் கொடுக்காமல் நடந்து கொள்கிறார். அப்படிப்பட்ட என்னை விட்டுப் பிரிந்து இருப்பவருடன் என் நெஞ்சம் சேர்ந்து கொள்ள எண்ணுவது, அதன் ஆசையே.

My feigned anger with my lover is mistaken and without consoling me and, staying united in love with happiness;
He has given me the pangs of separation, and my heart's desire is to still yearn for his togetherness.

132. புலவி நுணுக்கம் (pulavi nunukkam)
(Art of Feigned Anger)

1311. பெண்இயலார் எல்லாரும் கண்ணின் பொதுஉண்பர்
நண்ணேன் பரத்தநின் மார்பு.

penn-iyalaar ellaarum kannin pothu-unbar
nannaen parattha-nin maarbu.

பெண்களை விரும்புபவனே! பெண்ணின் இயல்பு படைத்த எல்லோரும் உன்னை, அவர்களின் கண்களால் உன்னைக் காட்சிப்பொருளாக எண்ணி உன் உடம்பைக் கண்டு இன்பத்தில் மூழ்குவர். அதனால், நான் உன் மார்பினைத் தழுவ மாட்டேன்.

Lover of women! All the womankind consider you as an exhibition material and gaze at you and your body and enjoy your lovingness; Hence, I won't lean on to your chest for your embrace.

1312. ஊடி இருந்தேம்ஆ தும்மினார் யாம்தம்மை
நீடுவாழ்க என்பாக்[கு] அறிந்து.

oodi irunthaem-aa thumminaar yam-thammai
needu-vaazhlga enbaakku arrinthu.

நான் காதலரோடு ஊடலின் காரணம் பேசாமல் வாய் மூடி இருந்தேன். என்னைப் பேச வைக்க அவர் தும்மினார். அது நீங்க, நான் "நீங்கள் நீண்ட காலம் வாழ்க" என்று சொல்லுவேன் என அறிந்து அச்செயலைச் செய்தாரோ?

I chose not to speak to my lover on account of my pretended anger, to make me talk, he just sneezed.
I would bless him, "May you live long", did he do this to make me respond.

1313. கோட்டுப்பூச் சூடினும் காயும் ஒருத்தியைக்
காட்டிய சூடினீர் என்று.

koattup-poo soodinum kaayum orutthiyaik
kaattiya soodineer endru.

மரக்கிளையில் பூத்த மலர்களை எடுத்து அப்படியே மாலையாக நான் சூடினாலும், உடனே அவள், நீ காதலிக்கும் யாரோ ஒருத்தி காண்பதற்குத் தான் இந்தப் பூவை இப்படிச் சூடிக்கொண்டிருக்கிறீர் என்று மிகுந்த கோபத்துடன் திட்டுவாள்.

When I put on a garland of bunch of flowers plucked directly from a branch of a hill-tree;

"You are wearing this to be seen by the other woman, who you love," she would comment angrily.

1314. யாரினும் காதலம் என்றேனா ஊடினாள்
யாரினும் யாரினும் என்று.

**yaarinum kaathalam endraen-aa oodinaal
yaarinum yaarinum endru.**

"நான் யாவரையும்விட மிக்க அன்பு கலந்த காதல் புரிகிறோம்" என்று சொல்லிய உடனே, "யாரைவிட, யாரைவிட" என்று கேள்வி எழுப்பி மிக்க கோபமுடையவளாக நடந்து கொண்டாள்.

The moment I said, "May I love you more than all", passionately. She queried, "More than whom, more than whom," and then vented, utmost angrily.

1315. இம்மைப் பிறப்பில் பிரியலம் என்றேன்ஆக்
கண்நிறை நீர்கொண் டனள்.

**immaip pirappil piriyalam endraenaak
kan-nirrai neer-kondanaL.**

அவள் மேல் கொண்ட மிகுந்த காதலால், "இந்தப் பிறப்பில் உன்னை விட்டுப் பிரியவே மாட்டேன்" என்று காதலியிடம் சொன்னேன். "அப்போது, நீ இனி வரும் பிறப்புகளில் என்னைப் பிரிந்து வாழ்வேன்" என்று தானே எண்ணிக்கொண்டு அதன் குறிப்பால் அவள் கண்கள் நிறைய கண்ணீரை நிரப்பினாள்.

"I will never leave you in this life", out of my genuine lovingness, I said to my lady love,
"Then, in the following births, will we be separated" she thought to herself and tears filled her eyes with sadness.

1316. உள்ளினேன் என்றேன்மற்(று) என்மறந்தீர் என்றுஎன்னைப்
புல்லாள் புலத்தக் கனள்.

**uLLinaen endraen-matru en-marantheer endru-ennaip
pullaaL pulatthak-kanaL.**

"உன்னைத்தான் நான் எப்போதும் நினைத்துக் கொண்டிருந்தேன்" என்று காதலியிடம் கூறினேன். உடனே அவள் "என்னிடம் இருந்து விலகிப் பிரிந்துபோது நீங்கள், என்னை ஏன் மறந்தீர், அதனால் தான் நினைத்தீர்" என்று சொல்லி என்னுடன் கோபமுற்றாள்.

"I always remembered you," to my lady love, I expressed.
"Why did you forget me when away from me, that is why you had to remember me," she said, and got angered.

1317. வழுத்தினாள் தும்மினேன் ஆக அழித்[து]அழுதாள்
யார்உள்ளித் தும்மினீர் என்று.

**vazhlutthinaaL thumminaen aaga azhlitthu-azhluthaaL
yaar-uLLith thummineer endru.**

நான் என் காதலியுடன் சேர்ந்துள்ளபோது, தும்மினேன் உடனே அது நீங்க அவள் என்னை, "நீண்ட காலம் வாழ வேண்டும்" என்று வாழ்த்தினாள். அவள் என்னிடம் "யார் உங்களை நினைத்ததால் தும்மினீர்" என்றும் கேட்டுக் கோபமுற்று அழுதுக் கொண்டிருந்தாள்.

When together with my lady love, I sneezed and to stop it she said, "May you live long".
The next moment, she asked me "who was thinking about you that caused you to sneeze?" and she was sobbing.

1318. தும்முச் செறுப்ப அழுதாள் நுமர்உள்ளல்
எம்மை மறைத்திரோ என்று.

**thummus serruppa azhluthaaL numar-uLLal
emmai marraitthir-oa endru.**

அடுத்த முறை தும்மல் வந்தது. அதை அவள் ஊடலுக்குப் பயந்து அதை வர விடாமல் தடுக்க முயற்சி செய்தேன். அதைக் கண்ட அவள், "உங்களை யாரோ நினைக்கின்றனர், அதனை நான் அறிந்துவிடக் கூடாது என்று மறைக்கப் பார்க்கிறீர்கள்" என்று கோபப்பட்டு அழுதாள்.

My lady love was with me, I wanted to sneeze, but afraid of inviting her false displeasure, I suppressed my sneezing.
"Someone is remembering you and you do not want me to know, so, you are hiding it from me," she said angrily, and was crying.

1319. தன்னை உணர்த்தினும் காயும் பிறர்க்குநீர்
இந்நீரர் ஆகுதிர் என்று.

**thannai unartthinum kaayum pirarkku-neer
in-neerar aaguthir endru.**

கோபமுற்ற என் காதலியை, அவள் துன்பத்தைப் போக்க, நான் அவளை அன்புடன் உணர்த்தி, பின் மகிழலாம் என்ற எண்ணத்தில் நெருங்கிப் புரியவைத்தாலும், அவள் ஒதுங்கி, 'இப்படித்தான் நீங்கள் மற்ற மகளிருடன் இவ்வளவு பணிவாகத் தான் உணர்த்தும் தன்மையை உடையவராக இருந்தீர்களா?' என்று சொல்லிக் கோபப்படுவாள்.

I tried to pacify my lady love, to reduce her pain, and went near her with love filled kind words, hoping to be happy.

"Is this the same level of chivalry you used to show, when convincing other women too," she shirked and said angrily.

1320. நினைத்துஇருந்து நோக்கினும் காயும் அனைத்துநீர்
யார்உள்ளி நோக்கினீர் என்று.

ninaitthu-irunthu noakkinum kaayum anaitthu-neer yaar-uLLi noakkineer endru.

என் செயலும் சொல்லும் அவள் ஊடலுக்கு உட்படுகிறதே என்று, அதனைவிட்டு, அவள் ஒப்பற்ற அழகை நினைத்து அப்படியே நான் என்னை மறந்து அவளை உற்று நோக்கினேன். அவள் உடனே, 'நீங்கள் என்னை முழுதும் உற்றுப் பார்த்து, வேறு எந்த மகளிரின் இயல்புடன் ஒப்பிட்டுப் பார்த்துக் கொண்டிருந்தீர்கள்' என்று சொல்லிக் கோபப்படுவாள்.

Realising that my words and deed are angering my lady, I decided to stare at her exemplary beauty, forgetting my own existence; "Why are you oggling at me like that and comparing me with which other womens' features," she said with annoyance.

133. ஊடலுவகை (oodaluvagai)
(Pleasure through Feigned Anger)

1321. இல்லை தவறுஅவர்க்கு ஆயினும் ஊடுதல்
வல்லது அவர்அளிக்கு மாறு.

illai thavaru-avarkku aayinum ooduthal
vallathu avar-aLikkumaarru.

அவரிடம் தவறே இல்லாத தன்மை இருப்பினும், என்னிடம் மிகுந்த அன்புடனும் அருளுடனும் நடந்து கொள்ளுமாறு செய்யும் இயல்பை வளர்க்கக் கூடியது அவரிடம் நான் கொண்ட ஊடலே. அதாவது என் பொய்யான கோபமே.

My lover is a faultless person, but to make him love me more and with compassion, to develop this quality;
I have to pretend to show my anger, just a bit of irritability.

1322. ஊடலின் தோன்றும் சிறுதுனி நல்அளி
வாடினும் பாடு பெறும்.

oodalin thoandrum siru-thuni nall-aLi
vaadinum paadu perrum.

ஊடல் காரணமாக என்னிடம் தோன்றும் இந்தச் சிறிய துயரத்தினால், அவர் என்னிடம் காட்டும் அன்பும் அருளும் சிறிதளவு குறையுமானாலும், அது நம் காதலுக்குப் பெருமை உடையதாகும்.

Due to the sulkiness, if I suffer from a little bout of painfulness,
It may bring down his love and compassion towards me a little, but will make our love attain gloriousness.

1323. புலத்தலின் புத்தேள்நாடு உண்டோ நிலத்தொடு
நீர்இயைந்[து] அன்னார் அகத்து.

pulatthalin putthael-naadu undoa nilatthodu
neer-iyainthu annaar agatthu.

நிலத்தொடு நீர் கலந்திருப்பதுபோல அன்புடன் கூடியிருக்கும் காதலர்களுக்கு, ஊடல் கொடுக்கும் இன்பத்தைவிட தேவருலகம் மிகுந்த இன்பத்தைக் கொடுக்காது.

Water takes on the characteristics of the land, and for harmoniously united lovers,

Sulkiness induces such joyful benefit that can never be available at the heaven's doors.

1324. புல்லி விடாஅப் புலவியுள் தோன்றும்என்
உள்ளம் உடைக்கும் படை.

**pulli vidaa-ap pulaviyuL thoandrum-en
uLLam udaikkum padai.**

என் காதலரைத் தழுவிக்கொண்டு, பின் அத்தழுவலில் இருந்து தளராமல் இருப்பதற்குக் காரணம் ஊடலே ஆகும். அதுவே, படை மேலும் என்னுடைய மனதின் உறுதியைக் குலைக்கும் ஆயுதமும் ஆகும்.

Embracing my lover and later not loosening the grip, are the after effects of the bout of pretended anger;
Has the power of a weapon to destroy my mind's resolve and linger.

1325. தவறுஇலர் ஆதுனும் தாம்வீழ்வார் மெல்தோள்
அகறலின் ஆங்குஒன்(று) உடைத்து.

**Thavarru-ilar aayinum thaam-veezhlvaar mel-thoaL
agarralin aangku-ondru udaitthu.**

ஆணிடம் எந்தத் தவறும் இல்லாத தன்மை இருந்தாலும், தாம் விரும்பும் காதலியின் ஊடலால், அவள் மெல்லிய தோள்களைக் கூடிப் பெற முடியாது நீங்கி இருப்பது, அரிய இன்பத்தினை நெஞ் சிற்குத் தருகின்றது.

A man may have blemishless traits, still due to his lady love's sulkiness,
His inability to embrace her slender shoulders, gives his heart, a rare happiness.

1326. உணலினும் உண்டது அறல்இனிது காமம்
புணர்தலின் ஊடல் இனிது.

**unalinum undathu arral-inithu kaamam
punarthalin oodal inithu.**

நம் உயிர்க்கு மேன்மேலும் உண்பதைவிட, தான் முன்னர் சாப்பிட்டது செரிப்பது இன்பம் தரும். அது போலக் காதலுக்குக் கூடுவதை மட்டுமே கடைபிடிப்பதைவிட முன்னர் நடந்த தவறைப் பற்றி ஊடல் கொள்வதே இன்பம் சேர்க்கும்.

For life, digestion gives extra pleasure than eating more food, Likewise, lovers pretending to be angry over a fault brings more joy than staying in love, united.

1327. **ஊடலில் தோற்றவர் வென்றார் அதுமன்னும்**
கூடலில் காணப் படும்.

oodalil thotravar vendraar athu-mannum
koodalil kaanap padum.

காதலில் ஈடுபட்டிருக்கும் காதலருள் ஏற்பட்ட பொய்யான கோபமாகிய ஊடலால், முதலில் தோற்றவரே வென்றவர் ஆவர். அதன் உண்மை அப்போது அறிய முடியாது என்றாலும், அடுத்து அவர்கள் ஊடலின் பின் கூடும்போது கிடைக்கும் மகிழ்ச்சியில் விளங்கி விடும்.

In not-so-serious quarrels between the lovers, winner is the loser; Evident, only from the togetherness and its pleasure derived later.

1328. **ஊடிப் பெறுகுவம் கொல்லோ நுதல்வெயர்ப்பக்**
கூடலில் தோன்றிய உப்பு.

oodip perruguvam koll-oa nuthal-veyarppak
koodalil thoandriya uppu.

அவளின் நெற்றியில் தோன்றிய வியர்வை, நாங்கள் கூடிய பொழுதில் கிடைத்த மகிழ்ச்சி, ஊடலின் சிறப்பால் கிடைத்தது. அவள் என்னிடம் மற்றுமொரு முறை ஊடல் கொண்டாலும் இதே அளவு இன்பம் பெற வாய்ப்புண்டோ?

The pleasure attained in love after a bout of pretended anger, was evident from her sweaty forehead;
Will there be same extent of joy again, if her sulkiness is repeated.

1329. **ஊடுக மன்னோ ஒளிஇழை யாம்இரப்ப**
நீடுக மன்னோ இரா.

ooduga mannoa oLi-izhlai yaam-irappa
needuga mannoa iraa.

ஒளி வீசும் அணிகலன் அணிந்துள்ள என் காதலி இன்னும் மிகுதியாக என்னுடன் ஊடல் கொள்ளட்டும். அதை நீக்குவதற்கு நான், அவளுடன் அன்பு பாராட்டி உதவுவதற்கும், அதனால் கிடைக்கும் பேரின்பத்தைப் பெறுவதற்கும், இந்த இரவுப் பொழுது விடியாமல் நீண்டு இருக்க நான் வேண்டுகிறேன்.

Let the shining jewels bedecked lady love continue to have with me her not-so-serious quarrels;
I will plead her with love and kind words to end her feigned anger, so, let this dark night extend and delay the dawn's arrival.

1330. ஊடுதல் காமத்திற்(கு) இன்பம் அதற்(கு)இன்பம்
கூடி முயங்கப் பெறின்.

**ooduthal kaamatthirku inbam atharku-inbam
koodi muyangkap perrin.**

ஊடல் காதலரின் காதலுக்கு மிகுந்த இன்பம் தரக் கூடியது. காதலர்கள் தமக்குள் ஊடல் நேரக் காரணமானவற்றை உணரவும் உணர்த்தவும் செய்து, மீண்டும் கூடித் தழுவுதலைப் பெற்றால் அது, அதனினும் மிகுந்த இன்பம் விளைவிப்பதாகும்.

Only pretended anger between the lovers, give them love's charms;
The joy is manifold, when they realise and explain the reasons for anger and desire to stay in fond embrace.

***

Tirukkural – A Lucid Commentary
- Dr. Marudur Arangarasan
Ph.D (Tamil), M.A.M.Phil (Tamil), B.Sc.(Zoo), Dip.in Sanskrit M.Ed. M.H.Ed D.S.M

Bengali is the mother tongue of Shri Soumendra Bhushan Chakraborthy, IRS. At the same time, he is boundlessly passionate to Tamil language too. While studying in Sir M.Ct.Muthiah Chettiar Higher Secondary School, Puraswalkam, Chennai, from 1978-85, the school had offered its students scope to learn Sanskrit, Hindi and other languages as their first language. Though, it was easier for him to choose one of these languages given the opportunities, still he chose only Tamil as his first language and completed his studies. He has aptitude in Bengali, Tamil, English, Hindi, Sanskrit, etc. Even from his school days, he was a very naughty kid, brave, hardworking and talented student. He is generous and is happy to help the needy. He is truthful, diligent and honest and stands by these. He has purity of thought and in action and follows the principles of Tirukkural. He is currently serving the Income Tax Department as a Deputy Commissioner of Income Tax, is simple and easily approachable by all. I am extremely happy to inform that Shri S.B. Chakraborthy, who has the above qualities, is my student, who even to this day takes care of my interests and is more of a close friend, for which I am elated and is my wealth.

Knowing many languages, adept in many skills and with excellent demeanor, all these held together, Shri S.B. Chakraborthy was naturally attracted enormously towards Tirukkural with unstinted love and passion. Only for that reason, he brought out Tirukkural in

Bengali language in collaboration with his uncle, Late Shri Amulya Bhushan Chakraborty, and that too in poetry form, the entire work. He did not stop his relationship with Tirukkural with publishing that work. His long standing dream of a simple and easy to understand explanatory notes bringing out the actual thoughts of Tiruvalluvar, without distortion and keeping away from his ideological leanings, has finally culminated into an output, which has come into our hands. This is not only an explanatory notes, he has also translated it into English in a near flawless manner. An unique feature and hallmark of this work is his phonetic transliteration of all the Kurals. For example, let us see one Kural as under:

Tirukkural (341) :

யாதனின் யாதனின் நீங்கியான் நோதல்
அதனின் அதனின் இலன்.

Transliteration :

yaathanin yaathanin neengkiyaan noathal
athanin athanin ilan.

Tamil explanatory notes:

ஒருவன் எந்த எந்தப் பொருளிலிருந்து கொஞ்சம் கொஞ்சமாக ஆசையை விடுத்து வாழ்கின்றானோ, அவன் அந்தந்தப் பொருள்களால் நேரும் துன்பத்திலிருந்து மீள்வான்.

Translation :

One who leads life detaching from desire over material things gradually; Will relieve himself from the pain caused by such desire, completely.

My friend, Shri S.B. Chakraborthy amidst his heavy workload, has been able to bring out such an excellent explanatory notes alongwith its translation, itself is evident to show his love towards Tamil language and the deep passion he holds about Tirukkural. I exhort him to continue his service to Tamil Mother and bring out many more such works.

Yours lovingly,
Chennai – 600100
18.11.2022
Marudur Arangarasan

Smt. R. Ilaravarasi, IRS

FOREWORD

Tirukkural translation by Shri S.B. Chakraborthy @ Soman

Tirukkural considered as the Universal Book of Moral Sermons, is an ancient literary work in Tamil which has been translated into more than 40 languages across the world. From the year 1886, when Rev. G.U. Pope first translated the entire Tirukkural into English to the contemporary times, many scholars and Tamil enthusiasts have translated it into English and the translation of this great work continues unabated. Though Tirukkural was written about 2500 years ago, it still captivates the minds of the readers, kindles their knowledge and ideas and enhances their thoughts with the philosophy and virtues of life to be adhered in their everyday life. Irrespective of the country and race to which one belongs, the language one speaks, the culture one practices, Tirukkural guides everyone, with its universal appeal and will do so for any number of years to come in future.

Shri S.B. Chakraborthy, Deputy Commissioner of Income Tax, has translated this classic work of literature, Tirukkural, into English. Though his mother tongue is Bengali, being born and brought up in Tamil Nadu, fanned by his passionate love for the Tamil language, he has taken this painstaking effort to translate Tirukkural into English and has delivered a commendable work. As a student of Tamil, this monumental work is his tribute to this classical language. It is written in a language which is easy to comprehend, with simple and straightforward explanation and great clarity to thought.

Even those who have not read Tirukkural earlier, will be able to understand its greatness, because of the lucid style of English language adopted in this book by the author. The readers will be able to grasp the meaning of each Kural and enrich themselves, thanks to the simple flowing style of translation adopted by the author. While translating the Kural, the author has taken care to observe that the core value of every Kural is retained and the message is conveyed without distortion. The various facets of the Kural are brought to the fore with apt choice of words. For instance, in the Chapter 7 – Makkatpaeru " Children – The Reasons", he mentions,

> "Parents who claim, music of the flute and harp sweet to their ears;
> Must be those who have never heard their tiny tots babble near."
>
> (Kural 66)

It is the translation of the Kural, "Kuzhalinithu yazhinithu enbar tham makkal Mazhalai sol kelaathaar."

(குழல்இனிது யாழ்இனிது என்பதம் மக்கள்
மழலைச்சொல் கேளா தவர்.)   குறள் 66:

Here, the author describes splendidly the words uttered by the toddlers which are akin to music.

Further, he portrays the valour of a true soldier -
> "Bravely holding a spear which just missed an elephant, with dare;
> Is better than an arrow held, which never misses to hit a wild hare."
>
> (Kural 772)"

(கான முயலெய்த அம்பினில் யானை
பிழைத்தவேல் ஏந்தல் இனிது.)   குறள் 772

(kaana muyaleitha ambinil yaanai
Pizhaittha vel enthal inithu.)

The scene is vividly described, as in the Kural.

He also exalts the value of true love in -
"Love, the soul of life, makes the body move outside;

> If one lacks love and yet lives, the body is a dump of bones covered with hide."
>
> (Kural 80)

in the translation of the Kural,

> "Anbin vazhiyathu uyirnilai aqthilaarkku
> Enbu thol porttha udambu"

80. அன்பின் வழிய[து] உயிர்நிலை அஃதிலார்க்[கு]
    என்புதோல் போர்த்த உடம்பு.

Similar such instances can be given in scores from this book.

Translation is an important tool in exchanging ideas between two language groups. It plays a key role in carrying the socio-cultural identities practised by an ethnic community to the outside world. The literary repository of the Tamil language, when translated to other languages, especially in English, brings to the fore, the exemplary features of the Tamil language and the antiquated history of the Tamil society along with its richness and virtues. The author, through his diligent work has been able to achieve this.

Today, Tamils, in view of better opportunities in higher education, work and other reasons, have moved to other States and foreign countries and are domiciled in these new lands. The children of these diaspora study in English or other local languages. Also, even in Tamil Nadu, due to various reasons, many children have English as their medium of instruction. Thus, in this scenario, the children of the present generation are mostly unaware of the vast repertoire of Tamil literature and one of the foremost being, Tirukkural. They are unable to read this great work in the original text, in Tamil. In this context, this book provides ample opportunity to read, appreciate and understand Tirukkural.

Tamil Nadu, being one of the most advanced states in India, on account of the tremendous progress in higher education, healthcare and industrial development, has created job opportunities for many. This attracts a large number of non-Tamil speaking people from other States to move to Tamil Nadu, who have also settled here. Even for them, this book, presents an opportunity to learn and appreciate the socio-cultural ethos put forth by Tirukkural. In this book, the author has reproduced each Kural, its phonetic equivalent in English (transliteration), explanation in Tamil and then a simple translation of the Kural into English. This approach, will benefit both those who know the language and those who do not.

Since the time the Britishers set foot in our country three centuries ago, translation of Tirukkural into English has been undertaken. Why do scholars attempt to translate this work again and again at regular intervals till today, is a moot question that arises naturally in one's mind? And, with a plethora of English translations already existing, why did S.B. Chakraborthy attempt to translate Tirukkural into English, once again?

Dawn of this millennium, saw rapid technological advancement in the field of internet and social media. The impact of social media has transformed the reading habits of the younger generation, who are widely attracted to the contents that are visually attractive to them. They desire to learn even the most difficult concepts in less time. They wish to gather more information about topics in a very short span of time. Keeping this psyche in mind, Shri S.B. Chakraborthy has endeavoured to take Tirukkural to the youth, by explaining the core values espoused by the Kural in a lucid manner. In this regard, his work attains immense importance.

The author is presently working in the Income Tax Department and holds an important position, which demands a lot of effort and time. Notwithstanding this, he has undertaken this mammoth task of translating Tirukkural into English, which reflects his true passion for the Tamizh language. This colossal work is a fulfilment of his long cherished dream, "an igniting spark" incubating in his mind. My best wishes to him for the success of such an impressive effort. I also wish that he should aspire to translate all the other texts of classical Tamil literature into English and spread the greatness and grandeur of Tamizh worldwide.

Smt. R. ILAVARASI, IRS
Addl. Director General of Income Tax, NADT-RC,
Bengaluru

Author's Note

Thirukkural, a literary epic work in Tamizhl, is a great composition of 1330 verses or kurals each of only 7 words with the first and second line comprising sets of 4 words and 3 words respectively. Thiruvalluvar, one of the greatest sage poets in this earth is the author of this timeless masterpiece and has written it about 2500 years ago. Thirukkural or the Universal Book of Moral Sermons preaches the universal message for clean life under the 133 Chapters with 10 verses each under every Chapter.

The entire book has been divided into 3 parts, namely Arratthupaal (Chapter 1 to 38 – 380 kurals), Poarutpaal (Chapter 39-108 – 700 kurals) and Kaamatthupaal (Chapter 109-133 – 250 kurals). Arratthupaal is for the general public, Poarutpaal is for the Kings, administrators and also commoners and Kaamatthupaal depicts subtle romance and forlorn love. Thirukkural acts as a beacon of light, dispelling darkness from the hearts of humanity. by providing a repertoire of practical wisdom in the 108 chapters. The author has freed himself of religion while compiling these, though there are references to Gods and while focusing on an higher pedestal of thinking that is beneficial for mankind. In 1939, Shri M.S.P. Purnalingam Pillai rightly mentions in his book on Thirukkural that "each couplet conveys maximum sense in minimum words and directs the reader in righteous paths, is sweet to the mind and the ear, delicious to the tongue and the taste, and healing in its effect, never tedious but always attractive and pleasing, as the cynosure of the world."

I was born and brought up in Ayanavaram, Chennai in a lively neighbourhood by my Bengali parents, Late Shri B.B. Chakraborthy and Smt. Asha Poorna Chakraborthy. Tamizhl language had a profound influence within me from my childhood and I was drawn to it, noteworthily to Thirukkural. And the memory lessons in Thirukkural in my school textbooks had a positive effect and fanned my interest to magnificent proportions even though I was mostly reading translations. Despite being exposed to many versions of translated Thirukkural, I decided to make a sincere attempt at translating the epic into English. Although there were several roadblocks in the form of critical comments and literature filled with ideological tweakings, this challenge, for me, was a way of showcasing my love for the Tamizhl language. I then got the opportunity to meet my beloved schoolteacher Dr. S. Rengarajan or fondly known as Maruthoor Arangarasanaar.

Arangarasan Sir was my Tamzihl teacher for four continuous years, during my high school, when I was a student of Sir M.Ct. Muthiah Chettiar Higher Secondary School, Purasawalkam, Chennai from 1978 to 1985. His teaching style made the language look easy and as a Bengali, my love for Tamizhl was steadily initiated through his influence.

On a fine Saturday morning in 2007, I was watching a show titled "Intha Naal Oru Iniya Naal" on Sun TV and to my astonishment, the host Shri Suki Sivan mentioned the name of his Maruthoor Arangarasanaar. This serendipitous encounter immediately sparked my interest and I went in search of my teacher with the help of the host's friend. Arangarasanaar Sir, at that time, was the Principal of Jawahar Arts & Science College, Neyveli, and I got the chance to have a discussion with him on the phone - my happiness knew no bounds. I expressed my interest in translating Thirukkural and he was the one who guided me to pursue the first iteration in Bengali, my mother tongue.

I fulfilled his wish and used the expertise of my beloved maternal uncle Shri Amulya Bhushan Chakraborthy, a resident of Makhla village in the Hooghly district of West Bengal. At the time, he was 80-years-old and undertook the challenge of translating my English version of the Thirukkural to Bengali with enthusiasm. Despite his age, his scholarly knowledge in Bengali and varied gamut of wisdom helped us finish this work in three years with the help of Smt. Banani Nag and also his son, Shri Satwik Chakraborty. Alas, he passed away at the age of 83 and Thirukkural in Bengali was published posthumously in his honour.

Now, I set my eyes to refine the job at hand - to complete the translation of Thirukkural into English. My teacher's words rang in my ears throughout, that the epic has not yet reached the common man in Tamizhl Nadu. This motivated me to make Thirukkural accessible to the masses and also, to diasporic communities who may have not read Tamizhl.

To achieve this, the first thing I knew, I had to do was to give the Kural meaning in Tamizhl in a simple manner alongwith transliteration. But, the challenge was to read the original Kural in Tamizhl itself. And my teacher suggested that I should have the book written by Prof. R.Sarangapani, I thank my colleague Shri G.Kannan, IRS for gifting his copy of the same.

During the pandemic, times were difficult, but I found solace in putting my heart and soul into this work with a single-minded devotion. The result of this endeavour is my simple phonetic transliteration of Thirukkural, the explanatory notes in Tamizhl and its English translation. I firmly believe that I have given my best to this greatly admired ancient Sangam age Tamizhl literary masterpiece. I now leave it to the readers to judge and criticise my work. There are umpteen number of Kurals which has fascinated me from my childhood and till this date, I am adding it to my Kural repertoire. This is a sincere attempt by a novice learner of Tamizhl, a son of the soil, as a dedicated service to the Tamizhl language and my hope is, it reaches the avid lovers of Thirukkural in India and all around the world.

For this mammoth task, I referred to a number of books on Thirukkural and most of these are listed in the Bibliographical Index at the end of this book – I convey my deep sense of gratitude to each of the authors.

I have been helped by many friends, relatives and well-wishers, most importantly, the blessings of my mother, Smt. Asha Poorna Chakraborthy, my father, Late Shri B.B.Chakraborthy and my beloved teacher, Maruthoor Arangarasanar. I am forever indebted to Dr. AR Abirami, an Assistant Professor in Tamil in SOKA IKEDA college, Chennai who made the initial corrections and Dr. N. Kavitha, an Assistant Professor in the Department of Tamil in Ethiraj College, Chennai who re-corrected the entire workand Shri Pratap, my school friend who helped me with typing the entire manuscript. I am also thankful to Smt. R. Ilavarasi, IRS, Additional Director General of Income Tax, NADT-RC, Bengaluru, who amidst her busy schedule, readily accepted to write the foreword for this book. I express my profound gratitude to my Tamizhl teacher, whose words carry much weight for me, for the foreword he has written.

My sincere thanks to Shri Ayyappan Velayudhan Nair, ITO, Ahmedabad who has designed the beautiful cover for this book, despite having met him only once.. I further thank Smt. Lata Menon, ITO, Ahmedabad from the bottom of my heart, for the freehand sketch collage incorporating all the chapters of this great work – I hope to meet her one day. Without knowing Tamizhl and reading Tirukkural earlier, the final output that they have voluntarily given, brings out the true essence and spirit of universality beckoned by Thirukkural. I express my sincere thanks and appreciation to the publisher, Shri Vediyappan of Discovery Publications for bringing out my first book in a grand manner. My gratitude to my colleagues, Smt.Sangeetha Ananth, IRS and Shri Sriram,IRS for their expert guidance and pointing out my flaws. I also thank all my classmates of ICF Nursery school, Sir M.Ct.M.H.S.School, D.G.Vaishnav College, and my Income Tax Office seniors and colleagues, my closest relatives and all my innumerable friends and well-wishers who have been with me till this time helping and guiding me in this truly unfinished journey. Finally, I express my gratitude to my dear wife Smt. Swapna and my lovely daughter, Ms. Antara for extending their full support in all this endeavour. With these words, I dedicate this book to my beloved teacher, with a humble request to pardon me for all the errors of omission and commission in the book - it is now for you.

S.B. Chakraborthy @ Soman
22.11.2022

Tamizhl Vowels and English Equivalents		
அ	a	as in **u**nder
ஆ	aa	as in p**a**lm
இ	i	as in **i**f
ஈ	ee	as in **ee**l
உ	u	as in **u**surp
ஊ	oo	as in sch**oo**l
எ	e	as in **e**nough
ஏ	ae	as in pl**ay**
ஐ	iy	as in b**uy**
ஒ	o	as in **O**vary
ஓ	oa	as in **O**ar
ஔ	ow	as in c**ow**
ஃ	uck	as in l**uck**

Tamizhl Consonents and English Equivalents		
க	ka	as in **C**ulture
ங	nga	as in ba**ng**le
ச	cha or sa	as in **ch**aram
ஞ	njna	as in **Njn**aani
ட	ta	as in **t**ar
ண	na	as in ba**n**ana
த	ta	as in **th**umb
ந	na	as in **n**umb
ப	pa	as in **p**unch
ம	ma	as in **m**unch
ய	ya	as in **y**ak
ர	ra	as in **r**un

திருக்குறள் // TIRUKKURRAL

ல	la	as in **lump**
வ	va	as in **vulcan**
ழ	zhla	as in **Tamizhlaa / Pazhlam**
ள	La	as in **coLumn**
ற	rra	as in **trump**
ன	na	as in **another / in**

உயிரெழுத்து		அ, ஆ, இ, ஈ, உ, ஊ, எ, ஏ, ஐ, ஒ, ஓ, ஔ
மெய்எழுத்து		க், ங், ச், ஞ், ட், ண், த், ந், ப், ம், ய், ர், ல், வ், ழ், ள், ற், ன்
ஆய்த எழுத்து		ஃ
துணைக்கால்	ா	கா, ஙா, சா, ஞா, டா, ணா, தா, நா, பா, மா, யா, ரா, லா, வா, ழா, ளா, றா, னா
மேல்விலங்கு	ி	கி, ஙி, சி, ஞி, டி, ணி, தி, நி, பி, மி, யி, ரி, லி, வி, ழி, ளி, றி, னி
மேல்விலங்குச்சுழி	ீ	கீ, ஙீ, சீ, ஞீ, டீ, ணீ, தீ, நீ, பீ, மீ, யீ, ரீ, லீ, வீ, ழீ, ளீ, றீ, னீ
கீழ்விலங்கு		கு, டு, மு, ரு, ழு, ளு
இறங்குகீற்று		ஙு, சு, பு, யு, வு
ஏறுக்கீற்று		ஞு, ணு, து, நு, லு, று, னு
பின்வளைகீற்று		கூ
கீழ்விலங்குச்சுழி		டூ, மூ, ரூ, ழூ,
ஏறுகீற்றுக்கால்		ஞூ, ணூ, தூ, நூ, லூ, றூ, னூ
இறங்குகீற்றுச்சுழி		சூ, ஙூ, பூ, யூ, வூ
ஓர்க்கொம்பு		கெ, ஙெ, செ, ஞெ, டெ, ணெ, தெ, நெ, பெ, மெ, யெ, ரெ, லெ, வெ, ழெ, ளெ, றெ, னெ

ஈர்க்கொம்பு	கே, ஙே, சே, ஞே, டே, ணே, தே, நே, பே, மே, யே, ரே, லே, வே, ழே, ளே, றே, னே
சங்கிலிக்கொம்பு	கை, ஙை, சை, ஞை, டை, ணை, தை, நை, பை, மை, யை, ரை, லை, வை, ழை, ளை, றை, னை
ஓர்க்கொம்புக்கால்	கொ, ஙொ, சொ, ஞொ, டொ, ணொ, தொ, நொ, பொ, மொ, யொ, ரொ, லொ, வொ, ழொ, ளொ, றொ, னொ
ஈர்க்கொம்புக்கால்	கோ, ஙோ, சோ, ஞோ, டோ, ணோ, தோ, நோ, போ, மோ, யோ, ரோ, லோ, வோ, ழோ, ளோ, றோ, னோ
இணைக்கால்	ஊ, கௌ, சௌ
ஓர்க்கொம்பு இணைக்கால்	கௌ, ஙௌ, சௌ, ஞௌ, டௌ, ணௌ, தௌ, நௌ, பௌ, மௌ, யௌ, ரௌ, லௌ, வௌ, ழௌ, ளௌ, றௌ, னௌ

BIBLIOGRAPHICAL INDEX

Thirukkural Books in Tamizhl by the following Authors:

1. Thiru Parimaelazhlagar urai
2. Thiru Manakkudavar
3. Dr. Mu. Varadasanaar urai
4. Dr. Solomon Pappiah urai
5. Dr. Kalaignar urai
6. Sivayogi Thiru Sivakumar viLakkam
7. Dr. Panchavarnam, Tirukkuralil thavarangal
8. Prof. R Sarangapani, Iyalburai
9. Thiru V. Munuswamy
10. Thiru Suddhanandha Bharathi
11. Thiru Ka. Su. Pillai
12. Thiru Namakkal Kavignar
13. Thiru C. Ilakuvanar
14. Thiru N. C. Kanthiah

Thirukkural Books in English by the following Authors:

1. A Compendium of Tirukkural Translations in English (Volumes 1 to 4) (Central Institute of Classical Tamil) (18 Authors from 1812 A.D. to 2000 A.D. (S/Shri/Thiru : F.W.Ellis, W.H.Drew & J.Lazarus, E.J.Robinson, G.U.Pope, V.V.S. Aiyar, H.A.Popley, M.S.Purnalingam Pillai, S.M. Michael, V.P.Ramachandra Dikshitar, A. Chakravarti, K.M. Balasubramaniam, Suddhanandha Bharati, G. Vannikanthan, , Kasthuri Sreenivasan, K.R. Srinivasa Iyengar, P.S. Sundaram, S.N. Srirama Desikar, S.M. Diaz)
2. Shri J Narayanaswamy
3. Baskaran Krishnamurthy, ITO retd.

CHESS
BOARD

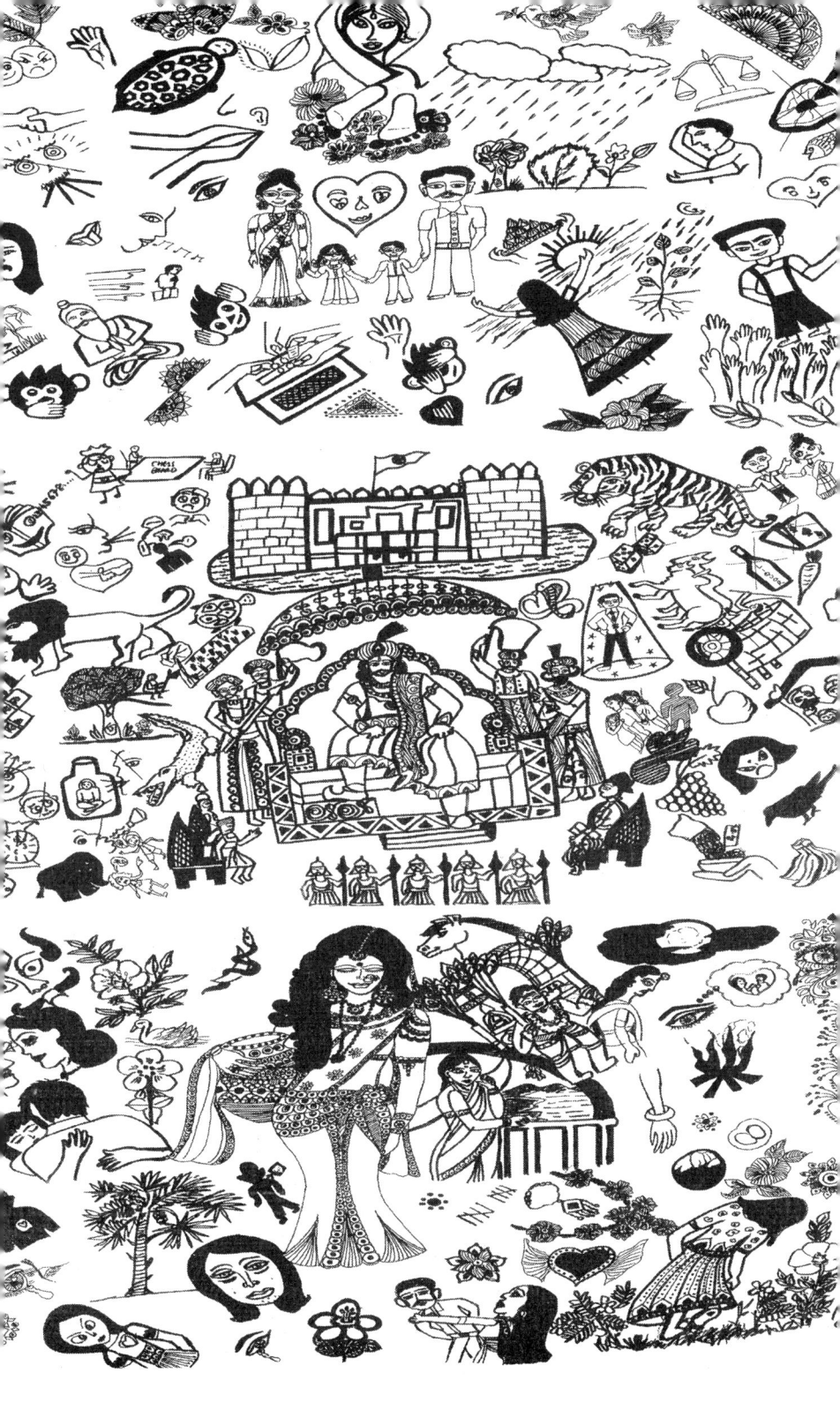